MEN are from MARS
WOMEN are from VENUS

जगातील चाळीस भाषांमधून भाषांतरीत झालेल्या
पुस्तकाचा मराठी अनुवाद

तो आणि ती

नातेसंबंधांविषयी मार्गदर्शन
करणारे पुस्तक

लेखक
जॉन ग्रे

अनुवाद
ॲड. शुभदा विद्वांस

मेहता पब्लिशिंग हाऊस

Email: production@mehtapublishinghouse.com
Website : www.mehtapublishinghouse.com

MEN ARE FROM MARS, WOMEN ARE FROM VENUS by JOHN GRAY

© John Gray, 1992

First Published by Harpercollins Publishers, New York
Published by Arrangement with
Linda Michaels Ltd. (International Literary Agents)
Translated into Marathi Language by Adv. Shubhadha Vidhwans

तो आणि ती / मार्गदर्शनपर

अनुवाद : ॲड. शुभदा विद्वांस
Email: author@mehtapublishinghouse.com

मराठी अनुवादाचे व प्रकाशनाचे हक्क मेहता पब्लिशिंग हाऊस, पुणे.

प्रकाशक : सुनील अनिल मेहता, मेहता पब्लिशिंग हाऊस,
१९४१, सदाशिव पेठ, माडीवाले कॉलनी, पुणे – ४११०३०.

मुखपृष्ठ : चंद्रमोहन कुलकर्णी
प्रकाशनकाल : अकरावी आवृत्ती : फेब्रुवारी, २०१४ / जून, २०१५ /
मे, २०१६ / ऑक्टोबर, २०१७ /
पुनर्मुद्रण : सप्टेंबर, २०१९

P Book ISBN 9788177664508
E-Book ISBN 9788184986716
E Books available on : play.google.com/store/books
www.amazon.in

हे पुस्तक मी अत्यंत प्रेमाने आणि
माझ्या अंत:करणापासून
माझी प्रिय पत्नी बोनी ग्रे
हिला अर्पण करत आहे.

तिचे प्रेम, विश्वास, चातुर्य आणि सहनशीलता
यांच्या प्रेरणेमुळेच मी आज येथपर्यंत
येऊन पोहोचलो आहे. आम्ही जे काही
एकत्रितपणे शिकलो,
ते तुमच्याबरोबर मी वाटून घेऊ शकलो.

- जॉन ग्रे

प्रास्ताविक

आमची मुलगी लॉरेन हिच्या जन्मानंतर अवघ्या एकाच आठवड्यात मी व माझी पत्नी बोनी कमालीचे दमून गेलो होतो. प्रत्येक रात्री लॉरेन आम्हाला जागरण घडवीत असे. बोनीला प्रसूतीच्या वेळेला अनेक टाके पडले होते आणि तिला वेदनाशामक औषधे घ्यावी लागत होती. ती कशीबशी चालू शकत होती. तिच्या प्रसूतीनंतर तिच्या मदतीसाठी मी पाच दिवस घरी राहिलो आणि मग नंतर पुन्हा कामाला जायला लागलो; आता ती तशी बरी होती.

एक दिवस मी बाहेर गेलो होतो, तेव्हा तिच्या वेदनाशामक गोळ्या संपल्या; मला ऑफिसमध्ये फोन करण्याऐवजी आमच्या घरी येणाऱ्या माझ्या भावाला तिने त्या गोळ्या विकत आणण्यास सांगितल्या. तो माझा भाऊ गोळ्या घेऊन परत आलाच नाही, परिणामी आख्खा दिवस तिला वेदना सोसत त्या नवजात बालकाला सांभाळावे लागले.

तिचा तो दिवस इतका भयंकर वाईट गेला असेल, याची मला सुतराम कल्पना नव्हती. मी जेव्हा घरी आलो तेव्हा ती कमालीची नाराज दिसली. मी तिला तिच्या दुःखाचे कारण विचारले, तर तिने या सर्वांसाठी मलाच जबाबदार धरले.

ती म्हणाली, "दिवसभर मला खूप वेदना होत होत्या. माझ्या वेदनाशामक गोळ्या संपल्या होत्या. मी बिछान्यात तळमळत होते, पण कोणाला काय त्याचे?"

मी तिचा हल्ला परतवण्यासाठी म्हटले, "तू मला का नाही फोन केलास?" ती म्हणाली, "मी तुझ्या भावाला सांगितले होते, पण तो विसरून गेला. मी दिवसभर त्याची वाट पाहिली. अशा वेळी मी आणखी काय करायला हवे होते? मी चालूसुद्धा शकत नाही. माझ्याकडे सगळ्यांचेच दुर्लक्ष होते आहे."

मग मात्र मी खवळलो. त्या दिवशी आधीच माझी खूप चिडचिड झाली होती. तिने मला फोन केला नाही, म्हणून मीही तिच्यावर रागावलो. पण ती मलाच दोष

देत होती, तिला काही दुखतेय ते मला माहितीही नव्हते म्हणून मी संतापलो, मग आम्ही दोघांनी अपशब्दांचा एकमेकांवर भडिमार केला आणि मी बाहेर पडण्यासाठी दरवाजाकडे वळलो; मी पण खूप दमलो होतो, त्रासलो होतो आणि खूप काही ऐकून घेतले होते. आम्ही दोघांनीही आमच्या मर्यादा ओलांडल्या होत्या.

नंतर असे काहीतरी घडायला सुरुवात झाली की, ज्यामुळे माझे संपूर्ण आयुष्यच बदलून गेले.

बोनी म्हणाली, ''कृपा करून जाऊ नकोस. आत्ता मला तुझी खूप गरज आहे. मला खूप वेदना होत आहेत. मी कित्येक दिवसांत चांगली झोपले नाही. माझे जरा कृपा करून ऐकून घे.''

मी क्षणभर थांबलो आणि ऐकू लागलो.

ती म्हणाली, ''जॉन ग्रे तू वारा वाहील, तिकडे पाठ फिरवणारा मित्र आहेस. जोपर्यंत मी गोड, प्रेमळ बोनी असते तेव्हा तू माझ्याभोवती घोटाळत असतोस; पण जेव्हा मी संकटात असते तेव्हा तू खुशाल पळ काढतोस.''

मग ती थांबली. तिच्या डोळ्यात अश्रूंनी गर्दी केली. तिचा आवाज हेलावला, ''आत्ता या क्षणी खरंतर मला खूप वेदना होत आहेत. आत्ता तुला देण्यासारखे माझ्याकडे काही नाही आणि आत्ताच मला तुझी सगळ्यात जास्त गरज आहे, म्हणून कृपा करून माझ्या जवळ बस आणि मला घट्ट धर, तुला काहीही बोलायची गरज नाही, मला फक्त तुझ्या खांद्यावर डोके ठेवून विसावू देत. कृपा करून जाऊ नकोस.''

मी तिच्याजवळ गेलो आणि मूकपणे तिला घट्ट धरले. ती माझ्या मिठीत खूप रडली. काही मिनिटांनी आवेग ओसरल्यावर तिने माझे आभार मानले, कारण मी तिला सोडून गेलो नाही. तिने मला सांगितले की, मी तिला घट्ट धरावे एवढीच तिची गरज होती.

त्या क्षणी मला खऱ्या विनाशर्त प्रेमाची जाणीव झाली. मी पूर्वी स्वत:ला फार प्रेमळ पुरुष मानत असे, पण बोनी म्हणाली ते बरोबर होते. खरोखरच मी वारा वाहील तसा पाठ फिरवणारा मित्र होतो. जोपर्यंत ती आनंदी होती, मला सुख देत होती, तोपर्यंत मी पण तिला प्रेम देत होतो, पण जर ती दु:खी असेल, नाराज असेल, तर मलाच ती दूषणं देते आहे असे वाटून भांडण उकरून काढत असे किंवा स्वत:ला तिच्यापासून दूर ठेवत असे.

त्या दिवशी प्रथमच मी तिला सोडून गेलो नाही. मी तिच्याबरोबर राहिलो आणि खरेच खूप बरे वाटले. तिला जेव्हा माझी गरज होती, तेव्हा मी तिला आधार देऊ शकलो असे वाटले, हेच खरे नि:स्सीम प्रेम! दुसऱ्या माणसाची काळजी घेणे, प्रेमावर विश्वास ठेवणे, तिला माझी जेव्हा जरुरी होती, तेव्हा तिच्याबरोबर राहणं!

खरोखर बोनीला तिच्या संभाषणात मदत करणं किती सोपं होतं आणि तिनेच मला हा मार्ग दाखवला होता.

मला हे कसे समजले नाही? तिची माझ्याकडून काय अपेक्षा होती, तर फक्त मी तिच्याजवळ जावे आणि मिठी मारावी. दुसऱ्या एखाद्या स्त्रीला स्त्रीसुलभ भावनेने हे सहज कळले असते की, बोनीला नेमके काय हवे आहे! पण मी पुरुष होतो ना! मला ही स्पर्शाची जादू माहिती नव्हती आणि बोनीसाठी तिचे बोलणे मन:पूर्वक ऐकणे, तिला हृदयाशी घट्ट धरणे, हे किती महत्त्वाचे आहे हे मला माहिती नव्हते. हा फरक आता लक्षात आल्यामुळे माझ्या बायकोशी संवाद साधण्याचा हा नवा मार्ग मी शिकलो. यापूर्वी मला हे माहिती नव्हते की, आम्ही आमच्यातील संघर्ष किती सहजसोप्या पद्धतीने मिटवू शकतो!

माझ्या पूर्वीच्या नातेसंबंधात मी कठीण प्रसंगात अत्यंत अलिप्त आणि पाषाणहृदयी होतो; केवळ याच कारणासाठी की कसे वागावे हेच मला सुचत नसे, त्याचाच परिणाम म्हणून माझे पहिले लग्न अतिशय वेदनादायी ठरले, पण बोनीबरोबरच्या या प्रसंगामुळे मी माझ्या वागण्याची पद्धत बदलू शकलो.

या घटनेनेच सर्व स्त्री-पुरुषांना ज्ञानामृत पाजणाऱ्या शोधनिबंधाच्या कार्याला गती मिळून त्यांचे नातेसंबंध सुधारण्यास मदत झाली. स्त्री व पुरुष हे एकमेकांपासून किती वेगळे आहेत, हे शास्त्रीय परिभाषेत मी जेव्हा समजून घेतले तेव्हा मला ही जाणीव झाली की, माझ्या वैवाहिक आयुष्यात इतका संघर्ष असण्याची काय गरज आहे? आमच्यातील फरकाच्या या नवीन जाणिवेमुळे माझ्यात आणि बोनीमध्ये सुसंवाद घडू लागला. आमचे नातेसंबंध नाट्यमय पद्धतीने बदलले आणि आम्ही आमचे वैवाहिक आयुष्य आनंदाने उपभोगू लागलो.

आम्ही आमच्या दोघांमधील मतभेद समजावून घेण्याची प्रक्रिया चालूच ठेवली आणि मग सर्वच बाबतीत आमचे नातेसंबंध सुदृढ होतील, यासाठी प्रयत्न केले. आम्हाला आमच्या नातेसंबंधांमधले कंगोरे समजले, जे आमच्या वाडवडिलांना कधीच समजले नव्हते आणि त्यामुळेच त्यांनी आम्हाला या गोष्टी कधीच शिकवल्या नाहीत. मी माझ्या समुपदेशनाच्या वर्गामध्येसुद्धा माझ्या अशिलांबरोबर माझे हे ज्ञान वापरून पाहिलं आणि खरोखर त्यांचे नातेसंबंधसुद्धा खूप सुधारले. अगदी शब्दश: हजारो लोकांना –ज्यांनी माझ्या साप्ताहिक सुट्टीच्या वर्गांना हजेरी लावली त्यांना – त्यांच्या नातेसंबंधात एका रात्रीतून बदल झाल्याचे जाणवले.

सात वर्षांनंतरसुद्धा अनेक जोडप्यांनी आणि एकेकट्या स्त्री-पुरुषांनीसुद्धा त्यांना झालेल्या फायद्याची व यशाची नोंदणी आमच्याकडे येऊन केली. मला सुखी जोडप्यांचे त्यांच्या मुलांबरोबर अनेक फोटो मिळाले. आभारप्रदर्शन करणारी पत्रे मिळाली की, मी त्यांचे लग्न वाचवले. त्यांच्यातील प्रेमानेच त्यांचे लग्न वाचवले

हे जरी खरी असले, तरी विरुद्धलिंगी व्यक्तीला समजावून कसे घ्यायचे याचे ज्ञान त्यांना झाले नसते, तर त्यांच्यात घटस्फोट झाला असता.

सुझान आणि जिमचे नऊ वर्षांपूर्वी लग्न झाले होते. अनेक इतर जोडप्यांप्रमाणे त्यांचाही प्रेमविवाह होता, पण मधल्या वर्षांमध्ये त्यांच्यात नैराश्य आणि औदासीन्य इतकं वाढलं होतं की, त्यांचे एकमेकांमधील प्रेम लोप पावले तथापि त्यांनी माझ्या शनिवार-रविवारच्या सेमिनारला हजेरी लावली. सुझान म्हणाली, "आम्ही आमचे नातेसंबंध जपण्याचे सगळे प्रयत्न करून पहिले. आम्ही दोघे एकमेकांपेक्षा खूप वेगळ्या स्वभावाचे आहोत."

सेमिनारच्या दरम्यान त्यांच्या जेव्हा असेल लक्षात आले की, त्यांच्यातील भिन्नता ही फक्त नैसर्गिकच नाहीतर अपेक्षितसुद्धा आहे. इतर जोडप्यांनासुद्धा एकमेकांशी संवाद साधताना अशाच अडचणी येतात, हे पाहून त्यांना दिलासा मिळाला. फक्त दोनच दिवसांत सुझान आणि जिम हे नवीन दृष्टिकोन लाभलेले समजूतदार स्त्री व पुरुष बनले.

ते पुन्हा एकमेकांच्या प्रेमात पडले. त्यांच्यातील नातेसंबंध अद्‌भुतरीत्या बदलले, त्यांचे वैवाहिक आयुष्य घटस्फोटाच्या दिशेने न जाता दिशा बदलून उरलेले सर्व आयुष्य एकमेकांच्या साथीने घालवण्याच्या इराद्यात बदलले. जिम म्हणाला, "आमच्या भिन्नतेच्या या बहुमोल माहितीमुळेच मला माझी पत्नी परत मिळाली. आत्तापर्यंत मला मिळालेल्या भेटींपैकी ही सगळ्यात मोटी भेट आहे. आता आम्ही एकमेकांवर खूप प्रेम करतो."

त्यानंतर सहा वर्षांनी त्यांनी नवीन घर घेतले तेव्हा घर व कुटुंब पाहण्यासाठी मला आमंत्रित केले. अजूनही त्यांचे एकमेकांवर प्रेम होते आणि तेव्हाही त्यांनी त्यांचे लग्न टिकून राहण्यासाठी आणि एकमेकांना समजून घेण्यासाठी मी जी मदत केली त्याबद्दल आभार मानले.

स्त्री व पुरुष हे स्वभावत: वेगवेगळे असतात, ह्या गोष्टीशी आता प्रत्येक जण सहमत असले तरी, वेगळे काय हे लोकांना अजून नीटसे समजत नाही. गेल्या दहा वर्षांत या विषयावर अनेक पुस्तके आली, ज्यांनी या फरकाची व्याख्या सांगायचा प्रयत्न केला. महत्त्वाच्या आधुनिक गोष्टींचा उल्लेख बऱ्याच पुस्तकांमध्ये असला, तरी तो काहीसा एकांगी आणि दुर्दैवाने विरुद्धलिंगी व्यक्तींच्या मनात संताप निर्माण करणारा व अविश्वास दाखवण्याजोगा आहे. या पुस्तकांमधील विवेचनांमध्ये स्त्री किंवा पुरुष या दोघांपैकी एकाचा बळी जातो आहे, असा दावा केला जातो. एकाची दुसरा पिळवणूक करतो आहे, असे संदर्भ दिले जातात. स्त्री आणि पुरुष यांचे वेगळे असणे, हे किती निरोगी आहे, याबद्दल मार्गदर्शन करणाऱ्या पुस्तकाची गरज आहे.

स्त्री व पुरुष यांच्यातील नातेसंबंध सुधारण्यासाठी त्यांच्यातील चिंतेची जाणीव

एकमेकांना करून द्यायला हवी, ज्यामुळे स्व-आदर आणि वैयक्तिक थोरवी याबरोबरच एकमेकांवरचा विश्वास, वैयक्तिक जबाबदारी, वाढते सहकार्य आणि अधिक प्रेम या सगळ्यात वाढ होईल; याचा परिणाम म्हणून नातेसंबंधांवर मी जे सेमिनार घेतले होते, त्यामध्ये २५,०००पेक्षा अधिक संख्येने भाग घेतलेल्या सगळ्यांना मी जे प्रश्न विचारले त्या उत्तरांवरून मी स्त्री-पुरुषांमधील भिन्नतेची व्याख्या करू शकलो. तुम्हीसुद्धा जेव्हा याचा अभ्यास कराल तेव्हा एकमेकांमधील असंतोष आणि अविश्वास यांच्या भिंती वितळून जातील.

हृदयाची दारे जर सताड उघडी ठेवली, तर त्याचा परिणाम म्हणून तुमच्यातील क्षमाशीलता आणि एकमेकांमधील देवाण-घेवाण जागृत होईल. मला आशा आहे की, या नवीन जाणिवेमुळे या पुस्तकात दिलेल्या सूचनांच्याही पलीकडे तुम्ही जाल आणि तुम्ही तुमच्या जोडीदाराशी अधिक चांगल्या प्रकारे संवाद कसा साधू शकाल, याचा शोध घ्याल.

या पुस्तकातील सर्व तत्त्वे अनेकदा कसोटीवर तपासून व वापरून पाहिलेली आहेत. वैयक्तिक पातळीवर सुमारे २५,००० लोकांना प्रश्नावली दिल्यानंतर त्यांपैकी किमान ९०टक्के लोकांनी अतिशय उत्साहाने उत्तरे देऊन आमच्या निर्णयावर शिक्कामोर्तब केले आहे. जर तुम्ही हे पुस्तक वाचनाता सहज मान डोलावून म्हटले की, 'हो! खरे आहे हे माझेच वर्णन आहे.' तर निश्चितच तुम्ही एकटे नाही आहात आणि मग इतरांना जसा या पुस्तकातील ज्ञानाचा फायदा झाला तसाच तो तुम्हालाही होईल.

'मेन आर फ्रॉम मार्स अॅन्ड विमेन आर फ्रॉम व्हिनस' या पुस्तकातून तुम्हाला नातेसंबंधातील ताणतणाव कमी करून प्रेमाचे संवर्धन कसे करावे, यासाठी आवश्यक असलेले स्त्री व पुरुष यांचे भिन्न दृष्टिकोन तुम्ही ओळखाल, नंतर या पुस्तकात तुम्हाला व्यावहारिक पातळीवर औदासीन्य व निराशा कमी करून आनंद व परस्परांतील जवळीक कशी वाढवावी याच्या सूचना मिळतील. नातेसंबंधांमध्ये संघर्ष असू नये. जेव्हा आपण एकमेकांना समजून घेत नाही तेव्हाच तेथे ताणतणाव, संताप आणि संघर्ष असतो.

म्हणून अनेक नातेसंबंधांमध्ये औदासीन्य असते. त्यांचे त्यांच्या जोडीदारावर प्रेम असते, पण जेव्हा त्यांच्यात ताणतणाव असतो, तेव्हा परिस्थितीत सुधारणा कशी करावी, हे त्यांना समजत नाही. स्त्री आणि पुरुष यांच्यातील भेद समजावून घेतले, तर तुमच्या जोडीदाराशी सुसंवाद साधण्यात तुम्ही यशस्वी व्हाल. त्यांचे बोलणे काळजीपूर्वक ऐकून घ्याल आणि त्यांना आधारसुद्धा द्याल. तुम्ही ज्या प्रेमाला पात्र आहात त्याची निर्मिती कशी करायची हेसुद्धा तुम्हाला समजेल. जेव्हा तुम्ही हे पुस्तक वाचाल तेव्हा तुम्हाला आश्चर्य वाटल्याशिवाय राहणार नाही की, हे सगळे

समजून न घेता नातेसंबंध यशस्वी कसे होऊ शकतील?

मेन आर फ्रॉम मार्स ॲन्ड विमेन आर फ्रॉम व्हिनस हे प्रेमळ नातेसंबंधाबद्दलचे मार्गदर्शन करणारे पुस्तक आहे. जीवनाच्या प्रत्येक क्षेत्रात स्त्री आणि पुरुष एकमेकांपेक्षा वेगळे कसे आहेत, हे तुम्हाला समजणार आहे. स्त्री-पुरुषांची फक्त संवादशैलीच वेगळी असते, असे नाहीतर त्यांच्या विचारांची धाटणी, जाणिवा-नेणिवा, प्रतिक्रिया, प्रतिसाद, प्रेम, गरजा आणि आवडी-निवडी वेगळ्या असतात. जणू ते दोघे दोन वेगळ्या ग्रहांवरून आले आहेत, त्यांची भाषा वेगळी आहे आणि पोषकमूल्ये पण वेगळी आहेत.

आपल्या जोडीदाराला समजून घेण्यासाठी व एकमेकांशी दैनंदिन व्यवहारात गुंतवून घेण्यासाठी त्यांच्यातील मतभेदाच्या याबाबी समजून घेतल्या तर नैराश्य टळते, त्यामुळे गैरसमज ताबडतोब टळतात. चुकीच्या अपेक्षा उभय पक्षांकडून ठेवल्या जात नाहीत. जेव्हा तुमच्या हे लक्षात असते की, तुमचा जोडीदार हा जणू काही परग्रहावरून आलेला आहे. तो तुमच्यापेक्षा वेगळा आहे तेव्हा साहजिकच तुम्ही शांत होता आणि त्याच्या भिन्नतेबरोबर जुळवून घेता, त्याला बदलण्याचा किंवा त्याला विरोध करण्याचा प्रयत्न सोडून देता.

सगळ्यात महत्त्वाचे म्हणजे या पुस्तकात तुम्ही स्त्री-पुरुष भेदामुळे ज्या समस्या उद्भवतात त्यांचे निवारण व्यावहारिक पातळीवर कसे करायचे ते शिकणार आहात. हे पुस्तक म्हणजे केवळ मानसिक मतभेदांचे तात्त्विक विश्लेषण नाहीतर व्यावहारिक पातळीवर नातेसंबंधांमध्ये यशस्वी कसे व्हायचे याचे मार्गदर्शन करणारे पुस्तक आहे.

या तत्त्वांमागची सत्ये ही आत्मसिद्ध आहेत आणि स्वानुभव व सामान्यज्ञान यांच्या कसोटीवर पारखून घेता येण्याजोगी आहेत. तुम्हाला आधीपासून जे माहिती आहे ते उदाहरणांच्या रूपात तुम्हाला सोपे करून सांगितले आहे. या पुस्तकात आम्ही तुमच्याच म्हणण्याला जी पुष्टी दिली आहे, त्यामुळे तुम्ही तुमच्या नातेसंबंधात हरवून न जाता तुमचे स्वत्व टिकवून ठेवू शकाल.

आम्ही तुम्हाला ही जी नवीन दिशा दाखवतो आहे, त्याला प्रतिसाद देताना पुरुष नेहमी म्हणतात, 'अगदी अस्साच! अस्साच मी आहे. तुम्ही काय माझा पाठलाग करत होतात का? आत्ता माझ्यातील अपराधीपण दूर होईल. मी तुमचा आभारी आहे!'

'मेन आर फ्रॉम मार्स ॲन्ड विमेन आर फ्रॉम व्हिनस' हे पुस्तक वाचल्यानंतर ज्या हजारो प्रतिक्रिया आमच्यापर्यंत येऊन पोहोचल्या त्या काहीशा अशा होत्या. आपल्या जोडीदाराला समजावून घेण्याचा हा जो कार्यक्रम होता, तो फक्त नाट्यपूर्ण किंवा क्षणभंगुर नव्हता, तर तो कायमस्वरूपी होता.

निश्चितच काही वेळेस प्रेमळ नातेसंबंधच टिकवून धरण्याचा मार्ग खडकाळ असू शकतो, समस्या अटळ असतात, पण त्या समस्या एकतर संताप आणि नकार उत्पन्न करतात किंवा अधिक जवळीक, प्रेम, विश्वास व काळजी निर्माण करण्याची संधी उपलब्ध करून देतात. सगळ्याच संकटांवरचा जालीम उपाय म्हणजे हे ज्ञान आहे, असा आमचा दावा पण नाही, उलटपक्षी तुमच्या आयुष्यात निर्माण होणाऱ्या समस्यांना तोंड देण्याचा नवीन मार्ग आम्ही तुम्हाला सांगत आहोत. तुम्ही स्वत: ज्या प्रेमाला पात्र आहात, त्याची तुमच्यात जागृती करून आम्ही तुमच्या हातात हे एक साधन देत आहोत, ज्यायोगे तुम्ही तुमचा जोडीदार ज्या प्रेमाला पात्र आहे, ते प्रेम त्याला देणार आहात.

मी या पुस्तकात स्त्री व पुरुषांविषयी अनेक सर्वसामान्य विधाने केली आहेत. तुम्हाला कदाचित ती कमी-अधिक प्रमाणात पटतील. शेवटी आपण सगळे वेगवेगळी वैशिष्ट्ये घेऊन जन्मलेली स्वतंत्र व्यक्तिमत्त्वे आहोत. आपले अनुभव पण वैशिष्ट्यपूर्ण आहेत. काही वेळेस माझ्या सेमिनारमध्ये जोडपी किंवा एकेकटे लोक असे सांगतात की, मी उदाहरण दिले त्याच्यात त्यांच्याशी साधर्म्य आहे, पण विरुद्ध प्रकारे! म्हणजे पुरुषाची वैशिष्ट्ये स्त्रीमध्ये आहेत व स्त्रीची वैशिष्ट्ये पुरुषामध्ये आहेत. याला मी भूमिकांची अदलाबदल म्हणतो!

जर तुमच्या असे लक्षात आले की, तुमचा अनुभव इतरांपेक्षा उलटा आहे, तरी मी असेच खात्रीने सांगेन की, 'हे ठीकच आहे.' मी तुम्हाला असे सुचवीन की जर तुमचे या पुस्तकातील काही बाबींशी साधर्म्य नसले, तर त्याकडे दुर्लक्ष करा किंवा तुमच्या अंतरंगाचे चिंतन करा. अनेक पुरुषांनी प्रेमळ बनण्यासाठी किंवा कुटुंबाची काळजी घेण्यासाठी आपल्या पौरुषत्वाचे कंगोरे घासण्यास नकार दिला, त्याचप्रमाणे अनेक बायकांनी त्यांच्या करिअरला वाहून घेतले व काही बायकी कामे नाकारली आणि आपल्या या जीवनशैलीशी त्यांनी ठाम राहण्याचे ठरवले. असे जर असेल तर या पुस्तकातील सूचना, युक्त्या आणि तंत्रं वापरून तुम्ही फक्त तुमचे नातेसंबंध अधिक बळकट करत नाहीतर तुमच्या पुरुषत्वाच्या व स्त्रीत्वाच्या वैशिष्ट्यांचासुद्धा आदर करता.

या पुस्तकात मी स्त्री आणि पुरुष वेगळे का आहेत, या प्रश्नाला हात घातलेला नाही. हा प्रश्न काहीसा गुंतागुंतीचा आहे, ज्याची उत्तरे शरीरशास्त्राशी, पालकत्वाशी, शिक्षणाशी, संस्कृतीशी, इतिहासाशी, समाजाशी निगडित आहेत. (हे मुद्दे माझ्या 'मेन विमेन ॲन्ड रिलेशनशिप' आणि 'मेकिंग पीस वुईथ अपोझिट सेक्स' या पुस्तकात आलेले आहेत.)

हे जरी खरे असले की, या पुस्तकातील सूचना आचरणात आणल्याने ताबडतोब फायदा होतो, तरी हे पुस्तक मानसोपचार किंवा समुपदेशन याची जागा

घेऊ शकणार नाही. काही वेळेस परिस्थिती इतकी आव्हानात्मक असते की, अगदी निरोगी माणसालासुद्धा समुपदेशनाची आणि मानसोपचाराची गरज भासते. मानसोपचार विवाह-समुपदेश आणि बारा टप्प्यांची उपचारपद्धती यामुळे जे हळूहळू बदल होतात, त्यावर माझा ठाम विश्वास आहे.

तरीही पुन्हा-पुन्हा मी हेच सांगू इच्छितो की, अनेक लोकांना औषधोपचार करून घेण्यापेक्षाही नातेसंबंधांमध्ये एकमेकांना समजावून घेतल्यामुळे खूप फायदा झाला आहे. कदाचित असेही झाले असेल की, समुपदेश आणि मानसोपचाराने त्यांचा पाया मजबूत झाला असेल आणि त्यामुळे या पुस्तकातील ज्ञान वापरून आपले नातेसंबंध बळकट करणे, त्यांना सहजसोपे झाले असेल. हे पुस्तक ही दृष्टी नक्कीच देते, त्याउलट असेही होते की आपला भूतकाळ फार प्रेमाने ओथंबलेला असतो, पण पुढे कालौघात पुन्हा त्या जोडप्याला नातेसंबंधात समस्या जाणवतात. अशा वेळी त्यांनी संवादाचे व नातेसंबंध जपण्याचे हे नवीन मार्ग शिकून घ्यावे.

माझा विश्वास आहे की, प्रत्येकालाच या पुस्तकाचा फायदा होईल. माझ्या सेमिनार्सच्या वेळेस, ज्यांनी त्यात भाग घेतला होता त्यांच्याकडून एकच नकारात्मक प्रतिक्रिया अशी आली की, 'आम्हाला हे कोणीतरी आधीच सांगायला पाहिजे होते.'

पण तुमच्या आयुष्यातील प्रेम वाढवण्यास उशीर कधीच झालेला नसतो. तुम्ही फक्त हे नवीन मार्ग शिकून घ्यायचे आहेत. तुम्ही मानसोपचार घ्या किंवा नका घेऊ, पण तुमच्या जोडीदाराबरोबरचे प्रेम वृद्धींगत करण्यासाठीच हे पुस्तक आहे.

हे पुस्तक 'मेन आर फ्रॉम मार्स ॲन्ड विमेन आर फ्रॉम व्हिनस' वाचून इतरांबरोबर त्याची चर्चा करा. तुमचे प्रेम आणि शहाणपण वृद्धिंगत होऊ दे, ही सदिच्छा! घटस्फोटांचे प्रमाण कमी व्हावे आणि वैवाहिक जीवन आनंदी व्हावे, हाच निर्मळ हेतू! आपली मुले अधिक सशक्त कुटुंबासाठी पात्र आहेत!

– जॉन ग्रे

१५ नोव्हेंबर, १९९१

मिल व्हॅली, कॅलिफोर्निया

अनुवादिकेचे मनोगत

प्रिय वाचक, काय विलक्षण योगायोग आहे बघा! नेमके ज्या दिवशी मी 'मेन आर फ्रॉम मार्स ॲन्ड विमेन आर फ्रॉम व्हिनस' या पुस्तकाचा अनुवाद पूर्ण करून त्याला 'फायनल टचेस' द्यायला सुरुवात केली, त्या दिवशीच बातमी येऊन धडकली की, अमेरिकेने मंगळावर धाडलेले 'क्युरिऑसिटी' हे यान सुरक्षितपणे मंगळावर जाऊन पोहोचले. आता त्यातील कॅमेऱ्यांनी आपले काम सुरू केले आहे, त्यामुळे माझी पण 'क्युरिऑसिटी' जागृत झाली. म्हटले बघू या, काय-काय हाती लागते ते! पुरुष जर मंगळावरचे रहिवासी असतील, तर तिथे नक्कीच पब्ज, बीअर, पोर्न्स असले पाहिजे! पण घोर निराशा झाली. अद्याप तरी तसे कोणतेच पुरावे हाती आले नाहीत. असो!

'मेन आर फ्रॉम मार्स ॲन्ड विमेन आर फ्रॉम व्हिनस' हे जॉन ग्रे यांचे अतीव सुंदर, उपयुक्त, मार्गदर्शनपर पुस्तक आहे. स्त्री व पुरुष सर्वच बाबतीत कसे भिन्न आहेत, हे त्यांनी सांगितले आहे. हे पुस्तक वाचल्यानंतर माझ्या मनात मात्र भय दाटून आले; ते यासाठी की या पुस्तकातील मार्गदर्शक तत्त्वे यापूर्वी कधीच माझ्या कानांवरून गेली नव्हती आणि तरीही मी २५ वर्षं धडपडत संसार केला होता. जणू काही डोळ्यांवर पट्टी बांधून स्कूटर चालवणाऱ्या जादूगार रघुवीर सारखीच माझीही कामगिरी भयचकित करणारी होती. खरंच सांगते! पण आपल्या जोडीदाराबद्दलच्या, कित्येक गोष्टी आपल्याला आपले आयुष्य सरत आले, तरी समजत नाहीत. त्या कशा जाणून घ्यायच्या, हे आपल्याला आपले आई-वडील शिकवत नाहीत. कारण त्यांनाही ते माहीत नसते.

सध्याच्या तरुण पिढीने तर 'लग्न' या शब्दाचा धसकाच घेतला आहे, असे चित्र समाजात दिसू लागले आहे. आजची तरुण पिढी लग्नाच्या बंधनात स्वतःला बांधून घ्यायला फारशी उत्सुक नाही. तरुण पिढी खरोखरच आत्मकेंद्रित होऊ

लागली आहे का? 'लग्न' म्हणजे फक्त त्याग, अवलंबित्व, आपापली 'स्पेस' जपता न येणे, जबाबदाऱ्या, अडवणूक, भांडणे, वादविवाद असे समीकरण मांडताना तरुण पिढी सरसावलेली दिसते, म्हणूनच 'स्व'च्या पलीकडे जाऊन आपल्या जोडीदाराच्या मनात काय चाललं आहे किंवा त्याच्या आपल्याबद्दलच्या अपेक्षा काय आहेत, विशिष्ट परिस्थितीतील जोडीदाराची वर्तणूक कशी असू शकते आणि त्या पाठीमागचा त्याचा कार्यकारणभाव हे सगळे समजावून सांगणारे, मार्गदर्शन करणारे असे हे नितांत सुंदर पुस्तक आहे, त्याचा जरूर लाभ घ्यावा.

आज घटस्फोटाचे प्रमाण प्रचंड वाढलेले आहे. आपल्या नकारात्मक भावनांचा प्रादुर्भाव वाढल्यामुळे लोक घटस्फोट घेतात; अशा नकारात्मक भावना मनाच्या पृष्ठभागावर आणून त्यांच्यावर उपचार कसे करावे, याचे सुंदर विश्लेषण या पुस्तकामध्ये आहे, तसेच प्रेमपत्रे, जाणीवपत्रे आणि प्रतिसादपत्रे लिहून दुसऱ्या कोणाच्या मदतीशिवाय आपण आपल्या मनाला शांत कसे करावे, याचे चकित करणारे भाष्य या पुस्तकात आहे.

आज जिकडे-तिकडे काय ऐकू येते, तर 'शी इज नॉट माय टाईप' किंवा 'मी नाही रिलेट करू शकत त्याच्याबरोबर...' वगैरे, वगैरे. टीव्हीवरील गाजलेली मालिका – 'एका लग्नाची दुसरी गोष्ट' म्हणजे तर आजच्या समाजजीवनाचा आरसा आहे असे मला वाटते, म्हणूनच आजच्या पिढीला जणू समुपदेशक किंवा 'थेरपिस्ट' ठरू शकेल अशा या पुस्तकाचा जरूर लाभ घ्या. हे पुस्तक कोणत्याही वयाच्या व्यक्तीच्या हाती पडले तरीसुद्धा वाचून झाल्यावर असले उद्गार कानी येतात, 'अरे! हे मला कोणीतरी यापूर्वीच सांगायला हवे होते,' पण हरकत नाही. 'लेट इज बेटर दॅन नेव्हर' म्हणून अधिक वेळ न दवडता, हे आशादायक पुस्तक तुम्ही वाचा व तुमच्या जोडीदारालाही वाचायला द्या आणि आपले आयुष्य सुरेल करा.

ऑल दि बेस्ट!

– ॲड. शुभदा विद्वांस

अनुक्रमणिका

प्रकरण १

मंगळनिवासी पुरुष आणि शुक्रवासिनी स्त्रिया

अशी कल्पना करा की, पुरुष हे मंगळनिवासी आहेत तर स्त्रिया या शुक्रवासिनी आहेत. फार-फार वर्षांपूर्वी एके दिवशी काय घडले, या मंगळनिवासी पुरुषांना दुर्बिणीतून बघताना शुक्रवासिनी नजरेस पडल्या... फक्त ओझरत्या! या दृष्टिक्षेपाने ते एखाद्या लोहचुंबकाप्रमाणे त्या शुक्रवासिनींकडे खेचले गेले. एक विलक्षण अनुभूती! यापूर्वी अशा भावनेचा उगम त्यांच्या शरीरात झालाच नव्हता! त्यांचा जीव वेडापिसा झाला, त्यांना प्रेमाचा साक्षात्कार झाला. ताबडतोब त्यांनी अवकाशयान बनवलं आणि त्यात बसून भुरकन शुक्रवासिनींकडे आलेसुद्धा!

शुक्रवासिनींनीसुद्धा बाहू पसरून अतीव आनंदाने त्यांचे स्वागत केले. त्यांना अशी काहीतरी अंत:प्रेरणा मिळाली होतीच की, काहीतरी घडणार आहे. नाहीतरी स्त्रियांना हा सिक्स्थ सेन्स असतोच! याच दिवसाची त्या डोळ्यांत प्राण आणून वाट पाहात होत्या. त्यांना हे असे प्रेम नवीनच होते, त्यांनी त्यांच्या हृदयाची दारे सताड उघडली.

मंगळनिवासी आणि शुक्रवासिनी यांचे मीलन फार जादूई होते. मंगळनिवासी होते शौर्याचे प्रतीक तर, शुक्रवासिनी होत्या सौंदर्यांचा मापदंड! साक्षात शौर्य आणि सौंदर्य यांचेच ते मीलन, काय वर्णावे? त्यांना एकमेकांच्या सहवासात खूप बरे वाटले. ते एकत्र काम करत होते आणि सगळे एकमेकांमध्ये वाटून घेत होते. जरी ते दोघेही वेगवेगळ्या ग्रहांवरून आले होते, तरी त्या वेगळेपणातच त्यांना आनंद वाटत होता. कित्येक महिने त्यांनी एकमेकांना समजून घेण्यात, एकमेकांचे कौतुक करण्यात, एकमेकांपासून शिकण्यात घालवले. त्यांच्या वेगवेगळ्या गरजा, वेगवेगळा प्राधान्यक्रम, वागण्याची वेगळी पद्धत हे दोघांनाही भावणारे वाटले. कित्येक वर्षं ते प्रेमाने आणि गुण्यागोविंदाने राहात होते.

नंतर त्यांच्या मनात काय आले कोण जाणे! त्यांनी पृथ्वीवर जायचे ठरवले.

सुरुवातीला सगळेच आलबेल होते, सुंदर होते, पण पृथ्वीवरील वातावरणाने त्यांचा ताबा घेतला आणि एके सकाळी उठले तर काय भलतेच! त्यांना स्मृतिभ्रंश झाला – एक विशिष्ट प्रकारचा स्मृतिभ्रंश!

मंगळनिवासी आणि शुक्रवासिनी दोघेही हे विसरले की, ते दोघेही भिन्न ग्रहांवरून आले आहेत आणि त्यामुळे साहजिकच ते वेगळे आहेत. एके सकाळी त्यांच्या स्मृतिपटलावरून त्यांना एकमेकांचे ज्ञात असलेले वेगळेपण पार पुसले गेले आणि तेव्हापासून ते आजतागायत स्त्री व पुरुष एकमेकांच्या विरोधात ठाकले, त्यांच्यात संघर्ष सुरू झाला.

परस्परांमधील भेद लक्षात घ्या

स्त्री आणि पुरुष हे एकमेकांपासून भिन्न आहेत ही जाणीव नसली, तर त्यांचे एकमेकांशी पटणे अवघड आहे. सहसा आपण आपल्या जोडीदारावर का चिडतो, का निराश होतो? तर आपण हे त्रिकालबाधित सत्य विसरलेले असतो की, 'आपण, आपला जोडीदार आपल्यासारखाच असायला हवा अशी अपेक्षा धरतो. आपली अशी इच्छा असते की, जे आपल्याला हवे तेच त्यालाही आवडले पाहिजे आणि आपल्याला जसे वाटते तसेच त्यालाही वाटले पाहिजे.'

त्याच्या प्रेमाची जातकुळी वेगळी असू शकते, हे आपल्याला रुचत नाही. हा दृष्टिकोन आपल्यामध्ये पुन्हापुन्हा निराशा निर्माण करतो आणि आपल्या जोडीदाराशी त्याच्या वेगळेपणाबद्दल संवाद प्रेमळपणाने घडवण्यास रोखतो.

गैरसमजाने आपण असे गृहीत धरतो की, आपण जसे आपल्या जोडीदाराबरोबर प्रेम करताना वागतो तसेच त्यानेही आपल्याबरोबर प्रेम करताना वागले पाहिजे.

पुरुषांचा असा आग्रह असतो की, बायकांनी त्यांच्यासारखाच विचार करावा, तसाच संवाद साधावा आणि त्यांच्यासारखीच प्रतिक्रिया द्यावी. बायकाही असाच आग्रह धरतात की, पुरुषांच्या जाणिवा, संवाद आणि प्रतिसाद त्यांच्यासारखाच असावा. आपण हे विसरून जातो की, स्त्री आणि पुरुष यांना देवाने वेगळे घडवले आहे, वेगळ्या कार्यासाठी घडवले आहे. या सगळ्यांचा परिणाम असा होतो की, आपल्या नात्यात विनाकारण संघर्ष, बोलाचाली आणि कडवटपणा येतो.

हे वेगळेपण ओळखणे आणि त्याचा आदर करणे एवढे पथ्य पाळून जोडीदाराबरोबरचे सगळे संभ्रम दूर करता येणे शक्य असते. जेव्हा तुमच्या हे लक्षात असते की, पुरुष हे मंगळावरचे आहेत आणि स्त्रिया या शुक्रावरच्या आहेत, तेव्हा सगळे तुम्हाला

सुस्पष्ट होत जाते.

फक्त हेतू चांगला असणे पुरेसे नाही

प्रेमात पडणे हे खरोखर दैवी असते. प्रेम निरंतन आहे असे वाटते. जणूकाही ते कायम टिकणारे आहे! आपण दांभिकपणे असा विश्वास ठेवतो की, आपल्या पालकांना ज्या समस्या आल्या त्या आपल्यासाठी नाहीत, आपले प्रेम कधीच मरणार नाही. स्वत:ची तशी खात्री पटवतो की, आपग आयुष्यभर सुखीच राहणार आहोत.

पण प्रेमाचे हे जादूसारखे चार दिवस सरतात आणि दैनंदिन आयुष्याला सुरुवात होते, तेव्हा लक्षात येते की, स्त्री व पुरुष दोघेही एकमेकांकडून समान आचार, विचार, भावना, प्राधान्यक्रमाची अपेक्षा धरतात. दोघांनीही परस्परांमधली भिन्नता लक्षात घेतली नाही व त्यांचा सन्मान केला नाहीतर दोघेही अत्यंत हेकेखोर, संतापी, टीकाकार आणि असहिष्णू बनतात.

उदात्त प्रेमाच्या हेतूने जवळ आलेल्या या दोन जीवांतील प्रेमाच्या ठिकऱ्या-ठिकऱ्या होतात, समस्या सुरू होतात. राग-क्रोध यांनी आयुष्य व्यापते, संवाद संपतो, अविश्वास वाढीला लागतो. नकार आणि दडपशाही सुरू होते. तो सुखद प्रेमाचा झरा आटतो. आपण स्वत:ला प्रश्न विचारतो.

'हे कसे घडले?'

'हे का घडले?'

'हे आपल्याच बाबतीत का घडले?'

या प्रश्नांची उत्तरे देण्यासाठीच अनेक विचारवंत कामाला लागले आणि त्यांनी अत्यंत गुंतागुंतीचे, तार्किक बुद्धीवर आणि मनोविज्ञानावर आधारलेले आराखडे तयार केले, आदर्श नातेसंबंध कसे असावेत, ते सांगितले. घड्याळाचे काटे पुन्हा मागे फिरवण्याचा प्रयत्न केला, पण प्रेम मिटले. हे सगळ्यांच्याच बरोबर घडते.

प्रत्येक दिवशी लाखो एकाकी व्यक्ती प्रेमाच्या शोधात जोडीदार मिळवण्यासाठी भटकत असतात. प्रत्येक वर्षी लाखो जोडपी प्रेमात एकत्र येतात आणि पुन्हा एकमेकांपासून विभक्त होतात, कारण त्यांच्यातील प्रेम संपुष्टात आलेले असते. ज्यांचे प्रेमाचे संबंध टिकतात व ज्यांची परिणती लग्नात होते. त्यांपैकी ५० टक्के लोकांचीच लग्ने टिकतात. जे एकत्र राहतात त्यातील ५० टक्के लोक आतल्या आत धुमसत असतात, ते केवळ निष्ठावान असतात. एकमेकांच्या उपकाराच्या ओझ्याखाली दबलेले असतात किंवा नव्याने दुसरे नातेसंबंध प्रस्थापित करायला घाबरत असतात, म्हणून ते एकत्र राहतात.

फारच थोडी माणसे निखळ प्रेमात समृद्ध होतात. हो पण असेही घडते, हे

नक्की!

जेव्हा स्त्री आणि पुरुष एकमेकांमधले वेगळेपण स्वीकारतात, त्याचा आदर करतात, तेव्हाच त्यांच्या प्रेमाला बहरण्याची संधी मिळते.

आपल्या जोडीदाराच्या व्यक्तिमत्त्वातील छुप्या स्वरूपात असलेले वेगळेपण समजून घेतले, तर ते एकमेकांना भरभरून देऊ शकतात, एकमेकांपासून घेऊ शकतात. हेच प्रेम असते. हृदयात काठोकाठ भरलेले प्रेम! एकमेकांमधील भिन्नतेला मान्यता देऊन आणि स्वीकार करून समस्यांवर उपाय शोधता येतो आणि त्यायोगे आपल्याला हवे ते मिळवता येते आणि अधिक महत्त्वाचे हे की, आपण ज्या लोकांची काळजी घेतो त्यांच्यावर अधिक चांगल्या प्रकारे प्रेम करू शकतो, त्यांना अधिक चांगला आधार देतो.

प्रेम हे जादूई असते, किमयागार असते आणि जर आपण आपल्यातील भिन्नता जाणून घेतली, तर ते कायम टिकणारे असते.

◆

प्रकरण २

श्रीयुत तरबेज आणि गृहसुधार समिती

बायकांची पुरुषांविषयीची सगळ्यात लाडकी तक्रार म्हणजे, 'तो माझे काही ऐकूनच घेत नाही.' जेव्हा बाई बोलते तेव्हा पुरुष एकतर पूर्णपणे तिच्याकडे दुर्लक्ष करतो किंवा तो थोडेसे ऐकतो – त्यावरून सारांश काढतो की, तिला नेमका काय त्रास होतो आहे आणि मग त्याची 'श्रीयुत तरबेज'ची कॅप डोक्यावर चढवतो आणि काय केले म्हणजे तिला बरे वाटेल याबद्दलचे सल्ले देत सुटतो, पण त्याची ही प्रेम करण्याची पद्धत तिला आवडत नाही, हे पाहून तो गोंधळतो. तिने त्याला हे कित्येकदा सांगितले आहे की, त्याचे तिच्या बोलण्याकडे लक्ष नसते, पण तरीही त्याच्या ते डोक्यात शिरत नाही. तो पुन्हा-पुन्हा त्याच चुका करतो. तिला त्याच्याकडून सहसंवेदना हवी असते, पण त्याला वाटते की, तिला तिच्या समस्येवर उपाय हवा आहे.

तर पुरुषांची बायकांविषयीची सगळ्यात आवडती तक्रार असते की, 'मी काय कुक्कलं बाळ आहे, सतत सूचना करत राहते.' ती त्याला थोडक्यात चांगले वळण लावण्याचा प्रयत्न करत असते. जेव्हा बाई पुरुषावर प्रेम करते, तेव्हा ती असं समजते की, तिच्या पुरुषाच्या वाढीत तिने मदत केली पाहिजे; नव्हे ती तिची जबाबदारी आहे, म्हणून तो एखादी गोष्ट करत असताना ती त्याला मदत करू पाहते. ती एक गृहसुधार समितीच बनवते आणि तिच्या अजेंड्यावर पहिले नाव त्याचेच असते. तो तिची मदत जेवढी झिडकारतो तेवढी जास्त ती हट्टाला पेटते, त्याला मदत करण्याची किंवा सूचना करायची सतत संधी शोधत असते. तिला वाटते की, ती जणू त्याचे संगोपन करते आहे, तर त्याला वाटते ती जणू त्याला मुठीत ठेवू बघते आहे, त्याऐवजी त्याला तिचा स्वीकार हवा असतो.

पण हे दोन्हीही प्रश्न कायमस्वरूपी सोडवता येतील. कसे? तर पुरुष सतत तोडगे काढण्यात का चतुर असतो? आणि बायकांना सतत त्याच्यात सुधारणा का कराव्याशा वाटतात? ते समजून घेतले पाहिजे. त्यासाठी आपण कालचक्राला थोडे

मागे फिरवू आणि मंगळावरचे व शुक्रावरचे त्यांचे आयुष्य कसे होते ते पाहू – जेव्हा ते एकमेकांना ओळखत नव्हते आणि पृथ्वीवर त्यांचे आगमन झाले नव्हते! तरच आपल्याला स्त्री-पुरुषांच्या अंतरंगांचा ठाव लागेल.

मंगळावरचे जीवन

मंगळनिवासी म्हणजे शौर्याचे प्रतीक. त्यांच्या लेखी सत्ता, कार्यक्षमता, स्पर्धा आणि पराक्रम यांचे महत्त्व फार! ते सतत स्वत:ला सिद्ध करण्याच्या कामात मग्न असत आणि स्वत:ची कौशल्यं आणि सत्ता वाढवण्याच्या कामी लागत. त्यांचा 'स्व' त्यांच्या क्षमतांमधून व पराक्रमातून जोपासला जाई. त्यांच्या शब्दकोशात कर्तृत्व आणि यश हे दोन मापदंड असत, तीच त्यांच्या जीवनाची इतिकर्तव्यता असे.

पुरुषांमधील स्वत्वाची जाणीव ही त्यांची कार्यकुशलता, कर्तृत्व यांच्याशी निगडित असते.

मंगळावर फक्त याच नीतिमूल्यांचे प्रतिबिंब सर्वत्र दिसे. त्यांचे कपडेसुद्धा त्यांच्या कर्तृत्वाचे द्योतक असत. पोलीस अधिकारी, रणांगणावर लढणारे योद्धे, व्यापारी, शास्त्रज्ञ, टॅक्सी ड्रायव्हर, तंत्रज्ञ, आचारी असे सगळेच लोक गणवेश परिधान करत किंवा निदान त्यांचे कर्तृत्व आणि सत्ता यांचे प्रदर्शन करणाऱ्या टोप्या तरी ते वापरत.

ते कधीही 'सायकॉलॉजा', 'टुडे', 'पिपल', 'सेल्फ' वगैरेसारखी मासिके वाचत नसत. त्यांना मैदानी खेळांमध्ये विशेष रुची होती. शिकारीला जाणे, फिशिंग करणे, गाड्यांच्या रेसमध्ये भाग घेणे हे मर्दानी खेळ त्यांना आवडत. त्यांना बातम्या ऐकायला आवडतात, हवामानाची माहिती, क्रिकेट, फूटबॉलसारख्या खेळांचे अद्ययावत ज्ञान त्यांना असते; त्यांना शृंगारिक कादंबऱ्या किंवा स्व-मदत करणारी पुस्तके आवडतात.

त्यांना वस्तूंमध्ये जास्त रस; माणसे आणि भावना त्यांच्यासाठी फारच गौण! आजसुद्धा पृथ्वीवर तुम्हाला काय दिसते? बायकांच्या मनश्चक्षूंपुढे सतत प्रेम, शृंगार असतो, तर पुरुषांच्या मनश्चक्षूंपुढे असतात मोठ्या-मोठ्या गाड्या, अधिक वेगवान संगणक, इलेक्ट्रॉनिक उपकरणे आणि नवे, अधिक समर्थ तंत्रज्ञान! पुरुषांच्या डोक्यात सतत अशा वस्तू घोळत असतात. त्यामुळे त्यांची सत्ता वाढेल आणि त्यांचे हेतू सफल होऊन कार्य सिद्धीस जाईल.

आपली ध्येयपूर्ती करणे, हे मंगळनिवासींसाठी फार महत्त्वाचे असते. कारण तो त्यांची लायकी सिद्ध करण्याचा एक मार्ग असतो आणि त्यामुळे त्याला खूप बरे

वाटते आणि असं बरं वाटण्यासाठी तो त्याची ध्येये पूर्ण करण्यासाठी धडपडत असतो. ती ध्येये त्याच्यासाठी दुसऱ्या कोणी पूर्ण करून चालत नाही. मंगळनिवासींना प्रत्येक गोष्ट स्वत: करण्यामध्ये खूप अभिमान वाटतो. स्वायत्तता हे कार्यक्षमतेचे, सत्तेचे आणि सामर्थ्याचे प्रतीक आहे, असे ते मानतात.

पुरुषांचा स्वभावाचा हा कंगोरा बायकांनी समजून घेतल्यास त्यांना हेसुद्धा समजेल की, पुरुष त्यांची चूक दुरुस्त केल्यास किंवा काय करा हे सांगितल्यास एवढा प्रतिकार का करतात! पुरुषाने सल्ला मागितलेला नसताना तो दिल्यास तो असा समज करून घेतो की, त्याला काय करायचे हे कळत नाही किंवा तो एकटा ते करू शकत नाही. पुरुष या बाबतीत अत्यंत संवेदनशील असतात, कारण श्रेष्ठत्वाचा मुद्दा हा त्यांच्यासाठी खूप महत्त्वाचा असतो.

पुरुषाने सल्ला मागितलेला नसताना तो दिल्यास तो असा समज करून घेतो की, त्याला काय करायचे ते कळत नाही किंवा तो एकटा ते करू शकत नाही.

पुरुष स्वत:च्या समस्या स्वत:च सोडवत असतो, त्यामुळे जोपर्यंत त्याला त्या विषयात निष्णात असलेल्या व्यक्तीकडून मार्गदर्शन मिळत नाही, तोपर्यंत त्या समस्येबद्दल तो चकार शब्द तोंडातून काढत नाही; त्यावर त्याचे म्हणणे असे की, जर मी स्वत: ती गोष्ट करू शकतो तर इतरांना त्यामध्ये कशाला आणखीन ओढायचे? म्हणून जोपर्यंत त्या समस्येचं उत्तर मिळवायला इतरांची गरज लागत नाही, तोपर्यंत ती समस्या तो त्याच्याकडेच ठेवतो. जोपर्यंत तुम्ही स्वत: ती गोष्ट करू शकता तोपर्यंत मदत मागणे, हा तो दुबळेपणा समजतो.

तरीसुद्धा जर खरोखर त्याला मदतीची गरज असेल तेव्हा ती मिळवणे, हे त्याच्या शहाणपणाचे लक्षण म्हणता येईल. अशा वेळी त्याला ज्याच्याबद्दल आदर आहे त्याच्याजवळच तो त्याची समस्या बोलून दाखवतो. मंगळावर आपली समस्या सल्ला मागण्याच्या हेतूनेच बोलून दाखवली जाते. ज्याच्याजवळ समस्या बोलली गेली, त्या दुसऱ्या पुरुषालासुद्धा त्यामुळे बहुमान दिल्यासारखे वाटते व त्याला ही संधी वाटते, साहजिकच तो दुसरा पुरुष श्रीयुत तरबेजची हॅट डोक्यावर चढवतो, समस्या काळजीपूर्वक ऐकतो आणि मग आपला बहुमोल सल्ला ऐकवतो.

बायका जेव्हा आपल्या समस्यांबद्दल बोलतात, तेव्हा पुरुष एवढ्या उत्साहाने उपाय का सुचवतात यामागचे हेही एक कारण आहे. जेव्हा स्त्री तिच्याही नकळत तिच्या अस्वस्थ भावनांना वाट मोकळी करून देते किंवा तिच्या दिवसभरातील समस्यांचा ऊहापोह करते, तेव्हा तिचा पुरुष असे समजतो की, तिला तज्ज्ञांकडून

सल्ला हवा आहे आणि मग या गैरसमजातून तो त्याची श्रीयुत तरबेजची हॅट डोक्यावर चढवतो आणि सल्ला द्यायला सुरुवात करतो. प्रेम करण्याची आणि तिला मदत करण्याची ही त्याची स्वत:ची खास पद्धत असते.

तिच्या समस्या सोडवण्यामागे तिला बरे वाटावे म्हणून मदत करण्याची त्याची इच्छा असते, तिच्या उपयोगी पडावे असेच त्याला वाटते. जर त्याच्या क्षमता तिच्या समस्या सोडवण्याच्या कामी आल्या तर तो तिच्या प्रेमाला पात्र ठरेल आणि त्याची तिच्या दृष्टीने किंमत वाढेल.

त्याने तिला उपाय सुचवला आणि तरीही ती तिच्या समस्यांबद्दल बोलत राहिली, तर मग त्याच्यासाठी तिचे बोलणे ऐकणे अधिकाधिक अवघड होत जाते. कारण त्याचा सल्ला झिडकारला गेला असे त्याला वाटते आणि आपण कुचकामी आहोत, अशी त्याची धारणा होते.

त्याला अशी कल्पनासुद्धा नसते की, फक्त तिचे सहसंवेदनेने ऐकून घेणे आणि त्याच्यामध्ये रस दाखवणे, एवढा आधार तिला पुरेसा आहे. त्याला हे माहीत नसते की, शुक्रग्रहावर आपल्या समस्यांबद्दल बोलणे, हे काही सल्ला देण्याचे आमंत्रण नव्हे!

शुक्रावरचे जीवन

शुक्रवासिनींची जीवनविषयक मूल्ये काही वेगळीच असतात; त्यांच्या लेखी प्रेम, संवाद, सौंदर्य आणि नातेसंबंध यांची किंमत फार असते. त्या एकमेकींशी संवाद साधण्यात, एकमेकींना मदत करण्यात व संशोधनात फार वेळ घालवतात. त्यांच्या भावना आणि त्यांच्या नातेसंबंधांचा पोत हीच त्यांच्या 'स्व'ची व्याख्या असते. त्यांना एकमेकांबरोबर सुख-दु:ख वाटून घेण्यात आणि संवाद साधण्यात धन्यता वाटते.

स्त्रियांसाठी त्यांच्या भावना आणि नातेसंबंधाचा पोत हीच त्यांच्या 'स्व'ची व्याख्या असते.

शुक्रावर प्रत्येक गोष्टीत हीच मूल्ये प्रतिबिंबित होतात. मोठमोठे रस्ते बांधणे किंवा २०/२५ मंजली टॉवर्स उभे करण्यापेक्षा समाजाबरोबर सुखाने, सहकार्याने व गुण्यागोविंदाने राहणे, त्यांना आवडते. काम आणि तंत्रज्ञान यापेक्षा नातेसंबंध अधिक महत्त्वाचे वाटतात. अशा अनेक बाबतीत शुक्रावरची दुनिया मंगळावरील दुनियेपेक्षा वेगळी असते.

त्या मंगळावरच्या लोकांप्रमाणे आपली लायकी दाखवणारे गणवेश घालत

नाहीत, त्या उलट त्यांना रोज वेगवेगळे कपडे घालणे खूप आवडते. त्यांच्या कपड्यांवरून त्यांच्या भावना कळतात. त्यांच्या भावना वैयक्तिकरीत्या शब्दांत मांडणे त्यांना आवडते. त्यांच्या भावना त्यांच्यासाठी फार महत्त्वाच्या असतात. दिवसभरात त्यांचा मूड जसा बदलतो, त्याप्रमाणे त्या त्यांचे कपडे अनेक वेळा सुद्धा बदलतात.

बायकांच्या लेखी संवाद हा सर्वांत महत्त्वाचा मुद्दा असतो. एखाद्या ध्येयाची पूर्ती करण्यापेक्षा आणि यशस्वी होण्यापेक्षाही आपल्या व्यक्तिगत भावना कोणाबरोबर तरी वाटून घेणे, त्यांना अधिक महत्त्वाचे वाटते. बोलणे आणि एकमेकांबरोबर संवाद साधणे ही त्या आयुष्याची इतिकर्तव्यता समजतात.

पुरुषाला हे समजून घेणे जरा अवघड जाते. बायकांचा हा आपले अनुभव एकमेकांबरोबर वाटून घेण्याचा फंडा त्याने त्याच्या ध्येयपूर्तीबरोबर एखादी समस्या सोडवण्याबरोबर किंवा एखादी गाडीची शर्यत जिंकल्याबरोबर तुलना करून पाहिल्यास त्याला बायकी स्वभावाचा हा कंगोरा बरोबर समजेल.

स्त्रियांच्या स्वभावाचा 'नातेसंबंध' हा स्थायीभाव असतो, ध्येय नव्हे; आपला चांगुलपणा, प्रेम आणि आपण इतरांची घेत असलेली काळजी यांचे प्रदर्शन करण्यात त्या गुंतलेल्या असतात. दोन पुरुष जेवायला जेव्हा बाहेर पडतात तेव्हा त्यामागील त्यांचा हेतू, एखाद्या प्रोजेक्टवर चर्चा किंवा व्यावसायिक उद्दिष्ट किंवा एखादी समस्या सोडवणे हाच असतो, त्याचबरोबर उदरभरणाचा तो एक हमखास मार्ग ते समजतात. त्यामध्ये शॉपिंग, कुकींग, डिशेस धुवणे नाही, हे त्यातले आणखी फायदे! बायकांसाठी मात्र जेवणाला रेस्टॉरंटमध्ये जाणे, म्हणजे नातेसंबंधांचे संवर्धन करणे, एकमेकींना आधार देणे वा घेणे हे असते. बायकांचे रेस्टॉरंटमधील बोलणे हे खूप उघड-उघड आणि जवळीक साधणारे असते; जणूकाही डॉक्टर आणि पेशंटमध्येच संवाद चालला आहे, असे ऐकणाऱ्याला वाटते.

इकडे शुक्र ग्रहावर सगळ्यांचाच मानसशास्त्राचा जोरदार अभ्यास चालू असतो आणि प्रत्येकीकडे समुपदेशनाची उच्च पदवी तर असतेच असते. व्यक्तिगत फुलणे, अध्यात्म आणि आपले आयुष्य अधिक समृद्ध करणारी कोणतीही गोष्ट, उपचार आणि वाढ या गोष्टी त्यांना फार प्रिय असतात. शुक्रावर सर्वत्र बगिचे, जैविक बागा, खरेदी आणि रेस्टॉरंट्स हेच सगळे असते.

शुक्रवासिनी फार सहजज्ञानी असतात. 'त' म्हणता तपेले त्या बरोबर ओळखतात. इतरांच्या गरजा समजून घेण्याच्या त्यांच्या पिढ्यान्पिढ्या चालत आलेल्या या प्रवृत्तीमुळे त्यांच्या अंगी या क्षमता जन्मजातच आहेत. इतरांच्या गरजा जाणून घेण्याच्या आपल्या या कनवाळूपणाबद्दल त्यांना फार अभिमान असतो. दुसऱ्या स्त्रीने न मागता, तिची अडचण ओळखून तिला मदत आणि सहकार्य देऊ करणे, हे

त्यांच्या जगात प्रेमाचे लक्षण मानले जाते.

कारण 'आपले श्रेष्ठत्व सिद्ध करणे, हे बायकांसाठी फारसे महत्त्वाचे नसते. दुसऱ्याला मदत देऊ करणे म्हणजे काही त्याचा अपमान नव्हे आणि आपल्याला मदत हवी असणे, हा काही आपला दुबळेपणा नव्हे.' अशा त्यांच्या ठाम समजूती असतात. पुरुषाला मात्र एखाद्या बाईने मदत देऊ केल्यास तो अपमान वाटतो. कारण त्याचा अर्थ तो असा घेतो की, तिचा त्याच्या क्षमतांवर विश्वास नाही.

स्त्रीला पुरुषाच्या या पुरुषी संवेदनशीलतेची (की अहंकाराची!) कल्पनाच नसते. कारण तिच्यासाठी कोणीतरी तिला मदत देऊ करणे, हे तिच्या मानाच्या तुऱ्यात आणखी एक पीस खोचण्यासारखे असते, त्यामुळे तिच्यावर कोणीतरी प्रेम करते आहे, तिचे लाड करते आहे असे तिला वाटते, पण पुरुषाला मदत देऊ करणे हे त्याला नादान, दुबळे आणि त्याच्यावर प्रेम नसल्याचे द्योतक वाटते.

शुक्रावर दुसऱ्याला उपदेश करणे, सूचना देणे, हे त्याच्याबद्दलचे ममत्व दाखवण्याचे लक्षण आहे. शुक्रवासिनीचा असा गाढ विश्वास आहे की, जर कोणीतरी काम करत असेल, तर ते अधिक चांगले व्हावे. त्यांचा स्वभावच आहे तो की, गोष्टींमध्ये सुधारणा व्हावी. जेव्हा त्या एखाद्याची काळजी घेतात तेव्हा त्या मोकळेपणाने सांगतात की, कशात सुधारणा व्हायला पाहिजे आणि ती कशी केली पाहिजे. सल्ला देऊ करणे आणि विधायक टीका करणे, ही त्यांच्या प्रेमाची पद्धत आहे.

मंगळावर मात्र फार वेगळे आहे. मंगळावरची प्रजा उपाय शोधण्यात तरबेज आहे. जर एखादे काम चालू असेल, तर त्यांचा मंत्र असतो की, त्यात बदल करू नका. त्यांची आंतरिक इच्छा हीच असते की, हे काम चांगले चालले आहे ना, मग ते तसेच राहू दे, त्यांची सर्वसाधारण प्रतिक्रिया ही असते, 'जोपर्यंत ते मोडत नाही तोपर्यंत जोडायला जाऊ नका.'

जेव्हा बाई पुरुषाला सुधारण्याचा प्रयत्न करते तेव्हा त्याला वाटते की, ती त्याला नीट करते आहे; मग त्याच्या मेंदूत असा संदेश जातो की, तो काहीतरी बिघडला आहे, तुटला आहे, मोडला आहे. इकडे तिला याची जाणीव नसते की, तिची त्याला मदत करण्याची इच्छा म्हणजे त्याला अपमान वाटेल. ती गैरसमजाने असे मानते की, ती त्याला मोठे होण्यास मदत करते आहे.

उपदेश करणे सोडून द्या

पुरुषाच्या स्वभावाचा हा कोपरा समजून न घेतल्यास कोणतीही स्त्री स्वत:च्या नकळतपणे आणि निर्हेतूकपणे तिला सगळ्यात जास्त आवडणाऱ्या पुरुषाचा

अपमान सहजपणे करू शकते, त्याला दुखवू शकते.

उदाहरणादाखल : सरिता आणि उदयन एका पार्टीला चालले होते. उदयन गाडी चालवत होता, पण वीस मिनिटे झाली तरी घर येत नव्हते. ते तिथल्या तिथेच गिरक्या मारत होते. सरिताच्या सहज लक्षात आले की, उदयन चुकला आहे. शेवटी न राहवून तिने त्याला सुचवलं की, 'आपण कोणाला नीट पत्ता विचारू या का?' उदयन एकदम शांत झाला. शेवटी त्यांना घर सापडलं व ते पार्टीमध्ये सामील झाले, पण त्या क्षणापासून त्या दोघांमध्ये संपूर्ण संध्याकाळभर एक प्रकारचा तणाव निर्माण झाला. सरिताला उदयनचे नेमके काय बिनसले, याची य:कश्चितही कल्पना नव्हती.

तिची विचारसरणी अशी होती की, 'मी तुझ्यावर प्रेम करते आणि मला तुझी चिंता वाटते, म्हणून मी तुला मदत देऊ केली.'

तर त्याची बाजू अशी होती की, हा त्याचा अपमान होता. त्याला असे ऐकू आले की, 'तू मला इच्छित स्थळी घेऊन जाशील असा माझा तुझ्यावर विश्वास नाही. तू लायक नाहीस.'

सरिताला मंगळावरच्या या प्रवृत्तीची कल्पना नसल्यामुळे उदयनसाठी कोणाचीही मदत न घेता ध्येयपूर्ती करणे किती महत्त्वाचे होते, हे समजले नाही. सल्ला देऊ करणे, हा त्याचा घोर अपमान होता. आमच्या शोधकार्यातून आम्ही असे शोधून काढले आहे की, मंगळवासी माणसे कोणी मागितल्याशिवाय कधीच सल्ला देत नाहीत. समोरच्या पुरुषाची आदर करण्याची पद्धती ही की, तो त्याची समस्या नक्की सोडवेल, असा त्याच्याबद्दल विश्वास बाळगायचा आणि त्याने मागितल्याशिवाय त्याला मदत द्यायची नाही.

सरिताला कल्पना नव्हती की, उदयन केव्हा हरवला आणि त्याच-त्याच घराभोवती चकरा मारू लागला. तिच्यासाठी ती सुवर्णसंधी होती की, ती तिचे प्रेम व आधार उदयनला देऊ शकेल. ती वेळ अशी होती की, विशेषत: त्याच वेळी कोणी त्याच्यावर हल्ला करू शकेल, असा तो त्याच्यासाठी बेसावध क्षण होता आणि त्या वेळी त्याच्यावर कोणीतरी प्रेम करण्याची, त्याच्यावर विश्वास दाखवायची ती वेळ होती. अशा वेळी त्याचा सन्मान कशाने झाला असता, तर त्याला सुंदर फुलांचा गुच्छ विकत घेऊन देऊन किंवा त्याच्यासाठी दोन प्रेमाच्या ओळी लिहून देऊन! सल्ला देऊन तर नक्कीच नाही!

सरिताला आता मंगळावरचे आणि शुक्रावरच्या रहिवाशांच्या स्वभावाचे कंगोरे कळले आहेत. सरिता आता उदयनला अशा अडीअडचणींच्या वेळी आधार कसा द्यायचा ते शिकली आहे. त्या घटनेनंतर पुन्हा एकदा असाच उदयन चुकला तेव्हा तिने त्याला मदत वगैरे देऊ न करता, स्वत:ला कोणताही सल्ला देण्यापासून

रोखले, एक दीर्घ श्वास घेतला आणि डोळे मिटून मनातल्यामनात असा विचार केला की, उदयन तिच्या भल्यासाठीच काहीतरी करतो आहे. सरिताने उदयनवर दाखवलेला हा विश्वास त्याला खूप भावून गेला.

सर्वसामान्यपणे सांगायचे झाले तर, जेव्हा एखादी स्त्री पुरुषाला न मागता सल्ला देते किंवा मदत देऊ इच्छिते तेव्हा तिला ही कल्पना नसते की, त्याच्यासाठी हे किती टीकास्पद आणि तिरस्करणीय आहे! जरी तिचा हेतू प्रेमळ असला, तरी तिच्या सूचना त्याला घायाळ करतात, त्याचा अपमान होतो; मग त्यावर त्याची प्रतिक्रिया फारच रागीट असते. विशेषत: जर त्याला लहान मुलासारखे आपल्याला वागवले जात आहे असं वाटलं किंवा आपल्या आईने आपल्या वडिलांवर अशीच टीका केली होती, हे आठवले तर –

सर्वसामान्यपणे सांगायचे झाले, तर जेव्हा एखादी स्त्री पुरुषाला न मागता सल्ला देते किंवा मदत देऊ इच्छिते, तेव्हा तिला ही कल्पना नसते की, त्याच्यासाठी हे किती टीकास्पद आणि तिरस्करणीय आहे!

अनेक पुरुषांसाठी हे खूप महत्त्वाचे असते की, त्यांनी त्यांचे ध्येय पूर्ण करून स्वत:ला कसे सिद्ध केले? मग भले ते रेस्टॉरंटपर्यंत किंवा पार्टीपर्यंत स्वत: गाडी चालवत पोहोचणे का असेना! उपरोधाने हेच म्हणावेसे वाटते की, महान गोष्टींपेक्षा लहानसहान गोष्टींसाठीच तो अधिक संवेदनशील असतो. त्याच्या भावना अशा असतात, जर माझ्यावर इतक्या लहान गोष्टींसाठी म्हणजे पार्टीच्या ठिकाणी जाण्यासाठी जर विश्वास दाखवला गेला, नाहीतर मोठ्या गोष्टींसाठी ती माझ्यावर कसा विश्वास टाकेल? पुरुषाच्या पूर्वजांचीसुद्धा हीच खासीयत होती की, विशेषत: जेव्हा काही मेकॅनिकल गोष्टींची दुरुस्ती असेल किंवा गहन प्रश्न सोडवायचे असतील, तेव्हा त्यांच्या कौशल्याचा त्यांना अभिमान वाटत असे. हीच वेळ असते की, जेव्हा त्याला तिचा अधिक प्रेमळ स्वीकार हवा असतो आणि अशा वेळी टीका किंवा सल्ला नको असतो.

लक्षपूर्वक ऐकण्याची कला

पुरुषाने जर हे समजून घेतले नाही की, स्त्री त्याच्यापेक्षा वेगळी आहे आणि तरीही त्याची तिला प्रामाणिकपणे मदत करायची इच्छा असेल, तर परिस्थिती काहीशी बिकट बनेल. पुरुषांना हे लक्षात ठेवणे गरजेचे आहे की, बायका त्यांच्या समस्येबद्दल जवळीक साधण्यासाठी बोलतात आणि त्यांना त्यांच्या समस्येवर तुमच्याकडून तोडगा नको असतो.

म्हणून कित्येकदा असे होते की, स्त्री तिच्या नवऱ्याजवळ केवळ तिच्या दिवसभराच्या भावना वाटून घेण्यासाठी भरभरून बोलते, पण त्या नवऱ्याला वाटते की, आपण तिला मदत करावी म्हणून तो तिच्यावर उपायांचा भडिमार करून तिला सतत थांबवण्याचा प्रयत्न करतो आणि मग त्याला वाटते, 'तरी पण ती खूश का नाही?'

कित्येकदा असे होते की, स्त्री तिच्या नवऱ्याजवळ तिच्या दिवसभराच्या भावना वाटून घेण्यासाठी भरभरून बोलते, पण त्या नवऱ्याला वाटते की, आपण तिला मदत करावी म्हणून तिच्या समस्यांवर उपायांचा भडिमार करतो.

उदाहरणार्थ, नमिता दिवसभर थकून-भागून कामावरून घरी येते. दिवसभर काय घडले, ते तिला अतुलबरोबर शेअर करायचे असते, तिची ती मानसिक गरज असते.

नमिता – आज इतके प्रचंड काम होते, संपतच नव्हते. मला आज स्वतःसाठी जराही वेळ मिळाला नाही.

अतुल – दे सोडून सरळ ती नोकरी. काय गरज आहे, तुला एवढे काम करायची? त्यापेक्षा सरळ तुला आवडेल ते कर.

नमिता – पण मी असे कोठे म्हटले की, मला ही नोकरी आवडत नाही. मला माझे काम आवडते, पण त्यांची अशी अपेक्षा असते की, ते सांगतील त्या क्षणी मी ते काम केले पाहिजे.

अतुल – त्यांचे काही एक ऐकायचे नाही. आपल्याला जेवढे जमेल तेवढेच करायचे.

नमिता – तेच तर मी करते! आज मी माझ्या आत्याला फोन करायचे साफ विसरून गेले.

अतुल – मग काय बिघडले? घेईल ती समजून.

नमिता – तुला काय माहिती ती सध्या कोणत्या प्रसंगातून जाते आहे? तिला माझी गरज आहे.

अतुल – तू तर ना! निष्कारण काळज्या करत बसतेस, म्हणूनच तू कायम दुःखी दिसतेस.

नमिता (रागावून म्हणते!) – काय, मी दुःखी दिसते? नेहमी? तू माझे नीट ऐकूनच घेत नाहीस.

अतुल – तुझेच तर ऐकतोय ना मी?

नमिता – जाऊ दे, तुझ्या नादी लागायला मला वेळ नाही.

या संभाषणानंतर तर नमिता कामाहून येताना जेवढी थकली होती, त्यापेक्षाही मानसिक पातळीवर अधिक थकली. तिला आता अतुलबरोबर जवळीक हवी होती, त्याचे तिला समजावून घेणे हवे होते. अतुल पण आधीच वैतागलेला होता आणि त्याचे काय चुकले, हे पण त्याला कळले नाही. त्याला तिला प्रामाणिकपणे मदतच करायची होती, पण समस्या सोडवण्याचा त्याचा मार्ग चुकीचा होता.

त्याला शुक्रावरचे जग नीटसे माहिती नव्हते. अतुलला हे कळले नव्हते की, उपाय सुचवण्याऐवजी फक्त काळजीपूर्वक लक्ष देऊन ऐकणे, किती महत्त्वाचे असते! त्याच्या उपायांमुळेच तर परिस्थिती आणखी बिकट बनली. तुम्ही लक्षात घ्या, एखादी व्यक्ती बोलत असली, तर शुक्रवासिनी त्याला कधीच उपाय सुचवत नाहीत. दुसऱ्या शुक्रवासिनीचा आदर राखण्याचा मार्ग हाच की, तिचे शांतपणे, सहानुभूतीपूर्वक ऐकून घेणे, समोरच्याच्या भावनांशी समरस होणे.

अतुलला याची कल्पना नव्हती की, नमिताने ज्या भावना व्यक्त केल्या, त्या फक्त काळजीपूर्वक ऐकण्याने तिला इतका आराम मिळेल व तिचे इतके समाधान होईल! मग अतुलने शुक्रवासिनींची अधिक माहिती काढली आणि त्यावरून त्याला समजले की, त्यांना बोलण्याची किती गरज असते आणि मग हळूहळू तो नमिताचे काळजीपूर्वक ऐकायचे शिकला.

आता जेव्हा नमिता कामावरून दमून-भागून घरी येते तेव्हा त्यांच्यातील संभाषण वेगळ्या प्रकारचे असते; ते आता असे असते :

नमिता – आज इतके प्रचंड काम होते... संपता संपत नव्हते. मला आज स्वत:साठी जराही वेळ मिळाला नाही.

अतुल एक दीर्घ श्वास घेतो, जरा थांबतो आणि एक उच्छ्वास सोडून म्हणतो, ''हं! असे दिसतेय. आज तुझा दिवस खराब गेला.''

नमिता – त्यांची अशी अपेक्षा असते की, ते जे सांगतील ते मी त्या क्षणी केले पाहिजे. काय करावे हे सुचत नाही.

अतुल क्षणभर थांबतो व म्हणतो, ''हं!''

नमिता – मी आज माझ्या आत्याला फोन करायचे पण विसरले.

अतुल भुवया उंचावत म्हणतो, ''अरेरे! असे झाले का?''

नमिता – तिला आत्ता माझी खूप गरज होती, मला खूप वाईट वाटते.

अतुल – खरोखर! तू खूप प्रेमळ आहेस. ये जवळ ये, मला तुला मिठीत घेऊ दे.

अतुल नमिताला मिठी मारतो. ती त्याच्या बाहूमध्ये विसावते आणि समाधानाचा एक सुस्कारा सोडते. नंतर ती म्हणते, 'मला तुझ्याशी बोलले की खूप बरे वाटते. खरेच तू मला सुखात ठेवतोस. तू माझे सगळे ऐकून घेतलेस त्याबद्दल मी तुझी

आभारी आहे. मला आता खूप बरे वाटते आहे.'

फक्त नमितालाच नाहीतर अतुललासुद्धा खूप बरे वाटले. तो हे पाहून खूप चकित झाला की, तो श्रवणकला शिकल्यामुळे त्याची बायको किती आनंदी झाली! त्यांच्यातील या फरकाची जाणीव होऊन अतुलला उपाय न सुचवता फक्त ऐकून घेण्याचे शहाणपण प्राप्त झाले, तर नमित हे शहाणपण शिकली की, फारसे मनावर घ्यायचे नाही आणि आपल्या नवऱ्यावर टीका करायची नाही किंवा त्याने मागितल्याशिवाय सल्ला द्यायचा नाही.

सारांश काय तर नातेसंबंधांमध्ये आपण दोन सर्वसामान्य चुका करतो.

१) जेव्हा स्त्री अस्वस्थ असते तेव्हा पुरुष तिच्या भावनांना कलाटणी देण्याचा प्रयत्न करतो आणि आपण श्रीयुत तरबेज आहोत, असा आव आणून तिच्या समस्यांवर उपाय सांगतो.

२) स्त्री तिचा पुरुष जेव्हा चुका करतो तेव्हा तिच्या गृहसुधार समितीची अध्यक्ष या नात्याने त्याची वागणूक सुधारण्याचा प्रयत्न करते आणि त्याने न मागता सल्ला देऊ करते किंवा त्याच्यावर टीका करते.

श्रीयुत तरबेज आणि गृहसुधार समिती यांचे समर्थन

जरी मी या दोन मोठ्या चुका तुमच्या ध्यनात आणून दिल्या असल्या तरीसुद्धा मला असे वाटत नाही की, श्रीयुत तरबेजचे सर्वच काही चूक आहे किंवा गृहसुधार समितीचीही प्रत्येक गोष्ट चुकीची आहे. हे स्त्री आणि पुरुषांचे सकारात्मक गुणविशेष आहेत. चूक असेलच तर ती फक्त योग्य वेळेची आणि योग्य पद्धतीची आहे.

स्त्री इतर वेळी श्रीयुत तरबेजची नेहमीच स्तुती करत असते. हं! फक्त ती जेव्हा भावनिक पातळीवर अस्वस्थ असते तेव्हा तिचे बिनसते. पुरुषांनी फक्त एवढेच लक्षात ठेवण्याची गरज आहे की, जेव्हा स्त्री भावनिकदृष्ट्या अस्वस्थ असेल आणि तिच्या समस्यांबद्दल बोलत असेल तेव्हा तिच्या समस्यांवर उपाय सांगण्याची ही वेळ नव्हे. त्याऐवजी तिचे सगळे ऐकून घेतले, तर हळूहळू ती पूर्वपदावर येते आणि तिला बरे वाटते. अशा वेळी तिला उपदेश देऊ नयेत.

जोपर्यंत स्त्री पुरुषाला गोड शब्दांत विनंती करते, तोपर्यंत पुरुष गृहसुधार समितीची तारीफच करतो. बायकांनी हे लक्षात ठेवण्याची गरज आहे की, पुरुषांना न मागता सल्ला देऊ नये किंवा त्यांच्यावर टीका करू नये. विशेषत: जेव्हा त्याने एखादी चूक केली असेल तेव्हा अशा सल्ल्यामुळे त्याला वाटते की, ती आपल्यावर हुकमत चालवते व तिचे आपल्यावर प्रेमच नाही. त्याला तिच्या सल्ल्यापेक्षा तिचा स्वीकार हवा असतो. जेव्हा त्या पुरुषाला असे वाटते की, त्याची बायको त्याला

सुधारण्याचा प्रयत्न करत नाहीये तेव्हा तो स्वतःहून तिचे मत मागतो, तिच्याकडे सल्लासुद्धा मागतो.

जेव्हा आपला जोडीदार आपल्याला प्रतिकार करत असतो, तेव्हा संभाव्यतः त्याचे कारण असे असते की, आपली वेळ तरी चुकते किंवा आपली पद्धत तरी चुकते.

हे फरक समजावून घेतले, तर आपल्या जोडीदाराच्या संवेदनशीलतेचा आदर करता येईल आणि एकमेकांना अधिक चांगला आधार देता येईल; याशिवाय आमच्या आणखी असं लक्षात आले आहे की, जेव्हा आपला जोडीदार प्रतिकार करतो तेव्हा संभाव्यतः त्या मागचे कारण असे असते की, आपली वेळ तरी चुकते किंवा पद्धत तरी चुकते... याचा आपण अधिक तपशीलवारपणे विचार करू.

जेव्हा स्त्री पुरुषाच्या उपायांना झिडकारते

जेव्हा स्त्री पुरुषांचे सल्ले धुडकावून लावते, तेव्हा त्याला वाटते की, त्याच्या श्रेष्ठत्वाला तिने आव्हान दिले आहे; परिणामी आपल्यावर अविश्वास दाखवला गेला, आपली कदर केली गेली नाही, असे वाटून तो तिच्याबद्दल निष्काळजी होतो. साहजिकच तिचे ऐकून घेण्याची त्याची इच्छा कमी होते.

बायका या शुक्रवासिनी आहेत, हे लक्षात ठेवून पुरुषाने गैरसमज करून न घेता त्याऐवजी असा विचार केला पाहिजे की, ती आपला सल्ला का धुडकावत आहे? त्याने अशा वेळी थोडे आत्मपरीक्षण केले पाहिजे आणि मग त्याच्या असे लक्षात येईल की, ज्या वेळेस तिला सहानुभूतीची आणि संगोपनाची गरज आहे, त्या वेळेस तो तिच्या समस्यांवर उपाय सांगत असतो.

ही काही संक्षिप्त उदाहरणे आहेत; त्यावरून तिच्या समस्यांवर उपाय सुचवून नकळतपणे तो तिच्या भावना कशा दुखावतो ते पाहा. त्याने एवढ्या आस्थेने सुचवलेले उपाय ती का धुडकावून लावते, हे तुमच्या सहज लक्षात येईल.

१. 'तू उगीच काळजी करू नकोस.'
२. 'पण मी असे म्हटलेच नव्हते.'
३. 'हे काही फारसे कठीण नाही.'
४. 'ठीक आहे! सॉरी! आता आपण हे सगळे विसरून जाऊ.'
५. 'त्यापेक्षा तू असे का नाही करत?'
६. 'पण आपण बोलायलाच हवे.'

७. 'तू विनाकारण दुखावली गेलीस, मला तसे म्हणायचे नव्हते.'
८. 'मग तुला नक्की काय म्हणायचे आहे?'
९. 'पण तुला असे वाटायला नको आहे.'
१०. 'तू असे कसे म्हणू शकतोस? मागच्या आठवड्यात एक संपूर्ण दिवस मी तुझ्याबरोबर घालवला. आपण खूप मजा केली.'
११. 'ठीक आहे! मग सगळे विसरून जा.'
१२. 'ठीक आहे! मी मागचे अंगण साफ करतो, मग तरी तुला आनंद होईल का?'
१३. 'मला समजले, तू हेच करायला हवे होतेस.'
१४. 'असे बघ! आता आपल्यासाठी काही करण्यासारखे उरले नाही.'
१५. 'तू जर अशीच तक्रार करत राहणार असशील तर त्यापेक्षा ते न केलेले बरे.'
१६. 'तू लोकांना तुझ्याशी असे वागण्याची संधीच का देतेस? त्याचा विचार करू नकोस.'
१७. 'तू माझ्याबरोबर सुखी नसशील, तर आपण घटस्फोट घेतलेलाच बरा.'
१८. 'ठीक आहे तर मग, यापुढे तुला वाटेल तसे कर.'
१९. 'आजपासून या कामाचे मीच बघेन.'
२०. 'अर्थातच! मला तुझी काळजी वाटते. उगाच मूर्खासारखे काहीतरी बडबडू नकोस.'
२१. 'तू जरा मुद्यावर येशील का?'
२२. 'एकूण आपल्याला काय करायला पाहिजे....'
२३. 'तुला वाटते तसे काहीच घडलेले नाही.'

या प्रत्येक वाक्यातून काय दिसते? पुरुष एक तर तिचे बोलणे निरुपयोगी आहे असे ठरवतात किंवा तिच्या अस्वस्थ भावनांचे तेच स्पष्टीकरण करतात किंवा तिच्या समस्यांवर उपाय सांगतात, ज्यायोगे तिच्या नकारात्मक भावनांचे रूपांतर ताबडतोब सकारात्मक भावनांमध्ये होईल. ही चुकीची पद्धत बदलण्यासाठी सगळ्यात पहिली पायरी म्हणजे पुरुषाने ही सांगितलेली शेरेबाजी प्रथम बंद केली पाहिजे व तिचे म्हणणे आस्थेने व सहानुभूतीने ऐकून घेतले पाहिजे.

ती त्याचे बोलणे धुडकावते, पण तिचा हेतू तसा नसतो. पुरुषाने हे लक्षात घेतले पाहिजे की, तिचा विरोध त्याच्या उपायांना नसतो, तर हे उपाय सांगण्याची त्याची वेळ आणि त्याची पद्धत चुकलेली असते. तिचा प्रतिकार त्याने अधिक

चांगल्या पद्धतीने हाताळायला पाहिजे. त्याने हा त्याचा वैयक्तिक अपमान आहे असे समजू नये. तिचे बोलणे काळजीपूर्वक ऐकायची सवय स्वत:ला लावून घेऊन हळूहळू त्याला असा अनुभव येईल. सुरुवातीला त्याच्यावर रागावणारी ती आता त्याचे सल्ले स्वत:होऊन मागते.

जेव्हा तो तिच्या गृहसुधार समितीला विरोध करतो

जेव्हा पुरुष स्त्रीच्या सूचना धुडकावून लावतो तेव्हा तिला असे वाटते की, त्याला तिची काही किंमत नाही आणि आता तिच्या गरजांबद्दल त्याला आदर नाही; परिणामी होते काय, तिला खूप निराधार वाटू लागते आणि तिचा त्याच्यावरचा विश्वास उडतो.

अशा वेळी, हे लक्षात घेऊ की पुरुष हे मंगळावरचे रहिवासी आहेत. तिने हे समजून घ्यावे की तो तिला प्रतिकार का करत आहे? तिने आता आत्मपरीक्षण करायची वेळ आली आहे. तिने आता हे पण लक्षात घ्यावे की ती पूर्वी त्याला न मागता सल्ला द्यायची किंवा टीका करायची, हे तिचे वागणे कसे चूक होते. त्यापेक्षा तिने तिच्या गरजा त्याला सांगायला हव्या, अधिक माहिती पुरवायला हवी किंवा गोड शब्दांत त्याला विनंती करायला हवी. इथे अशी काही संक्षिप्त उदाहरणे दिली आहेत, ज्यावरून तुमच्या सहज लक्षात येईल की, स्त्रिया पुरुषाला विनाकारण सल्ले देऊन किंवा टीका करून कशा चिडवतात! जसजसे तुम्ही ही उदाहरणं वाचत जाल तसतसे तुमच्या लक्षात येईल की, ही छोटी-छोटी वाक्येच त्या दोघांमध्ये संतापाची आणि प्रतिकाराची भिंत उभी करतात. यातील काही विधानांमध्ये उपदेश किंवा टीका ही छुप्या स्वरूपात आहे. बघा! तुमच्याही लक्षात येईल की, आपल्यावर कोणीतरी हुकमत गाजवते आहे, असे त्याला का वाटते.

१. 'तू हे विकत घेण्याचा विचारच कसा करू शकतोस? तुझ्याकडे असे आणखी एक आहे.'
२. 'या बशा अजून ओल्या आहेत, वाळल्यावर त्यावरील डाग जातील.'
३. 'तुझे केस खूप वाढलेत, हो ना?'
४. 'थांब, थांब तिकडे पार्किंग लॉट आहे, वळव गाडी.'
५. 'तुला तुझ्या मित्रांबरोबर मजा मारायचीये, माझे काय?'
६. 'तू इतके काबाडकष्ट का करतोस? एक दिवस सुट्टी घे.'
७. 'ते तिकडे ठेवू नकोस, हरवून जाईल.'
८. 'त्यापेक्षा तू प्लंबरलाच बोलाव ना! त्याला त्याची माहिती आहे.'

९. 'आपल्याला टेबल रिकामे होण्याची वाट का बघायला लागते आहे? तू टेबल आधीच रिझर्व्ह केले नव्हतेस का?'

१०. 'तू मुलांना अधिक वेळ द्यायला हवास. ते तुझी आठवण काढतात.'

११. 'तुझ्या ऑफिसमध्ये किती पसारा आहे! तुला इथे कसं चैन पडते? ते तू कधी साफ करणार आहेस?'

१२. 'पुन्हा तू ते घरी आणायला विसरलास. निदान अशा एखाद्या खास ठिकाणी ठेव, जेथे ते तुला ठळकपणे दिसेल व तू विसरणार नाहीस.'

१३. 'किती वेगाने गाडी चालवतोस! वेग कमी कर नाहीतर तुला स्वर्गाचे तिकीट मिळेल.'

१४. 'पुढील वेळी सिनेमा पाहायला जाण्यापूर्वी आपण त्याचे परीक्षण वाचायला हवे.'

१५. 'कोठे होतास तू? मला कळवले नाहीस. एखादा फोन तरी करायचास!'

१६. 'कोणीतरी ही ज्यूसची बाटली उलटी केली आहे.'

१७. 'शी! अशी बोटे चाटू नकोस, ते किती वाईट दिसते.'

१८. 'हे वेफर्स खूप तेलकट आहेत. ते तुझ्या हृदयासाठी बरे नाहीत.'

१९. 'तू स्वत:साठी पुरेसा वेळ काढत नाहीस.'

२०. 'तू मला आधी सांगायला हवे होतेस. मी हातातले सगळे काम सोडून तुझ्याबरोबर जेवणासाठी येऊ शकत नाही.'

२१. 'तुझा हा शर्ट या पॅण्टवर जात नाही.'

२२. 'सुरेशचा तिसऱ्यांदा फोन आला. तू त्याला कधी फोन करणारेस?'

२३. 'तुझे ड्रॉवर म्हणजे प्रचंड पसारा आहे. एक गोष्ट सापडेल तर शपथ. तू हे नीटनेटके लावून का ठेवत नाहीस?'

जेव्हा स्त्रीला हे समजत नाही, पुरुषाकडे आधार कसा मागायचा (प्रकरण १२) किंवा आपली भिन्न मते विधायक पद्धतीने कशी मांडायची (प्रकरण ९) तेव्हा तिला खूप असाहाय्य वाटते. त्याच्यावर टीकेचा भडिमार न करता आणि त्याला मागितलेला नसताना सल्ला न देता आपल्या दैनंदिन आयुष्यातील गरजा पूर्ण कशा करून घ्यायच्या हा मोठाच पेचप्रसंग तिच्यापुढे असतो. (त्याबद्दल आपण नंतर बोलणार आहोत.) त्याच्यावरील उपाय म्हणजे त्याला सल्ला न देता, त्याच्यावर टीका न करता त्याचा खुल्या दिल्याने स्वीकार करावा!

जेव्हा स्त्रीला हे समजते की, तो जाणीवपूर्वक तिच्या इच्छा धुडकावत नाही किंवा तिच्या सूचनांचा उपमर्द करत नाही, पण तिची व्यक्त होण्याची पद्धत चुकीची आहे; मग ती त्याचे वागणे फारसे मनाला लावून घेत नाही आणि मग त्याच्याशी

अधिक चांगल्या प्रकारे सुसंवाद साधून आपल्या गरजा भागवण्यासाठी त्याचा आधार मिळवण्याचा प्रयत्न करते. हळूहळू तिला हे कळून चुकते की, तिच्या इच्छेप्रमाणे पुरुष स्वतःला सुधारतोदेखील; पण ते त्याचे त्याला जेव्हा जाणवेल की, स्वतःला सुधारणे ही एक समस्या नसून तिच्या सूचना या समस्येचे उत्तर आहे तेव्हाच!

पुरुष स्वतःमध्ये सुधारणा घडवू इच्छितो. जेव्हा त्याला जाणवते की स्वतःला सुधारणे, ही एक समस्या नसून तिच्या सूचना याच त्या समस्येचे उत्तर आहे.

तुम्ही जर स्त्री असाल, तर मी तुम्हाला असे सुचवीन की, पुढील एक आठवडाभर तुम्ही तुमच्या नवऱ्यावर टीका करू नका, त्याला न मागता सल्ला देऊ नका. तुमच्या नवऱ्याला त्याचे कौतुक वाटेल, एवढेच नाहीतर तो तुमची इच्छा, मते, प्रतिक्रिया ऐकायला अधिक उत्सुक असेल.

तुम्ही जर पुरुष असाल, तर तुम्ही पुढील एक आठवडाभर असा सराव करा की, तुमची बायको जे आणि जेवढे बोलेल ते सगळे काळजीपूर्वक ऐका; तिच्या बोलण्याचा आदर करा आणि ती आत्ता कोणत्या परिस्थितीतून जात आहे, हे समजून घ्या आणि ऐकत असताना मध्येच तुम्हाला काही उपाय सुचवण्याची अनिवार इच्छा झाली तर जीभ चावा, पण सल्ला देण्यासाठी एक चकार शब्द उच्चारू नका. ती तुमच्याकडे जेव्हा कृतज्ञतेने पाहील, तेव्हा तुमच्यावर मात्र चकित होण्याची पाळी येईल...!

◆

प्रकरण ३

पुरुष गुहेत जाऊन बसतात,
तर बायका बोलत सुटतात

स्त्री आणि पुरुष यांच्यातील एक सगळ्यात मोठा फरक हा त्यांच्या ताणतणावांच्या व्यवस्थापन करण्याच्या पद्धतीत असतो. पुरुष जेव्हा ताणतणावात असतो तेव्हा त्याचे संपूर्ण लक्ष त्या समस्येवर केंद्रित झालेले असते आणि तो जणू स्वत:भोवती कोष विणून घेतो, तर बायका ताणतणावात अत्यंत व्यथित होतात आणि भावनिक पातळीवर त्यातच गुंतून पडतात. अशा प्रसंगात पुरुषाला बरे वाटण्यासाठी त्याच्या गरजा स्त्रियांपेक्षा वेगळ्या असतात. त्याला ती समस्या सोडवल्याशिवाय बरे वाटत नाही, पण स्त्रियांना मात्र आपल्या समस्येबद्दल इतरांशी बोलूनच बरे वाटते. स्त्री आणि पुरुष यांच्यातील हा फरक लक्षात न घेतल्यास मात्र त्यांच्या संबंधांमध्ये ताणतणाव निर्माण होतात. आपण आता तुम्हालाही परिचित असणारी काही उदाहरणे बघू.

जेव्हा सतीश घरी येतो तेव्हा त्याला विश्रांती हवी असते आणि वर्तमानपत्र वाचून दिवसभराचा शीण घालवायचा असतो. दिवसभरातल्या सोडवू न शकलेल्या समस्यांमुळे आधीच तो खूप कावून गेलेला असतो आणि हे सगळे विसरून जाण्यामुळेच त्याला हलके वाटणार असते.

त्याची बायको सारिका हिलासुद्धा तिच्या दिवसभराच्या ताणतणावामधून थोडी सुटका हवी असते, पण ही सुटका तिला तिच्या दिवसभरातील समस्येबद्दल बोलून मिळणार असते. त्यामुळे त्या दोघांमधील ताणतणाव हळूहळू संतापाचे रौद्र रूप धारण करते.

सतीश मनातल्यामनात म्हणतो, 'सारिका खूप-खूप जास्त बोलते,' तर सारिकाला वाटते, सतीश तिच्याकडे दुर्लक्ष करतो आहे, एकमेकांमधील हे फरक समजावून न घेतल्यास ते एकमेकांच्या दूर जाणार नाहीत तर काय होणार?

बहुधा असे प्रसंग तुमच्या पाहण्यात आल्यामुळे परिस्थिती तुमच्या लक्षात आली असेलच; जेथे स्त्री आणि पुरुष ही एकमेकांच्याविरुद्ध टोकावर असतात, अशापैकी हे एक उदाहरण आहे. ही समस्या फक्त सतीश आणि सारिकाची नाही तर जवळपास प्रत्येक नातेसंबंधांमध्ये ही समस्या उद्भवते.

सतीश आणि सारिका यांच्यातील ही समस्या कशी सोडवायची हे त्यांचे एकमेकांवर किती प्रेम आहे त्यावर अवलंबून नाहीतर स्त्री आणि पुरुष म्हणून एकमेकांच्या स्वभावातील फरक आणि वैशिष्ट्ये त्यांनी किती समजावून घेतली यावर ते अवलंबून आहे.

जोपर्यंत बायकांना आपल्या समस्यांबद्दल बोलल्याखेरीज बरे वाटत नाही, हे सतीशला समजणार नाही, तोपर्यंत सतीश असेच म्हणत राहणार की सारिका फार जास्त बोलते आणि तो तिच्या बोलण्याकडे लक्षदेखील देणार नाही. सारिकालासुद्धा हे जोवर समजणार नाही की, सतीश केवळ त्याला बरे वाटावे म्हणूनच पेपर वाचतो आहे, तोपर्यंत सारिका असाच विचार करत राहणार की, सतीश आपल्याकडे दुर्लक्ष करतोय, आणि मग त्याची इच्छा नसतानाही ती त्याला बोलायला लावणार, त्याचा त्यासाठी पिच्छा पुरवणार.

स्त्री आणि पुरुष आपल्या ताणतणावांचे व्यवस्थापन कशा पद्धतीने करतात हे समजावून घेतल्याशिवाय त्यांच्यातील या फरकाचा मुद्दा सहज सोडवता येणार नाही, त्यासाठी आपल्याला पुन्हा मंगळनिवासी आणि शुक्रवासिनी यांच्या जीवनपद्धतींचा अभ्यास करावा लागेल. आणि त्यायोगे त्यांच्या मनोवृत्तींबद्दलचे अंतर्ज्ञान मिळेल.

मंगळ आणि शुक्रावरील ताणतणावांचे व्यवस्थापन

जेव्हा पुरुष एखाद्या संकटाच्या चाहुलीमुळे अस्वस्थ होतो, तेव्हा त्याला नेमका कसला त्रास होतो आहे, त्याबद्दल तो कोणाशीच बोलत नाही. जर त्याला त्याच्या समस्येत त्याच्या मित्राच्या मदतीची गरज वाटत नसेल, तर तो दुसऱ्या पुरुषावर आपल्या समस्येचा बोजा कधीच टाकणार नाही, याउलट तो अगदी शांत होतो आणि त्याच्या खाजगी ठिकाणी म्हणजे त्याच्या गुहेत जाऊन बसतो, तेथे आपल्या समस्येचे चिंतन करतो, आपल्या समस्येवर काय उपाय शोधता येईल याचा विचार करतो. जेव्हा त्याला उपाय सापडतो, तेव्हा त्याला खूप बरे वाटते आणि मग तो आपल्या गुहेच्या बाहेर पडतो.

जर त्याला उपाय सापडला नाही, तर त्याच्या समस्या विसरून जाण्यासाठी तो वर्तमानपत्रे वाचतो किंवा काही खेळ खेळतो. त्याचे मन त्या दिवसभराच्या समस्यांपासून दूर नेऊन दुसऱ्या कशात तरी गुंतवले की, हळूहळू त्याला आराम

वाटू लागतो. जर त्याचा मानसिक ताण अधिक गंभीर स्वरूपाचा असेल, तर अधिक आव्हानात्मक गोष्टींमध्ये मन गुंतवावे लागते. जसे गाड्यांची शर्यत किंवा गिर्यारोहण किंवा दुसऱ्या एखाद्या स्पर्धेत भाग घेणे.

अधिक बरे वाटावे म्हणून पुरुष त्यांच्या गुहेत एकटेच जाऊन बसतात व आपल्या समस्या सोडवतात.

जेव्हा स्त्री अस्वस्थ असते किंवा तिच्या दिवसभरच्या ताणतणावामुळे बेचैन असते तेव्हा त्यापासून आराम मिळावा म्हणून ज्या व्यक्तीवर तिचा विश्वास असेल अशा व्यक्तीशी आपल्या दिवसभराच्या समस्यांविषयी बोलते. आपल्या छोट्या-छोट्या समस्या अधिक तपशीलवारपणे इतर स्त्रियांशी बोलले की, त्यांना खूप बरे वाटते. अशी असते शुक्रावरची तऱ्हा!

अधिक बरे वाटावे म्हणून शुक्रवासिनी एकत्र येतात आणि त्यांच्या समस्यांवर मोकळेपणाने चर्चा करतात.

शुक्रावर तुमच्या समस्या एकमेकींबरोबर वाटून घेणे, हे प्रेम आणि विश्वास यांचे प्रतीक समजले जाते. शुक्रवासिनींना आपल्या समस्यांबद्दल लाज वाटत नाही. त्यांचा 'अहम्' हा त्या किती श्रेष्ठ दिसतात यावर अवलंबून नसतो, तर त्यांचे नातेसंबंध किती प्रेमळ आहेत, हे दिसावे लागते. आपले दुःख, व्यथा, संभ्रम, निराशा आणि दमणूक या सगळ्या भावना त्या मुक्तपणे सांगून उघड्या करतात.

स्त्रीला जर आपल्या भावना आणि समस्या वाटून घेण्याजोगी एखादी मैत्रीण असली की, तिला खूप बरे वाटते. पुरुषाला मात्र त्याच्या गुहेमध्ये बसून एकट्याने समस्या सोडवली की, बरे वाटते. स्त्री आणि पुरुष यांची बरे वाटण्यामागची गुपिते आजही तितकीच खरी आहेत.

गुहेतील विश्रांती

जेव्हा-जेव्हा पुरुषाला ताणतणाव जाणवतो, तेव्हा तो त्याच्या मनातल्या खोल गुहेत जाऊन बसतो आणि आपले सर्व लक्ष त्या समस्येवर एकाग्र करतो. सगळ्यात अधिक तातडीने सोडवण्याची समस्या कोणती किंवा सगळ्यात अवघड समस्या कोणती, तीच तो आधी निवडतो. तो त्या समस्येशी इतका एकरूप होतो की, तात्पुरत्या काळासाठी त्याचे देहभान हरपते. अशा वेळी इतर सगळ्या समस्यांकडे किंवा जबाबदाऱ्यांकडे तो दुर्लक्ष करतो.

अशा वेळी तो अधिकच इतरांपासून अलिप्त, विसराळू, प्रतिसादशून्य आणि आपल्याच विचारात मग्न असलेला असा बनतो; विशेषत: त्याच्या जवळच्या व्यक्तींना हा अनुभव येतो. उदाहरणार्थ, जेव्हा तो घरामध्ये कोणाशी संभाषण करत असतो तेव्हा असे दिसते की तो फक्त ५ टक्केच बोलणे समोरच्याचे ऐकतो आहे. तो फक्त शरीराने घरी आहे, पण त्याचे ९५ टक्के मन अजूनही कामाच्या ठिकाणीच घोटाळते आहे.

तो संपूर्णपणे मनाने तिथे नसतो, याचे कारण तो अजूनही त्याच्या समस्येवरच विचार करत असतो. त्याला आशा असते की, तो काहीतरी उपाय नक्कीच शोधून काढेल. जितका त्याचा ताणतणाव अधिक तितकी त्या समस्येची पकड त्याच्यावर जास्त! अशा वेळी तो त्याच्या पलीकडे लक्ष पुरवण्यास असमर्थ असतो. आणि तिच्याविषयी नेहमी ज्या भावना त्याच्या मनात असतात, त्याचा लवलेशही आता नसतो. त्याचे मन विचारांनी व्याप्त असते आणि तो त्याच्या या भावनांमधून मुक्त होण्यास असमर्थ असतो, पण जर त्याला त्याच्या समस्यांवर उपाय सापडलाच, तर मात्र त्याला खूप बरे वाटते आणि मग तो त्याच्या गुहेतून बाहेर पडतो आणि मग त्याच्या कुटुंबात, सवंगड्यांमध्ये बेमालूमपणे मिसळून जातो.

पण जर त्याला त्याच्या समस्येवर उपाय सापडलाच नाही, तर मात्र तो त्याच्या गुहेतच बसून राहतो. त्याचे चित्त त्या समस्यांहून विचलित व्हावे म्हणून मग तो दुसऱ्या छोट्या-छोट्या समस्यांकडे आपले लक्ष वळवतो. म्हणजे बातम्या ऐकणे, मग त्यातून त्याला कुठे महापूर, कुठे भूकंप, कुठे दुष्काळ यांसारख्या आपत्तींविषयींचे ज्ञान होते. मग तो टीव्ही पाहतो, सतत चॅनेल सर्फिंग करतो, गाडी घेऊन लांब फिरायला जातो किंवा मग जिममध्ये जाऊन व्यायाम करतो, फुटबॉलची मॅच पाहतो किंवा बास्केटबॉल खेळायला जातो. अशी कोणतीही क्रिया त्याला अशा वेळी भावते. ज्याच्यामध्ये त्याचा फक्त ५ टक्केच मेंदू गुंतून पडेल आणि त्याला काही वेळासाठी तरी त्याच्या मोठ्या समस्येचा विसर पडेल, मग दुसऱ्या दिवशी पुन्हा नवीन जोमाने तो त्याचे संपूर्ण चित्त मुख्य समस्येवर केंद्रित करून यशस्वी होईल.

आपण या संबंधातील आणखी काही उदाहरणे बघू! पवन नेहमी त्याच्या समस्यांचा विसर पडावा म्हणून वृत्तपत्रे वाचतो. तो जेव्हा पेपर वाचत असतो, तेव्हा त्याला त्याच्या समस्येशी सामना करावा लागत नाही, मग त्याचा हा ५टक्के मेंदू जो त्याच्या मुख्य समस्येवर काम करत नाही, जागतिक समस्येवर आपले लक्ष केंद्रित करतो व त्यावर उपाय शोधायला सुरुवात करतो आणि त्याबद्दलचे आपले वैयक्तिक मत तयार ठेवतो. हळूहळू तो वृत्तपत्रातील बातम्यांमधील समस्यांमध्ये इतका गुंतून पडतो की, त्याला स्वतःच्या समस्यांचा विसर पडतो. अशा प्रकारे वैयक्तिक समस्यांपासून सुरू झालेला त्याचा प्रवास जागतिक समस्यांवर येऊन

ठेपतो, ज्यांना तो जबाबदार नसतो. या प्रक्रियेमुळे त्याच्या मनावरील त्याच्या समस्येच्या पकडीतून त्याची काही काळापुरती सुटका होते आणि मग तो त्याच्या बायको-मुलांमध्ये रममाण होऊ शकतो.

अमोल त्याच्या ताणतणावातून मुक्तता मिळवण्यासाठी फुटबॉलची मॅच पाहतो. त्याच्या लाडक्या संघाच्या समस्या सोडवताना त्याचे मन त्याच्या स्वत:च्या समस्यांवरून विचलित होते आणि मग त्याचा तणाव कमी होतो. फुटबॉलची मॅच पाहताना तो त्या खेळाडूंसारखीच सामूहिक जबाबदारी पेलतो. त्याचा लाडका संघ जिंकला की त्याला स्वत: जिंकल्यासारखे वाटते आणि त्याचा संघ हारला की, ती त्याचीही हार असते, पण त्याचे दुष्परिणाम त्याला वैयक्तिकरीत्या भोगावे लागत नाहीत. म्हणजेच संघ हारला किंवा जिंकला तरी निदान तेवढ्या वेळापुरती तरी त्याची त्याच्या आयुष्यातील खऱ्याखुऱ्या समस्येपासून सुटका होते.

हे फक्त अमोलच्या बाबतीत घडते असे नव्हे, तर बहुतांशी पुरुषांच्या बाबतीत हे घडते. एखादी मॅच, बातमीपत्र, सिनेमा संपल्यावर ताण हलका होतो आणि याचा फायदा त्याला त्याच्या आयुष्यातील ताणतणावांतून सुटण्यासाठी होतो.

गुहेबद्दलची स्त्रियांची प्रतिक्रिया

जेव्हा पुरुष त्याची गुहा सोडत नाही, तेव्हा त्याची जोडीदार ज्या जवळीकतेला पात्र असते, ते प्रेम तो तिला देऊ शकत नाही. तिच्यासाठी हे स्वीकारणे खूप अवघड असते. कारण तो कोणत्या ताणतणावातून जात आहे, हे तिला समजत नाही. जर तो घरी लवकर आला, तिला शेजारी बसवून घेऊन त्याच्या समस्या तिला सांगितल्या असत्या, तर ती त्याच्याशी अधिक सहानुभूतीने वागू शकली असती, पण असे घडत नाही. तो तिला कधीच आपल्या समस्यांच्या जगात सामावून घेत नाही, तो तिच्याशी त्याच्या समस्यांबद्दल अवाक्षरही बोलत नाही, त्यामुळे तो आपल्याकडे जाणूनबुजून दुर्लक्ष करतोय, असा तिचा समज होतो. तो अस्वस्थ आहे, हे तिला समजत असते, पण गैरसमजाने ती असा ग्रह करून घेते की ज्याअर्थी तो तिच्याशी बोलत नाही त्याअर्थी तो तिची पर्वा करत नाही.

सर्वसामान्यपणे पुरुष ताणतणावाशी सामना कसा करतात, हे बायकांना समजत नाही. त्या पुरुषांकडून अशी अपेक्षा करतात की, त्या कशा आपल्या समस्या सांगून मोकळ्या होतात तसेच पुरुषांनीही तोंड उघडून पटापटा आपल्या समस्या सांगून टाकाव्यात. जेव्हा पुरुष आपल्या गुहेला चिकटून बसतो, तेव्हा स्त्रीची फार धुसफुस चाललेली असते. मनातल्यामनात ती धुमसत असते आणि जेव्हा तो टीव्हीचे बटण दाबून बातम्या ऐकत असतो किंवा बास्केटबॉल खेळायला

बाहेर जातो आणि तिच्याकडे दुर्लक्ष करतो, तेव्हा तर ती दुखावली जाते.

गुहेत शिरलेला पुरुष पटकन बाहेर येईल आणि मनमोकळेपणाने सर्वांना प्रतिसाद देईल अशी अपेक्षा करणे म्हणजे एखाद्या अस्वस्थ स्त्रीकडून ताबडतोब शांत होऊन शहाणपणाची चार वाक्ये ऐकण्याइतके असंभव असते. पुरुष नेहमीच प्रेमळ भावनांच्या सान्निध्यात असेल ही अपेक्षा करणे जसे चुकीचे आहे, तसेच स्त्री नेहमी तर्कशुद्ध आणि विवेकशील असेल ही अपेक्षा धरणेही चुकीचे आहे.

जेव्हा पुरुष आपल्या गुहेत शिरतात तेव्हा ते हे विसरून जातात की, त्यांच्या मित्रांनासुद्धा त्यांच्यासारख्याच समस्या असू शकतील, पण त्यांचे अंतर्मन त्यांना हे सांगते की, 'जाऊ दे, तुला कशाला हवी त्यांची उठाठेव? तू तुझे बघ. आधी स्वतःची, कुटुंबाची काळजी कर.' पण स्त्री जेव्हा तिच्या पुरुषाला असे वागताना पाहते तेव्हा ती त्या गोष्टीचा प्रतिकार करते, त्याच्यावर खूप रागावते.

तिच्या रागाच्या भरात तिचा आवाजही वरच्या पट्टीत लागतो आणि मग खूप आग्रही स्वरात ती त्याच्या सहकार्याची मागणी करू लागते, जणूकाही या बेपर्वा माणसाशी ती तिच्या हक्कांसाठी झगडते आहे. स्त्रीने जर हे लक्षात घेतले की, तो मंगळावरचा आहे, तर त्यांचे हे ताणतणावांचे व्यवस्थापन तिला समजेल आणि मग तो तणावमुक्तीचा प्रयत्न करत आहे, आपल्याकडे जाणूनबुजून दुर्लक्ष करत नाही, हे एकदा तिला कळून चुकले की, तिचा विरोध मावळेल आणि आपल्याला हवे ते मिळवण्यासाठी ती त्याला सहकार्य करू लागेल.

त्याच्या उलट पुरुष जेव्हा गुहेत असतात तेव्हा सहसा त्यांच्या हे गावीसुद्धा नसते की, आपण खूप तटस्थपणे, अलिप्तपणे वागतो आहोत का? पण जेव्हा त्याला हे कळून चुकते की, आपण जेव्हा गुहेत होतो तेव्हा तिला किती दुर्लक्षित, निराधार वाटले तेव्हा तो अधिक सहृदयतेने वागू लागतो. थोडक्यात, त्याच्या दृष्टीने केलेली ही नुकसानभरपाई असते. त्याने जर हे समजावून घेतले की, ती शुक्रावरची आहे, तर तिच्या भावना व प्रतिक्रिया समजावून घेणे व त्याबद्दल आदर दाखवणे त्याला सोपे जाईल.

तिच्या प्रतिक्रियांचा खरेपणा त्याला समजत नाही. तोपर्यंत तो स्वतःचा बचाव करत राहतो आणि मग यातूनच भांडणाला, वादविवादाला तोंड फुटते. याबाबत पाच सर्वसाधारण गैरसमजुती अशा :

१. ती जेव्हा म्हणते, 'तुमचे माझ्याकडे लक्षच नाही.' त्यावर तो म्हणतो, 'तुला काय म्हणायचे आहे, माझे तुझ्याकडे लक्ष नाही? तू बोललेले प्रत्येक वाक्य मी सांगू शकतो.'

जेव्हा पुरुष त्याच्या गुहेत असतो तेव्हा तो जे ५ टक्के लक्ष देऊन ऐकत

असतो त्याच्या साहाय्याने तिच्या बोलण्याची आपल्या स्मृतीपटलावर नोंद ठेवू शकतो; आणि म्हणून त्याचा युक्तिवाद बरोबर असतो की जरी तो ५ टक्के लक्ष देऊन ऐकतो याचा अर्थ तो ऐकतच असतो, परंतु तिला काय हवे असते, तर त्याचे संपूर्ण लक्ष, त्याच्यात तिला दुसरा कोणी वाटेकरी नको असतो.

२. ती जेव्हा म्हणते, 'मला तर असे वाटते की, तुम्ही इथे नाहीच आहात.' त्यावर तो म्हणतो, 'काय म्हणायचंय तुला, मी इथे नाही? हे माझे सहा फुटी शरीर तुला इथे दिसत नाहीये? मी नाहीतर काय माझे भूत आहे?'

त्याचा हाही युक्तिवाद बरोबरच असतो, कारण त्याचे आख्खे शरीर उपस्थित आहे म्हणजे तो शरीराने तेथे आहे. हं, पण तरीही 'तो तेथे नाही' असे तिला वाटते, याचे कारण तो मनाने तेथे नाहीये, हेच तिला सांगायचे आहे.

३. ती जेव्हा म्हणते, 'तुला माझी काळजी नाही.' त्यावर तो म्हणतो, 'अर्थातच, मला तुझी काळजी आहे. तुझी काळजी आहे म्हणूनच तर मी तुझी समस्या सोडवण्याचा प्रयत्न करतो आहे ना?'

तो असा युक्तिवाद करतो, कारण आता त्याच्या मनात 'तिची समस्या कशा पद्धतीने सोडवली म्हणजे तिला फायदा होईल' एवढेच आहे. यावरून तिने हे समजून घेतले पाहिजे की त्याला तिची काळजी आहे, परंतु तिची गरज आहे त्याच्या प्रत्यक्ष जवळीकतेची, त्याच्या दोन प्रेमळ शब्दांसाठी ती आसुसलेली आहे, आणि तेवढेच ती मागते आहे.

४. ती जेव्हा म्हणते, 'मला असे वाटते की, तुझ्यासाठी मी अजिबात महत्त्वाची नाहीये.' त्यावर तो म्हणतो, 'हे काय वेड्यासारखे? माझ्यासाठी तू खूप महत्त्वाची आहेस.'

त्याचा युक्तिवाद असा की, तिच्या भावनाच फक्त फारशा महत्त्वाच्या नाहीत, कारण तो धडपड करतो आहे तिच्या समस्या सोडवण्याची, ज्यामुळे तिचाच फायदा होणार आहे. त्याला हे समजत नाही की, तो जेव्हा एका समस्येवर काम करत असताना तिच्याकडे दुर्लक्ष झाले, तर तिची किंवा तिच्या सारख्याच इतर बायकांची सारखीच प्रतिक्रिया असते की, त्या नवऱ्यासाठी महत्त्वाच्या नाहीत आणि त्या ही गोष्ट इतकी जिव्हारी का लावून घेतात?

५. ती जेव्हा म्हणते की, 'तू भावनाशून्य आहेस. तू म्हणजे फक्त तुझे डोके, तुझी बुद्धी, तुझे तर्कशास्त्र बाकी काही नाही.' त्यावर तो म्हणतो, 'मग चुकीचे काय आहे त्याच्यात? डोके आहे म्हणूनच तर मी तुझी समस्या सोडवायचा प्रयत्न करतो ना?'

त्याचा युक्तिवाद असा आहे की, तिची टीका निरर्थक आहे आणि तिच्या मागण्या वाजवीपेक्षा जरा जास्तच आहेत. कारण तो तिचीच समस्या सोडवत

असतानाच त्याचबरोबर त्याने तिचे लाड करावेत असे तिला वाटते. तिला कौतुक तर नाहीच याचे त्याला वैषम्य वाटते. खरे म्हणजे तिला नेमके काय म्हणायचे आहे, हे त्याला समजत नाही आणि तिलाही ते शब्दात मांडता येत नाही. सर्वसाधारणपणे पुरुषांना हे समजत नाही की, त्यांच्याही नकळत त्यांचा मूड बदलतो. क्षणात प्रेमळ, भावनाशील असतील, तर दुसऱ्या क्षणाला अलिप्त, सहानुभूतीशून्य असतील. पुरुष गुहेत असतो, तेव्हा समस्या सोडवण्याच्या कामात एवढा गढून जातो की, त्याच्या या अलिप्त वागण्यामुळे इतरांचे त्याच्याबद्दल काय मत होत असेल याची त्याला जाणीवही नसते.

एकमेकांमध्ये सुसंवाद घडण्यासाठी स्त्री आणि पुरुष या दोघांनीही एकमेकांना अधिक चांगले समजून घेतले पाहिजे. जेव्हा पुरुषाचे आपल्या पत्नीकडे दुर्लक्ष होते, तेव्हा तिला खूप वाईट वाटते. अशा वेळी जर हे समजून घेतले की, आत्ता तो त्याच्या ताणतणावाचे व्यवस्थापन करतो आहे, तर तिला हे खूप फायदेशीर ठरेल; पण दर वेळीच तिचे दुःख त्यामुळे कमी होईल, याची काही खात्री नाही.

अशा वेळी तिला तिच्या या भावनांबद्दल कोणाशी तर बोलावेसे वाटते. पुरुषाने तिच्या या दुबळ्या भावनांना आधार देण्याची हीच महत्त्वाची वेळ असते. पुरुषाने या वेळी असे समजून घेणे गरजेचे आहे की, त्याला जसे अस्वस्थ वाटल्यावर गुहेमध्ये जाऊन बसण्याचा व तोंडाला चिकटपट्टी लावण्याचा हक्क आहे, तसाच तिलाही जेव्हा दुर्लक्षित आणि निराधार वाटेल, त्या वेळी आपल्या भावनांना उच्चारातून वाट मोकळी करून देण्याचा हक्क आहे. तो तिला समजून घेतो आहे असे जोपर्यंत तिला वाटत नाही, तोपर्यंत तिची जखम बरी होत नाही.

बोलले की बरे वाटते

जेव्हा स्त्री ताणतणावात असते तेव्हा तिच्या भावना व भविष्यात येऊ घातलेली संकटे याबद्दल बोलण्याची प्रचंड ऊर्मी तिच्या मनात दाटून येते. जेव्हा ती तिच्या समस्यांबद्दल बोलायला सुरुवात करते, तेव्हा कोणती समस्या लहान, कोणती मोठी, महत्त्वाची-कमी महत्त्वाची असा काही प्राधान्यक्रम तिच्याकडे नसतो. जेव्हा ती अस्वस्थ असते, तेव्हा तिच्या लेखी लहान-मोठ्या समस्या सारख्याच! तिला तिच्या कोणत्याच समस्येवर तातडीने उपाय नको असतो, पण फक्त तिला त्या समस्या व्यक्त करायच्या असतात आणि समोरच्यांनी त्या समजून घ्याव्या एवढीच तिची माफक इच्छा असते. आपल्या समस्यांबद्दल भरभरून मनात येईल ते बोलून टाकले की तिला खूप मोकळे वाटते.

ताणतणावात असलेल्या स्त्रीला तिच्या कोणत्याच समस्यांवर तातडीने उपाय शोधायचा नसतो; फक्त तिने तिच्या समस्या व्यक्त केल्या व इतरांनी त्या समजावून घेतल्या की, तिला बरे वाटते.

ताणतणावात असलेला पुरुष आपले सगळे चित्त एकाच समस्येवर एकाग्र करतो व लवकरात लवकर ती सोडवण्याचा प्रयत्न करतो, पण ताणतणावात असलेल्या स्त्रीच्या मेंदूत सर्वच समस्या एकाच वेळी ताकाप्रमाणे घुसळत राहतात. कोणत्याच एका समस्येवर लक्ष एकाग्र न करता सर्वच समस्यांबद्दल ती अव्याहतपणे बोलत राहते. त्यामुळे तिला बरे वाटते आणि मग या प्रक्रियेतूनच शेवटी ती एका निष्कर्षाला येऊन पोहोचते की, कोणती समस्या नेमकी तिला बेचैन करते आहे आणि मग मात्र ती एकदम तणावमुक्त होते, तिला खूप हलके वाटू लागते.

बरे वाटण्यासाठी बायका भूतकाळातील समस्यांबद्दल बोलतात, भविष्यात येऊ घातलेल्या समस्यांबद्दल बोलतात, कठीण समस्यांबद्दल बोलतात, सर्वसामान्य समस्यांबद्दल बोलतात आणि ज्यावर काही उपाय नाही, अशा समस्यांबद्दलदेखील बोलतात. त्या समस्यांच्या अनुषंगाने जेवढे जास्त बोलणे होईल, तेवढे तिला जास्त बरं वाटेल. बायकांची कार्यपद्धती एकूण ही अशी असते. तिच्याकडून यापेक्षा वेगळी अपेक्षा करणे, म्हणजे तिचे स्त्रीत्व नाकारणे होय.

जेव्हा स्त्री व्यथित होते तेव्हा तिच्या नानाविध समस्यांबद्दल बोलले की, तिला खूप बरे वाटते. जर तिला वाटले की, आपल्या समस्या लक्षपूर्वक ऐकल्या जात आहेत तर तिचा ताण हळूहळू नाहीसा होतो. एका विषयावर बोलून झाले की, ती क्षणभर थांबते व लगेच दुसऱ्या विषयाकडे वळते आणि अशा प्रकारे समस्यांची मालिका सुरू राहते, तिच्या बोलण्यात समस्या, काळज्या, निराशा आणि औदासीन्य अशा अनेक नकारात्मक भावनांची सरमिसळ असते. या सर्व विषयांसाठी विशिष्ट क्रम नसतो; ना ते तर्कशुद्धपणे एकमेकांशी जोडलेले असतात. जर तिच्या असं लक्षात आलं की, समोरची व्यक्ती तिला समजावून घेत नाहीये की, ती लगेच सावध होते आणि मग तिच्या समस्या आणखीनच वाढतात, त्यामुळे ती अस्वस्थ होते.

जसे गुहेत अडकून बसलेल्या पुरुषाला मोठ्या समस्यांवरील त्याचे चित्त विचलित होण्यासाठी लहान समस्यांची गरज असते, तसेच बायकांना जर असे वाटले की, आपले बोलणे कोणी ऐकून घेत नाही, अशा वेळी तीसुद्धा बरे वाटण्यासाठी कपोलकल्पित समस्यांविषयी बोलत राहते. स्वतःच्या दुःखदायक वेदना विसरण्यासाठी आता ती इतरांच्या समस्यांमध्ये स्वतःला भावनिक पातळीवर गुंतवून घेते, त्याचबरोबर आपल्या मित्रमैत्रिणींच्या, नातेवाइकांच्या, सहकाऱ्यांच्या

समस्यांचे चर्वितचर्वण करण्याने तिला खूप बरे वाटते. ती स्वतःच्या समस्यांबद्दल बोलू दे किंवा इतरांच्या पण हे बोलणे अगदी नैसर्गिक आणि निरोगी असते. शुक्रवासिनींची तणावमुक्तीसाठी सर्वत्र हीच प्रतिक्रिया असते.

स्वतःच्या व्यथा विसरण्यासाठी स्त्री स्वतःला इतरांच्या समस्यांमध्ये भावनिक रीतीनं गुंतवून घेते.

स्त्रियांच्या बोलण्याच्या गरजेच्याबाबत पुरुषांची प्रतिक्रिया

स्त्रिया जेव्हा आपल्या समस्यांबाबत बोलतात, तेव्हा पुरुष बहुधा विरोध करतात. पुरुष असे गृहीत धरतो की, स्त्री त्याच्याबरोबर तिच्या समस्येची चर्चा करते – याचा अर्थ ती त्याला जबाबदार धरते. जितक्या तिच्या समस्या अधिक तितकी त्याला दूषणे अधिक. त्याला हे समजतच नाही की, केवळ तिला बरे वाटावे म्हणून ती हे बोलत आहे. त्याला हे पण माहिती नसते की, त्याने तिचे बोलणे काळजीपूर्वक ऐकून घेतले तरी ती त्याचे कौतुक करेल!

मंगळावर समस्यांबद्दल बोलणे हे फक्त दोन कारणांसाठी होते. एक तर ते एकमेकांना दोष देतात किंवा त्यांना उपाय हवा असतो. जेव्हा स्त्री समस्येमुळे व्यथित होते, तेव्हा त्याला वाटते की, ती त्याला दोष देते आहे. जर ती कमी अस्वस्थ दिसली, तर त्याला वाटते की, तिला सल्ला हवा आहे.

जेव्हा तो असे गृहीत धरतो की, तिला सल्ला हवा तेव्हा लगेचच तो श्रीयुत तरबेजची हॅट डोक्यावर चढवतो आणि तिच्या समस्यांवर उपाय शोधतो. जर त्याला असे वाटले की, ती त्यालाच दोष देत आहे की, तो लगेच तिच्या या हल्ल्याला प्रत्युत्तर देण्यासाठी आपली तलवार उपसतो. म्हणजे अगदी दोन्ही शक्यतांचा विचार केला, तरीसुद्धा थोड्याच वेळात तिचे बोलणे ऐकून घेणे त्याला अशक्य होते.

त्याने तिच्या समस्यांवर उपाय सुचवला, तरीसुद्धा तिचे आणखी-आणखी समस्या सांगणे चालूच राहते. तो तिला दोन-तीन पद्धतींनी उपाय सुचवतो आणि अशी अपेक्षा करतो की, आता तिला बरे वाटेल याचे कारण पुरुषांना उपाय सापडले की, बरे वाटते अर्थात जेव्हा ते उपाय मागवतात तेव्हाच! तिला जर बरे वाटले नाहीतर त्याला वाटते त्याच्या सूचना धुडकावल्या गेल्या आणि आपले तिला काहीच कौतुक नाही, अशी त्याला खंत वाटते.

यापेक्षा वेगळे घडले... म्हणजे जर त्याला वाटले की, त्याच्यावर हल्ला होतो आहे, तर तो त्या हल्ल्याचे प्रत्युत्तर देण्याच्या तयारीला लागतो. त्याने स्वतःची

बाजू समजावून सांगितली की, ती दोषारोप करणे बंद करेल, असे त्याला वाटते. तो जितका समर्थन करतो तितकी ती अधिक अस्वस्थ होते. त्याच्या हे लक्षात येत नाही की, तिला आत्ता स्पष्टीकरणे नको आहेत. तिला आता त्याच्याकडून हवे आहे, तिच्या भावनांना समजावून घेणे आणि तिला अधिक समस्या सांगण्यास प्रोत्साहित करणे. जर तो शहाणा असेल आणि फक्त शांतपणे तिचे बोलणे ऐकून घेईल तर फक्त काही क्षण ती त्याच्याबद्दल तक्रार करेल, पण नंतर विषय बदलेल आणि इतर समस्यांबद्दलसुद्धा बोलेल.

बायका जेव्हा अशा समस्यांबद्दल बोलतात – ज्या त्या सोडवू शकत नाहीत तेव्हा पुरुष उदास होतात. उदाहरणार्थ, जेव्हा स्त्री ताणतणावात असते, तेव्हा तिच्या तक्रारी काहीशा अशा स्वरूपाच्या असतात.

१. 'मला कामाच्या ठिकाणी राबवून घेतात अन् पुरेसा मोबदला, पण देत नाहीत.'
२. 'माझ्या कुसुम आत्याची तब्येत दिवसेंदिवस खालावत आहे. प्रत्येक वर्षी ती अधिक जास्त आजारी असते.'
३. 'आपले घर त्या मानाने पुरेसे मोठे नाही, नाही का?'
४. 'शीऽऽ किती उकडतंय, कधी एकदाचा पाऊस येतोय असे झाले आहे.'
५. 'आता बँकेतील आपल्या अकाऊंटमध्ये अगदी खडखडाट झाला आहे.'

स्त्री यांपैकी कोणतीही विधाने आपल्या काळजीचे, निराशांचे किंवा औदासीन्याचे प्रदर्शन करण्यासाठी करू शकते. तिला हे समजायला हवे की, या समस्यांवर पुरुष काहीही तोडगा काढू शकत नाही, पण तरीही तिला बरे वाटावे म्हणून तिला त्याबद्दल बोलण्याची गरज असते. तिच्या निराशा, तिचे औदासीन्य तिच्या जोडीदाराने समजून घेतले तर तिला खूप आधार वाटतो. जर तिच्या जोडीदाराला हे समजले नाही की, तिला बोलल्याने बरे वाटते, तर तिच्या जोडीदारालाच नैराश्य येईल.

बायका जेव्हा आपल्या समस्यांवर तपशीलवार बोलतात, तेव्हा पुरुष अस्वस्थ होतात. पुरुषाचा असा गैरसमज होतो की, स्त्रीने सांगितलेले सगळे तपशील त्याला समस्या सोडवण्याच्या कामी आवश्यक आहेत; मग त्या तपशिलांचा समस्येशी प्रत्यक्ष काय संबंध आहे हे शोधण्यासाठी त्याला खूप संघर्ष करावा लागतो, पण ते निष्फळ ठरते. पुन्हा हेच सांगावेसे वाटते की, त्याला हे समजत नाही की, तिला उपाय नको आहे, पण त्याची आस्था आणि त्याचे समजून घेणे हवे आहे.

पुरुषांबद्दल आणखी सांगायचे विशेष म्हणजे काळजीपूर्वक ऐकणे, हे त्यांच्यासाठी फार अवघड असते; कारण तो असे गृहीत धरतो की, ती काहीतरी तर्कशुद्ध क्रमवार

बोलेल, पण तिचे या मुद्यावरून त्या मुद्यावर कोणतीही सूचना न देता जाणे त्याला खूप त्रासदायक वाटते. ती जेव्हा एकाच वेळी तीन-चार समस्यांबद्दल त्याला सांगते तेव्हा, तर तो अगदी उदास होऊन जातो आणि त्या सगळ्या समस्यांचा तर्कशास्त्राच्या आधारे संबंध जोडण्याचा प्रयत्न करतो.

पुरुषाला तिचे बोलणे काळजीपूर्वक ऐकणे कठीण जाते; यामागे आणखी एक कारण म्हणजे, तो त्या समस्येच्या मुळाशी काय आहे हे शोधत राहतो. समस्येमागचे मूळ कशात आहे, हे कळल्याशिवाय तो उपाययोजना करू शकत नाही. जितका अधिक ती तपशील सांगू लागते तितके त्याचे ऐकणे कष्टप्रद होते. त्याचे हे औदासीन्य तेव्हाच कमी होईल, जेव्हा त्याला समजेल की, असे तपशीलवार समस्यांबद्दल बोलण्याने तिला फायदा होणार आहे. जर तिला त्यामुळे बरे वाटणार आहे असे कळले तर मग तो काहीसा सैलावतो. एखादी समस्या सोडवताना, बारीकसारीक तपशील लक्षात घेतल्याने पुरुषाचे जसे समाधान होते, तसेच समाधान स्त्रीला तिच्या समस्येबद्दल तपशीलवार चर्चा करून मिळते.

समस्या सोडवताना बारीकसारीक तपशील लक्षात घेतल्याने पुरुषाचे जसे समाधान होते, तसेच समाधान स्त्रीला तिच्या समस्येबद्दल तपशीलवार चर्चा करून मिळते.

पुरुषाला स्त्रियांचे हे समस्येबद्दल तपशीलवार बोलणे-ऐकणे अधिक सोपे व्हावे, यासाठी बायकांनी पुरुषांना त्यांच्या गोष्टीचा गोषवारा आधी सांगावा आणि मग तपशिलामध्ये शिरावे. त्यांच्या समस्येबद्दलचे गूढ टाळावे, पण सर्वसाधारणपणे बायकांना असा गौप्यस्फोट करण्याची फार आवड असते, त्यामुळे त्यांच्या कथा अधिक रोमहर्षक होतात, असे त्यांना वाटते. दुसऱ्या स्त्रीला अशा गूढकथा ऐकायला आवडतात, पण पुरुष मात्र कावून जातो. स्त्रियांचा स्वभाव पुरुषांचे समजून घेणे जेवढे कमी तेवढा तिच्या तपशीलवार बोलण्याला त्याचा विरोध जास्त. पुरुष जेव्हा स्त्रीला समाधानी कसे करायचे हे शिकेल आणि तिला भावनिक आधार देईल तेव्हा त्याला हे समजेल की, काळजीपूर्वक ऐकून घेणे, हे फार सोपे आहे. अधिक महत्त्वाचे हे की जर स्त्रीने पुरुषाला असे सांगितले की, तिला फक्त तिच्या समस्यांविषयी बोलायला आवडेल आणि ती समस्या तिला तातडीने सोडवायची नाहीतर मग तो एक लांब सुस्कारा सोडेल आणि तिचे बोलणे काळजीपूर्वक ऐकेल.

मंगळनिवासी आणि शुक्रवासिनी यांना शांती कशी मिळाली?

मंगळनिवासी आणि शुक्रवासिनी अनंत काळापासून एकमेकांबरोबर गुण्यागोविंदाने

नांदले, याचे कारण ते एकमेकांमधील भिन्नतेचा आदर करू शकत होते. मंगळनिवासींना अनुभवाने हे लक्षात आले की, शुक्रवासिनींना बोलले की, बरे वाटते आणि त्याने काही बोलायचीसुद्धा गरज नसते. त्यांचे ऐकून घेणे त्यांच्यासाठी खूप सांत्वनशील असते. शुक्रवासिनींच्यासुद्धा हे लक्षात आले की, मंगळनिवासी जेव्हा ताणतणावात असतात तेव्हा त्यांना त्यांच्याच जगात राहू द्यावे. तो गुहेत जाऊन बसला, तर त्यात एवढा गहजब मानण्याचे काही कारण नाही.

मंगळनिवासी काय शिकले?

मंगळनिवासींना असे जाणवले की, जरी त्यांना असे वाटले की, शुक्रवासिनींकडून त्यांच्यावर हल्ला होत आहे किंवा त्यांना दूषणे दिली जात आहेत किंवा टीका केली जात आहे, तरी ते तात्पुरत्या स्वरूपाचेच होते. थोड्याच वेळात शुक्रवासिनींना बरे वाटते, त्या मंगळनिवासींचा स्वीकार करतात, त्यांचे कौतुक करतात. 'ऐकून घेणे' शिकून घेतल्यावर मंगळनिवासींच्या लक्षात आले की, आपल्या समस्यांवर बोलून मन हलके करणे, याला त्यांच्या जीवनशैलीत किती महत्त्वाचे स्थान आहे!

शेवटी एकदाचे प्रत्येक मंगळनिवासींना असे कळले की, ते कोठेतरी कमी पडतात म्हणून नाहीतर शुक्रवासिनींची गरज म्हणून त्या आपल्या समस्यांवर बोलतात तेव्हा कोठे त्यांना मन:शांती लाभली. याशिवाय तो आणखी एक गोष्ट शिकला की, कुणीतरी आपले बोलणे ऐकून घेतले याची खात्री पटली की शुक्रवासिनी आपल्या समस्यांबद्दल बोलणे थांबवतात आणि सकारात्मक बनतात. या जाणिवेसरशी मंगळनिवासी आपल्या काल्पनिक जबाबदारीतून मोकळा झाला की, आपल्याला तिच्या समस्या सोडवायच्या नाहीत आणि मग तिचे बोलणे लक्षपूर्वक ऐकू लागला.

अनेक स्त्री आणि पुरुषांना याची कल्पनाच नसते की, आपल्या समस्यांबद्दल बोलणे किती गरजेचे असते! कारण असे बोलून मोकळे होणे, किती उपचारक असते याचा त्यांना अनुभव नसतो. एखादी स्त्री तिचे ऐकून घेतल्यावर किती खूश होते आणि तिचा दृष्टिकोन किती सकारात्मक होतो, हे त्यांनी पाहिलेले नसते. सहसा त्यांनी हेच पाहिलेले असते की, स्त्री (बहुधा त्यांची आई!) तिचे कोणी ऐकून घेत नाही, असे पाहून तिच्या समस्यांवरच किती घोटाळत राहते.

दीर्घ काळापर्यंत आपले कोणी सहानुभूतीपूर्वक ऐकून घेत नाही किंवा आपल्यावर प्रेम करत नाही असा ज्यांचा अनुभव आहे त्यांचे तसे वागणे साहजिकच असते, तरीसुद्धा असे म्हणावे लागते की, खरी समस्या हीच असते की, तिला वाटते तिच्यावर कोणाचे प्रेम नाही. ही नव्हे की, ती तिच्या समस्यांबद्दल बोलत सुटते.

जेव्हा मंगळनिवासींना शुक्रवासिनींचे बोलणे लक्षपूर्वक कसे ऐकायचे ते समजले, तेव्हा खरोखर चमत्कारच झाला. आता तर मंगळनिवासींना असाही साक्षात्कार झाला की, शुक्रवासिनींचे समस्यांबद्दलचे बोलणे ऐकून त्यांना त्यांच्या गुहेतून किंवा वृत्तपत्र वाचण्याने बाहेर येण्यास फायदा होतो. जसा टीव्हीवरील बातम्या ऐकून किंवा वृत्तपत्रे वाचून होतो तसा!

त्याचप्रमाणे पुरुषांनी असा गैरसमज करून घेतला नाही की, स्त्रिया समस्यांबद्दल बोलतात – म्हणजे आपल्याला दूषणे देतात किंवा आपल्यालाच त्यासाठी जबाबदार धरतात तर त्यांचे बोलणे लक्षपूर्वक ऐकणे खूप सोपे होईल. जेव्हा पुरुषाला स्त्रियांचे बोलणे लक्षपूर्वक ऐकणे जमते तेव्हा त्याच्या असेही लक्षात येते की, दिवसभराच्या त्याच्या स्वत:च्या समस्यांपासून दूर जाण्यास हा एक चांगला उपाय आहे आणि स्वार्थाबरोबर परमार्थही असा की, जोडीदारालासुद्धा त्यामधून समाधान मिळते, पण तरीही काही दिवस असे असतात की, त्या वेळी त्याच्या मनावर प्रचंड ताण असतो आणि त्या दिवसात त्याला गुहेमध्येच राहून बरे वाटते आणि आपले लक्ष बातम्यांवर किंवा फुटबॉलची किंवा क्रिकेटची मॅच पाहण्यात गुंतवण्यासाठीच फक्त बाहेर यावे, ही त्याची मनोमन इच्छा असते.

शुक्रवासिनी काय शिकल्या?

मंगळनिवासींनी त्यांच्या गुहेमध्ये जाणे, हे काही त्यांच्यावर प्रेम नसण्याचे लक्षण नव्हे, असे जेव्हा शुक्रवासिनींना लक्षात आले, तेव्हा अखेरीस त्यांना मन:शांती मिळाली. नेमक्या अशाच दिवसांत त्याचा जास्तीतजास्त चांगल्या पद्धतीने स्वीकार करायला हवा. कारण तो संकटात आहे, हेसुद्धा त्या समजून चुकल्या.

आता मंगळनिवासींनी शुक्रवासिनींकडे दुर्लक्ष केल्यास त्यांचा तो घोर अपमान आहे असे त्यांना वाटेनासे झाले. आता जर ती मंगळनिवासींशी बोलायला गेली, पण त्याने तिच्याकडे लक्ष दिले नाहीतर ती शांतपणे त्याचे पुन्हा तिच्याकडे कधी लक्ष जाईल, याची वाट पाहात थांबू लागली. यानंतर रुसून न बसता ती त्याच्याशी पुन्हा उत्साहाने बोलू लागली. तिला समजू लागले की, खरोखरच काही वेळेस त्याला तिच्याकडे संपूर्ण लक्ष पुरवणे अशक्य असते. शुक्रवासिनींना आता लक्षात आले की, जेव्हा तो निवांत असेल, चांगल्या मन:स्थितीत असेल, तेव्हा त्याचा खास वेळ मागून घेऊन जर त्याच्याशी आपल्या समस्या उघड केल्या, तर तो आनंदाने लक्ष देतो आणि त्याचा 'अहम्' कुरवाळला जातो.

जेव्हा मंगळनिवासी पूर्णपणे त्यांच्या समस्येने व्यथित असतात व गुहेत शिरतात, तेव्हा ते शुक्रवासिनींनी इतके मनाला लावून घेऊ नये. त्या आता हे

शिकल्या की, जवळीक साधण्याची आणि प्रेमालाप करण्याची ही वेळ नव्हे, त्यापेक्षा आपल्या समस्या आपल्या मैत्रिणींबरोबर वाटून घ्याव्या, मजा करावी आणि सर्वांत उत्तम म्हणजे शॉपिंगला जावे, त्यामुळे मंगळनिवासींना आपला स्वीकार झाल्यासारखे वाटेल आणि ते त्यांच्या गुहेतून अधिक लवकर बाहेर पडतील.

◆

प्रकरण ४

स्त्री आणि पुरुष यांच्या प्रेरणा

हजारो वर्षांपूर्वी मंगळनिवासी आणि शुक्रवासिनी एकत्र येण्यापूर्वी त्यांच्या वेगवेगळ्या जगात राहात होते, तेव्हा ते अधिक सुखात होते आणि मग अचानक एके दिवशी सगळे बदलले. मंगळनिवासी मंगळावर आणि शुक्रवासिनी शुक्रावर उदास झाले. त्यांना कसलीतरी अनामिक हुरहुर वाटू लागली. काय असावे बरे ते? ही हुरहुर, ही ओढ, ही बेचैनी एकमेकांमध्ये मिसळून जाण्यासाठीच प्रेरित करत असावी का?

त्यांच्यातील या बदलामागची गुपिते जाणून घेतल्यामुळेच आज आपल्याला त्यांच्या स्वभाव-वैशिष्ट्यांमागची कारणमीमांसा समजून घेता येते. नव्यानेच झालेल्या या ज्ञानामुळे तुम्हाला तुमच्या जोडीदाराला आधार देण्यास किंवा जोडीदाराकडून तुमच्या अडीअडचणींमध्ये, संकटकाळामध्ये आधार मिळण्यास उपयोग होतो. आता आपण इतिहासाची मागची पाने उलटू आणि नेमके काय घडले, याचा वेध घेऊ.

मंगळनिवासी त्यांच्या ग्रहावर जेव्हा उदास, बेचैन झाले, तेव्हा त्यांनी त्यांची शहरे सोडली आणि दीर्घ काळासाठी गुहेमध्ये जाऊन बसले. ते तेथे जणू चिकटून बसले आणि बाहेर येऊ शकले नाहीत, पण योगायोग असा की, एके दिवशी एक मंगळनिवासी आपली दुर्बीण घेऊन निर्विकार मनाने बसला असताना अचानक त्याने ती डोळ्याला लावली आणि जे काही मूर्तिमंत लावण्य त्याच्या दृष्टीस पडले, ते पाहून तो हरखला. त्याची मरगळ कोठल्याकोठे पळून गेली. त्याने भराभर त्याच्या इतर सवंगड्यांना बोलावले आणि म्हणाला, 'ए, ते बघ काय!' आणि काय आश्चर्य? पटापट सगळे मंगळनिवासी गुहेतून बाहेर आले आणि त्यांच्या मनात त्या लावण्याला भेटण्याची अशी काही ऊर्मी दाटून आली की, त्यांनी शुक्रावर जाण्यासाठी अवकाशयाने बांधायला सुरुवात केली.

तिकडे शुक्रावर पण अशीच काहीशी परिस्थिती होती. शुक्रवासिनी पण फार

बेचैन झाल्या होत्या. आपल्याला बरे वाटावे म्हणून सगळ्या गोल करून बसल्या आणि एकमेकींना आपल्या समस्या सांगत बसल्या, पण या वेळची बेचैनी काही वेगळीच होती. एकमेकींबरोबर आपल्या समस्या वाटून घेऊनसुद्धा जिवाला आराम कसा तो नव्हताच! कितीतरी वेळ त्या तशाच उदासवाण्या बसून होत्या, पण त्यांच्या अंत:प्रेरणा त्यांना काहीतरी वेगळेच संकेत देत होत्या. कोणाचा डावा डोळा फडफडत होता, तर कोणाच्या जिवाला हुरहुर लागली होती; तर कोणाला उचकी तर कोणाला ठसका! त्यांना लांबवरून, अवकाशातून कोणीतरी बळकट, रुंद बाहूंचे, सळसळत्या रक्ताचे तगडे जवान आपल्याकडे झेपावत असल्याचे दिसले. ते त्यांच्यावर प्रेम करण्यासाठी, त्यांना मदत करण्यासाठी आणि त्यांना आधार देण्यासाठीच येत आहेत, अशी त्यांची खात्री पटली. त्यांना अधिक आनंद झाला. त्यांनी ते विहंगम दृश्य एकमेकींना दाखवून स्वत:ची खात्री पटवली, त्याबरोबर त्यांचीही उदासीनता कोठच्याकोठे पळून गेली आणि त्या लगबगीने मंगळनिवासींच्या स्वागताच्या तयारीला लागल्या.

'आपली कोणालातरी गरज आहे' या भावनेने पुरुष प्रेरित होतात, तर 'आपल्याला कोणीतरी जपतेय' या भावनेने स्त्रिया प्रेरित होतात.

स्त्री आणि पुरुष यांच्यातील अंत:प्रेरणेमागची ही गुपिते आजसुद्धा तेवढीच लागू पडतात. त्यांची गरज आहे असे पुरुषांना जेव्हा समजते तेव्हा त्यांच्या अंगात दहा हत्तींचे बळ संचारते व ते लगेच कामालाच लागतात. नातेसंबंधात जेव्हा पुरुषाला असं जाणवतं की, त्याची काही गरज नाही तेव्हा हळूहळू तो निष्क्रिय होत जातो आणि त्यांच्यातील उत्साहही कमी होतो, मग त्या नातेसंबंधात दिवसेंदिवस त्याच्याकडे देण्यासारखे काही उरत नाही, याउलट त्याच्यावर जर विश्वास टाकला आणि तिच्या गरजांची जबाबदारी टाकली, तर त्या पूर्ण करण्यासाठी तो जिवाचे रान करतो, त्याच्या अंगात बळ संचारते आणि त्याच्याकडे देण्यासारखे खूप काही असते.

शुक्रवासिनींना मात्र त्यांचे लाड केले, त्यांच्याशी गोड बोलले, त्यांच्या भावनांची जपणूक केली की, त्या प्रेरित होतात आणि त्या बदल्यात भरभरून प्रेम देतात. ज्या नातेसंबंधात स्त्रीला असे प्रेम मिळत नाही, तेव्हा ती खूप नाराज होते, दुर्मुखलेली दिसते आणि खूप जास्त द्यावे लागत असल्यामुळे दमून जाते, पण तिला जर आदराने वागवले, तिची कोणी काळजी घेतली, तर ती भरून पावते आणि तिच्याकडेसुद्धा देण्यासारखे खूप काही असते.

पुरुष स्त्रीवर प्रेम कधी करतो

आजही पुरुष स्त्रीच्या प्रेमात पडतो, ते म्हणजे इतिहासाचीच पुनरावृत्ती असते! त्याचा पूर्वज जसा स्त्रीच्या प्रेमात पडला होता, तसाच तो पण स्त्रीच्या प्रेमात पडतो. मंगळनिवासी आपल्या गुहेत निराश होऊन बसले होते. दुर्बिणीच्या साहाय्याने आकाशात आपली मरगळ घालवण्याजोगे काही दिसते का ते पाहात असताना अचानक लखकन वीज चमकावी आणि सर्वत्र लख्ख प्रकाश पडावा तसे काहीसे त्यांचे झाले. त्या एका देदीप्यमान क्षणाने त्यांचे संपूर्ण आयुष्यच बदलून गेले. त्यांनी त्यांच्या दुर्बिणीतून असे काय पाहिले? साक्षात मूर्तिमंत लावण्य! स्तिमित करणारे सौंदर्य! डौलदार आणि सुबक.

त्यांना शुक्रवासिनींचा शोध लागला... त्यांच्या संपूर्ण शरीरभर अद्‌भुत रोमांच उठले. आयुष्यात पहिल्यांदा त्यांनी शुक्रवासिनींना पाहिले आणि ते स्वत्व विसरले! चक्क स्वत:शिवाय दुसऱ्या कोणाची तरी काळजी करू लागले. त्या एका क्षणाने त्यांच्या आयुष्याला एक नवा अर्थ प्राप्त झाला. त्यांची मरगळ संपली.

मंगळनिवासींची तत्त्वप्रणाली हार-जीतची असते. 'मला जिंकायचेच आहे आणि तू हारलास तर मला त्याची काही पर्वा नाही.' अशी त्यांची मानसिकता असते. जोपर्यंत प्रत्येक पुरुष स्वत:ची ही तत्त्वप्रणाली काटेकोरपणे पाळत होता तोपर्यंत सगळं ठीकच चाललं होतं. अनेक शतकांपर्यंत सगळे आलबेल होते, पण आता मात्र काही तरी बिनसले होते. आयुष्यात प्रथमच त्याला स्वत:शिवाय दुसऱ्या कोणाची काळजी घ्यावी असे वाटू लागले. शुक्रवासिनींच्या केवळ ओझरत्या दर्शनाने त्यांच्या आयुष्याला नवा अर्थ प्राप्त झाला.

हल्ली बऱ्याचशा खेळांमध्ये आपण हीच मंगळनिवासींची स्पर्धात्मक वृत्ती पाहतो. उदाहरणार्थ, मी जर टेनिस खेळत असेन तर फक्त माझे जिंकणे माझ्यासाठी महत्त्वाचे नाही तर मी असे शॉट्स मारीन की जे माझ्या मित्राला परतवणे कठीण जाईल आणि तो हारेल. माझा मित्र हारला तरी माझ्या जिंकण्याने मला खूप आनंद होईल.

आयुष्याच्या अनेक वळणांवर या पुरुषी प्रवृत्तींचा अनुभव येतो, पण प्रौढांच्या नातेसंबंधांमध्ये ही हार-जीत विचारसरणी फार मारक ठरते. जर मी माझ्या गरजा पूर्ण करण्यासाठी माझ्या जोडीदाराचा बळी द्यायला निघालो, तर नक्कीच आमच्या नातेसंबंधांमध्ये दु:ख, संताप आणि संघर्षच निर्माण होईल. यशस्वी, सुदृढ, सुखी नातेसंबंधांमागचे गुपित हे की, दोघाही जोडीदारांनी जिंकणेच जरुरीचे असते.

भिन्न ध्रुवांमधील आकर्षण

पहिला मंगळनिवासी शुक्रवासिनीच्या प्रेमात पडल्यानंतर त्याने त्याच्या इतर

सगळ्या बांधवांसाठी दुर्बिणी बनवायचा कारखाना सुरू केला. खूपच लवकर ते त्यांच्या नैराश्यातून बाहेर आले. ते सगळेसुद्धा शुक्रवासिनींच्या प्रेमात पडले. ते स्वत:ची जेवढी काळजी घेत होते, तेवढीच काळजी इतर शुक्रवासिनींची पण घ्यायला लागले.

सुंदर आणि सर्वच बाबतींत त्यांच्यापेक्षा वेगळ्या असलेल्या शुक्रवासिनींबद्दल त्यांना गूढ आकर्षण होते. त्यांच्यातील वेगळेपणा हेच त्यांच्यातील आकर्षणाचे मुख्य कारण होते. जेथे मंगळनिवासी कठीण होते, तेथे शुक्रवासिनी मऊ होत्या, जेथे मंगळनिवासी टोकदार होते, तेथे शुक्रवासिनी गोलाकार होत्या, जेथे मंगळनिवासी थंड होते, तेथे शुक्रवासिनी उबदार होत्या. अशा प्रकारे त्यांच्यातील हे वेगळेपणा जादूईरीत्या एकमेकांना पूरक असेच होते.

शुक्रवासिनी जणू नजरेने बोलत होत्या. त्यांच्या भावनांना शब्दात व्यक्त होण्याची गरज नव्हती; त्या त्यांच्या नजरेतून जणू हेच मोठ्याने आणि स्पष्टपणे सांगत होत्या, 'आम्हाला तुमची गरज आहे. तुमची ताकद, तुमची सत्ता आमच्या आयुष्याला परिपूर्ण करतील, आमच्या अंतरंगातील खोल पोकळी भरून काढतील. आपण दोघे एकमेकांबरोबर सुखाने राहू.' शुक्रवासिनींच्या या प्रेमळ आमंत्रणामुळे मंगळनिवासी प्रेरित झाला. त्याच्या रगारगात जोम संचारला.

खूप बायकांना हा संदेश शब्दांचा उच्चार न करता पुरुषांपर्यंत कसा पोहोचवायचा याची आंतरिक जाणीव असते. नातेसंबंधांच्या सुरुवातीला स्त्री पुरुषाकडे असे काही कटाक्ष टाकून त्याला सुचवते की, 'तू आणि फक्त तूच एकटा आहेस जो मला सुखात ठेवू शकतो,' अशा विशिष्ट पद्धतीने नातेसंबंधांमध्ये तीच पुढाकार घेते. तिचा हा प्रेमळ कटाक्ष त्याला तिच्या खूप जवळ आणण्यास प्रोत्साहित करतो, त्यामुळे त्याची नातेसंबंधांमधील भीड चेपते आणि त्याच्यात बळ येते, पण पुढे दुर्दैवाने, एकदा का त्यांचे नातेसंबंध प्रस्थापित झाले की सगळी आटपाट नगराची कहाणी सुरू होते, ज्यामध्ये अनेक समस्या असतात. तिला हेसुद्धा समजत नाही की नातेसंबंधाच्या पहिल्या भेटीत आपण त्याला दिलेला संदेश आजसुद्धा किती महत्त्वाचा आहे! पण त्या संदेशाचा आता तिला विसर पडतो.

मंगळनिवासींना आता अशी शक्यता वाटली की, ते शुक्रावर काहीतरी बदल घडवून आणतील आणि या ध्येयामुळे ते प्रेरित झाले. मंगळनिवासींचा वंश सध्या एका नव्या स्थित्यंतरातून मार्ग काढत होता. आता फक्त स्वत:ला सिद्ध करण्यात किंवा आणखीन सामर्थ्य मिळवण्यात त्यांना धन्यता वाटत नव्हती. आत्ता त्यांना त्यांची ताकद आणि त्यांची कौशल्ये जगत् कल्याणासाठी वापरायचे होते; खास करून शुक्रवासिनींच्या कल्याणासाठी! आता त्यांनी त्यांची नवीन तत्त्वप्रणाली शोधून काढली होती, जीत-जीत तत्त्वप्रणाली. त्यांना आता असे जग निर्माण

करायचे होते की, जेथे ते स्वत:बरोबरच इतरांचीही काळजी घेतील.

प्रेम मंगळनिवासींना प्रेरित करते

मंगळनिवासींनी अवकाशयाने बांधली आणि त्याचे ताफेच्या ताफे तयार केले, जे त्यांना आकाशातून शुक्र ग्रहावर नेऊन सोडेल. जीवनाची ही अनुभूती, हा साक्षात्कार त्यांना नवीन होता. शुक्रवासिनींच्या फक्त ओझरत्या दर्शनामुळे त्यांचा स्वार्थी दृष्टिकोन नि:स्वार्थीपणामध्ये बदलला गेला. इतिहासात यापूर्वी असे कधीच घडले नव्हते.

अशा प्रकारे पुरुष जेव्हा प्रेमात पडतो, तेव्हा आपल्याकडचे जास्तीतजास्त चांगले आपण इतरांना द्यावे अशी आंतरिक प्रेरणा त्याच्यामध्ये उत्पन्न होते. जेव्हा त्याच्या हृदयाची दारे उघडी असतात, तेव्हा तो आत्मविश्वासाने भारलेला असतो की, आपल्याला हवा तो बदल घडवून आणण्याची क्षमता आपल्यामध्ये आहे. जर त्याला त्याची ताकद आजमावण्याची संधी दिली गेली, तर तो स्वत:ला सर्वोत्तम सिद्ध करून दाखवू शकतो. फक्त जेव्हा त्याला स्वत:लाच असे वाटते की, त्याला अपयश येण्याची शक्यता आहे तेव्हा तो पुन्हा त्याच्या जुन्या दिवसांमध्ये जातो आणि स्वार्थी बनतो.

पुरुष जेव्हा प्रेमात पडतो तेव्हा तो त्याच्या जोडीदाराची स्वत: इतकीच काळजी घ्यायला लागतो. फक्त स्वत:साठीच काही करण्याच्या शृंखलेतून तो अचानक मुक्त होतो आणि हेही स्वत:च्या फायद्यासाठी नव्हे तर केवळ प्रेमापायी! जोडीदाराचे समाधान हेच आपले समाधान असे तो सहज मानतो. जोडीदाराला सुखी करण्यासाठी कितीही मर्यादेपर्यंत कष्ट करण्याची त्याची तयारी असते. कारण आता तिचे सुख हेच त्याचे सुख, तिचे दु:ख हेच त्याचे दु:ख! आता काहीतरी भव्यदिव्य कल्पनेने तो उल्हसित झालेला असतो.

पुरुषाला जर त्याची ताकद आजमावण्याची संधी दिली गेली, तर तो स्वत:ला सर्वोत्तम सिद्ध करू शकतो, पण जर त्याला स्वत:लाच असे वाटले की, अपयश येण्याची शक्यता आहे, तर तो पुन्हा माघारी फिरतो व स्वार्थी बनतो.

त्याच्या तारुण्यात फक्त स्वत:पुरते केले, तरी त्याला समाधान मिळत असे, पण जसजसा तो आता परिपक्व होऊ लागला तसतसा फक्त आत्मसंतोषात तो समाधान मानेनासा झाला. आता समाधान मिळवण्यासाठी त्याचे आयुष्य प्रेमाने प्रेरित होण्याची गरज भासू लागली. अशा नि:स्वार्थी आणि निरपेक्ष प्रेमाच्या गरजेपोटी तो

अंतर्बाह्य बदलला आणि इतरांची काळजी घेऊ लागला. अजूनही त्याला इतरांच्या प्रेमाची गरज होती, तरीही त्याची सगळ्यात मोठी गरज प्रेम देण्याची होती.

अनेक पुरुष प्रेमाचे फक्त भुकेलेले नसतात, तर ते प्रेमापासून संपूर्णपणे वंचित असतात. त्यांची सगळ्यात मोठी समस्या ही असते की, त्यांना नेमके काय हवे आहे, हेच त्यांना समजत नसते. त्यांनी त्यांच्या वडिलांना आईला भरभरून देताना पाहिलेले नसते, त्याचा परिणाम असा होतो की, सुखासमाधानाचा मुख्य स्रोत हा देण्यातून येतो, हे त्यांना माहीत नसते. जेव्हा त्याच्या नातेसंबंधात तो अपयशी ठरतो, तेव्हा तो पुन्हा त्याच्या गुहेत जाऊन बसतो, मग तो इतरांची काळजी घेणे सोडून देतो आणि त्याचे त्यालाच कळत नाही की तो इतका उदास का आहे?

अशा वेळी तो नातेसंबंधापासून स्वत:ला अलिप्त ठेवतो, कोणाशीच फारशी जवळीक करत नाही आणि एकटाच आपल्या गुहेत बसून राहतो, मग तो स्वत:लाच प्रश्न विचारायला लागतो –

शेवटी हे, हे सगळे कुणासाठी? कशासाठी?

मीच, मीच का म्हणून पर्वा करायची?

त्याच्या हे लक्षात येत नाही की, त्याचा असा समज झाला आहे की, आता त्याची गरज नाही आणि म्हणून त्याने प्रेम करणे थांबवले आहे. त्याला हे कळत नाही की त्याला पुन्हा कोणीतरी अशी व्यक्ती भेटेल की, जिला त्याची गरज आहे आणि मग त्याचे औदासीन्य पळून जाईल आणि तो पुन्हा एकदा नवीन जोमाने कामाला लागेल.

'आपली गरज नाही,' असे वाटणे हे पुरुषासाठी संथगती मरण असते.

जेव्हा पुरुषाला असे जाणवते की, तो आपल्या जोडीदाराच्या आयुष्यात काही सकारात्मक बदल घडवू शकत नाही, तेव्हा तिची काळजी घेणे किंवा नातेसंबंध जपणे त्याच्यासाठी खूप अवघड होते. त्याची तिला गरज नाही, हे समजल्यानंतर प्रेरित होणे कठीण असते. पुन्हा त्याने प्रेरित होण्यासाठी त्याच्यावर विश्वास टाकणे, त्याचा स्वीकार होणे आणि कौतुक होणे गरजेचे असते. आपली गरज नाही असे वाटणे पुरुषासाठी संथगती मरण असते.

स्त्री पुरुषावर प्रेम करते तेव्हा...

आजच्या काळातली स्त्रीसुद्धा जेव्हा पुरुषाच्या प्रेमात पडते, ते अगदी अस्सेच असते, जेव्हा शुक्रवासिनींना असा विश्वास होता र्क, मंगळनिवासी त्यांच्या भेटीला येत आहेत तेव्हा शुक्रवासिनीला असे स्वप्न पडले होते की, अवकाशयानांचा एक

ताफाच आकाशातून त्यांच्याकडे झेपावत आहे आणि त्यामधून रुंद बाहुंचे, बलदंड, काळजी घेणाऱ्या मंगळनिवासींची पूर्ण जमातच त्यांच्या पुढ्यात उतरत आहे. त्या पुरुषांचे संवर्धन, संगोपन करण्याची जरुरी असणार नाही, उलट तेच शुक्रवासिनींची काळजी घेतील.

हे मंगळनिवासी अत्यंत निष्ठावंत होते आणि शुक्रवासिनींच्या सौंदर्यावर आणि संस्कृतीवर लुब्ध झाले होते. मंगळनिवासींना याची जाणीव झाली की, त्यांची ताकद, त्यांचे श्रेष्ठत्व जर शुक्रवासिनींच्या कामी आले नाहीतर या सगळ्याचा काय उपयोग? व्यर्थच आहे सगळे. या अद्भुत, पराक्रमी पुरुषांना स्वास्थ्य आणि प्रेरणा शेवटी कशामुळे मिळाली, तर शुक्रनिवासिनींना सुख, समाधान, सेवा, आनंद पुरवण्यास वचनबद्ध झाल्यानंतरच! किती आश्चर्याची गोष्ट आहे, हो ना?

इतर शुक्रवासिनींनासुद्धा हेच स्वप्न पडले आणि त्यासुद्धा लगोलग त्यांच्या नैराश्यातून बाहेर आल्या. मंगळनिवासींच्या रूपात कोणीतरी आपल्या मदतीसाठी येत आहे, या जाणिवेमुळे शुक्रवासिनींमध्ये परिवर्तन घडून आले. शुक्रवासिनींना एकटे, एकाकी वाटत होते, त्यामुळे त्या उदास होत्या. या औदासीन्यातून बाहेर पडण्यासाठी त्यांच्यासाठी मदतीचा हात पुढे येतो आहे याची जाणीव होणे, अत्यंत गरजेचे असते.

ज्याचे आपल्यावर प्रेम आहे, अशा व्यक्तीकडून आधार मिळणे हे स्त्रियांसाठी किती महत्त्वाचे असते, याची जाणीव अनेक पुरुषांना नसते. बायकांच्या गरजा पूर्ण झाल्या की त्या सुखी होतात. जेव्हा स्त्री अस्वस्थ असते, व्यथित असते, संभ्रमित असते किंवा निराश झालेली असते, तेव्हा तिला हवा असतो प्रेमाच्या व्यक्तीचा सहवास! ती एकटी नाही याची ग्वाही देणारा आश्वासक स्वर! आपल्याला समजून घेणारे कुणीतरी आहे, असे वाटण्याची तिची गरज असते.

त्याच्या आधाराबद्दल ती कृतज्ञ राहते, त्यासाठी सहानुभूती, समंजसपणा, सच्चेपणा आणि सहसंवेदना याबाबी तिला या लांबवरच्या प्रवासात साहाय्य करतात. पुरुषांना हे समजत नाही. कारण त्याचा पुरुषी बाणा त्याला हे सांगतो की, आपण जेव्हा अस्वस्थ असतो तेव्हा एकटे असणेच योग्य असते, म्हणून ती जेव्हा अस्वस्थ असते, तेव्हा ते तिला एकटीला कनवाळूपणे सोडून निघून जातो किंवा तो तिच्यासोबत थांबलाच तर तिच्या समस्या सोडवण्याच्या प्रयत्नात परिस्थिती अधिक गंभीर करतो. जवळीक, सहानुभूती, प्रेमाची देवाण-घेवाण या गोष्टी आंतरिक प्रेरणेने त्याला समजणे जरा अवघडच असते. आत्ता तिची सर्वांत महत्त्वाची गरज कोणती असते, तर तिचे कुणीतरी ऐकून घ्यायला हवे असते.

तिच्या भावना कोणाबरोबर तरी वाटून घेतल्याने ती स्वत:ला समजावते की, ती कोणाच्या तरी प्रेमाला पात्र आहे आणि तिच्या गरजा पूर्ण होतात. संशय आणि

अविश्वास विरून जातो. केवळ प्रेमाच्या गरजेपोटीच ती हट्टी बनलेली असते, पण आता प्रेम मिळाल्यामुळे ती शांत होते. तिचा आत्मविश्वास वाढतो आणि आता प्रेमात कमी देऊन ती अधिक मिळवू शकते, ती त्यासाठी पात्र असते.

ती त्याच्या प्रेमाला पात्र आहे आणि हे प्रेम मिळवण्यासाठी तिला एवढा आटापिटा करायची गरज नाही. हे प्रेम तिचेच आहे, अशी तिची खात्री पटली की, प्रेमाबद्दलचा तिचा हट्टीपणा विरून जातो आणि ती शांत होते.

खूप जास्त देणे, हे थकवणारे असते...

आपल्याला आलेले नैराश्य दूर करण्यासाठी बायका एकमेकींशी आपल्या समस्यांबद्दल बोलतात आणि आपल्या भावनांना मोकळी वाट करून देतात. चर्चा केल्यामुळे त्यांना त्यांच्या नैराश्यामागचे कारण समजते. त्यांना असे प्रांजळपणे वाटते की, त्यांच्या समस्येच्या मुळाशी त्यांची इतरांसाठी खूप जास्त करण्याची प्रवृत्ती हेच कारण आहे.

थोडक्यात 'मी राब-राब-राबते, पण कोणाला काय त्याचे!' असे सर्वसामान्यपणे बायकांचे लाडके संवाद असतात. सतत समस्यांसाठी स्वत:ला जबाबदार धरण्याचा आता त्यांना संताप येऊ लागला होता. आता त्यांना थोडीशी मुक्तता हवी होती आणि त्यांची काही काळ तरी कोणीतरी काळजी घ्यावी, अशी त्यांची माफक अपेक्षा होती. त्या आता एकमेकींशी फक्त समस्यांबद्दल बोलून खूप कंटाळल्या होत्या, त्यांना आता काहीतरी खास वागणूक अपेक्षित होती आणि स्वत:चा मालकी हक्क दाखवू शकू असे काहीतरी हवे होते. सतत दुसऱ्यांसाठी जगण्याचा, त्याग करण्याचा आता त्यांना कंटाळा आला होता.

शुक्रावर त्यांची हारण्यातून जिंकणे हीच तत्त्वप्रणाली होती – 'मी त्याग करते म्हणजे तू जिंकशील!' जोपर्यंत प्रत्येक जणच दुसऱ्यासाठी स्वार्थत्याग करत होता, तोपर्यंत प्रत्येकाचीच काळजी घेतली जात होती, पण शतकानुशतके हेच करीत आल्यामुळे सतत दुसऱ्याची काळजी घेण्याचा पण आता त्यांना कंटाळा आला होता. आता त्यांचीही मानसिकता बदलली होती. त्यांनाही आता जिंकण्यातून काहीतरी मिळवायचे होते.

आजही आपल्याला सर्वत्र हेच दिसते. अनेक स्त्रिया कुटुंबासाठी राबून कंटाळलेल्या असतात. त्यांना आता थोडासा 'टाइम प्लीज' हवा असतो. त्यांना त्यांच्या स्वत:चा शोध घेण्याची आस लागलेली असते. त्यांना कोणाचातरी भावनिक आधार हवा असतो. आता त्यांना इतरांची काळजी घ्यावी लागू नये ही त्यांची इच्छा असते आणि

या साऱ्यासाठी मंगळनिवासीच योग्य होते.

या टप्प्यावर मंगळनिवासी काहीतरी द्यायला तर शुक्रनिवासी काही घ्यायला शिकत होत्या. शेकडो वर्षांनंतर शुक्रवासिनी आणि मंगळनिवासी त्यांच्या आयुष्यातील उत्क्रांतीच्या महत्त्वाच्या पायरीवर पोहोचले होते. शुक्रवासिनींना हे शिकण्याची गरज होती की, कसे 'घ्यायचे' तर मंगळनिवासींना 'कसे द्यायचे' हे शिकण्याची गरज होती.

जसजसे स्त्री आणि पुरुष परिपक्व होत जातात, तसतसा हा बदल बहुधा सर्वांच्यात घडतो. स्त्रीच्या तारुण्यात ती आपल्या जोडीदारासाठी कितीही मर्यादेपर्यंत त्याग करायला आणि स्वत:ला बदलायला तयार होते. पुरुष मात्र त्याच्या तारुण्यात खूप आत्मकेंद्री असतो आणि दुसऱ्यांच्या गरजांबद्दल अनभिज्ञ असतो. स्त्री जशी परिपक्व होते तसतशी ती भानावर येते की, केवळ जोडीदाराच्या सुखसमाधानासाठी कितीतरी गोष्टींचा आपण त्याग केला. पुरुष परिपक्व होतो तसे त्याला हे कळू लागते की, आत्तापर्यंत त्याने स्वत:साठीच सगळे केले, पण आता इतरांसाठी काहीतरी त्याने केले पाहिजे.

पुरुष जेव्हा परिपक्व होतो तेव्हा तो त्याग करायला तर शिकतोच, पण त्याच्यातील महत्त्वाचा बदल म्हणजे तो यशस्वी पद्धतीने कसे दुसऱ्याला देऊ शकेल हे तो शिकतो, त्याचप्रमाणे स्त्री जसजशी परिपक्व होऊ लागते, तसतशी 'देण्याचे' दुसऱ्यासाठी काही करण्याचे नवे मार्ग शोधते. तिच्यातील या टप्प्यावरचा मोठा बदल म्हणजे स्वत:ला हवे ते मिळवण्यासाठी ती आता तिच्या मिळवण्याभोवती सीमारेषा आखू लागते.

दोषारोप करणे टाळा...

जेव्हा स्त्रीला असे वाटू लागते की, इतरांचे करण्यामध्येच तिने तिचे आत्तापर्यंतचे आयुष्य वेचले आहे, मग ती आपल्या दु:खासाठी आपल्या जोडीदारालाच जबाबदार धरते; तिने आत्तापर्यंत जेवढे दिले त्या तुलनेत तिला खूप कमी मिळाले आणि हा घोर अन्याय आहे असे तिला वाटते.

जरी तिच्या योग्यतेप्रमाणे तिला मिळाले नाहीतरी त्यांच्यातील नातेसंबंध सुधारण्यासाठी तिने हे लक्षात घेतले पाहिजे की, तिच्या आजच्या या परिस्थितीला काही अंशी तीसुद्धा जबाबदार आहेच की! स्त्रीने स्वत:हून इतरांसाठी खस्ता खाल्ल्या असतील, तर तिचा जोडीदार या परिस्थितीला जबाबदार कसा? तसेच पुरुषाने कमी दिले तर त्यासाठी त्यानेही 'ती करून घेत नाही किंवा नको म्हणते' असे दूषण देऊ नये. दोन्ही बाबतींत एकमेकांवर दोषारोप करून काही फायदा नसतो.

समजूतदारपणा, विश्वास, सहसंवेदना, स्वीकार आणि आधार यांच्या साहाय्यानेच

समस्या सुटू शकतील, आपल्या जोडीदाराला दोष देऊन नव्हे. अशी परिस्थिती जेव्हा उद्भवते, तेव्हा आपली जोडीदार रागवली, चिडली म्हणून तिला बोल न लावता त्याने तिला सहानुभूती दाखवावी आणि तिने मागितला नसला, तरी तिला आधार द्यावा, तिचे बोलणे सुरुवातीला त्याला दूषणे देणारे असले, तरी ते ऐकून घ्यावे आणि तिला आधार द्यावा, जेणेकरून त्यामुळे ती त्याच्यावर विश्वास टाकू शकेल आणि आपले मन उघड करू शकेल. अशा छोट्या-छोट्या गोष्टींमधूनच तुम्ही तिच्याबद्दल तुम्हाला किती काळजी आहे हे दाखवू शकता.

आपल्याला तो कमी देतो, यासाठी त्याला दोष देण्याचे टाळून तिने त्याचा स्वीकार करावा आणि त्याच्यातील त्रुटींचा उच्चार न करता खुल्या मनाने त्याला माफ करून टाकावे, विशेषत: जेव्हा ती निराश होते किंवा तिचा अपेक्षाभंग होतो तेव्हासुद्धा तिने त्याच्यावर विश्वास टाकून मान्य करावे की, त्याची तिच्यासाठी खूप काही करण्याची इच्छा होती. जेव्हा तो आधार देत नाही, तेव्हा तिने आपल्याला त्याची किती गरज आहे हे पुन्हा पुन्हा सांगावे व त्याचे कौतुक करून त्याला मदतीला उद्युक्त करावे.

मर्यादा घालणे व त्यांचा आदर करणे...

आपल्या जोडीदाराला राग येऊ न देता आपण त्याला कोणत्या मर्यादेपर्यंत द्यावे, हे ओळखणे स्त्रियांसाठी फार महत्त्वाचं असतं. आपल्या जोडीदाराने आपल्या त्यागाची बरोबरी केली पाहिजे अशी अपेक्षा न बाळगता आपल्याला कितपत देणं शक्य आहे किंवा आपण किती करू शकतो, यावर तिने आपणहोऊनच मर्यादा घालून घ्यायला हवी.

आपण आता एक उदाहरण बघू. गौरांग वय वर्षे ४१ आणि त्याची पत्नी गायत्री, वय वर्षे ३९. ते माझ्याकडे समुपदेशनासाठी आले. गायत्रीला घटस्फोट हवा होता. तिच्या तक्रारी अशा होत्या की, गेल्या १२ वर्षांहूनही अधिक काळापासून तिने त्याच्यासाठी खूप काही केले होते आणि यापेक्षा अधिक ती त्याला झेलू शकत नव्हती. गौरांगला ती आळशी, स्वार्थी, हुकूमशहा आणि अरसिक अशा एका पाठोपाठ एक पदव्या बहाल करत चालली होती. तिचे म्हणणे असे की, आता तिच्याकडे देण्यासारखे काहीच उरले नव्हते आणि आता ती त्याला सोडून जाणार होती. त्यानेच तिला माझ्याकडे समुपदेशनासाठी आणले होते, पण तिच्या मनात संशय होता. मी त्यांचे समुपदेशन सुरू केले. सहा महिन्यांच्या समुपदेशनाच्या कालावधीत ते नातेसंबंधांवरील उपचाराच्या तीन टप्प्यांमधून गेले. ते आता सुखी जोडपे आहे व त्यांना तीन मुले आहेत.

पायरी पहिली – प्रेरणा

मी गौरांगला सुरुवातीलाच हे समजावून सांगितले की, त्याच्या पत्नीच्या मनात १२ वर्षांपासून साचून राहिलेला राग आहे. जर त्याला त्याचे लग्न वाचवायचे असेल, तर हे लग्न टिकवण्यासाठी त्याने तिचे बोलणे खूप लक्षपूर्वक, आत्मीयतेने ऐकून घेणे गरजेचे आहे. गायत्रीला त्यासाठी स्फूर्ती मिळणे गरजेचे आहे. पहिल्या सहा बैठकींमध्ये मी त्या दोघांना एकत्र माझ्या समोर बसवले व गायत्रीला तिच्या सगळ्या भावनांना मुक्त वाट करून देण्यासाठी प्रोत्साहन दिले आणि गौरांगला तिच्या नकारात्मक भावनासुद्धा शांतपणे ऐकून घेण्यासाठी मदत केली. त्यांच्या उपचारपद्धतीतला हा सर्वांत कठीण भाग होता. जेव्हा गौरांगने तिच्या वेदना आणि तिच्या पूर्ण न झालेल्या गरजा लक्षपूर्वक ऐकल्या, तेव्हा आपले प्रेमळ नातेसंबंध टिकवण्याच्या हेतूने तो प्रेरित झाला व आपण आपल्यात त्यासाठी आवश्यक असलेले बदल करू शकू असा आत्मविश्वास त्याच्यामध्ये आला.

गायत्रीला आपल्या जुन्या नातेसंबंधांमध्ये परतण्यापूर्वी तिचे कुणीतरी ऐकून घ्यावे आणि गौरांगला तिच्या भावना समजाव्यात याची गरज होती आणि हीच त्यांच्या नातेसंबंधात सुधारणा घडवून आणण्याची पहिली पायरी होती.

पायरी दुसरी – जबाबदारी

या उपचारातील दुसरी पायरी होती जबाबदारी स्वीकारण्याची. गौरांगने आपल्या पत्नीला आधार देण्याची जबाबदारी घेणे गरजेचे होते. स्वत:भोवती चौकट न घालण्याची जबाबदारी गायत्रीची होती. गौरांगने तिला ज्या पद्धतीने दुखावले होते त्याबद्दल त्याने तिची माफी मागितली होती. गायत्रीला असे वाटत होते की, अनादराने वागवून (जसे की – अंगावर ओरडून, कुरबुर करून, तिच्या विनंत्या धुडकावून लावून आणि भावनांचा अवमान करून.) त्याने जशा त्याच्या मर्यादा ओलांडल्या होत्या, तशा तिने कधी तिच्या मर्यादा ओलांडल्या नाहीत. जरी तिने त्याची माफी वगैरे मागितली नाहीतरी त्यांच्यातील समस्यांच्या मुळाशी तिचा असलेला सहभाग तिने समजावून घेतला.

तिने हळूहळू हे स्वीकारले की, आपल्यावर मर्यादा घालण्यास ती असमर्थ होती आणि तिचे प्रमाणापेक्षा अधिक देण्याची वृत्ती यामुळेच समस्यांना हातभार लागत होता. तिने अधिक क्षमाशील होण्याची गरज होती. स्वत: निर्माण केलेल्या समस्यांची जबाबदारी घेऊन गायत्रीची तिच्या संतापातून, चिडचिडीतून काही प्रमाणात मुक्तता झाली. अशा प्रकारे, दोघांनीही एकमेकांच्या मर्यादांचा आदर करून एकमेकांना अधिक चांगल्या प्रकारे आधार देण्याचे नवीन मार्ग शिकून घेतले.

पायरी तिसरी – सराव

गौरांगला विशेषत: गायत्रीच्या मर्यादांचा सन्मान कसा करावा, हे शिकण्याची गरज होती, तर गायत्रीला स्वत:वर मर्यादा कशा घालायच्या हे शिकण्याची गरज होती. आणि दोघांनाही आपल्या प्रामाणिक भावना सन्मानपूर्वक व्यक्त कशा करायच्या, हे शिकण्याची गरज होती. या तिसऱ्या पायरीवर दोघांनीही मर्यादा घालण्याचा आणि मर्यादांचा सन्मान करण्याच्या योग्य मार्गाचा सराव करण्याचे कबूल केले; अर्थात कधीकधी चुका होऊ शकतात हे मान्य करूनच! आणि चुका करण्याची मुभा आपल्याला आहे, हे जाणून सराव करताना 'सेफ्टी नेट' आपल्याकडे आहे, त्यामुळे ते निश्चिंत झाले. खाली याची उदाहरणे दिली आहेत की, त्यांना कसला सराव केला आणि ते काय शिकले –

- गायत्रीने असे म्हणण्याचा सराव केला की, 'तू ज्या पद्धतीने बोलतो आहेस ते मला अजिबात आवडलेले नाही. कृपा करून तुझे हे ओरडणे थांबव नाहीतर मी या खोलीतून बाहेर निघून जाईन.' काही वेळेस असे खोलीतून बाहेर निघून गेल्यानंतर तिला हे परत बोलण्याची गरज भासली नाही.

- जेव्हा गौरांग तिला अशा काही विनंत्या करत असे की, जी कामे केल्याने नंतर तिचा संताप होत असे, अशा वेळी तिने असे बोलण्याचा सराव केला की, 'नाही! आत्ता मला विश्रांती घ्यायची आहे.' किंवा 'नको! आज मला दुसरी बरीच कामे आहेत.' असे केल्याने तिच्या लक्षात आले की, आता ती किती कार्यमग्न आहे किंवा दमलेली आहे, हे तो तत्परतेने समजून घेतो.

- गायत्रीने गौरांगला सांगितले की, तिला कोठेतरी सहलीला जावेसे वाटते, त्यावर तो म्हणाला की, 'छे! त्याला वेळच नाही.' त्यावर तिने स्पष्टपणे सांगितले की, 'मग ती एकटी जाईल.' त्याबरोबर त्याने त्याचा कार्यक्रम बदलला व तिच्याबरोबर सहलीला गेला.

- ती त्याच्याशी बोलत असताना तो सतत तिला थांबवू लागला, तेव्हा तिने असे बोलण्याचा सराव केला की, 'माझे बोलणे अजून संपलेले नाही, माझे पुरते ऐकून तर घे!' त्याबरोबर आता तो तिचे बोलणे अधिक लक्षपूर्वक ऐकतो व मध्ये-मध्ये टोकत नाही.

- गायत्रीसाठी सगळ्यात अवघड गोष्ट ही होती की, जेव्हा तिला त्याच्याकडून काही हवे असेल ते मागणे. तिचा युक्तिवाद असा होता की, 'मला हे त्याच्याकडे मागायला का पाहिजे. मी जर त्याच्यासाठी इतके करते, त्याला हे आपणहून समजायला हवे!' मी त्यावर तिला समजून सांगितले

की, तिच्या मागण्या समजून घेण्याइतके त्याला जबाबदार बनवणे हे थोडेसे अवास्तववादी आहे; एवढेच नाहीतर हीच समस्येची नड आहे, त्यामुळे तिच्या गरजा त्याच्याकडून पूर्ण करून घेणे ही तिचीच जबाबदारी आहे.

♦ गौरांगसमोरील सगळ्यात मोठे आव्हान हे होते की, तिच्यातील बदलांचा सन्मानाने स्वीकार करणे आणि आता ती पूर्वीची तडजोड करणारी सहचारिणी असणार नाही (जशी ती लग्नानंतर होती.), हे सतत मनाला बजावत राहणे. त्याच्या हे लक्षात आले की, तिला स्वतःवर मर्यादा घालणे अवघड जाणार आहे आणि त्यालासुद्धा त्या मर्यादांशी जुळवून घेणे! पण आता त्यांनी बराच सराव केल्यामुळे ते 'आदर्श जोडपे' बनू शकतील, असा गौरांगला विश्वास वाटला.

पुरुषाला मर्यादा समजल्या की, तो अधिक देण्यास उद्युक्त होतो. तिच्या मर्यादांचा सन्मान करून आपोआपच तो आपल्या वागणुकीचे परिणाम तपासून पाहतो आणि मग तो त्यामध्ये सकारात्मक बदल करू लागतो. स्त्रीला जेव्हा अशी जाणीव होते की, आपल्या गरजा पूर्ण होण्यासाठी तिने स्वतःवर मर्यादा घालून घेणे आवश्यक आहे; त्यामुळे ती आपोआपच क्षमाशील बनते आणि आपल्या जोडीदाराला माफ करून टाकते आणि आधार देण्याचे आणि घेण्याचे नवीन मार्ग शोधून काढते. एकदा का मर्यादा निश्चित केल्या की, ती निश्चिंत बनते व अधिक मिळवू शकते.

'घेणे' शिकणे

स्वतःभोवती मर्यादा घालणे व दुसऱ्याकडून काही करून घेणे, या दोन्ही गोष्टी स्त्रियांना अवघड वाटतात. सर्वसामान्यपणे आपल्याला कोणाची गरज असणे, या गोष्टीची तिला भीती वाटते. कारण तिच्या गरजा कोणी नाकारल्या, त्यावर टीका केली किंवा पूर्ण केल्या नाहीत, तर तिला खूप वेदना होतात, कारण मग तिच्या मनाशी ती ठामपणे असेच मानते की, ती काही मिळवण्यास अपात्र आहे. लहानपणापासूनच तिच्या या गैरसमजाला खतपाणी मिळाले असते, कारण आपल्या इच्छा, आकांक्षा, भावना दाबून टाकण्याची मुलींना सवय लावणे म्हणजेच, त्यांच्यावर संस्कार करणे असा आपल्या पूर्वजांचा समज होता.

अशा नकारात्मक आणि चुकीच्या समजांना स्त्री चटकन बळी पडते की, तिच्यावर कोणी प्रेम करावे, ही तिची पात्रताच नाही. लहानपणी तिला जर वाईट पद्धतीने वागवले गेले असेल, इतर स्त्रियांना वाईट वागणूक मिळालेली तिने पाहिली असेल, तर आपण अव्हेरले गेलो आहोत किंवा आपण तिरस्करणीय आहोत हा

समज अधिकच दृढ होतो. तिच्या अंतर्मनात ही अपात्रतेची जाणीव इतकी खोलवर रुजलेली असते की, आपला भार इतरांवर टाकणे याची तिला भीती वाटते. तिच्या मनाचा एक कोपरा तिला हेच सांगत असतो की, 'तुला सहकार्य मिळणारच नाही.'

आपल्याला आधार मिळणारच नाही अशी तिची समजून झाल्याने आपल्याला नकळतपणे मिळालेली मदतसुद्धा ती दूर सारते. जेव्हा पुरुषाला मनोमन असा संदेश मिळतो की, तिचा त्याच्यावर विश्वास नाही आणि तो तिच्या गरजा भागवू शकत नाही की, लगेच त्याला तिने नाकारल्यासारखे वाटते आणि मग तो निराश होऊन जातो. तिची निराशा आणि तिचा अविश्वास तिच्या आवश्यक गरजांना गरजूपणाचे स्वरूप बहाल करतात आणि त्याला असा संदेश देतात की, तो आधार देईल यावर तिचा विश्वास नाही. उपरोधाने असेच म्हणावे लागते. प्रारंभी पुरुष स्त्रियांच्या गरजांमुळे प्रेरित होतात, पण त्यांच्या गरजूपणामुळे विझतात.

अशा वेळी बायकांचा असा गैरसमज होतो की, तिला त्याची गरज आहे, म्हणूनच त्याने आपल्याकडे पाठ फिरवली आहे, पण सत्य त्याच्या उलट असते. तिची निराशा, तिचे औदासीन्य आणि तिचा अविश्वास यामुळे त्याला पाठ फिरवणे भाग पडते. पुरुषांवर विश्वास टाकणे, हे त्याच्यासाठी किती महत्त्वाचे आहे हे जर समजून घेतले नाही, तर बायकांना 'गरज असणे' आणि 'गरजू असणे' या वरवर सारख्या दिसणाऱ्या संज्ञांमध्ये किती फरक आहे, हे समजणे अवघड असते.

'मला तुझी गरज आहे.' या वाक्यातून असे अभिप्रेत होते की, माझा तुझ्यावर विश्वास आहे की, तू मला जास्तीतजास्त मदत करशील. पुरुषाला जेव्हा 'मला तुझी गरज आहे.' असे बाई म्हणते तेव्हा त्याचे सामर्थ्य, अभिमान वाढतो, परंतु 'मी गरजू आहे' यातून असा अर्थ ध्वनित होतो की, मला तुझ्या मदतीची गरज आहे, पण कोण जाणे तू करशील की नाही, याची खात्री वाटत नाही, यामुळे पुरुष दुखावला जातो, त्याची अवहेलना होते आणि आपण आत्तापर्यंत जे केले, त्याचे काही कौतुकच नाही, असे त्याला वाटते.

आपल्याला इतरांची गरज आहे हे लक्षात आले की, ती फक्त संभ्रमितच होते असे नाहीतर अपेक्षाभंग, निराशा, अव्हेर यामुळे ती व्यथित होते. या गोष्टी खूप लहान असल्या तरी तिच्या भावनांची तीव्रता अधिक असते; दुसऱ्यावर अवलंबून राहिल्यावर त्या व्यक्तीने आपल्याला डावलणे, आपल्याकडे दुर्लक्ष करणे, हे तिला सहन होत नाही. ती गोष्ट न केली गेल्यामुळे होणाऱ्या नुकसानापेक्षा मी काही मागितलं आणि मला ते मिळाले नाही, यामुळे ती अधिक दु:खी होते आणि मग 'मी प्रेमाला पात्र नाही,' या गैरसमजावरच शिक्कामोर्तब होते.

शुक्रवासिनींना आपल्या योग्यतेची जाणीव कशी झाली...

इतरांना मदत आणि सहकार्य करण्याच्या बाबतीत स्त्रिया अत्यंत तत्पर आणि जबाबदार असतात. या गुणांमुळेच त्यांच्या अपात्रतेची नुकसानभरपाई अनेक शतकांपासून होत आली. स्त्रिया इतरांसाठी करत राहतात, देत राहतात पण आपण मात्र इतरांचे सहकार्य घेण्यास पात्र नाही आहोत, असे त्यांना आतून वाटत राहते; त्यांना अशी आशा असते, असे देत राहण्याने आपण इतरांकडून काही मिळवण्यासाठी पात्र ठरू! असे शतकानुशतके देत गेल्यामुळे शेवटी एकदाची त्यांना ही जाणीव झाली की, त्या प्रेम आणि आधार मिळवण्यासाठी पात्र आहेत, मग त्यांनी थोडे इतिहासात वळून पाहिले, तर त्यांना असेही जाणवले की, वास्तविक पूर्वीसुद्धा त्या प्रेम आणि आधार मिळवण्यास पात्रच होत्या.

इथे आपल्याकडे पृथ्वीवर काय घडते बघा! जेव्हा एखादी लहान मुलगी आपल्या आईला प्रेम मिळताना पाहते, तेव्हा आपोआपच तिलासुद्धा असेच प्रेम मिळणार याची खात्री वाटू लागते. त्यामुळे सतत इतरांसाठी काहीतरी करीत राहण्याची सक्तीची भावना जी शुक्रवासिनींमध्ये असते, त्यावर अशी युक्ती सहज मात करू शकते. प्रेम मिळण्याच्या भावनेवर मात करण्याची तिला गरज भासत नाही, कारण ती स्वत:ची प्रतिमा आईमध्ये पाहाते. हे शहाणपण जर आईकडे असेल, तर आपोआप ती मुलगीही निरीक्षणातून शिकते. जर आई प्रेम मिळविण्यासाठी खुल्या मनाची असेल, तर ते मूलही तसेच घडते.

पण शुक्रवासिनींसमोर कुठलाही आदर्श नसल्यामुळे ही सक्तीची भावना हाकलून लावण्यासाठी हजारो वर्षं मध्ये जावी लागली. खूप वर्षांनी त्यांना हळूहळू ही जाणीव झाली की, प्रेम मिळवायला त्या पात्र आहेत आणि योगायोग असा की, नेमके याच अद्‌भुत क्षणी मंगळनिवासीही एका स्थित्यंतरातून जात होते आणि त्यांनी अवकाशयाने बनवायला घेतली.

जेव्हा शुक्रवासिनी तयार असतात तेव्हा मंगळनिवासी अवतरतात...

जेव्हा स्त्रीला असे जाणवते की, खरोखर तिच्यावर कोणी प्रेम करावे, अशी तिची पात्रता आहे, तेव्हा ती आपल्या हृदयाची दारे मोकळी करून देईल, पण आत्तापर्यंत आपण इतरांना फक्त देतच आलो याची जाणीव व्हायला तिला दहा वर्षं लागतात आणि उपरोधाने हे म्हणावेसे वाटते की, अशी जाणीव झाल्यावर ती हृदयाची दारे घट्ट मिटून घेते आणि ती त्यांना संधीच देत नाही. तिला असे काहीसे म्हणायचे असते की, 'मी तुला आत्तापर्यंत खूप काही दिले आहे आणि तू मात्र माझ्याकडे संपूर्ण दुर्लक्षच केलेस. आता ती वेळ निघून गेली. माझी योग्यता नक्कीच

यापेक्षा अधिक होती. माझ्याकडे तुला देण्यासारखे काहीच उरले नाही. आता पुन्हा मी तुला मला दुखवण्याची परवानगी देणार नाही.'

पुन्हा-पुन्हा जेव्हा असे घडते, तेव्हा मी स्त्रियांना हेच सांगत आले आहे की, तुमचे हे पती-पत्नी नातेसंबंध जपण्यासाठी तुम्हाला अधिक काही करायची गरज नाही. त्यांनी त्यांच्या जोडीदाराला यापेक्षाही कमी दिले, तरी त्यांचा जोडीदार त्यांना भरपूर काही देईल. तो इतके दिवस तिच्या गरजांकडे दुर्लक्ष करत आला यात दोघांचीही चूक आहे! त्यांना काय झोप लागली होती का? ती जेव्हा जागरूक झाली आणि तिला तिच्या गरजांची आठवण झाली, तेव्हा तोही जागरूक झाला आणि तिला अधिक देऊ लागला.

जेव्हा तिला जाग आली आणि आपल्या गरजांची आठवण झाली, तेव्हा त्यालाही जाग आली आणि तिला आणखी काही देण्याची इच्छा झाली.

खरे सांगायचे, तर तिचा जोडीदारच तिला तिच्या स्वतःच्या निष्क्रिय अवस्थेतून हलवून जागे करतो आणि तिला हवे तसे स्वतःमध्ये बदल घडवून आणतो. आता ती देणे थांबवते, कारण तिला तिच्या योग्यतेची जाणीव होते. तेव्हा तो त्याच्या गुहेमधून बाहेर येतो आणि अवकाशयान बांधायची तयारी करतो, ज्यामुळे तो तिच्याकडे येईल आणि तिला सुखी करेल. तिला अधिक द्यायला हवे, हे त्याला फक्त समजायलाच उशीर लागतो, पण एकदा त्याला ते कळले की त्याने तिच्याकडे दुर्लक्ष केले आहे की, तो आवश्यक ती पावले उचलतो आणि स्वतःमध्ये बदल घडवून आणतो.

याचा दुसराही फायदा होतो. सहसा असे घडते की, पुरुषाला जेव्हा आपण दुःखी आहोत असे जाणवते आणि त्याला अधिक प्रेम आणि प्रणय हवा असतो, तेव्हा त्याची बायको ताबडतोब आपल्या हृदयाची दारे खुली करते आणि त्याच्यावर प्रेम करू लागते. संतापाच्या भिंती वितळू लागतात आणि आयुष्य पुन्हा प्रेमाने भरून जाते. जर नातेसंबंधात खूपच दुर्लक्ष केले गेले असेल, तर त्या जखमा भरून यायला वेळ लागतो, कारण तो संताप अनेक वर्षांपासून साचून राहिलेला असतो! पण असे नक्की घडू शकते. ११व्या प्रकरणात मी संतापावर उपचार करण्याची अनेक सोपी व व्यवहारी तंत्रे सांगितली आहेत.

पुष्कळदा असे घडते की, पती किंवा पत्नी यांपैकी एक जण स्वतःमध्ये विधायक बदल घडवून आणतो, तेव्हा आपोआप दुसरी व्यक्तीदेखील स्वतःला बदलवू लागते. हा अपेक्षित योगायोग म्हणजे जीवनातील विलक्षण अद्भुत घटना

असते. जेव्हा विद्यार्थी तयार असतो तेव्हा शिक्षक अवतीर्ण होतात. जेव्हा प्रश्न विचारला जातो तेव्हा उत्तर ऐकायला मिळते. जेव्हा आपण ग्रहण करायला तयार असतो तेव्हा आपल्या गरजेची गोष्ट आपल्याला मिळते. जेव्हा शुक्रवासिनी प्रेम, मदत यांचा स्वीकार करण्यास तयार झाल्या तेव्हा मंगळनिवासी द्यायला तयार झाले.

दातृत्व कलेचा अविष्कार

पुरुषाच्या मनात खोलवर रुजलेली भीती हीच की, तो अपात्र, अकार्यक्षम आहे. या भीतीवर मात करण्यासाठी तो आपली शक्ती आणि क्षमता वाढवण्यावर भर देतो. यश, कार्यसिद्धी आणि कार्यक्षमता या त्याच्या आयुष्यातील विशेष महत्त्वाच्या गोष्टी आहेत. शुक्रवासिनी भेटण्यापूर्वी मंगळनिवासींना या गोष्टीचे इतके महत्त्व वाटत असे की, ते इतर सर्व गोष्टींकडे दुर्लक्ष करीत; तो जेव्हा भयग्रस्त असे तेव्हा तो अधिक कठोर व अधिक बेपर्वा असे.

पुरुषाच्या मनातली भीती हीच की, तो तितकासा गुणवान आणि कार्यक्षम नाही.

स्त्रियांना जशी घेण्याची भीती वाटते, तशीच पुरुषांना देण्याची भीती वाटते. इतरांना देण्यासाठी स्वत:ला उद्युक्त करायचे म्हणजे अपयशाचा, दुरुस्तीचा आणि नाराजीचा धोका आलाच! हे परिणाम त्याच्यासाठी फार वेदनादायी असतात, कारण त्याच्या अंतर्मनात तो असा गैरसमज करून घेतो की, तो तितकासा गुणवान नाही. हा त्याचा गैरसमज फार पूर्वीपासून म्हणजे त्याच्या बालमनातच रुजलेला असतो. जेव्हा त्याच्या पालकांची त्याच्याकडून अधिक चांगल्याची अपेक्षा केलेली असते, जेव्हा त्याच्या यशाकडे दुर्लक्ष केले जाते किंवा त्याच्या यशाचे कौतुक होत नाही, तेव्हा त्याच्याही नकळत 'तो तितकासा चांगला नाही,' या गैरसमजाचे बीजारोपण होते.

स्त्रियांना जशी घेण्याची भीती वाटते, तशी पुरुषांना देण्याची भीती वाटते.

'मी तितकासा चांगला नाही,' या गैरसमजाला पुरुष सहज बळी पडतो आणि त्यामुळेच त्याच्या मनात सतत अपयशाची भीती असते. त्याला मनापासून द्यायचे असते, पण अपयशाची भीती वाटते, म्हणून तो प्रयत्नच करत नाही. जर अपुरेपणा ही त्याची सगळ्यात मोठी भीती असेल, तर साहजिकच तो अनाठायी धोके पत्करत नाही.

उपरोधाने हेच म्हणावेसे वाटते की, त्याला तिच्याविषयी जेव्हा जास्त प्रेम वाटते, तेव्हा त्याला अपयशी होण्याचा धोका अधिक वाटतो आणि त्यामुळे तो तिला कमी देतो. हे अपयश टाळण्यासाठी ज्या लोकांना त्याला द्यावेसे वाटते त्यांनाच देणे थांबवतो.

जेव्हा पुरुष असुरक्षित असतो, तेव्हा स्वतःव्यतिरिक्त इतर सर्व गोष्टींविषयी बेपर्वा राहून तो या असुरक्षिततेची भरपाई करायला बघतो. आपोआप होणारी त्याची प्रतिकाराची प्रतिक्रिया अशी की, 'मला काय त्याचे...' या कारणामुळेच मंगळनिवासी इतरांबद्दल फार आस्था दाखवायला स्वतःच्या मनाला परवानगी देत नाहीत, पण जेव्हा ते यशस्वी आणि ताकदवान होतात, तेव्हा त्यांना आत्मविश्वास वाटू लागतो की, ते चांगलेच आहेत आणि ते देण्यामध्ये यशस्वी होऊ शकतील आणि नेमके त्याच वेळी त्यांना शुक्रवासिनी भेटल्या.

यापूर्वी योग्यता असूनसुद्धा केवळ साशंक असल्यामुळे आपल्या ताकदीचे प्रदर्शन करणे त्यांना जमले नव्हते, पण आता त्यांना त्यांच्या 'स्व'ची जाणीव झाली. यशस्वी झाल्यानंतर सिंहावलोकन करताना त्यांना हे जाणवले की, अपयश हीच यशाची पहिली पायरी आहे. त्यांच्या प्रत्येक चुकीतून ते मोलाचा धडा शिकले व त्यांच्या ध्येयपूर्तीपर्यंत पोहोचू शकले. अशा प्रकारे त्यांना स्वतःच्या चांगुलपणाची खात्री पटली.

चुका करण्यात वाईट काहीच नाही

आपल्या जोडीदाराला जास्तीतजास्त कसे 'द्यायचे' हे शिकण्याच्या मार्गावरील पुरुषासाठी पहिली पायरी म्हणजे 'चूक करणे हा जन्मसिद्ध हक्क आहे,' असे मानणे आणि 'अपयश हीच यशाची पहिली पायरी आहे' असे समजणे. प्रत्येक प्रश्नाचे उत्तर त्याला माहिती असायलाच पाहिजे असे नव्हे.

मला एका महिलेची गोष्ट आठवते जी तिच्या जोडीदाराबद्दल अशी तक्रार करत होती की, तो मला लग्नाबद्दल विचारत नाही, त्यामुळे तिचा असा समज झाला की, त्याला तिच्याबद्दल प्रेम नाही, जसे ती त्याच्यावर करते! पण एके दिवशी सहजपणे तिने त्याला सांगितले की, त्याच्याबरोबर असताना ती खूप आनंदात असते, जरी तो गरीब असेल तरीही तिला त्याच्याच सहवासात असणे आवडते आणि दुसऱ्याच दिवशी त्याने तिला लग्नाची मागणी घातली. त्याला तिच्या स्वीकाराची, तिच्या प्रोत्साहनाची गरज होती. तो तिच्या योग्यतेचा आहे, अशा सूचनेचीच त्याला गरज होती, त्यामुळेच त्याला तिच्याविषयी वाटणाऱ्या प्रेमाची जाणीव झाली.

मंगळनिवासींनाही प्रेम हवे असते...

बायकांकडे त्यांच्या अडीअडचणीत लक्ष पुरवले गेले नाहीतर त्या हळव्या होतात, तसेच पुरुषसुद्धा बायका त्यांच्या ज्या समस्या सांगतात त्यावर उपाय सांगू शकले नाहीत तर खूप दुखावले जातात, म्हणूनच काही वेळेस पुरुषांना स्त्रियांचे बोलणे ऐकणे असह्य होते. त्याला तिचा हिरो व्हायचे असते. ती जेव्हा काही कारणाने निराश किंवा दु:खी होते, तेव्हा ते त्याला त्याचे अपयश वाटते. 'तो तितकासा चांगला नाही,' ही त्याच्या मनात खोलवर रुजलेली जखम पुन्हा भळभळते. आजसुद्धा अनेक स्त्रियांना या गोष्टीची जाणीव नसते की, पुरुष किती पटकन दुखावले जातात आणि त्यांनासुद्धा प्रेमाची किती जास्त गरज असते. प्रेमामुळेच तो इतरांच्या गरजा पुरवू शकतो, अशी त्याला जाणीव होते.

स्त्री जेव्हा दु:खी किंवा निराश असते, तेव्हा तिचे लक्षपूर्वक ऐकणे पुरुषासाठी खूप अवघड असते, कारण ते त्याला त्याचे अपयश वाटते.

एखादा तरुण मुलगा जो त्याच्या आई-वडिलांच्या सशक्त नातेसंबंधाचा साक्षीदार असतो व आपले वडील आपल्या आईच्या आशा, आकांक्षा पूर्ण करताना बघतो, तो खराच भाग्यवान! कारण त्यामुळे तोसुद्धा आत्मविश्वासाने आपण जोडीदाराला सुखावण्यात यशस्वी ठरणार हे गृहीत धरतो. तो कोणत्याही वचनबद्धतेला घाबरत नाही, कारण तो ते पूर्ण करणार हे त्याला माहिती असते. त्याला हेसुद्धा माहिती असते की जरी त्याने दिलेली वचने पूर्ण केली नाहीत, तरी तो जोडीदाराचे प्रेम व कौतुक यासाठी पात्र आहे. तो स्वत:ला दूषणे पण देत नाही. कारण त्याला माहिती आहे की, जरी तो परिपूर्ण नसला तरी तो वचनपूर्ततेचा जास्तीतजास्त प्रयत्न करतो. तो त्याच्या चुकांबद्दल माफी मागतो. कारण त्याला क्षमा, प्रेम, कौतुक हे अपेक्षितच असते.

त्याला हेसुद्धा माहिती असते की, प्रत्येक जणच चुका करतो. त्याने त्याच्या वडिलांनाही चुका करूनसुद्धा प्रेम करताना पाहिलेले असते, जरी त्याच्या वडिलांनी त्याच्या आईला निराश केलेले असले, तरीसुद्धा त्याने त्याच्या आईला वडिलांवर प्रेम करताना व त्यांना चुकांसाठी माफ करताना पाहिलेले असते.

काही पुरुषांना त्यांच्या वाढीच्या टप्प्यात अशी आदर्श जोडपी पाहायला मिळालेली नसतात – त्यांचा असा गैरसमज असतो की, प्रेमात पडणे, लग्न करणे आणि मुलांना जन्माला घालणे, हे जणू कोणत्याही प्रशिक्षणाशिवाय जंबो जेट चालविण्याइतके धोकादायक असते. तो जंबो जेट उडवू तर शकेल, परंतु अपघात

होईल अशी भीती वाटते. आणि एकदा विनानअपघात झाला असेल तर पुन्हा विमान चालवणे अवघड असते किंवा तुम्ही तुमच्या वडिलांना अपयशी झालेले पाहिले असल्यास तुमचाही धीर होत नाही. नातेसंबंधांसाठीसुद्धा असे प्रशिक्षण देणारी एखादी मार्गदर्शिका नसेल, तर स्त्री व पुरुष नातेसंबंधात अयशस्वी होण्याची शक्यता का असते, ते आता तुम्हाला समजले असेलच.

◆

प्रकरण ५

वेगवेगळ्या भाषा

जेव्हा मंगळनिवासी व शुक्रवासिनी पहिल्यांदा एकमेकांना भेटले तेव्हा आज आपल्याला स्त्री-पुरुष नातेसंबंधातील संघर्ष दिसतो तसाच तेव्हा तो त्यांनासुद्धा जाणवला होता. पण त्यांनी हे ओळखले की, आपण एकमेकांपेक्षा वेगळे आहोत आणि म्हणूनच ते आपसातील समस्या सोडवू शकले. त्यांच्या यशाचे गमक होते, त्यांच्यातील सुसंवाद!

उपरोधाने असेच म्हणावे लागते की, त्यांची भाषा वेगवेगळी होती, म्हणूनच ते अधिक चांगला सुसंवाद साधू शकले. त्यांना जेव्हा समस्या येत असत, तेव्हा ते मदतीसाठी भाषांतरकारांकडे जात असत. प्रत्येकालाच माहिती होते की, शुक्रावरची आणि मंगळावरची भाषा वेगळी आहे, म्हणून जेव्हा कधी त्यांच्यात विसंवाद होत असे, तेव्हा ते एकमेकांवर टीका करणे, भांडाभांडी करणे, हातघाईवर येणे, हे सगळे टाळत असत आणि त्याऐवजी एकमेकांना समजून घेण्यासाठी त्यांची शब्दांची डिक्शनरी पुढे घेऊन बसत. त्यानेसुद्धा जर समस्या सुटली नाहीतर मात्र मदतीसाठी ते भाषांतरकारांकडे जात असत.

मंगळनिवासी व शुक्रवासिनी यांच्या भाषांमधले शब्द जरी सारखे असले, तरी ते वापरण्याची पद्धत वेगळी असल्यामुळे त्यांना वेगळा अर्थ प्राप्त होत असे.

लक्षात घ्या, मंगळनिवासी आणि शुक्रवासिनी यांच्या भाषांमधील शब्द तर सारखेच होते, पण ते शब्द वापरण्याची त्यांची पद्धत वेगळी होती, त्यामुळे अर्थाचे अनर्थ होत. त्या शब्दांचे भाव जरी सारखे असले, तरी त्यांचे गर्भितार्थ आणि त्यांची भावनात्मक उद्गारवाचक चिन्हे वेगळी होती, त्यामुळे गैरसमज होणे सहज शक्य होते. त्यामुळेच जेव्हा त्यांच्यात विसंवाद होत असे तेव्हा ते हे गृहीत धरत की, हे

गैरसमज अशा अपेक्षित गैरसमजांपैकीच आहेत की, जे थोड्याशा मदतीने मिटवता येणे सहज शक्य आहे. त्यांचा एकमेकांवर विश्वास होता आणि एकमेकांबद्दलचा स्वीकार होता, जो आज पाहायला मिळत नाही.

भावना व्यक्त करणे, विरुद्ध माहिती सांगणे

आजसुद्धा आपल्याला भाषांतरकारांची गरज पडते. स्त्री आणि पुरुष यांनी शब्द जरी सारखे वापरले असले तरी क्वचितच त्यांचे अर्थ सारखे असतात. उदाहरणादाखल जेव्हा स्त्री म्हणते, 'तू माझे कध्धी, कध्धी ऐकत नाहीस.' तिला 'कध्धीच' हा शब्द शब्दशः वापरायचा नसतो. 'कध्धीच' या शब्दामागे तिचे नैराश्य लपलेले असते. त्या क्षणाला तिला जे वाटते ते ती 'कध्धीच' मधून व्यक्त करते. त्याने ती सद्यःपरिस्थितीची माहिती म्हणून त्याकडे बघू नये.

आपल्या भावना जास्तीतजास्त चांगल्या प्रकारे व्यक्त करण्यासाठी बायकांना वाटते की, जणूकाही आपल्याकडे वेगवेगळी रूपके, अतिशयोक्ती आणि सर्वसामान्यीकरण वापरण्याचा परवानाच आहे.

आपल्या भावना चांगल्या प्रकारे व्यक्त करण्याचा काव्यमय परवाना आपल्याला मिळाला आहे आणि त्यायोगे अतिशयोक्ती, रूपके आणि सर्वसामान्यीकरण करण्याचा आपल्याला हक्क आहे, असे बायका मानतात. पुरुष गैरसमजाने त्याचा शब्दशः अर्थ घेतात. त्यांना शब्दांच्या वेगळ्या छटांचे ज्ञान नसते, त्यामुळे त्यांची प्रतिक्रिया बहुतेक वेळा असहकार्याची असते. खाली जो तक्ता दिला आहे, त्यामध्ये अशा दहा तक्रारी दिल्या आहेत, ज्यांचा अगदी सहजपणे चुकीचा अर्थ घेतला जातो आणि त्याचबरोबर पुरुषाची कशी असहकार्याची प्रतिक्रिया असते तेही दिले आहे.

दहा सर्वसामान्य तक्रारी : ज्यांच्याबाबत गैरसमज होणे सहज शक्य असते

स्त्री असे काहीसे म्हणते	पुरुष अशा प्रकारे व्यक्त होतो
♦ आपण कध्धीच बाहेर हिंडायला, फिरायला जात नाही.	♦ हे अजिबात खरे नाही. आपण मागच्याच आठवड्यात फिरायला गेलो होतो.
♦ प्रत्येक जण माझ्याकडे दुर्लक्ष करतो.	♦ काही जण तरी नक्कीच तुझी काळजी घेतात.
♦ मी आता इतकी दमली आहे	♦ गंमतच करतेस! इतकी काही तू

की, मला आता काहीच करणे शक्य नाही.	असाहाय्य नाहीयेस.
♦ आपल्या घरात नेहमीच खूप पसारा होतो.	♦ काहीतरीच काय? नेहमीच काही पसारा नसतो हं!
♦ मला आता सगळ्याचा कंटाळा आला आहे.	♦ तुला तुझ्या नोकरीचा कंटाळा आला असेल, तर दे सोडून.
♦ माझ्या बोलण्याकडे कोणाचेच लक्ष नसते.	♦ पण आत्ता या क्षणाला मी तुझेच तर ऐकतोय ना!
♦ कशाचाच उपयोग होत नाहीये.	♦ तुला काय म्हणायचेय, हा काय माझा दोष आहे?
♦ तुझे माझ्यावर प्रेमच नाही.	♦ अर्थातच आहे, नाहीतर मी इथे कशाला थांबलो असतो?
♦ आपली तर रोजच घाईगडबड असते, जरा निवांतपणा तो नाही.	♦ असे काही नाहीये! शुक्रवारी तर आपण किती निवांत होतो.
♦ मला अधिक शृंगार, संवाद, रसिकता हवी आहे.	♦ तुला असे म्हणायचे आहे का, माझा सहवास 'कंटाळवाणा' आहे!

तुम्ही पाहिलेत की, बायकांच्या बोलण्याचा शब्दश: अर्थ घेऊन पुरुष विपर्यास करून घेतात. कारण त्यांना एवढेच माहिती असते की, शब्द हे फक्त माहिती आणि वस्तुस्थिती दुसऱ्यापर्यंत पोहोचवण्याचे माध्यम असते. आपण असेही पाहिले की, पुरुषांच्या अशा प्रतिक्रियांमुळे भांडणाची ठिणगी पडते. अस्पष्ट आणि प्रेमरहित संवाद हीच पती-पत्नींच्या संबंधातील सर्वांत मोठी समस्या असते. स्त्रियांची पुरुषांबद्दलची नंबर एकची तक्रार हीच असते की, 'माझे कुणी ऐकूनच घेत नाही.' पण इतक्या मोठ्या गोष्टीचासुद्धा चुकीचा अर्थ काढून विपर्यास केला जातो.

पती-पत्नी नातेसंबंधातील स्त्रियांची एक नंबरची तक्रार म्हणजे 'माझे कुणी ऐकूनच घेत नाही,' पण या तक्रारीतूनसुद्धा पुरुष गैरअर्थ काढतात.

'माझे ऐकून घेतले जात नाही.' या तिच्या वाक्याचा शब्दश: अर्थ घेऊन पुरुष तिच्या भावना मोडीत काढतो आणि त्यांना निरर्थक ठरवून तिच्याशी वाद घालतो. त्याला वाटते, तिने त्याचे बोलणे ऐकले. कारण ती काय बोलली, हे तो शब्दन्‌शब्द सांगू शकतो. 'माझे कुणी ऐकून घेत नाही.' या स्त्रीच्या वाक्याला पुरुषाचे अपेक्षित भाषांतर म्हणजे, 'मला नेमके काय म्हणायचे आहे हे तुला कळलेले नाही' किंवा

'माझ्या भावना तू समजून घे. मला काय म्हणायचे आहे, त्याबद्दल तुला आस्था आहे, हे तू मला दाखवून दे.'

पुरुष जर खरोखरच तिची ही तक्रार समजावून घेऊ शकला, तर तो फारसा वाद घालणार नाही आणि अधिक सकारात्मक पद्धतीने तो तिला प्रतिसाद देऊ शकेल. जेव्हा स्त्री आणि पुरुष एकमेकांशी वाद घालण्याच्या बेतात येतात, त्या वेळी बहुधा त्यांनी एकमेकांना समजावून घेतलेले नसते आणि अशा वेळी त्यांनी जे ऐकले त्याचा पुनर्विचार करणे किंवा खरा अर्थ समजून घेणे, फार महत्त्वाचे असते.

स्त्रिया आपल्या भावना खूप वेगळ्या पद्धतीने व्यक्त करतात, हे बऱ्याच पुरुषांना समजत नाही. त्यामुळे ते आपल्या जोडीदाराच्या भावना समजून घेत नाहीत व त्यांना निरर्थक ठरवतात. आणि मग इथूनच भांडणाला सुरुवात होते. मंगळनिवासी पूर्वज मात्र तिच्या भावना योग्य पद्धतीने समजून घेऊन वादविवाद टाळायचे, नातेसंबंधात थोडे जरी घर्षण निर्माण झाले, तरी योग्य अर्थ समजून घेण्यासाठी ते लगेच शुक्र वा मंगळ वाक्यकोश उघडून बसायचे आणि मग बरोबर अर्थ लावायचे.

जेव्हा शुक्रवासिनी बोलू लागतात...

या पुढील भागात शुक्र वा मंगळ वाक्यकोशातील अनेक उतारे उद्धृत केले आहेत. या दहा तक्रारींपैकी प्रत्येक तक्रारीचे पुरुषाला समजेल, अशा भाषेत त्याचा गर्भितार्थ काय आहे, ते सांगण्यासाठी भाषांतर केलेले आहे. या प्रत्येक भाषांतरात तिला कशा प्रकारचा प्रतिसाद त्याच्याकडून हवा आहे, याचेदेखील विवेचन केले आहे. आपण पाहाल की, शुक्रवासिनी जेव्हा अस्वस्थ असते तेव्हा ती फक्त सामान्य विधाने करत नाहीतर विशिष्ट सहकार्याची तिची अपेक्षा असते. ही मदत किंवा हे सहकार्य ती साध्या-सरळ शब्दांमध्ये मागत नाही. कारण शुक्रावर सगळ्यांनाच ही आडवळणाची, नाटकी भाषा ज्ञात असते. विशेषत: जेव्हा एखादी मागणी असते तेव्हा! त्या प्रत्येक भाषांतरात आधारासाठी एक छुपी मागणी दडलेली आहे. पुरुषाने ती समजून घ्यायची आहे. जो पुरुष स्त्रीचे असे बोलणे ऐकताना त्यातील गर्भितार्थ समजून घेईल आणि त्याप्रमाणे तिची मागणी पूर्ण करेल, तेव्हाच तिला मनोमन हे पटेल की, त्याचे तिच्यावर प्रेम आहे आणि तो तिचे बोलणे लक्षपूर्वक ऐकतो.

शुक्र-मंगळ वाक्यकोश

१) 'आपण कध्धीच बाहेर फिरायला जात नाही.'

हे जर मंगळनिवासींच्या भाषेत भाषांतर करायचे झाल्यास असे :

'मला आज आपण दोघांनी एकत्र बाहेर जाऊन छान वेळ घालवावा असे

वाटते. आपण अशी मजा नेहमीच करतो आणि मला तुझ्या सहवासात खूप बरे वाटते. तुझा काय विचार आहे? मला आज रात्री जेवायला बाहेर नेशील का? आपण बरेच दिवसांत बाहेर जेवायला गेलो नाही.'

जर असे भाषांतर केले गेले नाहीतर जेव्हा स्त्री असे म्हणते की, 'आपण कध्धीच बाहेर फिरायला जात नाही.' तेव्हा पुरुषाला ते असे ऐकू येते, 'तू तुझे कर्तव्य पार पाडत नाहीयेस, तू माझी घोर निराशा केली आहेस. आपण दोघे हल्ली एकत्र नसतो. कारण तू अगदी आळशी, अरसिक आणि कंटाळवाणा आहेस.'

२) 'प्रत्येक जण माझ्याकडे दुर्लक्ष करत आहे.'

हे जर मंगळनिवासींच्या भाषेत भाषांतर करायचे झाल्यास असे :

'आज मला दुर्लक्षित वाटतेय आणि कोणाचे माझ्याकडे लक्ष नाही असे वाटते. मला असे वाटतेय की, कोणाला माझी उपस्थिती जाणवत नाहीये! अर्थातच मला हे माहिती आहे की, काही लोकांचे माझ्याकडे लक्ष आहे, पण तरीही त्यांना माझी काही किंमत नाही, असंच दिसतंय आणि मला वाटते, तूही हल्ली खूप कामात गर्क असतोस, त्यामुळे मी निराश झाले आहे. तू किती कष्ट करतोयस हे मला दिसतेय. मला त्याचे कौतुकसुद्धा आहे, पण तरीसुद्धा कधीकधी मला असे वाटते की, मी तुझ्यासाठी महत्त्वाची नाही. मला भीती वाटते की, माझ्यापेक्षाही तुझे काम तुला अधिक महत्त्वाचे वाटते. तू मला मिठीत घे आणि सांग की, तुझ्या आयुष्यात मला खास जागा आहे की नाही?'

जर असे भाषांतर केले गेले नाही, तर स्त्री जेव्हा म्हणते, 'प्रत्येक जण माझ्याकडे दुर्लक्ष करीत आहे.' तेव्हा पुरुषाला ते असे ऐकू येते, 'मी खूप दुःखी आहे. माझ्याकडे जसे लक्ष द्यायला हवे तसे ते दिले जात नाही. सगळेच निराशाजनक आहे. मला तुझ्याच प्रेमाची अपेक्षा आहे. तू माझ्यावर प्रेम करत नाहीस, याची मला लाज वाटायला हवी. मी तुझ्याकडे असे दुर्लक्ष कधीही केले नव्हते.

३) 'मी आता इतकी दमली आहे; काहीच करू शकणार नाही.'

मंगळनिवासींसाठी याचे भाषांतर असे :

'मी आज दिवसभर खूप काम केले आहे. आता मला विश्रांतीची खूप गरज आहे, तरच मी पुढील कामे करू शकेन. खरेच मला तुझा खूप आधार आहे, म्हणून मी स्वतःला भाग्यवान समजते. तू मला जवळ घे आणि मला सांग की, मी माझे काम चांगल्या प्रकारे करते आहे आणि आता मला विश्रांतीची गरज आहे.'

जर असे भाषांतर केले नाही, तर जेव्हा स्त्री म्हणते की, 'मी आता खूप दमले

आहे आणि आता मी काहीच करू शकणार नाही.' तेव्हा पुरुष त्याचा असा अर्थ घेतो की, 'सगळी कामे मीच काय म्हणून करायची! आणि तू मात्र तंगड्या पसरून बसायचे. ते काही नाही, तू यापेक्षा अधिक काम करायला पाहिजेस. मी एकटी हे करू शकत नाही. तू माझी अगदी निराशा केली आहेस. खरोखर मला 'ही-मॅन' हवा होता, तुझी निवड केली ही माझी सर्वांत मोठी चूक झाली.'

४) मला सगळं विसरायचं आहे!

मंगळनिवासींसाठी याचे भाषांतर असे :

मला म्हणायचं आहे की, मला माझं काम खूप आवडतं, माझं हे आयुष्यही! पण आज मी खूप कंटाळले आहे. आज मला फक्त माझ्यासाठी काहीतरी करायचंय! त्यामुळे मी पुन्हा पहिल्यासारखी 'जबाबदार' बनेन. 'तुला काय झालंय?' असं आज तू मला विचारशील? आणि मग कुठलेही सल्ले न देता फक्त माझंच ऐकून घेशील? मी किती तणावाखाली वावरतेय हे मला तुला सांगायचं आहे, तुझ्याशी बोलल्यावर माझं मन हलकं होईल; मग उद्या मी पुन्हा 'पहिल्यासारखी' होईन- सगळं सांभाळायला!

जर असे भाषांतर केले नाहीतर स्त्री म्हणते की, 'मला सगळं विसरायचं आहे!' तर पुरुषाला असे ऐकू येते की, मला आवडत नसलेली सगळी कामं मला तुझ्यामुळे करावी लागतात. मला या आयुष्याचा, तुझा – सगळ्याचाच कंटाळा आलाय! तुझ्यापेक्षा चांगला जोडीदार मला होता, जो मला चांगलं आयुष्य देऊ शकला असता. तुझं वागणं सहनशक्तीच्या पर्लकडे आहे.

५) 'आपल्या घरात नेहमीच खूप पसारा असतो.'

मंगळनिवासींसाठी याचे भाषांतर असे :

'आज मला आराम करावासा वाटतोय, पण घरभर पसारा झालाय; घर व्यायलंय जणू! मी खूप वैतागले आहे आणि मला विश्रांतीची गरज आहे. मी हा पसारा आत्ताच आवरावा अशी अपेक्षा तू माझ्याकडून ठेवू नकोस. खूप पसारा झाला आहे हे पटते ना तुला? मग मला स्वच्छतेत तू मदत करशील ना?'

जर हे भाषांतर केले गेले नाहीतर जेव्हा स्त्री म्हणते, 'आपल्या घरात नेहमीच खूप पसारा असतो.' तेव्हा पुरुषाला असे ऐकू येते की, 'हा सर्व पसारा तूच केला आहेस. तू स्वत:ला बदलल्याशिवाय मी तुझ्याबरोबर राहू शकणार नाही. एकतर हा पसारा आवर, नाहीतर इथून निघून जा.'

६) 'मला आता सगळ्याचा खूप कंटाळा आला आहे.'

मंगळनिवासींसाठी याचे भाषांतर असे :

'मला माझे काम आणि माझे जीवन आवडते, हे तुला समजावे अशी माझी इच्छा आहे, पण आज मात्र मला खूप काम पडल्यामुळे मी खूप वैतागले आहे. आता फक्त माझे मन रमेल असेच काहीतरी माझ्या स्वतःसाठी करायची माझी इच्छा आहे, तरच मी माझ्या जबाबदाऱ्या पेलू शकेन. तू मला फक्त एवढेच विचारावेस की, 'तुला काय झालंय?' आणि मग मी जे सांगेन ते तू लक्षपूर्वक ऐकावेस आणि मला सहानुभूती द्यावीस आणि कृपा करून कोणतेही उपाय सुचवू नयेस, करशील का एवढे? माझ्या मनावर किती ताण आहे हे तू समजून घ्यावेस एवढेच मला वाटते. एवढ्यानेसुद्धा मला खूप बरे वाटेल, माझे मन शांत होईल आणि उद्या मी पुन्हा पूर्ववत जबाबदार बनेन आणि नेहमीच्या कामांना लागेन.'

पण जर असे भाषांतर केले गेले नाहीतर जेव्हा स्त्री म्हणते, 'मला आता सगळ्याचा खूप कंटाळा आला आहे.' तेव्हा पुरुषांना असे ऐकू येते की, 'माझी इच्छा नसताना मला खूप काम करावे लागते. मी तुझ्याबरोबर आणि आपल्या या नातेसंबंधात खूप दुःखी आहे. मला यापेक्षा अधिक चांगला जोडीदार हवा होता, जो मला सुखसमाधान देऊ शकेल. तुझे वागणे फारच भयंकर आहे.'

७) 'माझ्या बोलण्याकडे कोणाचेच लक्ष नसते.'

मंगळनिवासींसाठी याचे भाषांतर असे :

'मला अशी भीती वाटते आहे की, मी तुला कंटाळा तर आणत नाहीये ना? मी तुला आवडत नाही अशीही भीती मला वाटते आहे. आज मी खूप हळवी झाली आहे. तू आज माझ्याकडे खास लक्ष देशील का? मला ते खूप आवडेल. माझा आजचा दिवस खूप वाईट गेला आणि मला जे काही सांगायचे आहे, ते कोणी ऐकूनच घेणार नाही असे मला वाटते आहे.'

तू माझे बोलणे काळजीपूर्वक ऐकून अधून-मधून मला धीर देणारे प्रश्न विचारशील का? जसे, 'आज काय घडले?', 'आणखी काय-काय घडले?', 'तुला कसे वाटतेय?', 'तुला काय हवे आहे?', 'तुला आणखी काय वाटते?', तुला माझ्याबद्दल आस्था दाखवणारी, तुझ्या मनात माझ्याबद्दल असलेले प्रेम दर्शविणारी मला आधार देणारी विधाने करशील का?, जशी, 'हं, पुढे काय झाले?', 'तुझे बरोबरच आहे', 'मला समजतेय, तुला काय म्हणायचे ते', 'कळले' किंवा मग फक्त काळजीपूर्वक ऐक आणि मी जेव्हा थांबेन तेव्हा-तेव्हा 'हूं-हूं' असे म्हण. (लक्षात घ्या शुक्रावर पोहोचण्यापूर्वी मंगळनिवासींनी हा ध्वनी यापूर्वी ऐकला नव्हता.)

या भाषांतराशिवाय जेव्हा स्त्री म्हणते, 'माझ्या बोलण्याकडे कोणाचेच लक्ष नाहीये' तेव्हा पुरुष असे ऐकतो की, 'माझे लक्ष फक्त तुझ्याकडेच असते, पण तुला ते समजत नाही. तुला या सगळ्याची सवयच झाली आहे, पण तू मात्र माझ्या बोलण्याकडे कधीच लक्ष देत नाहीस, माझे कधी ऐकून घेत नाहीस. तू नेहमीच असे करतोस. तुझ्याबरोबर दिवस काढणे खरेच कठीण होत चालले आहे. मला याचा कंटाळा आला आहे. मला कोणीतरी उत्साह असलेली, प्रफुल्लित व्यक्तिमत्त्वाची साथसोबत हवी आहे आणि तू नक्की तसा नाही आहेस. तू माझी घोर निराशा केली आहेस. तू स्वार्थी, निष्काळजी आणि वाईट आहेस.'

८) 'कशाचाच उपयोग होत नाहीये.'

मंगळनिवासींसाठी याचे भाषांतर असे :

'आज मी खूप उद्विग्न झाली आहे आणि खरेच मी याबद्दल देवाचे आभारच मानायला हवे की, कमीतकमी तुझ्याशी तरी मी या भावना वाटून घेऊ शकते, त्यामुळे मला बरे वाटण्यास खूप मदत होते. आज मात्र माझ्या मनात मळभ दाटून आले आहे की, सारेच व्यर्थ आहे; कसलाच उपयोग नाही. मला पटते की, हे खरे नाही, पण जेव्हा मी अशी उद्विग्न होते, तेव्हा माझ्या मनात असेच नकारात्मक विचार दाटून येतात. तू जरा मला घट्ट मिठी मारून असे म्हणशील का की, 'मी खूप महान कार्य करते आहे.' तेवढ्यानेसुद्धा मला खूप बरे वाटेल.

या भाषांतराशिवाय स्त्री जेव्हा म्हणते की, 'कशाचाच उपयोग होत नाहीये.' तेव्हा पुरुष असे ऐकतो की, 'तू कोणतेच काम धड करत नाहीस. मी इथून पुढे तुझ्यावर विश्वास टाकू शकत नाही. मी तुझे ऐकले नसते, तर या संकटात सापडलेच नसते. तुझ्याऐवजी दुसरा कोणी पुरुष असता, तर त्याने हे सगळे छान जमवून दिले असते, पण तू परिस्थिती अधिक बिघडवली आहेस.'

९) 'तुझे माझ्यावर प्रेमच नाही.'

मंगळनिवासींसाठी याचे भाषांतर असे :

'का कोणास ठाऊक पण आज मला असे वाटते आहे की, तुझे माझ्यावर प्रेमच नाही. मीच तुला दूर ढकललेय का अशी मला भीती वाटते. मला माहिती आहे की, तू माझ्यावर मनापासून प्रेम करतोस, तू माझ्यासाठी खूप काही करतो, पण आज मला जरा असुरक्षित वाटते. मला तुझ्याकडून तुझ्या प्रेमाची खात्री पटवून देणारे काहीतरी हवे आहे. ते तीन जादूई शब्द : 'आय लव्ह यू' तू माझ्यासाठी उच्चारशील का? तू जेव्हा असे म्हणतोस तेव्हा मला खूप बरे वाटते.

या भाषांतराशिवाय स्त्री जेव्हा म्हणते, 'तुझे माझ्यावर प्रेमच नाही.' तेव्हा पुरुष

असे ऐकतो की, 'माझ्या आयुष्याची सगळ्यात चांगली वर्षं मी तुला दिली, पण तू मला काहीच दिले नाहीस. तू मला फक्त वापरून घेतलेस. तू अत्यंत स्वार्थी आणि निष्ठुर आहेस. तुला जे काय करायचे असेल, ते कर स्वत:साठी आणि फक्त स्वत:साठी! तुला दुसऱ्या कुणाचीच पर्वा नाही. मीच मूर्ख, तुझ्यावर प्रेम केले. आता माझ्याजवळ काहीच उरले नाही.

१०) 'आपली तर रोज घाई गडबड असते. जरा निवांतपणा तो नाहीच.'

मंगळनिवासींसाठी याचे भाषांतर असे :

'आज माझी एकच धांदल उडून गेली आहे. मला ही असली घाई गडबड आवडत नाही. आपले जीवन इतके घाई गडबडीचे नसावे असे मला वाटते. मला हे कळते की, यात कोणाचीच चूक नाही. मी तुला तर अजिबातच दोष देत नाही. मला माहिती आहे, आम्हाला सगळ्यांना तिकडे वेळेवर पोहोचवण्यासाठी तू जिवाचे रान करतो आहेस आणि खरेच तू आमच्या सगळ्यांची एवढी काळजी घेतोस ते पाहून मला कौतुक वाटते. सहानुभूतीने तू असे काही म्हणशील का, 'खरेच इतक्या घाई गडबडीत काही करणे कर्मकठीण असते आणि मलाही ही घाई गडबड आवडत नाही.'

या भाषांतराशिवाय स्त्री जेव्हा म्हणते, 'आपली तर रोजच घाई गडबड असते.' तेव्हा पुरुष असे ऐकतो की, 'तू खूप बेजबाबदार आहेस. कोणतीही गोष्ट करताना तू अगदी शेवटच्या मिनिटापर्यंत वाट पाहातोस, तुझ्याबरोबर मी कधीच सुखी होऊ शकणार नाही. उशीर टाळण्यासाठी आपल्याला नेहमी घाई, गडबड करावी लागते. प्रत्येक वेळी तुझ्याबरोबर कोठे जायचे म्हणजे हा गोंधळ, ही आरडाओरड ठरलेलीच असते. जेव्हा मी तुझ्या बरोबर नसते तेव्हा अधिक सुखी असते.'

११) 'मला अधिक शृंगार, रसिकता हवी आहे.'

मंगळनिवासींसाठी याचे भाषांतर असे :

'माझ्या राजा, तू हल्ली किती उशिरापर्यंत काम करतोस! जरा आपल्या दोघांसाठीही कामातून वेळ काढ ना! आपण जेव्हा निवांत असतो, मुले आवतीभोवती बागडत नसतात आणि कामाचा ताणतणाव नसतो, तेव्हा मला खूप आवडते; खरे तर तू खूप रसिक आहेस. कधीतरी माझ्यासाठी फुले आणून मला आश्चर्याचा गोड धक्का दे ना! आणि एखाद्या संध्याकाळी मला जेवायला बाहेर घेऊन जा ना! तू अशा रसिक पद्धतीने माझ्यावर प्रेम केलेले मला खूप आवडेल.'

या भाषांतराशिवाय स्त्री जेव्हा म्हणते, 'मला अधिक शृंगार, रसिकता हवी आहे.' तेव्हा पुरुष असे ऐकतो, 'तू मला तृप्त करत नाहीस. मला तू आवडावास

असे तू वागत नाहीस. तुझी रसिकता, तुझी कौशल्यं नक्कीच अपुरी आहेत. तू मला कधीच परिपूर्णता दिली नाहीस. बाकीचे नवरे बघ – किती रसिकतेने वागतात, नाहीतर तू!'

अनेक वर्षं हा वाक्यकोश अभ्यासल्यानंतर स्त्री जेव्हा दोष देते किंवा टीका करते, तेव्हा आता पुन्हा तो उघडून बघायची गरज वाटत नाही, कारण आता हळूहळू स्त्रियांची भाषा आणि त्यांचे विचार समजू लागले आहेत. तो आता हे शिकला की, त्यांच्या बोलण्यातील नाट्यमयता फार गंभीरपणे घ्यायची नसते. शुक्रवासिनींची स्वत:ला जास्तीतजास्त तीव्रतेने व्यक्त करण्याची ही पद्धत आहे. शुक्रावर हे असेच वागतात, असेच बोलतात आणि म्हणून मंगळावरील लोकांनी हे कायम लक्षात ठेवायचे असते.

जेव्हा मंगळनिवासी अबोल होतात...

पुरुषांसमोरचे मोठे आव्हान म्हणजे, स्त्री आपल्या भावनांविषयी बोलत असताना त्या बोलण्याचा अर्थ समजून घेणे आणि तिला आधार देणे! तर पुरुष जेव्हा गप्प असतो, तेव्हा त्याला नीट समजावून घेऊन आधार देणं, हे स्त्रियांसमोरचे मोठे आव्हान असते. पुरुषांच्या गप्प राहण्याचा स्त्रिय नेहमीच चुकीचा अर्थ घेतात.

स्त्रियांसमोरील सर्वांत मोठे आव्हान म्हणजे जेव्हा पुरुष बोलत नाही, तेव्हा त्याला योग्य पद्धतीने समजावून घेणे व आधार देणे.

खूपदा असे घडते की, पुरुष अचानक बोलायचा थांबतो आणि एकदम शांत बसतो. शुक्रावर हे सगळे अपरिचित असते. सुरुवातीला जेव्हा असे लक्षात आले, तेव्हा स्त्रियांना वाटले की, तो बहिरा झाला की काय? तिला असे वाटले की, ती जे काही बोलते आहे ते त्याला ऐकू येत नाही, म्हणून तर तो काहीच प्रतिक्रिया देत नाही?

तुम्ही बघताच की, स्त्री आणि पुरुष यांची विचार करण्याची आणि माहितीचा वापर करण्याची पद्धत वेगळी आहे. बायका विचारसुद्धा मोठ्याने करतात. त्यांच्या शोधमोहिमेची देवघेव आपसात मोठ्या मनोहारी पद्धतीने चालू असते. अगदी आजसुद्धा तिला एखादी गोष्ट कोणाला सांगायची असल्यास त्यासाठी लागणारा मालमसाला स्त्रिया एकमेकींशी बोलण्यातून मिळवतात. आपल्या विचारांना मुक्तपणे हवेत तरंगत त्यांना शब्दरूप देऊन लोकांच्या कानांपर्यंत पोहोचवण्याची तिची अंत:प्रेरणा तिच्याकडून ती कृती सहज घडवून घेते. ही प्रक्रिया अगदी सामान्य आहे

आणि विशेषत: काही वेळेस महत्त्वाचीसुद्धा ठरते.

आपल्या माहितीचा वापर करण्याची पुरुषांची प्रक्रिया मात्र यापेक्षा फार वेगळी आहे. त्यांनी जे ऐकले किंवा अनुभवले त्या विषयी बोलण्यापूर्वी त्यावर विचार करण्यातच ते मग्न होतात. शांत आणि स्तब्ध असतानाच योग्य प्रतिक्रिया त्यांच्या मनात आकारास येत असते. ही प्रतिक्रिया मनातल्या मनात हे सुसूत्रित बांधतात आणि नंतरच मग त्याचा उच्चार करतात, तोपर्यंत नाही! या प्रक्रियेला काही मिनिटांपासून ते काही तासांपर्यंत वेळ लागू शकतो. जर उत्तर देण्याजोगी पुरेशी माहिती त्याच्याकडे नसेल तर तो काहीच प्रतिक्रिया देत नाही, त्यामुळे स्त्री अधिकच गोंधळात पडते.

स्त्रियांनी हे समजून घेतले पाहिजे की, जेव्हा तो शांत आणि स्तब्ध असतो तेव्हा तो म्हणत असतो, 'काय बोलायचे ते मी अजून ठरवले नाही, पण मी अजून त्याबद्दल विचार करतोय.' त्याऐवजी तिला असे ऐकू येते की, 'मला तुझी पर्वा नाही, म्हणून मी तुला काहीच प्रतिसाद देत नाही आणि मी तुझ्याकडे लक्षही देणार नाही. तू जे काही बोललीस ते माझ्यासाठी महत्त्वाचे नाही आणि म्हणून मी प्रतिसाद देत नाही.'

त्याच्या अबोल्यावरची तिची प्रतिक्रिया

स्त्रिया-पुरुषांच्या गप्प राहण्याबद्दल गैरसमज करून घेतात. त्या दिवशी तिची मन:स्थिती कशी आहे, त्यावर तिच्या काल्पनिक चिंतांची तीव्रता अवलंबून असते – जसे की, 'तो माझा तिरस्कारच करतो, त्याचे माझ्यावर प्रेमच नाही; तो मला कायमचा सोडून जाईल' वगैरे, वगैरे आणि मग ही भीतीच तिच्या अंतरंगातील खोलवरच्या भीतीला पृष्ठभागावर आणते की, 'मला भीती वाटते की, त्याने मला जर नाकारले, तर माझ्यावर कोणीच प्रेम करणार नाही; मी कोणाच्याच प्रेमाला पात्र असणार नाही.'

जेव्हा पुरुष बोलत नाही तेव्हा बाई इतका वाईट विचार करते. कारण ती जेव्हा शांत असते, तेव्हा एकतर तिला जे बोलायचे असते, ते प्रचंड दुखावणारे तरी असते किंवा ती ज्या व्यक्तीशी अबोला धरते, त्याच्यावर तिचा अजिबात विश्वास नसतो आणि त्याच्याशी तिला कायमसाठी संबंध तोडायचे असतात. अशा परिस्थितीत जेव्हा पुरुष अबोला धरतात, तेव्हा तिला जर असुरक्षित वाटले, तर त्यात काही नवल नाही.

जेव्हा पुरुष गप्प बसतात, तेव्हा बायका खूप वाईट विचार करतात. म्हणतात ना, 'मन चिंती ते वैरी ना चिंती!'

एक स्त्री जेव्हा दुसऱ्या स्त्रीचे बोलणे काळजीपूर्वक ऐकते, तेव्हा ती त्या बोलणाऱ्या स्त्रीला सतत खात्री पटवून देते की, तिला तिच्याबद्दल आस्था आहे. बोलता-बोलता ती दुसरी स्त्री क्षणभरासाठी थांबली, तर ती तिला ओह् ऽऽ अूंह ऽऽ हंऽऽ आऽ आहा किंवा हूँ! असे काही ना काही प्रतिसाद देत राहते.

पण पुरुष मात्र ती बोलताना असे कोणतेच प्रतिसाद देत नाही, तेव्हा तिला ते फार भयावह वाटते. 'पुरुषांची गुहा' हा नेमका काय प्रकार आहे, हे जेव्हा स्त्रिया समजून घेतील, तेव्हा त्यांना त्यांच्या शांततेचा गर्भितार्थ समजेल आणि मग त्या त्यांना प्रतिसाद देऊ शकतील.

गुहेची ओळख

स्त्री आणि पुरुष यांच्यातील नातेसंबंध खऱ्या अर्थाने बहरण्यापूर्वी स्त्रियांना पुरुषांबद्दल खूप काही जाणून घ्यावे लागेल. त्यांना हे समजावून घ्यावे लागेल की, जेव्हा पुरुष ताणतणावातून जात असतो आणि अस्वस्थ असतो तेव्हा त्याच्याही नकळत आपोआप तो बोलणे थांबवतो आणि त्याला सतावणाऱ्या प्रश्नांवरची उत्तरे शोधण्यासाठी तो गुहेमध्ये जाऊन बसतो. स्त्रियांना हेसुद्धा कळले पाहिजे की, या गुहेत कोणालाही प्रवेश नसतो, अगदी त्याच्या जवळच्या मित्रांनासुद्धा! मंगळावर हीच पद्धत आहे. स्त्रियांनी विनाकारण आपलेच काहीतरी चुकले या कल्पनेनं धास्तावून जाऊ नये. त्यांनी हे शिकून घ्यावे की, त्यांनी जर त्यांच्या पुरुषांना काही काळासाठी गुहेमध्ये शांतपणे बसू दिले, तर थोड्याच वेळात ते बाहेर येतील आणि मग सगळे काही चांगले होईल.

बायकांसाठी हा धडा शिकणे म्हणजे मोठी अवघड गोष्ट होती, कारण शुक्रावरचा सगळ्यात महत्त्वाचा नियम हाच की, 'तुमच्या मैत्रिणीला अस्वस्थ अवस्थेत एकटे सोडून जाणे तिला कसे आवडेल? कारण तिला त्याची काळजी वाटते, म्हणून तिला त्याला मदत करण्यासाठी त्याच्या गुहेत जायचे असते.

शिवाय तिचा हा एक गैरसमज असतो की, ती त्याला नेहमी त्याच्या मन:स्थितीबद्दलचे प्रश्न विचारून तो जे सांगेल ते ती लक्षपूर्वक ऐकते, त्यामुळे त्याला बरे वाटते. खरे तर या प्रश्नांच्या सरबत्तीनुळेच तो कातावतो. तिला ज्या प्रकारचा मानसिक आधार लागतो, त्याच प्रकारचा मानसिक आधार ती त्याला देऊ करते. तिचा हेतू चांगला असतो, पण त्याचा परिणाम मात्र त्याच्या उलट होतो.

एकमेकांच्याप्रती आस्था दाखवण्याची जी पद्धत आपल्याला योग्य व गरजेची वाटते, तीच आपल्या जोडीदारासाठी वापरायची हा हट्ट स्त्री व पुरुष दोघांनीही सोडला पाहिजे, आपल्या जोडीदाराची विचार करण्याची पद्धत, प्रतिक्रिया व्यक्त

होण्याची पद्धत आणि त्याच्या वा तिच्या भावना समजून घेणे गरजेचे आहे.

पुरुष गुहेत का जातात?

पुरुष गुहेत जातात किंवा शांत बसून राहतात, त्या मागे अनेक कारणे आहेत :

१. एखाद्या समस्येवर विचार करून उपाय शोधून काढण्यासाठी त्यांना गुहेत जाण्याची गरज पडते.

२. एखाद्या प्रश्नाचे किंवा समस्येचे उत्तर त्याच्याकडे नसते. पुरुषांना असे कधी शिकवलेलेच नसते की, 'अर्र! याचे उत्तर माझ्याकडे नाही.' आणि म्हणून मी आता गुहेत जातो आणि उत्तर शोधून आणतो. इतर पुरुषांना तो शांत का आहे, या मागचे कारण स्वानुभवावरून समजलेले असते.

३. तो अस्वस्थ झाला आहे किंवा ताणतणावामध्ये आहे, अशा वेळी त्याला एकट्याला राहायचे असते आणि परिस्थितीवर पुन्हा नियंत्रण मिळवायचे असते. पश्चात्ताप करावा लागेल, असे काही बोलण्याची वा करण्याची त्याची इच्छा नसते.

४. त्याला आत्मशोध घेण्याची गरज वाटते. हे चौथे कारण त्याच्यासाठी फार महत्त्वाचे असते. विशेषत: जेव्हा ते प्रेमात पडतात, तेव्हा काही वेळेस ते इतके आत्ममग्न होतात की, स्वत:ला विसरून जातात. कोणी त्यांना फार जवळीक दाखवली तर त्यांना वाटते की, त्यांची शक्ती कोणी शोषून घेते आहे. कोणाला किती जवळ येऊ द्यायचे यावर ते नियंत्रण ठेवतात. कोणी जर त्याच्या फार जवळ येऊ पाहिले की, लगोलग त्यांच्या मेंदूत धोक्याच्या घंटा घणघणू लागतात आणि मग ते गुहेचा रस्ता पकडतात, त्यामुळे त्यांच्या आत्म्याला नवचैतन्य मिळते आणि मग पुन्हा प्रेमळ व सशक्त असा 'मी' परत मिळतो.

स्त्रिया इतके का बोलतात...

बायका अनेक वेगवेगळ्या कारणांसाठी बोलतात. काही वेळेस तर पुरुष ज्या कारणासाठी बोलणे थांबवतात, त्याच कारणासाठी बायका एवढे जास्त बोलतात, तरीही पुढील चार कारणांसाठी बायका बोलतात.

१. माहिती मिळवण्यासाठी किंवा माहिती पुरवण्यासाठी (पुरुष बहुधा फक्त एवढ्या एकाच कारणासाठी बोलतात.)

२. तिला स्वत:ला नेमके काय म्हणायचे आहे हे जाणून घेण्यासाठी (त्याला नेमके काय बोलायचे आहे, याचा आराखडा बनवण्यासाठी तो बोलायचा थांबतो, तर मोठ्याने विचार करण्यासाठी ती बोलते.)

३. ती जेव्हा अस्वस्थ असते, तेव्हा बरे वाटण्यासाठी आणि स्वत:कडे दुसऱ्यांचे लक्ष वेधून घेण्यासाठी (तो अस्वस्थ असतो तेव्हा बोलणे थांबवतो. त्याच्या गुहेमध्ये त्याला शांत होण्यास वेळ मिळतो.)

४. जवळीक साधण्यासाठी तिच्या अंतर्मनातील भावना व्यक्त करून स्वत:मधील प्रेमिका जागवण्यासाठी. (स्वत:चा शोध घेण्यासाठी मंगळनिवासी बोलणे थांबवतो. खूप जास्त जवळीक कुणी साधली, तर त्याचे स्वत्व त्याच्यापासून हिरावून घेतले जाईल, अशी भीती त्याला वाटते.)

स्त्री आणि पुरुष यांनी आपल्यातील फरक व वैशिष्ट्ये आणि गरजा समजावून घेणे खूप गरजेचे आहे. ज्यांना हे समजत नाही, अशी जोडपी नातेसंबंधांमध्ये एकमेकांशी भांडताना दिसतात.

आगीत होरपळणे...

स्त्रियांसाठी हे खूप महत्त्वाचे असते की, पुरुष तुमच्याशी बोलण्यास तयार असल्याशिवाय त्याच्याशी बोलण्याचा प्रयत्न करू नका. माझ्या सेमिनार्समध्ये एकदा हा विषय चर्चेला घेतला असता, गावाकडील एका तरुण विवाहित अमेरिकन स्त्रीने तिचा अनुभव मांडला. तिच्या जमातीमध्ये आया आपल्या विवाहेच्छुक मुलींना असा इशारा देत असत की, जेव्हा आपला पती अस्वस्थ असेल किंवा एखाद्या ताणतणावाखाली असेल, तेव्हा तो त्याच्या गुहेत जाऊन बसेल. अशा वेळी विनाकारण स्वत:वर दोष ओढवून घेऊ नये. कारण असे वारंवार घडू शकते, याचा अर्थ असा नाही की, त्याचे तिच्यावर प्रेम नाही. आया त्यांना खात्रीने हे सांगत की, तो गुहेतून नक्की परत येतो, पण सगळ्यात महत्त्वाचा इशारा हा की, कधीही त्यांच्या मागोमाग गुहेत जाण्याचा प्रयत्न करू नका. जर तिने असे केलेच, तर दरवाजावरील आग ओकणारा पहारेकरी अजगर तिला जाळून टाकेल.

पुरुषाच्या गुहेत कधीही प्रवेश करू नका, नाहीतर दरवाजावरील आग ओकणारा अजगर तुम्हाला जाळून टाकेल.

ज्या बायका त्यांच्या पुरुषांच्या मागोमाग गुहेत शिरल्या, त्यांनी विनाकारणच मोठा संघर्ष ओढवून घेतला. बायकांना हे समजले नाही की, पुरुष जेव्हा अस्वस्थ असतो, तेव्हा त्याला शांतपणे एकट्याला राहायचे असते, जेव्हा पुरुष गुहेत शिरतो, तेव्हा बायकांना हे समजत नाही की, आत नेमके काय चालले आहे, साहजिकच ती त्याला बोलते करण्याचा प्रयत्न करते. जर त्याला काही समस्या असेल, तर साहजिकच त्याला मानसिक आधार द्यावा ही तिची प्रामाणिक इच्छा

असते. कारण स्वत:वरून ती असे अनुमान काढते की, 'बोलले की बरे वाटेल' आणि ती त्याला बोलायला भाग पाडते.

ती त्याला विचारते, 'काही (बि)घडले आहे का?' तो म्हणतो, 'नाही!' पण तो अस्वस्थ आहे, हे तिला स्पष्ट जाणवते. तो आपल्या भावना दाबून का ठेवतो हे तिला समजत नाही; त्याला त्याच्या समस्यांवर उपाय शोधू न देता, ती तिच्याही नकळत त्याच्या विचारमंथनात अडथळे आणते. ती पुन्हा त्याला विचारते, 'तू कसल्या तरी अडचणीत सापडलायेस, मला माहितीये! काय आहे ते?'

तो म्हणतो, 'छे! काही नाही.'

ती पुन्हा विचारते, 'काहीच नाही? नाही-नाही काहीतरी आहे! तुला कसे वाटतेय?'

तो म्हणतो, 'हे बघ! मी उत्तम आहे. आता तरी मला एकट्याला राहू दे.' त्यावर ती म्हणते, 'तू माझ्याशी असे वागूच कसे शकतोस? हल्ली तू माझ्याशी नीट बोलतदेखील नाहीस. तुला काय होतेय, ते तू सांगितल्याशिवाय मला कसे कळणार? तुझे माझ्यावर प्रेमच नाही; म्हणून तर तू मला असा दूर लोटतोस.'

या क्षणी मात्र त्याचा संयम संपतो आणि मग तो असे काही भात्यातील खास वाग्बाण सोडतो की, त्याचा त्याला पश्चात्ताप होतो. त्याचा दरवाजावरील आग ओकणारा अजगर बाहेर येतो आणि तिला जाळून टाकतो.

मंगळनिवासी बोलू लागतात तेव्हा...

अजाणतेपणाने बायका जेव्हा पुरुषाच्या आत्मशोधाच्या काळात त्याच्यावर अतिक्रमण करतात, तेव्हाच फक्त त्यांना चटके बसतात असे नव्हे, तर त्याच्या अबोलपणाबाबत गैरसमज करून घेतात तेव्हाही त्यांना चटके बसतात. मग तो गुहेत बसलेला असू दे अथवा गुहेत जाण्याच्या मार्गावर असू दे... मंगळनिवासीला जेव्हा विचारले जाते, 'काय झाले?' तेव्हा तो म्हणतो, 'काही नाही.' किंवा 'मी ठीक आहे.'

त्याची ही तुटक उत्तरे म्हणजे शुक्रवासिनींना स्पष्ट इशारा असतो की, आता त्याला विचारमंथन करण्यासाठी एकटे सोडण्याची गरज आहे. 'मला अस्वस्थ वाटते आहे आणि मला एकटे राहण्यासाठी थोडा वेळ दे!' असे स्पष्ट सांगण्याऐवजी पुरुष गप्प बसतात.

येथे जो तक्ता दिला आहे, त्यामध्ये साधारणपणे पुरुषांकडून व्यक्त होणाऱ्या सहा संक्षिप्त इशाऱ्यांची यादी आणि त्या वेळी स्त्रियांची त्यांच्याही नकळतपणे होणारी असहकार्याची प्रतिक्रिया याची यादी दिली आहे.

सहा सर्वसाधारण संक्षिप्त इशारे :

...जेव्हा स्त्री विचारते, 'काय झाले?'

पुरुष उवाच	स्त्रीची प्रतिक्रिया
• 'मी ठीक आहे.' किंवा 'सगळे ठीक आहे.'	• मला माहितीये नक्कीच काहीतरी घडलंय, काय आहे ते?
• 'मी उत्तम आहे.' किंवा 'उत्तम चाललेय.'	• पण तुम्ही अस्वस्थ दिसताय, सांगा ना मला.
• 'अगं! काहीसुद्धा नाही.'	• मला तुम्हाला मदत करावीशी वाटते. मला माहितीये तुम्हाला कुठली तरी चिंता सतावत आहे. कोणती ते तरी सांगा.
• 'काही विशेष नाही गं!' किंवा 'मी छान आहे.'	• नक्की? मला तुम्हाला मदत करायला आवडते.
• 'फारसे काही नाही गं!'	• पण तुम्हाला काहीतरी त्रास होतोय. आपण त्याबद्दल बोलू या.
• 'काहीही समस्या नाही.'	• असे कसे? नक्कीच काहीतरी समस्या आहे, मी तुम्हाला मदत करू शकते.

जेव्हा पुरुष याप्रमाणे संक्षिप्त वाक्ये बोलतो तेव्हा समजावे की, शक्यतो तिने त्याला आत्ता मुकाट्याने स्वीकारावे आणि त्याला एकटे राहू द्यावे. अशा वेळी गैरसमज आणि निष्कारण भीती टाळण्यासाठी शुक्रवासिनी आपला मंगळ-शुक्र वाक्यकोश काढून बसतात. हे वाक्यकोश नसतात तर शुक्रवासिनींचे मंगळनिवासींच्या संक्षिप्त संज्ञांमुळे पराकोटीचे गैरसमज झाले असते.

बायकांना हे समजले पाहिजे की, जेव्हा पुरुष म्हणतो, 'मी ठीक आहे.' तेव्हा ते अशा आशयाचे संक्षिप्त रूप असते की, मी ठीक आहे. कारण मी एकटा माझ्या समस्या सोडवू शकतो, मला कोणाच्या मदतीची गरज नाही. माझी काळजी करू नकोस. एवढाच मला तुझा आधार हवा आहे. मी स्वत: माझे प्रश्न सोडवू शकतो, यावर विश्वास ठेव.

हा गर्भितार्थ समजून न घेता जेव्हा तो अस्वस्थ असतानाही म्हणतो, 'मी ठीक आहे.' तेव्हा ते तिला असे ऐकू येते की, तो त्याच्या भावनांना किंवा समस्यांना नाकारतो

आहे, मग तीच काय समस्या असावी याचा अंदाज बांधते व त्याच्याशी त्या अनुषंगाने बोलते, त्याला प्रश्न विचारते. तिला हे समजत नाही की, या संक्षिप्त भाषेच्या आड काय दडलेय! मंगळनिवासींच्या वाक्यकोशातील काही उतारे पुढे दिले आहेत.

मंगळ-शुक्रवासिनी वाक्यकोश

१) 'मी ठीक आहे.'

याचे शुक्रवासिनींच्या भाषेत रूपांतर असे :

'मी ठीक आहे. मी माझ्या समस्या एकट्याने सोडवू शकतो. मला कुणाच्या मदतीची गरज नाही, आभारी आहे.'

या भाषांतराशिवाय, 'मी ठीक आहे.' असे जेव्हा तो म्हणतो, तेव्हा तिला असे ऐकू येते, 'मी अस्वस्थ नाही, कारण मला कुणाचीच पर्वा नाही.' किंवा 'मला माझ्या नकारात्मक भावना तुझ्याबरोबर वाटून घ्यायच्या नाहीत. माझा तुझ्या मदतीवर विश्वास नाही.'

२) 'मी उत्तम आहे.'

याचे शुक्रवासिनींच्या भाषेत रूपांतर असे :

'मी उत्तम आहे, याचे कारण माझी माझ्या समस्येच्या उकलीसाठी यशस्वी वाटचाल चालू आहे. मला कोणाच्याच मदतीची गरज नाही. हं! जेव्हा मला मदत लागेल तेव्हा मी सांगेन.'

या भाषांतराशिवाय जेव्हा तो, 'मी उत्तम आहे.' असे म्हणतो तेव्हा तिला ते असे ऐकू येते की, 'जे काही घडले आहे, त्याची मला पर्वा नाही. ही समस्या माझ्यासाठी फारशी महत्त्वाची नाही आणि त्यामुळे जर तू अस्वस्थ झाली असशील तर मला तुझीही पर्वा नाही.'

३) 'काहीसुद्धा नाही.'

याचे शुक्रवासिनींच्या भाषेत रूपांतर असे :

'असे काहीच त्रासदायक नाही की, जे मी हाताळू शकत नाही आणि आता कृपा करून अधिक प्रश्न विचारू नकोस.'

या भाषांतराशिवाय जेव्हा तो म्हणतो, 'काहीसुद्धा नाही' तेव्हा ती असे ऐकते की, 'मलाच कळत नाहीये, नेमका मला कशाचा त्रास होतो आहे आणि ते शोधण्यासाठीच तू मला प्रश्न विचारण्याची गरज आहे.' आणि याच क्षणी ती त्याच्यावर प्रश्नांचा मारा सुरू करते, या वेळी त्याला एकटे राहण्याची गरज असते,

त्यामुळे तो रागावतो.

४) 'काही विशेष नाही.'

याचे शुक्रवासिनींच्या भाषेत रूपांतर असे :

'समस्या आहे, पण त्याचा दोष तुझ्याकडे जात नाही. तू जर सतत मला प्रश्न विचारून भंडावून सोडले नाहीस किंवा सतत मला मदत देऊ केली नाहीस, तर ही समस्या माझी मी सहज सोडवू शकतो. असे काही घडलेच नाही असे समजून वाग, म्हणजे मी अधिक परिणामकारकरीत्या ही समस्या सोडवू शकेन.'

या भाषांतराशिवाय जेव्हा तो म्हणतो, 'काही विशेष नाही' तेव्हा ती असे ऐकते की, 'हे असेच चालू राहणार, याच्यात काहीही बदल होणार नाही. मी तुला वाईट बोलणार, तू मला वेडेवाकडे बोलणार.' किंवा ती असे ऐकते, 'या वेळी झाले ते झाले, पण लक्षात ठेव, ही तुझीच चूक आहे. मी फार तर एकदा हे सहन करीन, पुन्हा नाही.'

५) 'फारसे काही नाही.'

याचे शुक्रवासिनींसाठी भाषांतर असे :

'याच्यात फारसे काही विशेष नाही गं! यातून मी सहज स्वत:ची सुटका करून घेऊ शकतो, फक्त तू याबद्दल विचार करू नकोस, निदान माझ्याशी त्या विषयावर बोलू नकोस, त्यामुळे मी जास्तच अस्वस्थ होतो. ती समस्या सोडवण्याची जबाबदारी मी उचलली आहे आणि ही समस्या सोडवताना मला आनंदही होतो आहे.'

या भाषांतराशिवाय तो जेव्हा असे म्हणतो, 'फारसे काही नाही' तेव्हा ती असे ऐकते की, 'तू उगाच राईचा पर्वत करते आहेस. तुला काळजी वाटते, हे माझ्यासाठी महत्त्वाचे नाही, अति करू नकोस.'

६) 'काहीही समस्या नाही.'

याचे शुक्रवासिनींसाठी भाषांतर असे :

'ही समस्या सोडविणे मला अवघड नाही किंवा हे करणेसुद्धा माझ्यासाठी अवघड नाही. तुझ्यासाठी ही समस्या सोडवणे मला आनंददायीच आहे.'

पण या भाषांतराशिवाय, 'काही समस्या नाही' हे त्याचे म्हणणे तिला असे ऐकू येते की, 'ही समस्याच नाहीये. विनाकारण मला मदत देऊन तू या साध्या गोष्टीला समस्येचे रूप देतेस.' मग ती गैरसमजुतीतून तिला समस्या का म्हणावे, ते त्याला समजून सांगते.

अशा प्रकारे मंगळ-शुक्रवासिनी वाक्यकोश वापरून स्त्रिया पुरुषांच्या संक्षिप्त

भाषेमागचा मथितार्थ समजून घेऊ शकतात. काही वेळेस तर तो जे बोलतो, त्याच्या अगदी विरुद्ध तिला ऐकू येते.

पुरुषाने त्याच्या गुहेत गेल्यावर काय करावे

माझ्या कार्यशाळेमध्ये जेव्हा मी गुहेबद्दल आणि तिथल्या आग ओकणाऱ्या अजगराबद्दल सांगतो, तेव्हा बायकांना माझ्याकडून हे जाणून घ्यायचे असते की, पुरुषांचा गुहेमधील वेळ कमी करण्याचा काही उपाय आहे का? मग अशा वेळेस मी तेथे उपस्थित असलेल्या पुरुषांनाच या प्रश्नाचे उत्तर द्यायला लावत असे आणि सर्वसामान्यपणे ते असे म्हणत की, 'जितका बायका त्यांना बाहेर काढण्याचा प्रयत्न करतील किंवा बोलायला भाग पाडतील तेवढा अधिक वेळ ते गुहेत राहतील.'

पुरुषांकडून आणखी एक सामान्यपणे शेरा ऐकू येतो तो असा की, 'मला गुहेमध्ये काही वेळ घालवण्यास ती मान्यता देत नाही किंवा त्यासाठी नाराजी व्यक्त करते तेवढे मला गुहेतून बाहेर पडणे अवघड होते.' त्याचे गुहेत जाऊन बसणे, ही त्याची घोडचूक आहे अशी जाणीव जेव्हा बायका पुरुषांना करून देतात, तेव्हा त्या त्याला पुन्हा गुहेत ढकलतात.

जेव्हा पुरुष त्याच्या गुहेत जाऊन बसतो, तेव्हा एकतर तो दुखावलेला असतो किंवा ताणतणावात असतो आणि त्याच्या समस्या एकट्याने सोडवण्याचा प्रयत्न करतो. अशा वेळी स्त्रीने देऊ केलेल्या मदतीचा उलटा परिणाम होतो. जेव्हा तो गुहेत जातो, तेव्हा त्याला सहकार्य करण्याचे सहा प्रकार आहेत.

गुहेतल्या पुरुषाला सहकार्य करण्याचे सहा मार्ग :
१. त्याची एकटे राहण्याची गरज अमान्य करू नका.
२. त्याच्या समस्येवर उपाय सुचवून समस्या सोडविण्यास मदत करण्याचा प्रयत्न करू नका.
३. त्याच्या मनःस्थितीबद्दल प्रश्न विचारून सहानुभूती दाखविण्याचा प्रयत्न करू नका.
४. त्याच्या गुहेच्या दरवाजाबाहेर बसून त्याच्या बाहेर येण्याची वाट पाहू नका.
५. त्याची काळजी करू नका किंवा त्याच्यासाठी वाईटही वाटून घेऊ नका.
६. असे काही तरी करा, ज्यामुळे तुम्ही आनंदित व्हाल.

तुम्हाला अगदीच त्याच्याशी बोलायची ऊर्मी दाटून आली असेल, तर सरळ त्याला पत्र लिहा, जे तो बाहेर आल्यावर वाचू शकेल आणि जर तुम्हालाच कोणी

सहानुभूती दाखवावी असे वाटत असेल, तर मित्र-मैत्रिणींकडे जा. तुम्हाला समाधान देणारा तोच एकमेव स्रोत आहे, असे समजू नका.

पुरुषाला तो त्याची समस्या योग्य पद्धतीने हाताळू शकतो, असा विश्वास टाकणारी त्याची प्रिय शुक्रवासिनी हवी असते. तो समस्या हाताळू शकतो, असा विश्वास त्याच्या आत्मसन्मानासाठी, स्वाभिमानासाठी आणि आत्मगौरवासाठी फार आवश्यक असतो.

त्याची काळजी न करणे, हे तिच्यासाठी फार अवघड असते. इतरांसाठी काळजी करणे, हा स्त्रियांचे प्रेम आणि सहानुभूती दाखवण्याचा मुख्य मार्ग असतो, हे प्रेमाचे प्रदर्शन असते. तुमच्या प्रेमाचे माणूस संकटात असताना आनंदी राहणे, हे स्त्रियांसाठी दूषण असते. तो त्रासात आहे याचा तिनेही आनंद मानावा, असे त्यालाही नक्कीच वाटत नाही, परंतु ती आनंदात असावी, असे मात्र त्याला जरूर वाटते. ती सुखात, आनंदात असावी असे त्याला वाटते, ते अशासाठी की त्यामुळे काळजी करण्याची एक तरी गोष्ट कमी होते, याशिवाय आणखी असे की, ती आनंदात असलेली त्याला हवी असते. कारण ती त्याच्यावर प्रेम करते, हे जाणण्यासाठी त्याला मदत होते. जेव्हा ती आनंदात असते आणि चिंतामुक्त असते, तेव्हा त्याला गुहेतून बाहेर येणे सोपे जाते.

उपरोधाने हेच म्हणावे लागते की, पुरुष त्यांचे प्रेम, काळजी न करून दाखवतात. पुरुष असा प्रश्न विचारतात, 'तुम्ही ज्याचे कौतुक करता आणि ज्याच्यावर विश्वास टाकता त्याची काळजी कशी करू शकता?'

पुरुष एकमेकांमध्ये बोलताना असे म्हणतात, 'काही काळजी करू नकोस, तू हे प्रकरण योग्य रीतीने हाताळशील' किंवा 'ही समस्या त्यांची आहे, तुझी नाही!' किंवा 'मला खात्री आहे, यातून मार्ग निघेल.' पुरुष एकमेकांना काळजी न करता आधार देतात किंवा त्यांची समस्या लहान करून दाखवतात.

मला हे समजण्यासाठी फार मोठा काळ द्यावा लागला की, माझी पत्नी जेव्हा अस्वस्थ असे तेव्हा मी तिची काळजी करावी अशी तिची इच्छा असे, परंतु मला या गोष्टीची जाणीव नसल्यामुळे आणि आमच्या गरजा वेगळ्या आहेत, हे न समजल्यामुळे मी तिच्या काळज्यांना कमीतकमी महत्त्व द्यायचो आणि त्यामुळे ती अधिकच अस्वस्थ होत असे.

जेव्हा पुरुष गुहेत जातो, तेव्हा सर्वसामान्यपणे तो त्याच्या समस्या सोडवण्याचा प्रयत्न करतो. जर त्याची सखी आनंदात असेल आणि तिला त्याची गरज नसेल, तर त्याची आणखी एक समस्या कमी होते. ती त्याच्याबरोबर सुखात आहे, हे जाणून त्याच्या अंगात आणखी बळ येते आणि मग गुहेत तो अधिक ताकदीने त्याच्या समस्या सोडवू शकतो.

तिचे लक्ष दुसरीकडे वेधून घेऊ शकेल किंवा अशी एखादी गोष्ट करू शकेल ज्यामुळे तिला बरे वाटेल, ते त्याला पण फायदेशीर वाटते. ही काही उदाहरणे आहेत.

- पुस्तक वाचा.
- संगीत ऐका.
- बागेत काम करा.
- व्यायाम करा.
- अंग रगडून घ्या.
- आत्मविकासाच्या ध्वनिफिती ऐका.
- काहीतरी चविष्ट पदार्थ बनवा.
- टीव्ही किंवा व्हिडीओ पाहा.
- मैत्रिणीला गप्पा मारायला बोलवा.
- लेखन करा.
- खरेदीला जा.
- प्रार्थना, ध्यानधारणा करा.
- फिरायला जा.
- अंघोळ करा.
- समुपदेशकाला भेटा.

मंगळनिवासींनी असेसुद्धा सुचवले की, ते गुहेत असताना शुक्रवासिनींनी स्वत:चे मनोरंजन करून घ्यावे, पण आपला प्रिय सखा संकटात असताना आपण मौजमजा करायची ही कल्पना शुक्रवासिनींना पटणे जरा अवघडच होते, पण तरीही शुक्रवासिनींनी त्यातून मार्ग काढला. जेव्हा-जेव्हा त्यांचे प्रिय मंगळनिवासी गुहेमध्ये जायचे, तेव्हा-तेव्हा त्या खरेदीला किंवा एखाद्या मजेदार सहलीसाठी बाहेर पडायच्या. शुक्रवासिनींना खरेदी करणे खूप आवडते. माझी पत्नी बोनीसुद्धा काही वेळेस हेच तंत्र वापरायची. जेव्हा ती बघायची की मी गुहेत आहे, तेव्हा ती शॉपिंगला निघून जायची, त्यामुळे माझ्या या अवगुणांसाठी मला तिची माफी मागण्याची गरज पडत नसे. जेव्हा ती तिची काळजी घेऊ शकते तेव्हा मी निश्चिंत होऊन माझी स्वत:ची काळजी घेत असे आणि माझ्या गुहेत जाऊन बसत असे. तिचा असा विश्वास होता की, मी नक्की परत येणार आहे आणि पूर्वीपेक्षाही अधिक प्रेमळपणे वागणार आहे.

तिला हेही माहिती असते की, जेव्हा मी माझ्या गुहेत जातो तेव्हा ती वेळ माझ्याशी बोलण्यास योग्य नसते. जेव्हा तिला माझ्याकडून इशारे मिळतात की, मी तिच्या बोलण्यात रुची घेतो आहे, तेव्हा ती ओळखते की, मी आता गुहेतून बाहेर येत आहे आणि बोलण्यासाठी हीच वेळ योग्य आहे. कधीकधी ती मला अगदी सहजपणे असेही म्हणते, 'तुला जेव्हा बोलावेसे वाटेल तेव्हा सांग. आपण थोडा वेळ एकत्र घालवू, कधी ते मला सांगशील का?' अशा प्रकारे आक्रमक न होता आणि आग्रही न बनता पाणी किती खोल आहे, याचा ती अंदाज लावते.

मंगळनिवासींमार्फत सहकार्य कसे पोहोचवावे

जेव्हा मंगळनिवासी गुहेच्या बाहेर येतात, तेव्हाही त्यांच्यावर विश्वास टाकलेला त्यांना आवडतो. त्यांना अनाहूत सल्ला आणि सहानुभूती आवडत नाही. त्यांना स्वत:ला सिद्ध करायची गरज आहे. कोणाच्याही मदतीशिवाय एखादे काम करून दाखवणे हे त्यांच्या मानाच्या तुऱ्यात आणखी एक पीस खोवण्यासारखे असते (बायकांना जेव्हा कोणी मदत करते, तेव्हा त्यांना तो त्यांचा मान-सन्मान वाटतो.). तू प्रत्यक्ष मदत मागत नाहीस, तोपर्यंत तू माझ्या मदतीशिवाय काम करू शकतोस, असा माझा तुझ्यावर विश्वास आहे, असे म्हटल्याने पुरुषाला खूप आधार मिळतो.

अशा प्रकारे पुरुषाला आधार देण्याचे तंत्र अवगत करणे सुरुवातीच्या काळात अवघड जाते. पुष्कळ बायकांचा असा गैरसमज असतो की, नातेसंबंधात पुरुष जेव्हा चुका करतो, तेव्हा त्याच्यावर सडकून टीका करावी आणि त्याला अनाहूत सल्ले द्यावे – म्हणजे आपल्याला हवे ते मिळते. पुरुषाकडून हवे ते कसे मिळवावे याची माहिती असलेल्या तिच्या आईला तिने आदर्श मानावे, तरच तिला कळेल की, टीका करणे किती चुकीचे आहे, पुरुषांचा आधार सरळ-सरळ मागण्याची गरज नाही. त्यांच्यावर टीका केली नाहीत, न मागता त्याला सल्ला दिला नाहीत, तर आपसूकच तो मिळेल; याशिवाय तिला ज्या प्रकारचे वागणे आवडत नाही तसे वागण्यातून ती त्याला हे साध्या भाषेत, आडवळणे न घेता, स्पष्ट शब्दांत सांगू शकते की, तिला त्याचे वागणे आवडले नाही, पण तो वाईट आहे किंवा तो चुकीचा आहे अशी टीका मात्र कधीही करू नये.

पुरुषावर टीका कशी करावी? किंवा सल्ला कसा द्यावा?

अनाहूत सल्ला देऊन आणि सडेतोड टीक करून पुरुषांचा भावस्रोत बायका आपल्या नकळत खंडित करतात आणि मग पुरुषांकडून आपल्याला हवे ते मिळवण्यामध्ये अयशस्वी होतात. आरती तिच्या वैवाहिक आयुष्यात पार खचून गेली होती. ती म्हणाली, 'मला तर हे कळत नाही की पुरुषाला त्याची चूक लक्षात कशी आणून द्यायची किंवा त्याला सल्ला कसा द्यायचा. जर त्याचे टेबलमॅनर्स लाज आणणारे असतील तर किंवा त्याचे कपडे खरोखरीच फारच उटपटांग असतील, तर किंवा तो मनाने खरे तर खूप चांगला आहे, पण त्याची लोकांबरोबरची वागणूक अशी असेल की, तो त्यांना तिरसट वाटल्यामुळे त्याचे इतरांशी संबंध बिघडलेले असतील तर? अशा वेळी मी काय करायला हवे? मी त्याला कितीही मृदूपणे सांगायचा प्रयत्न केला, तरी तो रागावतो किंवा आपल्या वागण्याचे समर्थन करतो किंवा माझ्याकडे दुर्लक्ष करतो.''

याच्यावर उत्तर असे की, आरतीने नक्कीच त्याच्यावर टीका करायला नको आणि त्याने मागितल्याशिवाय सल्ला तर अजिबात द्यायला नको, त्याऐवजी तिने त्याचा प्रेमळ स्वीकार करावा. आत्ता त्याला तिच्या स्वीकाराची गरज आहे, तत्त्वज्ञानाची नव्हे! एकदा का त्याची खात्री झाली की, तुम्ही त्याचा स्वीकार करत आहात की मग तो स्वत:होऊन तुम्हाला विचारेल की, 'तुला काय वाटते?' पण त्याला थोडी जरी अशी शंका आली की, तुम्ही त्याला बदलवू पाहात आहात की, मग तो बिथरलाच म्हणून समजा! मग तो तुम्हाला सल्ला तर मागणार नाहीच, पण तुमच्या सूचनासुद्धा धुडकावून लावेल. विशेषत: फार जवळच्या नातेसंबंधात पुरुषांना मन मोकळे करण्यापूर्वी आणि आधाराची मागणी करण्यापूर्वी खूप सुरक्षित वाटण्याची गरज असते.

त्याखेरीज आपल्या जोडीदाराचा अधिक विकास व्हावा व अपेक्षित बदल व्हावा म्हणून त्याच्यावर तिने अधिक विश्वास दाखवायची गरज असते, पण तरीही स्त्रीला पाहिजे ते मिळत असेल तर तिने आपल्या भावना त्याच्याजवळ व्यक्त कराव्या व त्याला विनंती करावी (पण आत्ताही त्याच्यावर टीका करायची नाही किंवा सल्ले द्यायचे नाहीत.) ही एक अशी कला आहे, ज्यासाठी सर्जनशीलता हवी आणि तिची जोपासना करायला हवी.

हे करण्याचे चार मार्ग शक्य आहेत :

१. तिने त्याला सांगावे की, त्याची वेशभूषा तिला तितकीशी आवडत नाही; परंतु हे सांगताना त्याला भाषण देण्याचा प्रयत्न करू नये. तो कपडे करत असताना ती सहजपणे असे म्हणू शकते की, 'हा शर्ट तुझ्या अंगावर मला आवडत नाही. आज रात्री तू दुसरा शर्ट घालशील का?' तुमच्या या विधानावर तो रागावला, तर मग तिने त्याच्या भावनांची कदर करावी आणि त्याची क्षमा मागावी. ती असे म्हणू शकते, 'मला माफ कर, तुला कसे कपडे करायचे, हे शिकवण्याचा माझा हेतू नव्हता.'
२. तो जर त्या बाबतीत हळवा असेल – आणि काही पुरुष असे असतात – तर ती हे नंतरही वेळ साधून बोलू शकते. ती नंतर असे सांगू शकते, 'आठवते का तुला? त्या दिवशी तू तो निळा शर्ट, हिरव्या पँटवर घातला होतास. मला तर हे समीकरण बिलकूल आवडले नाही. तू तो शर्ट राखाडी पँटवर एकदा घालून बघ ना!'
३. ती त्याला थेट असेही विचारू शकते, 'तू एखाद्या दिवशी मला तुझ्याबरोबर खरेदीला नेशील का? मला तुझ्यासाठी काही कपडे घ्यावयाचे आहेत.' जर तो स्पष्ट 'नाही' म्हणाला तर तुमच्या मनाशी पक्की खूणगाठ बांधा की, त्याला

तुमचे हे 'आईपण' पसंत नाही. जरी तो 'हो' म्हणाला, तरी त्याला फार उपदेश करण्याच्या भानगडीत पडू नका. त्याचे हळवेपण लक्षात घ्या.

४. ती असेही म्हणू शकते, 'खरे तर मला तुझ्याशी काहीतरी महत्त्वाचे बोलायचे आहे, पण कसे बोलावे तेच मला समजत नाही. (क्षणभर थांबून) मला तुझा अपमान करायचा नाहीये, पण मला तुला मनापासून काहीतरी सांगायचे आहे, तू ऐकून घेशील का? आणि नंतर तूच मला सुचव की, हे मी तुला अधिक चांगल्या प्रकारे कसे सांगू शकते?' तुमच्या या प्रस्तावनेमुळे त्याच्या मनाची थोडीफार तयारी होईल व त्याला धक्का बसणार नाही आणि मग अचानक त्याच्या असे लक्षात येईल, 'हात्तिच्या! एवढेच ना!'

आपण आता आणखी एक उदाहरण पाहू! जर तिला त्याचे टेबलमॅनर्स आवडत नसतील, तर जेव्हा ते दोघेच असतील, तेव्हा ती असे म्हणू शकते (त्रासिक मुद्रा न करता!), 'तू इथून पुढे चमच्यानेच वाढून घेशील का?' किंवा 'तू तुझ्याच ग्लासने पाणी पीत जाशील का?' पण तुम्ही जर इतर लोकांबरोबर असाल तर या विषयाची जाणीवसुद्धा न करून दिलेली बरी! तुम्ही हे दुसऱ्या दिवशीही सांगू शकता की, 'जेव्हा तू मुलांसमोर जेवायला बसतोस तेव्हा चमच्यानेच अन्न वाढून घेत जा' किंवा 'तू जेवताना बोटे चोखतोस ते मला अजिबात आवडत नाही. मी या छोट्या-छोट्या गोष्टींबाबत फार चोखंदळ आहे. तू निदान माझ्याबरोबर जेवायला बसशील तेव्हा चमच्यांचा वापर करशील का?'

जर तो तुम्हाला लज्जित होण्यासारखे वागत असेल तर थोडे थांबा, जेव्हा कोणी आजूबाजूला नसेल, त्याच वेळी तुम्हाला जे वाटते ते सांगा. त्याला त्याने 'कसे वागावे' हे सांगायला जाऊ नका किंवा तो कसा चुकीचा आहे हे सांगू नका, त्याऐवजी त्याला कळकळीने, प्रेमाने आणि संक्षिप्त पद्धतीने सांगा. तुम्ही असे म्हणू शकता, 'त्या रात्री, पार्टीमध्ये तू खूप मोठमोठ्याने बोलत होतास, ते मला अजिबात आवडले नाही. तू जेव्हा माझ्याभोवती असशील, तेव्हा जरा सौम्यपणे बोलशील का?' जर हे ऐकून तो अस्वस्थ झाला किंवा तुमची ती शेरेबाजी त्याला आवडली नाही, तर सरळ टीका केल्याबद्दल त्याची माफी मागून मोकळे व्हा!

अशा प्रकारे दोष दाखवूनही त्याबद्दल सहकार्य मिळविण्याच्या कलेबद्दल नवव्या आणि बाराव्या प्रकरणामध्ये तपशीलवार चर्चा केली आहे व अशा प्रकारच्या संवादासाठी योग्य वेळ कोणती या विषयीची माहिती पुढील प्रकरणात दिली आहे.

पुरुषाला मदत नको असते तेव्हा...

जेव्हा स्त्री, पुरुषाला सुखी करण्याचा प्रयत्न करते किंवा त्याची समस्या सोडवण्यासाठी मदत करायला बघते, तेव्हा पुरुष अगदी गुदमरून जातो. त्याला असे वाटते की, तिचा त्याच्यावर विश्वास नाही की, तो समर्थपणे समस्या हाताळू शकेल. त्याला वाटते की, ती त्याला मुठीत ठेवू बघते आहे. जणूकाही तो एखादा लहान मूल असल्यासारखी ती त्याच्याशी वागते किंवा त्याला असेही वाटते की, ती त्याला बदलू पाहते आहे.

याचा अर्थ असा नव्हे की, पुरुषाला सुखावणारे प्रेम नको आहे. बायकांना हे समजावून घेण्याची गरज आहे की, जर त्यांनी स्वत:ला अनाहूत सल्ले देण्यापासून रोखले व त्याच्या समस्या त्यालाच सोडवू दिल्या, तर त्याला त्या त्याचे संगोपन करत आहेत असे वाटणार नाही. त्याला तिचा प्रेमळ आधार हवा असतो, पण ती जो विचार करते तसा नव्हे, त्यापेक्षा वेगळा! सतत त्याला त्याच्या चुका दाखवून त्याची दुरुस्ती करायला लावणे हे लहान मुलाला शिस्त लावण्यासारखे असते. उपदेश करणे, हा त्याच्या उन्नतीचा मार्ग तेव्हाच होऊ शकतो, जेव्हा तो स्वत: सल्ला मागतो.

त्याचे सर्व प्रयत्न एकट्याने करून झाल्यावरच पुरुष सल्ला मागतो, अन्यथा नाही! जर त्याला जरुरीपेक्षा जास्त मदत मिळाली किंवा योग्य वेळेच्या आधीच मदत मिळाली, तर त्याला त्याच्या ताकदीचा आणि सत्तेचा ऱ्हास झाल्यासारखे वाटते. अशाने एकतर तो आळशी बनतो, नाहीतर त्याला असुरक्षित वाटते. जोपर्यंत त्यांच्याकडे मदत किंवा आधार मागितला जात नाही, तोपर्यंत ते एकमेकांना आधार देत नाहीत किंवा मदत करत नाहीत. समस्या सोडवताना तो स्वत:ला हे बजावतो की, काही अंतर तरी निश्चितच त्याला एकट्याने जायचे आहे आणि मग जरूर पडली तरच तो कोणाची मदत घेणार आहे, त्यामुळे त्याची ताकद, सत्ता आणि आत्मगौरव याला धक्का पोहोचत नाही. चुकीच्या वेळी पुरुषाला मदत देऊ केल्यास त्याला तो त्याचा अपमान वाटतो.

जेव्हा एखादा पुरुष पतंग उडवीत असेल किंवा गाडी गॅरेजमध्ये निमुळत्या जागेतून घालत असेल, तेव्हा जर त्याच्या पत्नीने त्याला 'असे कर,' 'तसे करू नको' असे सांगितले, तर त्याला ते त्याच्यावर अविश्वास दाखवल्यासारखे वाटते. तो जोरदार प्रतिकार करतो आणि हट्टाने आपल्याला हवे तेच करत राहतो, पण हेच जर शॉपिंगच्या वेळी त्याने तिला साडी निवडण्यास मदत केली, तर तिला खूप आनंद होतो व त्याचे आपल्यावरील प्रेम पाहून ती मोहोरते.

जेव्हा एखादी बायको आपल्या नवऱ्याला सुचवते की, 'त्याने तज्ज्ञांचे मत

घ्यावे' तर तो रागावतो. मला एक स्त्री आठवते की, जिने मला विचारले होते की, 'तिचा नवरा तिच्यावर सतत का डाफरत असतो.' तिला कारण विचारले, तेव्हा तिने सांगितले की, 'रात्री झोपण्यापूर्वी तिने त्याला विचारले की, 'शृंगारातून अधिकाधिक आनंद कसा मिळवावा याविषयी तिने त्याला एक पुस्तक दिले होते, ते त्याने वाचले का?' हा त्याचा तिने केलेला घोर अपमान होता. एवढी साधी गोष्ट तिच्या लक्षात आली नाही. जरी त्याला ते पुस्तक आवडले होते, तरी ती वेळ नव्हती की, तिने त्याला आठवण करून द्यावी की, तू माझी सूचना पाळलीस का? त्याला तिचा असा विश्वास हवा होता की, काय करायचे ते त्याला समजते.

जसे, पुरुषांना बायकांनी आपल्यावर विश्वास ठेवावा असे वाटते, तसे बायकांना पुरुषांचे त्यांच्याकडे लक्ष देणे हवे असते. जेव्हा पुरुष स्त्रीला विचारतो, 'प्रिये, काय झालंय तुला?' आणि त्याची नजर तिच्या चेहऱ्यावर खिळून असते, तेव्हा तिच्यावरचे त्याचे प्रेम तिला दिसते आणि ती सुखावते. आता अशाच प्रकारे त्याच्या चेहऱ्यावर नजर खिळवून तिने विचारले, 'राजा, काय झालेय तुला?' तर त्याला ते अपमानकारक व अव्हेरणारे वाटते, त्याला वाटते की, संकटातून मार्ग काढणे त्याला जमणार नाही असे तिला वाटते.

आस्था आणि दया यातील फरक समजावून घेणे पुरुषांसाठी फार कठीण असते. तो दयनीय आहे या गोष्टीचा तो तिरस्कार करतो. एखादी स्त्री त्याला म्हणाली, 'सॉरी! मी तुला दुखावले का?' त्यावर तो म्हणेल, 'छे! त्यात काय?' आणि ती देऊ करत असलेला आधार दूर लाथाडेल, त्याच्या उलट तो जर म्हणाला असता, 'सॉरी! मी तुला दुखावले का?' तर तिचे कान तृप्त झाले असते, मग तिला वाटले असते की, त्याचे तिच्यावर प्रेम आहे. पुरुषांनी आस्था दाखवण्याचे मार्ग, तर स्त्रियांनी प्रेम दाखवण्याचे मार्ग शोधून काढण्याची गरज असते.

आस्था आणि दया यातील फरक समजून घेणे, पुरुषासाठी खूप कठीण असते. दयेचा तो तिरस्कार करतो.

अति काळजी त्याला गुदमरवून टाकते

जेव्हा माझे बोनीबरोबर नुकतेच लग्न झाले होते, तेव्हा मी ज्या वेळी शनिवार-रविवार कार्यशाळेत शिकवायला जात असे तेव्हा ती मला विचारी, ''सकाळी किती वाजता उठायचे आहे?'' नंतर विचारी, ''विमान किती वाजता सुटणार आहे?'' नंतर ती मनातल्यामनात काहीतरी आकडेमोड करत असे व मला बजावत असे की, विमान जर चुकवायचे नसेल तर लगेच निघायला पाहिजे. प्रत्येक वेळी तिला असे

वाटत असे की ती मला आधार देते आहे, पण मला तसे वाटत नसे, उलट मला ते अपमानास्पद वाटे. गेल्या १४ वर्षांपासून मी त्या कोर्सेसमध्ये शिकवण्याच्या निमित्ताने प्रवास करत आलो आहे आणि एकदाही माझे विमान चुकलेले नाही.

मग सकाळी उठल्यावर निघण्यापूर्वी तिची पुन्हा प्रश्नांची सरबत्ती सुरू होत असे, 'तिकिटं घेतलीस ना? पाकीट घेतले ना? पाकिटात पुरेसे पैसे आहेत ना? मोजे घेतले का? जिथे राहणार आहेस तिथला पत्ता तुझ्याकडे आहे का?' तिला वाटायचे की, ती माझ्यावर प्रेम करते आहे पण मला वाटायचे की, ती माझ्यावर अविश्वास दाखवते आहे आणि माझा मात्र संताप होत असे. शेवटी एकदाचे मी तिला सांगून टाकले की, मला तिचा प्रेमळ हेतू समजतो, परंतु तिचे हे कुक्कुल्या बाळासारखे मला वागवणे मला आवडत नाही.

मग मी तिच्याशी या विषयावर थोडी चर्चा केली आणि तिला सांगितले की, जर तिला माझी आई होण्याची एवढी हौस असेल, तर तिने माझ्यावर विनाशर्त प्रेम करावे आणि माझ्यावर विश्वास टाकावा.

मी म्हणालो, ''जरी माझे विमान चुकले तरी मला लगेच असे सांगत येऊ नकोस की, 'तरी मी म्हणत होते!' असा विश्वास ठेव की, असे घडलेच तरी मी त्याच्यापासून काही धडा घेईन आणि परत अशी चूक करणार नाही. जरी माझा टूथब्रश आणि शेव्हींग किट विसरलो, तरी काही मोठा प्रलय होणार नाही. जेव्हा मी फोन करीन तेव्हा असल्या गोष्टी मला सांगू नकोस.''

तिला काय करावेसे वाटते यापेक्षा मला काय हवे आहे, याची जाणीव तिला करून दिल्यानंतर तिलासुद्धा मला मदत करणे सोपे झाले व ती त्यामध्ये यशस्वी झाली.

एका यशाची गोष्ट

एकदा मी माझ्या नातेसंबंधांविषयीच्या कार्यशाळेमध्ये शिकवण्यासाठी स्वीडनला निघालो होतो. मी न्यूयॉर्कहून कॅलिफोर्नियाला बोनीला फोन केला की, मी पासपोर्ट घरीच विसरलो आहे. त्यावर तिने कोणतीही भाषणबाजी न करता अत्यंत प्रेमळ व सुंदर प्रतिक्रिया दिली. ती आता अधिक जबाबदार झाली होती. ती हसली आणि म्हणाली, ''अरे बापरे, हो का! जॉन, आता तुझ्यासाठी ही आणखी एक साहसाची संधी आहे. आता तू काय करशील?''

त्यावर मी तिला सांगितले की, तिने माझा पासपोर्ट स्वीडीश कॉन्सुलेटला फॅक्स करावा आणि समस्या सहज सुटली. बोनीनेसुद्धा उत्तम सहकार्य दिले. एकदाही ती, 'मी आणखी व्यवस्थित कशी तयारी करू शकते.' या विषयावर भाषण देण्याच्या मोहाला बळी पडली नाही, उलट मी माझ्या समस्येवर उपाय

शोधला. या गोष्टीचा तिला अभिमान वाटला.

छोटे-छोटे बदल

एके दिवशी माझ्या असे लक्षात आले की, माझ्या मुलांनी मला काही करायला सांगितले तर मी म्हणत असे, 'नो प्रॉब्लेम!' मला ती गोष्ट करायला आनंद होईल. हा संदेश पोहोचवण्याची माझी ती पद्धत होती. माझी सावत्र मुलगी ज्युली हिने एकदा मला विचारले, "तुम्ही नेहमी असे 'नो प्रॉब्लेम' का म्हणता?" मला त्याचे नेमके कारण माहिती नव्हते. थोड्या वेळाने मला असे जाणवले की, ही मंगळनिवासींची खोलवर मुरलेली आणखी एक सवय असली पाहिजे. या नव्या जाणिवेमुळे मी आता असे म्हणू लागलो की, 'मला हे करायला आवडेल.' या वाक्यरचनेने मला जो संदेश द्यायचा होता तो माझ्या मुलीपर्यंत पोहोचला आणि माझ्या शुक्रवासिनी मुलीला हे बोलणे अधिक प्रेमाचे वाटले.

नातेसंबंध संपन्न करण्यामागचे हे उदाहरण म्हणजे एक प्रतीकात्मक गुपित आहे. आपले अस्तित्व न गमावताही छोटे-छोटे बदल आपण आपल्यात करू शकतो. मंगळनिवासी व शुक्रवासिनींच्या यशाचे हेच तर गमक होते. आपले मूळ स्वभाव न बदलण्याची ते काळजी घेत, पण एकमेकांशी बोलताना ते छोटे-छोटे बदल स्वत:मध्ये करण्यास उत्सुक होते. साधी साधीच वाक्ये पण नव्याने तयार करत अथवा थोडे-फार बदल करून वापरली तर नातेसंबंध किती सुखाचे होऊ शकतात, हे त्यांना समजले. एक महत्त्वाची गोष्ट अशी की, स्त्री-पुरुष नातेसंबंध संपन्न करण्यासाठी स्वत:मध्ये छोटे बदल करण्याची गरज असते. सामान्यपणे मोठे बदल आपले अस्तित्वच दाबून टाकतात आणि हे चांगले नसते.

पुरुषाने गुहेत जाण्यापूर्वी आपल्या जोडीदाराला आपण परत येणार असल्याची खातरी देणे, हा छोटा बदल झाला, जो पुरुष आपला स्वभाव न बदलताही करू शकतो. हा बदल स्वत:मध्ये घडवून आणण्यासाठी पुरुषाला ती जाणीव झाली पाहिजे की, बायकांना अशा खातरीची खूप गरज असते. विशेषत: त्यांची काळजी त्यामुळे कमी होते. पुरुषाला जर स्त्री आणि पुरुष यातील फरक समजला नाहीतर त्याचे अचानक गप्प बसणे, हे तिच्या काळजीचे कारण कसे होऊ शकते हेसुद्धा समजणार नाही, पण थोडासा दिलासा देऊन तो तिच्या काळजीचे निवारण करू शकतो.

आता दुसरी बाजू पाहू! आपण वेगळे आहोत हे जर त्याने लक्षात घेतले नाही तर तो काय करेल? आपल्या गुहेत जाण्याने ती अस्वस्थ होते काय? मग तो गुहेत जाणेच बंद करेल, कारण त्याला तिला समाधान द्यायचे आहे, मग ती तर फारच मोठी चूक होईल. जर त्याने गुहेत जाणे बंद केले (स्वभावालाच नकार दिला.), तर

तो खूप चिडचिडा होईल. प्रमाणापेक्षा जास्त हळवा होईल, भांडखोर, दुबळा, निष्क्रिय, नीच प्रवृत्तीचा होईल आणि त्यामुळे परिस्थिती अधिकच बिकट होईल आणि आणखी वाईट म्हणजे तो इतका चिडचिडा का झाला आहे, हे त्याचे त्यालाही कळणार नाही.

त्याच्या गुहेत जाण्यामुळे तिला त्रास होतो, म्हणून गुहेत जाण्याचे न टाळता त्याने स्वत:मध्ये काही छोटे बदल केले, तर परिस्थिती निवळू शकते. आपला मूळ स्वभाव किंवा पुरुषीपण नाकारण्याची गरज नाही.

शुक्रवासिनीला आधार कसा द्यावा

आपण या पूर्वीच ज्या गोष्टीची चर्चा केली, ती म्हणजे पुरुष जेव्हा त्याच्या गुहेत जातो किंवा गप्प बसून राहतो तेव्हा तो म्हणत असतो, 'मला थोडा विचार करायला वेळ हवा आहे; कृपा करून आता माझ्याशी बोलणे थांबव, मी नक्की परत येईन.' त्याला या गोष्टीची जाणीवही नसते की स्त्रीला हे असे ऐकू येते, 'माझे तुझ्यावर प्रेम नाही. तुझे बोलणे ऐकून माझे कान आता विटले. मी तुला सोडून जात आहे आणि आता मी परत कधीच बोलणार नाही.' या संदेशावर प्रति-उपाय म्हणून तिला योग्य संदेश देण्यासाठी त्याने फक्त चार अक्षरी वाक्य म्हणावे, 'मी नक्की परत येईन!'

जेव्हा पुरुष स्त्रीपासून दूर जातो, तेव्हा त्याने हे मोठ्याने म्हणावे की, 'मला विचार करायला थोडा वेळ हवा आहे. मी नक्की परत येईन.' किंवा 'थोडा वेळ मला एकट्याला राहू दे. मी नक्की परत येईन.' हे चार अक्षरी छोटेसे वाक्य किती प्रभावशाली आहे आणि ते किती प्रचंड मोठ्या प्रमाणात बदल घडवून आणू शकते याचा तुम्हाला अंदाज नाही.

बायकांना असा दिलासा मिळाला की खूप बरे वाटते. जेव्हा पुरुषाला समजेल की, स्त्रीसाठी हे वाक्य किती महत्त्वाचे आहे, किती आशादायी आहे तेव्हाच असा दिलासा देण्याचे तो लक्षात ठेवेल.

जर स्त्रीला दूर लोटल्यासारखे किंवा नाकारल्यासारखे वाटले, म्हणजे उदाहरणार्थ, तिच्या आईला तिच्या वडिलांनी टाकून दिले असेल आणि त्या वेळी ती लहान असेल तर 'टाकून देणे' किंवा 'नाकारणे', 'परित्याग करणे' या भावनेला ती फार हळवी असते आणि त्याच कारणासाठी तिला अशा प्रकारचा दिलासा हवाय की नको? याची समीक्षा आत्ता तिच्या नवऱ्याने करायला नको आहे, त्याचप्रमाणे पुरुषालाही गुहेची गरज असते. ती त्याला खरंच हवी की नको? हे स्त्रीने ठरवत बसू नये.

पुरुषाला गुहेत बसण्याची आणि स्त्रीला दिलासा मिळण्याची गरज आहे किंवा नाही हे दोघांनीही ठरवत बसू नये. दोघांनाही ती गरज असतेच.

भूतकाळात जर स्त्री कमी दुखावली गेली असेल आणि पुरुषाची गुहेत बसण्याची गरज जर तिने समजून घेतली असेल, तर तिची दिलासा मिळण्याची गरज कमी होते.

मी माझ्या कार्यशाळेत हा मुद्दा स्पष्ट करून सांगत असताना एका तरुणीने मला विचारले, ''माझे पती जेव्हा गप्प बसून राहतात तेव्हा मी फार अस्वस्थ होते, पण माझ्या लहानपणी तर मला कधीच नाकारले गेल्याचे किंवा दूर लोटण्याचे अनुभव नाहीत. माझ्या आईलासुद्धा माझ्या वडिलांनी अतिशय सन्मानाने वागवले. जरी त्यांचा घटस्फोट झाला, तरी तोसुद्धा... त्यांनी अतिशय प्रेमाने एकमेकांचा निरोप घेतला.''

नंतर ती एकदम हसली. ती आई-वडिलांकडून कशी फसवली गेली हे तिला समजले आणि मग ती रडायला लागली. नक्कीच तिच्या आईला नाकारल्यासारखे वाटत असणार. नक्कीच तिलासुद्धा नाकारल्यासारखे वाटत असणार. तिच्या पालकांचा घटस्फोट झाला होता. तिच्या पालकांप्रमाणे तिनेसुद्धा वेदनादायी भावनांना नाकारले होते.

हल्लीच्या युगात जेथे घटस्फोटाचे प्रमाण इतके वाढले आहे, तेथे पुरुषांनीदेखील गुहेत जाण्यापूर्वी स्त्रीला, 'मी नक्की परत येईन' असा दिलासा दिला पाहिजे, हे लक्षात ठेवायला हवे. पुरुष जसे स्वतःमध्ये छोटेसे बदल करून बायकांना आधार देऊ शकतात, तसेच बायकांनीसुद्धा सतत छोटे बदल करून पुरुषांना आधार देण्याची गरज आहे.

त्याच्यावर दोषारोप न करता स्वतःला कसे व्यक्त करावे

विशेषतः बायका जेव्हा अस्वस्थ असतात आणि स्वतःच्या समस्या सांगत सुटतात, तेव्हा सर्वसामान्यपणे पुरुषाला स्वतःवरच हल्ला चढवल्यासारखे व आपल्याला दोष दिल्यासारखे वाटते. कारण त्याला हे समजत नाही की, स्त्री व पुरुष वेगळे आहेत. त्यामुळे तिला जे वाटते, त्याबद्दल मनमोकळे बोलणे ही तिची भावनिक गरज आहे.

गैरसमजाने तो असे गृहीत धरतो की, ती त्याला तिच्या समस्या सांगते, कारण तिला वाटते की, तिच्या या परिस्थितीला तो कोणत्या ना कोणत्या प्रकारे जबाबदार आहेच! ती अस्वस्थ आहे, म्हणून ती त्याच्याशी बोलते, पण त्याला वाटते की, त्याच्यामुळेच ती अस्वस्थ आहे. ती जेव्हा तक्रार करते तेव्हा त्याला वाटते, ही

दूषणे देते. अनेक पुरुषांना शुक्रवासिनींची ही आपल्या प्रेमाच्या लोकांबरोबर भावना वाटून घेण्याची गरज समजत नाही.

आपल्यातील फरक समजून घेऊन सराव केला व जागरूक राहिले तर स्त्रिया त्यांच्या भावना पुरुषांसमोर अशा पद्धतीने व्यक्त करायला शिकतील की, जेणेकरून त्याला ती दूषणे वाटणार नाहीत. ती त्याला दोषी ठरवत नाही याची खात्री त्याला पटवण्यासाठी स्त्रीने थोडे बोलून झाले की थांबावे व तो आपले बोलणे किती सहानुभूतीपूर्वक ऐकून घेतो आहे, याचे कौतुक करावे.

पुढील वाक्यांपैकी काही वाक्ये ती म्हणू शकते :

◆ मी याविषयी तुझ्याशी बोलले, याचा मला आनंद होतो.

◆ या विषयावर तुझ्याशी बोलल्यामुळे मला बरे वाटले.

◆ या गोष्टींविषयी मी तुझ्याशी बोलू शकते, त्यामुळे माझे मन मोकळे होते.

◆ मी अशा तक्रारी तुझ्याजवळ बोलू शकते, यामुळे मला खूप बरे वाटते.

◆ तुझ्याशी मी आता सगळे बोलले ना, त्यामुळे मला खूप बरे वाटले. तू माझे बोलणे आस्थापूर्वक ऐकलेस, त्याबद्दल मी तुझी आभारी आहे.

इतक्या छोट्याशा बदलामुळे विश्वच बदलून जाते.

हाच फॉर्म्युला नजरेसमोर ठेवून जेव्हा ती त्याच्याशी तिच्या समस्यांबद्दल बोलते, तेव्हा त्याने तिच्यासाठी केलेल्या एखाद-दोन गोष्टींचा तिने जरूर उल्लेख करावा व त्याचे कौतुक करावे. अशा पद्धतीने ती त्याला आधार देऊ शकते. उदाहरणार्थ, जर ती कामाच्या त्रासाबद्दल तक्रार करत असेल, तर कधीतरी, घरी तिची वाट पाहणारा तिच्या आयुष्यात आहे ही एक चांगली गोष्ट आहे, याचा उल्लेख करावा. जर ती घराबद्दल तक्रार करत असेल, तर त्याने घराभोवती घातलेल्या कुंपणाचे कौतुक करावे. जर ती पैशासंबंधी तक्रार करत असेल, तर तो किती काबाडकष्ट करतो, याचा जरूर उल्लेख करावा. ती तिच्या असफल पालकत्वाबद्दल तक्रार करत असेल, तर निदान त्याची मदत आहे म्हणून इथवर सर्व सुरळीत आहे, असा जरूर उल्लेख करावा.

जबाबदारीची वाटणी

सुसंवाद साधण्यासाठी दोन्ही बाजूंचा सहभाग आवश्यक असतो. बायका समस्यांबद्दल तक्रार करतात, म्हणजे आपल्यालाच दोषी ठरवतात असे नव्हे, हे पुरुषाने कायम लक्षात ठेवले पाहिजे आणि ती तक्रार करते, म्हणजे तिचे औदासीन्य

बोलून बाहेर काढते, हे त्याने समजून घ्यावे. स्त्रीनेसुद्धा तक्रार करता-करता त्याचेही कौतुक केले पाहिजे. आपली कृतज्ञता त्यांच्यापर्यंत पोहोचवली पाहिजे.

उदाहरणार्थ, माझी बायको आत आली, तेव्हा मी हे प्रकरण पूर्ण करत होतो. तेव्हा तिने विचारले, ''कसे चालू आहे?'' त्यावर मी म्हटले, ''जवळपास झालेच, तुझा दिवस कसा गेला?'' त्यावर ती म्हणाली, ''कसले रे! अजून खूप काही करायचे बाकी आहे. आपल्याला हल्ली एकत्र वेळच मिळत नाही.'' मी जर जुनाच पहिल्यासारखा असतो, तर मी तिच्याबरोबर एवढ्या कारणावरूनसुद्धा भांडण केले असते आणि वर तिला आठवण करून दिली असती की, आपण किती आणि कसा वेळ बरोबर घालवला आहे! किंवा असेही सांगितले असते की, यापेक्षा माझे हे लिखाण उद्यापर्यंत देणे अधिक महत्त्वाचे आहे आणि त्यामुळे नक्कीच आमच्या दोघांमधला तणाव अधिक वाढला असता.

पण आता माझ्यात खूप बदल झाला आहे. या माझ्या व्यक्तिमत्त्वाला आमच्यातले फरक पुरते ठाऊक आहेत आणि त्यामुळेच मला समजले की, आत्ता या घडीला तिला फक्त दिलासा हवा आहे आणि कारणमीमांसा आणि स्पष्टीकरणे नको आहेत. मी म्हणालो, ''खरे आहे तू म्हणतेस ते! खरेच आपण आपल्या कामात खूप गर्क होतो. ये माझ्या अगदी जवळ येऊन बस, माझ्या मिठीत ये. खूप दिवसांनी आपण एकत्र येत आहोत.''

नंतर ती म्हणाली, ''खरेच तुला खूप बरे वाटले?'' मला तिचा सहवास हवाच होता, त्यामुळे मला जे हवे होते, तेच ती बोलली. नंतर तिने दिवसभरच्या घडलेल्या गोष्टींविषयी तक्रारी केल्या आणि ती किती दमली होती ते सांगितलं. काहीच मिनिटांत ती बोलायची थांबली, नंतर मी बेबीसिटरला घरी सोडण्याचे कबूल केले, त्यामुळे ती निवांत झाली आणि जेवणापूर्वी ध्यानधारणा करू शकली.

ती म्हणाली, ''खरेच, तू बेबीसिटरला तिच्या घरी सोडशील? मला खूप मदत होईल, मी तुझी आभारी आहे.'' पुन्हा तिने माझे कौतुक केले आणि मनापासून मला धन्यवाद दिले. खरेतर आत्ता ती खूप दमलेली आणि थकलेली होती, तरीसुद्धी मी तिचा यशस्वी जोडीदार आहे, अशी भावना माझ्या मनात दाटून आली.

आपल्या जोडीदाराबद्दल वाटणारे कौतुक व्यक्त करण्याचा विचार स्त्रियांच्या मनात येत नाही. कारण तो तिचे ऐकून घेतो, त्याअर्थी तिच्या मनात त्याच्याबद्दल किती कौतुक आहे हे त्याला माहिती आहे असे ती मानते. समस्या सोडविण्यासाठी काहीतरी करीत असल्याशिवाय नुसतेच त्याविषयी ऐकून घेण्यामुळे पुरुषांना वैफल्य येते. त्याचे कौतुक करून स्त्री त्याला ही जाणीव होण्यासाठी मदत करू शकते की, फक्त ऐकून घेण्यामुळेसुद्धा तो तिला मदत करू शकतो.

स्त्रीला तिच्या भावना दाबून ठेवण्याची गरज नाही किंवा तिच्या जोडीदाराला मदत करण्यासाठी त्यांच्यामध्ये बदल करण्याचीसुद्धा गरज नाही. तिला काय करण्याची जरुरी आहे, तर भावना अशा पद्धतीने व्यक्त करायच्या की, ज्यामुळे त्याला आपल्यावर हल्ला केल्यासारखे वाटणार नाही किंवा दोषी ठरवल्यासारखे वाटणार नाही. काही छोटे बदल केल्यामुळे खूप मोठे बदल होतात, हे खरे आहे.

आधाराचे चार जादूई शब्द

पुरुषाला आधार देणारे चार जादूचे शब्द कोणते? तर 'यात तुझा दोष नाही' जेव्हा स्त्री तिच्या नकारात्मक भावना व्यक्त करत असते, तेव्हा एखाद्या क्षणाची विश्रांती घेऊन त्याला प्रोत्साहन देण्यासाठी, आधार देण्यासाठी पुढील वाक्ये तिने उच्चारली पाहिजेत, 'खरोखर तू माझे बोलणे लक्षपूर्वक ऐकतोस याबद्दल मला तुझे कौतुक वाटते आणि जर तुला असे वाटत असेल की, तुला माझ्या त्रासाबद्दल दोषी धरतेय, तर मला मुळीच तसे म्हणायचे नाहीये, यात तुझा दोष नाही.'

जेव्हा स्त्रीला पुरुषाचा हा स्वभावविशेष माहिती असतो की, ती जेव्हा त्याला तक्रारी सांगत सुटते, तेव्हा ते त्याला त्याचेच अपयश वाटते, तेव्हा स्त्रीने त्याच्या या आदर्श श्रोत्याबद्दल अधिक संवेदनशील असायला हवे.

एकदा माझ्या बहिणीने मला बोलावून घेतले व सध्या ती ज्या संकटातून जात होती, त्याबद्दल मला भरभरून सांगितले. मी ते लक्षपूर्वक ऐकले व मला तेव्हाच आठवले की, माझ्या बहिणीला आधार देण्यासाठी मला तिच्या समस्यांवर कोणताही उपाय सुचवायची गरज नाही. मी फक्त तिचे लक्षपूर्वक ऐकावे हीच तिची इच्छा आहे. दहा मिनिटे ती बोलत होती, मी ऐकत होतो. अधूनमधून हूंऽऽ हूंऽऽ ओह्ऽऽ खरंय अशा शब्दांची पेरणीही करत होतो. शेवटी ती म्हणाली, 'जॉन, मी तुझी खरंच खूप आभारी आहे. मला खूप बरं वाटलं.'

तिचे ऐकून घेणे खूप सोपे होते. कारण मला माहिती होते की, ती मला दोष देत नाहीये. ती दुसऱ्याच कोणाला तरी दोष देत आहे, तसेच जेव्हा माझी बायको माझे कौतुक करून मला तिचे ऐकण्यासाठी प्रोत्साहित करते, तेव्हाही एक उत्तम श्रोता बनून राहणे, मला सहज जमते.

टीका करताना

जेव्हा तिला खरोखरच दोष द्यायचा नसेल किंवा नाराजी व्यक्त करायची नसेल किंवा टीका करायची नसेल तेव्हाच ती पुरुषाला असा दिलासा देते की, 'यात तुझी काही चूक नाही' अन्यथा नाही. जर ती त्याच्यावर टीकेचा भडिमार करणार असेल,

तर तिच्या या भावना वाटून घेण्यासाठी तिने दुसऱ्या कोणाला तरी पकडावे. तिला प्रेमाचे व तिच्या भावना समजून घेणारे कोणी भेटेपर्यंत तिने वाट पाहावी. ती तिच्या या संतापजनक भावना अशाच व्यक्तीबरोबर वाटून घेऊ शकते की, ज्याचा त्याच्याशी दूरान्वयानेसुद्धा काही संबंध नाही. अशा व्यक्तीकडूनच तिला हवा तो आधार मिळू शकेल, मग जेव्हा ती अधिक प्रेमळ आणि शांत बनेल आणि क्षमाशील होईल, तेव्हाच तिने तिच्या जोडीदाराजवळ जाऊन बसावे व आपल्या भावनांना वाट करून द्यावी. ११व्या प्रकरणात आम्ही या अप्रिय कशा व्यक्त करायच्या याची अधिक तपशिलाने चर्चा केली आहे.

आरोप न करता कसे ऐकून घ्यावे

जेव्हा स्त्री अजाणतेपणाने आपल्या समस्या आपल्या जोडीदाराजवळ बोलते, तेव्हा त्याला दोष दिल्याबद्दल तो तिला दोष देतो. हे नातेसंबंधांसाठी फार विनाशकारी असते, कारण त्याच्यामुळे संवादच खुंटतो.

अशी कल्पना करा की, स्त्री म्हणते, 'आपण आत्तापर्यंत फक्त काय केले, तर काम, काम आणि काम. आपण कधीच काही मौजमजा केली नाही. तू तर सदान्कदा गंभीर असतोस.' पुरुषाचे यावर असेच मत होणार ना की, ती त्याच्यावर टीका करत आहे.

जर त्याला वाटले की, त्याला दूषणे दिली जात आहेत, तर मला वाटते त्याने यावर असे म्हणू नये की, 'तू मलाच दोषी धरतेस, असे मला वाटते.' त्याऐवजी त्याने असे म्हणावे, 'मी खूप गंभीर आहे, हे तुझ्याकडून ऐकणे मला फारसे बरे वाटत नाही. आपल्याला मौजमजा करण्यासाठी वेळ मिळत नाही, हा सगळा माझाच दोष आहे असे तुला म्हणायचे आहे का?'

किंवा त्याने असे म्हणावे, 'मी गंभीर आहे असे तू जेव्हा म्हणतेस, तेव्हा मला फार वाईट वाटते, पण विचार कर, हा सगळा काय माझाच दोष आहे का?'

किंवा संवाद सुधारण्याच्या दृष्टीने त्याने तिलाच यावर मार्ग काढण्यास सांगावे, 'तुझ्या बोलण्यावरून असे दिसते की, तुला असे म्हणायचे आहे की हा सगळा माझाच दोष आहे की, आपण खूप काम करतो, असेच ना?'

किंवा त्याने म्हणावे, 'जेव्हा तू म्हणतेस की, आपण काही मौजमजा करत नाही आणि मी फार गंभीर आहे, तेव्हा मला असे वाटते की, तुला म्हणायचे आहे की हा सगळा माझाच दोष आहे. हेच म्हणायचे आहे ना तुला?'

यांपैकी सर्व प्रकारचा प्रतिसाद हा आदरयुक्त आहे आणि जर काही दोषारोप केला असेल, तर आपले शब्द मागे घेण्यासाठी ही योग्य संधी आहे. जेव्हा ती

म्हणते, 'अरे, अरे मी असे कोठे म्हटले आहे की, ही तुझीच चूक आहे?' मग त्याला थोडेसे सुटका झाल्यासारखे वाटेल.

यावर मला आणखी एक मार्ग सगळ्यात जास्त उपयुक्त वाटतो, तो असा की पुरुषांनी लक्षात ठेवावे की, अस्वस्थ होण्याचा तिला नेहमीच अधिकार आहे आणि एकदा का तिचा हा अस्वस्थ होण्याचा ॲटॅक गेला की, नंतर तिला खूप बरे वाटते. माझ्यामध्ये सजगता आल्यामुळे मी अतिशय निवांत असतो आणि लक्षात ठेवतो की, मी जर बोनीचे बोलणे व्यक्तिश: न घेता ऐकून घेतले तर जेव्हा तिला कधी परत तक्रार करावीशी वाटली, तर ती माझे कौतुक करेल आणि जरी ती मला दोष देत असली तरी हे सगळे तात्पुरते, वरवरचे असेल.

ऐकण्याची कला

जसजसे पुरुष ऐकणे शिकला व स्त्रीच्या भावनांचा बरोबर अर्थ लावू लागला, तसतसे संवाद सुखाचे होऊ लागले. इतर कोणत्याही कलांसारखीच ऐकण्याच्या केलेच्या सरावाची गरज असते. प्रत्येक दिवशी जेव्हा मी घरी जायचो, तेव्हा माझ्या पत्नीला – बोनीला – माझ्या समोर उभी करायचो आणि तिचा दिवस कसा गेला ते तिला सांगायला लावायचो. अशा प्रकारे मी ऐकण्याची कला अवगत केली.

जर ती अस्वस्थ असेल किंवा तिचा दिवस तणावपूर्ण गेला असेल, तर मला असे वाटायचं की, तिला असे म्हणायचे आहे की, मी कशा ना कशा प्रकारे या सगळ्यासाठी जबाबदार आहे आणि म्हणून ती मला दोष देते आहे. माझ्या पुढे सगळ्यात मोठे आव्हान हे होते की, तिचे बोलणे मी व्यक्तिश: घ्यायला नको आणि त्याबद्दल कोणतेही गैरसमज करून घ्यायला नको.मी सतत माझ्या मनाला हे बजावत असे की, आमच्या दोघांच्या भाषा वेगवेगळ्या आहेत. मी जेव्हा विचारत असे, 'काय झाले?' तेव्हा माझ्या लक्षात येई की, अनेक गोष्टी तिला त्रास देणाऱ्या होत्या. हळूहळू माझ्या लक्षात येऊ लागले की, मी एकटाच तिच्या त्रासाला जबाबदार नाही. थोड्या वेळाने मी तिचे ऐकून घेतल्याबद्दल ती माझे कौतुक करू लागते; तेव्हा जरी मी तिच्या त्रासासाठी काही अंशी जबाबदार असलो, तरी ती कृतज्ञतेने, प्रेमळपणे वागते व माझा स्वीकार करते.

जरी 'ऐकणे' ही एक सराव करण्याजोगी महत्त्वाची कला असली, तरी काही वेळा पुरुष इतका संवेदनशील व तणावपूर्ण असतो की, त्याला तिची भाषा समजत नाही. अशा वेळी त्याने तिचे ऐकून घेण्याचा प्रयत्नसुद्धा करण्याची गरज नाही, त्याऐवजी हळुवारपणे त्याने म्हणावे, 'ही वेळ योग्य नव्हे. आपण नंतर बोलू.'

काही वेळेस जोपर्यंत ती बोलायला सुरुवात करत नाही, तोपर्यंत पुरुषाला

कळत नाही की तो ऐकू शकणार नाही. जर तो खूप उदास असेल तर त्याने तिचे ऐकत बसण्याची गरज नाही, नाहीतर तो अधिकच अस्वस्थ होईल. त्याच्यामुळे त्याचे किंवा तिचे कोणाचेच भले होणार नाही; उलट आदरपूर्वक म्हणावे की, 'खरे तर मला तुझे ऐकून घेण्याची खूप इच्छा होती, पण आत्ता तू काय म्हणतेस, ते मला समजत नाही. मला वाटते, तू जे आता म्हणालीस त्यावर विचार करण्यासाठी मला थोडा वेळ हवा!'

मी आणि बोनीने अशा प्रकारे संवाद साधायला शिकून घेतले आहे, त्यामुळे आम्ही एकमेकांच्या वेगळेपणाचा आदर करतो आणि एकमेकांच्या गरजा समजून घेतो, त्यामुळे आमचे वैवाहिक जीवन अधिक सोपे झाले आहे. मी हाच बदल अनेक जोडप्यांमध्ये व हजारो व्यक्तींमध्ये झालेला पाहिला आहे. जेव्हा पती-पत्नी एकमेकांचा स्वीकार करतात आणि एकमेकांच्या भिन्नतेचा आदर करतात, तेव्हा नातेसंबंध अधिक दृढ होतात.

जेव्हा गैरसमज उद्भवतात, तेव्हा याचे स्मरण असू द्या की, स्त्री व पुरुष यांची भाषा वेगळी आहे. तुमचा जोडीदार काय म्हणाला किंवा त्याला काय म्हणायचे आहे याचे भाषांतर करून घेण्यासाठी पुरेसा वेळ द्या; यासाठी निश्चितच सरावाची गरज आहे पण तो करणे यथोचितच आहे.

◆

प्रकरण ६

पुरुष रबरबॅन्डसारखे असतात

पुरुष हे रबरबॅन्डसारखे असतात. जेव्हा ते एकमेकांपासून दूर जातात तेव्हा ते इतकेच दूर जातात की, परत दुप्पट वेगाने ते एकमेकांच्या जवळ येऊ शकतील. रबरबॅन्ड हे पुरुषांचे प्रीतिचक्र समजावून घेण्यासाठी योग्य रूपक आहे. या चक्रामध्ये सुरुवातीला जवळ असणे मग दूर जाणे आणि मग पुन्हा जवळ येणे हे असते.

अनेक स्त्रियांना या गोष्टीचे खूप आश्चर्य वाटते की, तिच्या पुरुषाचे तिच्यावर खूप प्रेम असूनसुद्धा ठरावीक काळासाठी तो तिच्यापासून दूर जातो आणि मग पुन्हा जवळ येतो. पुरुषाला ही दूर जाण्याची ओढ असणे हे नैसर्गिक आहे. हा त्याचा निर्णय नसतो किंवा ती त्याची आवडही नसते. हे घडायचेच असते. हा त्याचाही दोष नसतो किंवा तिचीही चूक नसते. हे एक नैसर्गिक चक्र असते.

जेव्हा पुरुष स्त्रीवर प्रेम करतो, तेव्हा जवळ येण्यापूर्वी ठरावीक काळासाठी का होईना त्याला तिच्यापासून दूर जावे लागते.

बायका पुरुषांच्या दूर जाण्याबद्दल गैरसमज करून घेतात, कारण सहसा स्त्री पुरुषापासून वेगळ्या कारणांसाठी दूर जाते. ती त्याच्यापासून तेव्हाच दूर जाते, जेव्हा ती त्याच्यावर आपल्या भावना समजून घेण्यासाठी विश्वास ठेवू इच्छित नाही किंवा ती दुखावली जाते आणि पुन्हा दुखावली जाण्याची तिला भीती वाटते किंवा त्याने काहीतरी खूप मोठी चूक केलेली असते आणि तिला निराश केलेले असते.

पुरुषसुद्धा या सगळ्या कारणांमुळे निश्चितच दूर जाऊ शकतो, पण त्याच्या दूर जाण्याचा आणखी एक पैलू असा की, तिने कोणतीही चूक केलेली नसतानासुद्धा विनाकारण तो तिच्यापासून दूर जाऊ शकतो. तो तिच्यावर प्रेम करत असतो, त्याचा तिच्यावर विश्वाससुद्धा असतो आणि तरीही अचानक तो तिच्यापासून दूर जाऊ लागतो. एखाद्या ताणलेल्या रबरबॅन्डप्रमाणे तो स्वतःला तिच्यापासून दूर नेतो आणि

परत आपसूक स्वत:च परत येतो.

पुरुष त्याच्या स्त्रीपासून लांब जातो, ते त्याची स्वातंत्र्याची किंवा स्वायत्ततेची गरज भागवण्यासाठी. तो स्वत:ला पुरेसा ताणून धरतो आणि नंतर अचानक स्प्रिंगसारखा दुप्पट वेगाने परत येतो. तो जेव्हा पूर्णपणे अलग होतो, तेव्हा त्याला प्रेमाची आणि लवचिकतेची गरज पुन्हा भासू लागते. आपोआपच तो त्याचे प्रेम देण्यासाठी आणि तिच्याकडून त्याला आवश्यक असलेले प्रेम मिळवण्यासाठी अधिक प्रेरित होतो. जेव्हा पुरुष आपल्या जुन्या नातेसंबंधात पुन्हा प्रवेश करतो, तेव्हा तो पुन्हा नातेसंबंधांना तिथपासूनच सुरुवात करतो, जेथे तो सोडून गेला होता. त्याला त्या नातेसंबंधांमध्ये पुन्हा नव्याने कसली ओळख करून घेण्याची गरज वाटत नाही.

प्रत्येक स्त्रीला पुरुषाबद्दल काय माहिती हवी

जर पुरुषाचे हे प्रीतिचक्र समजून घेतले, तर नातेसंबंध समृद्ध होतील, पण जर गैरसमज करून घेतला तर विनाकारण समस्या उद्भवतील. आपण एक उदाहरण पाहू.

संयोगिता खूप दु:खी होती, काळजीत होती आणि संभ्रमितसुद्धा होती. ती आणि तिचा प्रियकर समीर सहा महिन्यांपासून एकमेकांच्या प्रेमात होते. सगळंच कसं अद्भुत, प्रणयरम्य होते आणि मग कोणतेही कारण दिसत नसताना समीर संयोगितापासून भावनिक पातळीवर दूर-दूर राहू लागला. संयोगिताला तर कळेना की हा आपल्यापासून इतका दूर का चालला आहे? तिने मला जे सांगितले ते असे – 'एका मिनिटात तो माझ्या इतका जवळ असे आणि पुढच्याच क्षणाला त्याला माझ्याशी बोलावेसेसुद्धा वाटत नसे. मी त्याला परत मिळवण्यासाठी सगळे प्रयत्न केले, पण त्यामुळे परिस्थिती अधिकच बिघडली. मला तो कोणी वेगळाच भासू लागला. मला कळत नाही माझे काय चुकले? इतकी का मी वाईट आहे?'

जेव्हा समीर तिच्यापासून दूर गेला तेव्हा संयोगिताने ते फारच व्यक्तिश: घेतले आणि सर्वसामान्यपणे हीच प्रतिक्रिया सगळीकडे असते. तिला असे वाटले की, तिचीच काहीतरी चूक झाली आणि तिने स्वत:ला दूषणे दिली. तिला बिघडलेल्या सगळ्या गोष्टी ठाकठीक करायच्या होत्या, पण जेवढा अधिक ती प्रयत्न करत होती तेवढा तिच्यापासून तो दूर जात होता.

माझी कार्यशाळा संपल्यानंतर संयोगिताला खूप मोकळे मोकळे वाटले. तिची काळजी आणि संभ्रम ताबडतोब दूर झाले, त्याहीपेक्षा अधिक महत्त्वाचे हे की, तिने स्वत:ला दोष देणे थांबवले. तिला हे जाणवले की, समीर तिच्यापासून दूर गेला हा काही तिचा दोष नव्हे! त्याचबरोबर तिला समीर तिच्यापासून का दूर गेला यामागचे

कारणही समजले आणि अशा आपत्तीशी सामना अधिक चांगल्या पद्धतीने कसा करायचा हे ती शिकली. काही महिन्यांनी दुसऱ्या एका कार्यशाळेत समीर पण माझ्याकडे आला आणि त्याने मी संयोगिताला जे शिकवले होते, त्याबद्दल माझे आभार मानले. त्याने मला हेही सांगितले की, आता त्यांचा साखरपुडा झाला आहे व लवकरच ते विवाहबद्ध होणार आहेत.

संयोगिताला पुरुषांबद्दलचे एक असे गुपित समजले होते, जे फारच कमी स्त्रियांना माहिती असते.

संयोगिताच्या हे लक्षात आले की, ती जेव्हा समीरच्या जवळ जाण्याचा प्रयत्न करत असे, तेव्हा तो तिच्यापासून दूर जाण्यासाठी धडपडत असे. प्रत्यक्षात ती त्याला तिच्यापासून संपूर्ण अंतर दूर जाऊन स्प्रिंगप्रमाणे परत तिच्यापर्यंत मागे येण्यासाठी रोखत होती. सतत त्याचा पाठलाग करण्यामुळे त्याला तिची किती गरज आहे आणि तिच्या सहवासात राहणे त्यालाही हवे आहे, हे त्याला समजत नव्हते. तिच्या असे लक्षात आले की, तिने असे जवळपास सगळ्याच नातेसंबंधांमध्ये केले आहे. स्वत:च्याही नकळत तिने एका महत्त्वाच्या चक्रामध्ये अडथळा निर्माण केला होता. जोडीदाराबरोबरची जवळीक जपण्याच्या नादात उलट तिनेच प्रीतिचक्राला अडथळा आणला होता.

पुरुषामध्ये होणारा अचानक बदल

जर पुरुषाला त्याच्या जोडीदारापासून दूर जाण्याची संधी मिळाली नाही, तर तिच्याशी संबंध पुन्हा तोडण्याची संधी त्याला कधीच मिळणार नाही. स्त्रियांनी हे समजून घेतले पाहिजे की, त्यांनी जवळीकतेच्या सातत्याचा आग्रह धरायचा की आपल्या जोडीदाराचा सतत पाठलाग करायचा हे त्यांनी ठरवायचे आहे. जर त्या सतत पाठलाग करत राहिल्या, तर तो नेहमीच त्यांच्यापासून दूर पळण्याचा मार्ग शोधेल आणि मग त्याला तिच्या सहवासाची किती ओढ आहे, हे समजण्याची संधी तर कधीच मिळणार नाही.

मी माझ्या कार्यशाळेत हे समजावून सांगण्यासाठी एका मोठ्या रबरबॅन्डच्या साहाय्याने प्रात्यक्षिक करून दाखवतो. कल्पना करा की, तुमच्या हातामध्ये रबरबॅन्ड आहे. आता ते रबरबॅन्ड ताणायला सुरुवात करा. तुमच्या उजवीकडे ते ओढा. हे विशिष्ट रबरबॅन्ड १२ इंचांपर्यंत ताणले जाऊ शकते, पण १२ इंच ताणले गेल्यानंतर फक्त पाठीमागे परत जाण्याखेरीज दुसरी जागा उरत नाही आणि मग जेव्हा हे मूळपदावर येते, तेव्हा त्याच्यामध्ये अधिक ताकद आणि लवचिकता येते.

त्याचप्रमाणे पुरुष जेव्हा जोडीदारापासून खूप दूर जाईल, तेव्हा परत येताना

त्याच्यात अधिक ताकद व लवचिकता आलेली असेल. तो त्याच्या ठरावीक मर्यादेपर्यंत स्वत:ला दूर ठेवेल, पण नंतर मग तो एका विशिष्ट बदलामधून जाईल. त्याचा संपूर्ण दृष्टिकोनच बदलेल. हाच तो पुरुष जो त्याच्या जोडीदाराची काळजी घेत नव्हता किंवा तिच्यात रुची दाखवत नव्हता (तिच्यापासून दूर गेला तेव्हा!) अचानक तिच्याशिवाय आता जगू शकत नाही. आता त्याला तिच्या प्रेमाची, तिच्या जवळीकतेची जरुरी वाटू लागली. त्याला त्याची ताकद परत मिळते, कारण कोणावर तरी प्रेम करण्याची आणि कोणाकडूनतरी प्रेम करून घेण्याची त्याची इच्छा जागृत होते.

स्त्रीसाठी मात्र नक्कीच हे गोंधळात टाकणारे असते. तिचा स्वत:चा असा अनुभव असतो की, जर ती एखाद्या व्यक्तीपासून दूर झाली असेल, तर पुन्हा त्या व्यक्तीशी जवळीक साधण्यासाठी, तिला त्या व्यक्तीशी पुन्हा नव्याने ओळख करून घेण्यासाठी काही काळ जावा लागतो. जर पुरुषांच्या स्वभावाचा हा कंगोरा तिने समजून घेतला नाही, तर त्याच्या अचानक उद्‌भवलेल्या जवळीकतेच्या भावनेबद्दल ती गैरसमज करून घेईल आणि ती त्याला दूर लोटेल.

पुरुषांनीसुद्धा हा फरक समजून घेतला पाहिजे. जेव्हा पुरुष आपल्या जोडीदाराकडे पुन्हा परत येतो, त्यापूर्वी स्त्रीने तिच्या हृदयाची दारे उघडलेली असतीलच असे नाही. कारण पुन्हा जुन्या नात्यात शिरण्यापूर्वी तिला अधिक वेळेची आणि वार्तालापाची गरज असते. जर पुरुषाने तिला पूर्वीच्या नात्यात शिरण्यासाठी आवश्यक असलेल्या अधिक वेळेस मान्यता दिली, तर हा बदल सौहार्दपूर्ण होऊ शकतो, खासकरून ती जर तो दूर गेला तेव्हा दुखावली गेली असेल तर! दोघांमध्ये असलेल्या या भिन्नतेच्या बाबतीत सामंजस्य नसेल, तर पुरुष अस्वस्थ होतो. कारण आता त्याच्या तिच्याबद्दलच्या भावना उचंबळून आलेल्या असणार आणि त्याचा प्रणय तिने ताबडतोब स्वीकारावा अशी त्याची इच्छा असते.

पुरुष दूर का जातात...

पुरुषांना त्यांचे स्वातंत्र्य आणि त्यांची स्वायत्तता अतिशय प्रिय असते. खासकरून त्यांची प्रणयाची, जवळीकतेची गरज भागली की, ते पुन्हा भानावर येतात. साहजिकच जेव्हा तो तिच्याकडून सुटका करून घेण्याचा प्रयत्न करतो तेव्हा ती आकांडतांडव करते. तिला हे समजत नाही की, पुरुष तिच्यापासून दूर गेल्यानंतर त्याच्या स्वायत्ततेची गरज पूर्ण झाली की, पुन्हा त्याला तिच्या प्रणयाच्या छायेतच यावेसे वाटेल. आपोआपच त्याच्या उपजत स्वभावामुळे तो कधी प्रणय तर कधी स्वायत्ततेची निवड करतो.

आपोआपच आपल्या उपजत स्वभावामुळे तो कधी प्रणयाची गरज भागवतो तर कधी स्वायत्ततेची!

उदाहरणार्थ, नातेसंबंधांच्या सुरुवातीच्या काळात समीर फार सामर्थ्यवान आणि भरपूर आशा-आकांक्षांनी भारलेला तरुण होता. त्याचे रबरबॅन्ड पूर्णपणे ताणलेले होते. त्याला तिच्यावर छाप टाकायची होती, तिला समाधानी करायचे होते. खूश करायचे होते आणि प्रणयही करायचा होता. तो हे सगळे करण्यात यशस्वी झाला, तसतसे तिला पण त्याच्यात मिसळून जाण्याचा ध्यास लागला, म्हणून तिने तिच्या हृदयाची दारे त्याच्यासाठी सताड उघडी ठेवली. आता हे दोघे एकमेकांमध्ये पूर्णपणे मिसळून गेले होते आणि त्याबद्दल त्यांना खूप खुशी होती, पण थोड्याच काळात काहीतरी बदल घडला.

कल्पना करा, रबरबॅन्डचे काय झाले असेल! रबरबॅन्ड लुळे पडले, त्याची ताकद आणि लवचिकता संपली, आता ते कोणतीच हालचाल करण्याच्या स्थितीत राहिले नाही. पुरुषाच्या इच्छेच्या बाबतीत नेमके हेच होते. प्रणय करून झाला की, आता त्याला पुन्हा मागे जायचे नसते.

जरी त्या प्रणयामुळे पुरुषाला आटोकाट सुख मिळालेले असले, तरी त्याच्या अंतरंगात बदलाव येणे अटळ असते. आता त्याला तिच्यापासून दूर जाण्याची तीव्र इच्छा निर्माण होते. प्रणयाची त्याची भूक तात्पुरती भागलेली असते. आता त्याला स्वातंत्र्याची भूक लागते, आता आपण स्वावलंबी असावे असे त्याला वाटते, आता जोडीदाराची गरज असणे पुरे झाले असे त्याला वाटते. त्याला असेही वाटते की, आपण फारच परावलंबी झालो आहोत किंवा आणखी काय-काय वाटून तिच्यापासून दूर जातो, हे त्यालाही समजत नाही.

स्त्रिया आकांडतांडव का करतात...

समीरने जेव्हा कोणतेही स्पष्टीकरण न देता अचानक नातेसंबंधातून घूमजाव केले, तेव्हा संयोगिताला खूप भीती वाटली. भयभीत होऊन तिने त्याचा पाठलाग सुरू केला. तिला असे वाटले की, तिच्याकडून काहीतरी भयंकर चुकीचे कृत्य घडले आहे आणि म्हणूनच त्याने आपल्याकडे पाठ फिरवली आहे. ती कल्पनेत असे चित्र रंगवते की, त्याची अशी अपेक्षा आहे की, तिनेच त्याची प्रणयासाठी मनधरणी करावी. तिला अशी भीती वाटते की, आता तो परत कधीच येणार नाही.

तिला हे कळत नाही की, त्याने पाठ फिरवली असे कोणते कुकर्म तिच्या हातून घडले आहे? त्यामुळे त्याला परत माघारी फिरवण्यात ती हतबल असते, त्यामुळे परिस्थिती आणखीन बिघडते. तिला हे कळत नाही की, हा प्रीतिचक्राचाच एक भाग

आहे. ती जेव्हा त्याला विचारते की, 'काय झाले?' तर त्याच्याकडेही या प्रश्नाचे स्पष्ट उत्तर नसते; आणि म्हणून तो मूग गिळून बसतो, तो अवाक्षर शब्द बोलत नाही, पण त्या दोघांमधले अंतर मात्र वाढत असते.

स्त्री आणि पुरुषांना त्यांच्या प्रेमाबद्दलच साशंकता का वाटते?

हे प्रीतिचक्र जर नीट समजून घेतले नाहीतर स्त्री आणि पुरुषांना आपल्या प्रेमाबद्दल साशंकता वाटणे साहजिकच आहे. समीरला त्याचे प्रेम समजून घेण्याच्या मार्गात संयोगिताच अडथळे आणत होती आणि वरती स्वत:च गैरसमज करून घेत होती की, समीरचे तिच्यावर प्रेमच नाही. समीरला तिच्यापासून दूर राहण्यास संयोगिता संधीच देत नव्हती, त्यामुळे संयोगिताचे आपल्या जीवनातील स्थान किती महत्त्वाचे आणि प्रेमाचे आहे हे समीरला समजावून घेण्यास वाव मिळत नव्हता. त्याने सहजच आपली समजूत करून घेतली की, आपण संयोगितावर यापुढे प्रेम करूच शकणार नाही.

जेव्हा संयोगिताने समीरला थोडेसे दूर जाण्यास, स्वत:चे खाजगीपण जपण्यास मनोमन परवानगी दिली, तेव्हा तिला हे प्रथमच समजले की, समीर तिच्याकडेच पुन्हा नक्की परत येणार आहे. जेव्हा तिने मनाला ही शिस्तच लावून घेतली की, तो जेव्हा तिला सोडून जायचा, तेव्हा त्याचा पाठलाग करायचा नाही आणि विश्वास ठेवला की, सगळे काही ठीक होईल. तेव्हा प्रत्येक वेळी तो परत आला.

या प्रक्रियेमुळे जसजसा तिचा विश्वास वाढत गेला, तसतसे तिचे गडबड गोंधळ करणे, आकांडतांडव करणे कमी होत गेले. जेव्हा तो दूर गेला तेव्हा तिने त्याचा पाठलाग केला नाही किंवा तिला असेसुद्धा वाटले नाही की, त्याने काही चुकीचे केले आहे. तिने समीरच्या स्वभावाचा हा कोपरासुद्धा समजून घेतला. आता ती त्याला जसजशी सहज, सत्वर स्वीकारू लागली तसतसा तो अधिक लवकर परत येऊ लागला. समीरला जसजसे त्याच्या भावनांमधील आणि गरजांमधील बदल उलगडू लागले, तसतसा त्याला प्रेमाबद्दल आत्मविश्वास वाटू लागला. तो आता तिला वचने देऊ लागला व ते पाळू लागला. समीर आणि संयोगिताच्या यशस्वी नात्यामागचे गुपित हे होते की, त्यांनी दोघांनीही हे समजून घेतले होते की, पुरुष हे रबरबॅन्डसारखे असतात.

बायका पुरुषांबद्दल गैरसमज कसा करून घेतात...

पुरुष रबरबॅन्डसारखे असतात हे जर स्त्रियांनी समजून घेतले नाही, तर पुरुषांच्या प्रतिक्रियांबद्दल बायका गैरसमज करून घेतात, यात विशेष आश्चर्य

वाटण्याजोगे काहीच नाही. सर्वसामान्यपणे अधिकतर संभ्रम तेव्हा होतो, जेव्हा ती म्हणते, 'आपण बोलू या.' आणि ताबडतोब तो तिच्यापासून भावनिकदृष्ट्या खूप-खूप दूर जातो. ज्या क्षणाला तिला त्याच्याशी भरभरून बोलावेसे वाटते आणि त्याच्या पुढ्यात बसावं वाटतं, तेव्हा तो दूर जातो. सर्वसामान्यपणे बायकांची हीच तक्रार मला ऐकू येते की, 'प्रत्येक वेळी जेव्हा मला त्याच्याशी बोलायचे असते तेव्हा तो तोंड फिरवतो. मला असे वाटते त्याला माझ्याबद्दल काहीच आस्था वाटत नाही.' गैरसमजाने ती अशा मतास ठाम होते की, त्याला तिच्याशी कधीच बोलायचे नाही.

ही रबरबॅन्डची संकल्पना हेच स्पष्ट करते की, पुरुषाला त्याच्या जोडीदाराबद्दल प्रेम, काळजी, आस्था सारेकाही असते, पण फक्त काही काळासाठीच तो तिच्यापासून दूर जातो. तो जेव्हा तिच्यापासून दूर जातो, तेव्हा त्याला तिच्याशी बोलायचे नाही असा त्याचा अर्थ होत नाही, त्याऐवजी त्याला थोडा वेळ अगदी एकट्याला राहायचे असते, त्याला स्वत:शी संवाद सांधायचा असतो आणि त्या वेळी इतरांनी त्याला गृहीत धरायचं नसतं. ही वेळ अगदी खास त्याची स्वत:ची काळजी घेण्याची असते. तेथून जेव्हा परत येतो, तेव्हाच तो इतरांशी बोलायला उपलब्ध असतो.

आपल्या जोडीदाराबरोबर, तिच्या सहवासात असताना तो काही ठरावीक मर्यादेपर्यंत तिच्याशी जोडलेला असतो. तिच्या गरजा, तिच्या समस्या, तिच्या इच्छा आणि भावनाही तो समजून घेतो; त्यामध्ये तो इतका गुंततो की, स्वत:लासुद्धा विसरतो, पण काही काळ दूर जाण्याने तो स्वत:च्या गरजा पूर्ण करण्याची आणि आपली स्वायत्तता जपण्याची आणि वैयक्तिक सीमारेषा पुन:प्रस्थापित करण्याची स्वत:च्या मनाला परवानगी देतो.

एका ठरावीक मर्यादेपर्यंत पुरुष त्याच्या जोडीदाराबरोबर पूर्णपणे स्वत:ला गुंतवून घेतो, तिच्याशी एकरूप होतो, तिच्या भावना समजून घेतो आणि स्वत:ला विसरतो.

काही पुरुषांनी मात्र या 'दूर जाणे' प्रकाराचे वर्णन वेगळ्या पद्धतीने केले आहे. त्यांच्यासाठी ही दूर जाण्याची भावना असा अर्थ ध्वनित करते की, 'मला एकांत हवा आहे' किंवा 'मला एकट्याला राहायचं आहे' यातून अर्थ जरी काहीही काढला तरी पुरुष जेव्हा आपल्या जोडीदारापासून दूर जातो, तेव्हा तो त्याची स्वत:ची काळजी घेण्याची सयुक्तिक गरज काही क्षणांसाठी पूर्ण करत असतो.

जसे, भूक काही आपल्याला ठरवून लागत नसते, तसेच पुरुषांचे तात्पुरते दूर जाणे काही ठरवून केलेले नसते. ती त्याची नैसर्गिक गरज असते. तो आपल्या जोडीदाराच्या खूप जवळ येतो, त्याच्यात मिसळून जातो आणि स्वत:ला हरवतो,

पण त्याच क्षणी त्याला आपल्या स्वायत्ततेची गरज वाटते; आणि मग तो जोडीदारापासून दूर जायला सुरुवात करतो. ही प्रक्रिया जर स्त्रियांनी समजून घेतली, तर स्त्रियांना त्याच्या या दूर जाण्यामागचा अर्थ योग्य प्रकारे लावता येईल.

जेव्हा बायकांना जवळीक हवी असते, तेव्हा पुरुष का दूर जातात?

अनेक स्त्रियांच्या बाबतीत असे घडते की, नेमके त्यांना जेव्हा त्यांच्या जोडीदाराबरोबर जवळीक हवी असते, त्याच्याशी खूप बोलायची इच्छा असते तेव्हा ते नेमके त्यांच्यापासून दूर जातात. असे घडण्यामागे दोन कारणे आहेत :

१. स्त्रीला तिच्या जोडीदाराबरोबर शेअरिंग हवे असते, त्याला खूप काही सांगायचे असते, त्याची मते विचारायची असतात, त्याच्या कुशीत शिरायचे असते. तेव्हा ती त्याला म्हणते, 'आपण जरा बोलू या!' त्या वेळी तिला त्याचे तुटकपण जाणवते. त्याच्यातून ती गैरसमजाने असा अर्थ काढते की, त्याला तिच्याशी बोलण्याची इच्छा नाही किंवा त्याला तिची काही पर्वाच नाही.
२. जेव्हा स्त्री आपल्या मनातील खोलवर रुजलेल्या भावना त्याच्याबरोबर वाटून घेण्याचा प्रयत्न करते, त्याबरोबर पुरुषाच्या मनात तिच्यापासून दूर जाण्याच्या ऊर्मी दाटून येतात. जोपर्यंत त्याच्या डोक्यात या धोक्याच्या घंटा वाजत नाहीत, तोपर्यंत तो तिच्या भावना वाटून घेऊ शकतो, पण डोक्यात जेव्हा धोक्याची घंटा वाजते की, तो त्याचा तोल घालवू बघतोय किंवा नियंत्रणकक्षेच्या पलीकडे जातोय, त्याबरोबर तो स्वत:ला तिच्यापासून दूर करतो. अत्यंत नाजूक, हळुवार क्षणी पुरुषाच्या मेंदूतील बटण दाबले जाते आणि त्याला स्वायत्ततेची अनिवार ओढ निर्माण होते आणि म्हणून तो जोडीदारापासून स्वत:ला दूर ठेवतो.

क्षणार्धात होणाऱ्या या बदलामुळे स्त्री गोंधळून जाते. कारण तिची एखादी कृती किंवा एखादे वाक्यसुद्धा त्याच्या दुराव्यासाठी पुरेसे होते. सहसा असे होते की, जेव्हा स्त्री तिच्या भावनांच्या आवेगात काहीतरी शब्दबंबाळ बोलते, तेव्हा पुरुषाला तिला सोडून जाण्याची अनिवार इच्छा होते. याचे कारण असे की, भावना पुरुषांमध्ये प्रेम निर्माण करतात आणि त्यांना जवळ आणतात आणि जेव्हा पुरुष जोडीदाराच्या फार जवळ येतो, तेव्हा आपोआपच तो जोडीदारापासून दूर होतो.

याचा अर्थ असा नव्हे की, त्याला तिच्या भावनांबद्दल ऐकायचे नसते. त्याच्या मनाच्या कोपऱ्यामध्ये पुन्हा एखाद्या अशा हळव्या क्षणी जेव्हा प्रीतिचक्र आकार घेत असते आणि त्याला त्या हळव्या क्षणांची गरज असते, तेव्हा पुन्हा ज्या हळव्या

भावना त्याच्या दुराव्यास कारणीभूत झालेल्या असतात, त्याच त्याला पुन्हा जोडीदाराच्या जवळ घेऊन येतात. याचाच अर्थ, ती जे बोलते त्यामुळे तो दूर जात नाहीतर ती वेळ! जेव्हा ती हे बोलते त्यामुळे तो दूर जातो.

पुरुषांशी कधी बोलावे?

जेव्हा पुरुष स्वत:ला आपल्या जोडीदारापासून दूर ठेवत असेल, तेव्हा ती वेळ जवळीक साधण्याची नव्हे याची पक्की खूणगाठ बांधावी. त्याला खुशाल दूर जाऊ द्यावे. थोड्या वेळाने तो नक्की परत येणार असतो, उलट जेव्हा तो परत येईल, तेव्हा तो अधिक प्रेमळ व एखाद्या आधारवडाप्रमाणे भासेल, जणूकाही मधल्या काळात काही घडलेच नाही आणि हीच खरी वेळ त्याच्याशी बोलण्याची.

ही सुवर्णसंधी असते. ज्या वेळेस पुरुषाला जवळीक हवी असते आणि तो तुमच्याशी बोलण्यासाठी चक्क उपलब्ध असतो; पण अशा वेळी बायका संवाद साधण्यासाठी पुढाकार घेत नाहीत. असे का घडते, याच्यामागे तीन सर्वसामान्य कारणे आहेत :

१. स्त्री अशा वेळी बोलायला घाबरते. कारण मागच्या वेळेस जेव्हा तिला त्याच्याशी बोलण्याची तीव्र इच्छा होती तेव्हा त्याने तिला अव्हेरले होते, त्यामुळे गैरसमजाने तिच्या मनाची ठाम समजूत झाली होती की, त्याला तिची मुळीच पर्वा नाही आणि तो तिचे काही लक्षपूर्वक ऐकूनही घेणार नाही.
२. तिला असे वाटते की, तो तिच्यामुळे अस्वस्थ झाला आहे; म्हणून आता संवाद त्याच्या बाजूने कधी सुरू होतो आहे, याची ती वाट पाहात राहते. तिला हे ही माहिती असते की, आता जर संवाद घडून येण्यापूर्वीच ती त्याच्यापासून दूर गेली, तर तिच्या मनात ते सतत खदखदत राहील की, नेमके कशामुळे तो अस्वस्थ झाला? तिला हे जाणून घेण्याची तीव्र गरज वाटते, म्हणून त्याच्याकडूनच संवादाला सुरुवात व्हावी म्हणून ती वाट पाहाते, पण त्याला काही बोलण्याची गरजच भासत नाही, कारण मुळात तो अस्वस्थ नसतोच!
३. तिच्याकडे बोलण्यासारखे खरे तर खूप काही असते, पण त्यामुळे आपण उद्धट दिसू अशी तिला भीती वाटते, म्हणून ती बोलायला धजत नाही. आपण नम्र दिसावे, या नादात स्वत:च्या भावनांबद्दल बोलायचे सोडून स्वत:ला व्यक्त न करता ती त्यालाच त्याच्या भावनांबद्दल व विचारांबद्दल प्रश्न विचारत सुटते, पण त्याच्याकडे तिला सांगण्यासारखे काहीच नसते, म्हणून तो गप्प बसतो, पण यावरून ती मात्र असा निष्कर्ष काढते की, त्याला तिच्याशी संवाद साधण्यात काही रस नाही.

'तो बोलत का नाही?' या प्रश्नावर अशा प्रकारचे चुकीचे मंथन केल्यावर बायका आपल्या जोडीदाराविषयी निराश न झाल्या तरच आश्चर्याची गोष्ट असेल!

पुरुषाला कसे बोलायला लावावे?

जेव्हा स्त्रीला बोलावेसे वाटेल किंवा जवळीकता साधण्याची गरज भासेल, तेव्हा तिनेच बोलण्यासाठी पुढाकार घ्यावा आणि विनाकारण त्याची वाट पाहण्यात व्यर्थ वेळ दवडू नये. संवादाला सुरुवात करण्यापूर्वी तिच्या भावनांना तिला मुक्त वाट करून द्यावी लागेल. जरी त्याच्याकडे बोलण्यासारखे काही नसेल, तरीसुद्धा बायकांना पुरुषांच्या बाबतीतली एक गोष्ट अजून माहिती नाही, ती म्हणजे पुरुषांना बोलण्यासाठी काहीतरी कारण लागते. केवळ आपल्या भावना वाटून घ्यायच्या म्हणून ते बोलत नाहीत, पण जेव्हा बायका बोलायला सुरुवात करतात, तेव्हा थोड्याच वेळात त्या ज्या विषयावर बोलत असतात, त्याच विषयावर दिलखुलासपणे बोलायला लागतात.

उदाहरणार्थ, जर तिने त्याला ती दिवसभरात कोणकोणत्या दिव्यातून गेली हे सांगितले, तर तोसुद्धा त्याचा दिनक्रम आणि त्याच्या अडचणी सांगायला सुरुवात करतो आणि अशा प्रकारे ते एकमेकांना समजावून घेऊ शकतात. जर तिने मुलांबद्दल काही सांगायला सुरुवात केली, तर तोसुद्धा मुलांबद्दलच्या त्याच्या भावना व्यक्त करतो. जर तिने बोलण्यात पुढाकार घेतला आणि त्याला दूषणे दिल्यासारखे किंवा दबाव टाकल्यासारखे वाटले नाही, तर हळूहळू तो दिलखुलासपणे बोलू लागतो.

बायका पुरुषांवर बोलण्यासाठी कसा दबाव आणतात

जी स्त्री आपल्या जोडीदाराबरोबर भावना वाटून घेत असते, ती साहजिकच त्याला बोलण्यासाठी प्रेरित करत असते, पण जेव्हा त्याला असे वाटते की, त्याने बोलावे ही तिची मागणी आहे, तेव्हा त्याचे मन आपोआप रिते होऊन जाते. त्याला काहीच बोलावेसे वाटत नाही, जरी त्याच्याकडे बोलण्यासारखे काही असले, तरीसुद्धा केवळ ही तिची मागणी असल्यामुळे तो बोलण्यास प्रतिकार करतो.

जेव्हा स्त्रीची त्याने बोलावे ही मागणी असते, तेव्हा पुरुषासाठी बोलणे फार कठीण असते; त्याला प्रश्न विचारून तिच्याही नकळत ती त्याला स्वत:पासून दूर नेते, विशेषत: ज्या वेळी त्याची बोलण्याची इच्छा नसते तेव्हा! स्त्री गैरसमजाने असे गृहीत धरते की, पुरुषाला आत्ता बोलण्याची गरज आहे आणि म्हणून त्याने बोललेच पाहिजे. ती हे विसरते की, तो मंगळावरून आला आहे आणि त्याला तिच्याइतकी बोलण्याची गरज नसते.

तिला असेही वाटते की, तो जर तिच्याशी बोलला नाही, तर त्याचे तिच्यावर

प्रेमच नाही. केवळ तो बोलत नाही म्हणून त्याला नाकारण्यापूर्वी खात्री करून घ्यावी की, त्याच्याकडे बोलण्यासारखे काही आहे का? पुरुषाला तो जसा असेल तसा स्वीकारला जावा अशी त्याची इच्छा असते आणि तरच मग तो हळूहळू खुलून बोलायला लागतो, पण जेव्हा ती त्याने अधिक बोलावे अशी मागणी करते, तेव्हा तिने त्याला स्वीकारले नाही असे त्याला वाटते किंवा मग त्यामुळे ती त्याला चीड आणते व तिच्यापासून दूर जाण्यास भाग पाडते.

ज्या पुरुषाला आपल्या जोडीदारापासून दूर जाण्याची गरज वाटते, त्याने त्यापूर्वी आपल्या भावना वाटून घेणे शिकले पाहिजे आणि संवाद साधण्यासाठी तोंड उघडण्यापूर्वी तिचे बोलणे लक्षपूर्वक ऐकले पाहिजे. त्याने तिचे बोलणे लक्षपूर्वक ऐकल्याबद्दल त्याचे कौतुक केले गेले पाहिजे, ही त्याची तीव्र इच्छा असते, मगच तो हळूहळू अधिक बोलू लागतो.

पुरुषाबरोबर संवाद साधताना पुढाकार कसा घ्यायचा...

जितकी ती बोलण्यासाठी त्याचा पिच्छा पुरवेल तितका तो मूग गिळून बसेल. त्याने बोलावे म्हणून धडक प्रयत्न करणे हे तितकेसे उचित ठरणार नाही. विशेषतः जेव्हा तो पळ काढायचा प्रयत्न करतो तेव्हा तर नाहीच! 'ती त्याला बोलण्यासाठी कशी उद्युक्त करते?' यापेक्षा 'ती आपल्या जोडीदाराबरोबर अधिक जवळीक कशी निर्माण करू शकते? संवाद कसा वाढवू शकते?' हा प्रश्न अधिक योग्य ठरेल.

जर स्त्रीला आपल्या नातेसंबंधांमध्ये अधिक सुसंवाद हवा असेल – आणि बऱ्याच स्त्रियांना तो हवाच असतो – तर तिनेच संवाद साधण्यामध्ये पुढाकार घेतला पाहिजे, पण त्यासाठी तिच्याकडे अशी परिपक्वता हवी की, या संवादामध्ये कधीकधी तो उत्साहाने भाग घेईल, तर कधीकधी कमालीचा तुटकपणा दाखवेल व तिच्यापासून दूर जाईल; या गोष्टीची तिला फक्त जाणीवच नाहीतर ते तिला अपेक्षितच असले पाहिजे.

जेव्हा तो तिच्याशी बोलण्यासाठी उपलब्ध असेल, तेव्हा त्याला वीसएक प्रश्न विचारण्यापेक्षा किंवा त्याने बोलावे म्हणून मागणीखोर असण्यापेक्षा तिने त्याला असा संदेश द्यावा की, जरी त्याने तिचे फक्त ऐकून घेतले, तरी तिला ते खूप आवडेल. अगदी सुरुवातीलाच जर तिने त्याला बोलण्यासाठी प्रोत्साहन दिले नाहीतर ते अधिक बरे होईल.

उदाहरणार्थ, मयुरा असे म्हणू शकते, 'सिद्धार्थ, तू माझे मत ऐकून घेशील का? माझा आजचा दिवस खूप वाईट गेला आणि मला त्याबद्दल तुझ्याशी बोलायचे आहे, त्यामुळे मला खूप हलके वाटेल.' मयुराचे मग दोन मिनिटे बोलून झाल्यावर

तिने एक क्षणभर थांबावे व मग म्हणावे, 'खरेच, तू माझ्या भावना समजून घेतल्यास, माझे काळजीपूर्वक ऐकून घेतलेस, त्यामुळे मला खूप बरे वाटले.' अशा प्रकारची कौतुकाची पावती पुरुषाला अधिक काळजीपूर्वक ऐकण्यासाठी प्रोत्साहित करते.

कौतुकाशिवाय आणि प्रोत्साहानाशिवाय पुरुष संवादामध्ये फारसा रस घेत नाही. कारण मग त्याला वाटते की, त्याचे 'ऐकून घेणे' फारसे महत्त्वाचे नाही. त्याचे ऐकून घेणे तिच्यासाठी किती महत्त्वाचे असते हे त्याला समजत नाही; अर्थात बऱ्याच बायकांना या गोष्टीची उपजतच जाणीव असते की, काळजीपूर्वक ऐकणे हे किती महत्त्वाचे असते! पुरुषांना हे समजून घेण्यासाठी विशेष प्रशिक्षणाची गरज असते, नाहीतर मग स्त्री आणि पुरुषांमध्ये फरक तो काय? सुदैवाने काळजीपूर्वक ऐकल्याबद्दलची कौतुकाची पावती मिळाल्यानंतर पुरुषांना बोलण्याचीसुद्धा किती महती असते हे समजते व तो 'संवाद' या बाबीकडे आदराने पाहू शकतो.

पुरुष केव्हा बोलणार नाही

सायली आणि समीर यांच्या लग्नाला आता वीस वर्षं झाली होती. सायलीला घटस्फोट हवा होता आणि समीरला मात्र लग्न टिकवायचे होते.

सायली म्हणाली, "तो असे म्हणूच कसे शकतो की, त्याला अजूनही हा विवाह टिकवायचा आहे? त्याचे माझ्यावर प्रेम नाही, त्याला माझ्याबद्दल काही वाटत नाही. जेव्हा मला त्याच्याशी बोलण्याची गरज असते, तेव्हा तो पुढे निघून जातो. तो अत्यंत निष्ठुर आणि निर्दयी आहे. गेल्या वीस वर्षांपासून त्याने त्याच्या भावना रोखून धरल्या आहेत. मी त्याला मुळीच क्षमा करणार नाही. मला घटस्फोट हवा आहे. मी आता त्याच्याबरोबर भावना वाटून घेण्याच्या प्रयत्नात थकून गेले आहे."

सायलीला हे समजत नव्हते की, त्यांच्या समस्यांमध्ये तिचा हातभार किती होता! तिला असे वाटत होते की, सगळ्या चुका तिच्या नवऱ्याच्याच होत्या. तिला असे वाटत होते की, जवळीक वाढवण्यासाठी तिने एकूण एक प्रयत्न केले होते. सुसंवाद घडावा, संभाषण वाढावे म्हणून गेल्या वीस वर्षांपासून ती प्रयत्न करत आली होती आणि तो मात्र सगळे प्रयत्न मोडीत काढत होता.

पण सायली जेव्हा आमच्या सेमिनारला आली आणि तिने पुरुष आणि रबरबॅन्डच्या रूपकाबद्दल ऐकले, तेव्हा तिचे डोळे अश्रूंनी डबडबले. आता तिच्या डोळ्यांमध्ये समीरसाठी अपार सहानुभूती होती, दया-क्षमा होती; आता तिला जाणीव झाली की त्याची समस्या ही त्यांच्या दोघांची समस्या होती. तिला आता कळून चुकले की, त्यांच्या समस्येमध्ये तिने स्वतःच भर घातली होती.

ती म्हणाली, "मला अजूनही आमच्या लग्नानंतरचे पहिले वर्ष आठवते. मी

समीरशी भरभरून बोलत असे, माझ्या भावना मोकळ्या करत असे, पण तो खुशाल निघून जात असे. त्यामुळे मला असे वाटले की, त्याचे माझ्यावर प्रेमच नाही. असे अनेकदा घडल्यावर मी नाद सोडून दिला, कारण मला त्याच्याकडून आणखी दुखवून घ्यायचे नव्हते. त्या वेळी मला हे समजले नाही की, नंतर कधीतरी तो माझ्या भावना समजून घेईल. मी त्याला परत कधी संधीच दिली नाही. त्याच्याकडून अधिक मानहानी करून घेण्याची माझी इच्छा नव्हती. त्यानेच बोलायला सुरुवात करावी म्हणून मी वाट पाहात असे.''

एकतर्फी संभाषण

सायलीचे संभाषण हे सहसा एकतर्फी असायचे. ती समीरवर प्रश्नांची सरबत्ती सुरू करत असे, जेणेकरून त्यामुळे तरी तो प्रथम बोलायला सुरुवात करेल! पण स्वत:च्या भावनांना मुक्तपणे वाट करून देण्यापूर्वीच त्याच्या त्या तोकड्या उत्तरांमुळे ती अस्वस्थ होत असे. जेव्हा ती तिच्या भावना त्याच्याबरोबर वाटून घेत असे, तेव्हा त्या जवळपास सारख्याच असत; पण तो खुल्या दिलाचा नाही, प्रेमळ नाही, भावना वाटून घेत नाही, म्हणून ती नाराज असे.

त्यांच्यातील संभाषण काहीसे असे असे :

सायली : कसा गेला तुझा आजचा दिवस?
समीर : ठीक!
सायली : काय झाले?
समीर : रोजचेच.
सायली : या शनिवार-रविवार काय करायचे ठरवले आहे?
समीर : काही नाही! तुला काय करायचे आहे?
सायली : तुला आपल्या मित्रांना जेवण्यासाठी आमंत्रण द्यायचे आहे का?
समीर : तू ठरव! ते टीव्हीच्या प्रोग्रामचे पत्रक पाहिलेस का?
सायली (अस्वस्थपणे) : तू बोलत का नाहीस माझ्याशी?
समीर : (पुतळ्यासारखा शांत.)
सायली : तुझे माझ्यावर प्रेम आहे का?
समीर : अर्थात! माझे प्रेम आहे, लग्न केलंय मी तुझ्याशी.
सायली : तुझे माझ्यावर प्रेम कसे असू शकते? आपण तर कधी बोलतसुद्धा नाही. तू असा न बोलता बसू कसा शकतोस? तुला माझी पर्वा तरी आहे का?

त्याबरोबर समीर उठून बाहेर फिरायला निघून जातो. तो जेव्हा परत येतो तेव्हा असे भासवतो की, जणूकाही घडलेच नाही. सायलीसुद्धा असे वागते की, सारे काही आलबेल आहे, पण आतल्याआत तिचे प्रेम आटून जाते. वरवर मात्र जरी आपण खूप प्रेमळ असल्याचा दिखावा ती करते, तरी आतमध्ये तिच्या संतापाला उकळ्या फुटत असतात आणि त्या संतापाच्या भरात ती पुन्हा त्याच्यावर भावनांच्या बाबतीत प्रश्न विचारत सुटते. अशा प्रकारे वीस वर्षांत त्याचे आपल्यावर प्रेम नसल्याचे अनेक पुरावे तिने गोळा केलेले असतात आणि आता याच्यापेक्षा अधिक तिला प्रेमाला पारखे व्हायचे नसते.

स्वतःमध्ये बदल न करता एकमेकांना आधार द्यायला शिकणे

आमच्या कार्यशाळेत बोलताना सायली म्हणाली, ''अक्षरशः मी समीरला बोलते करण्यासाठी वीस वर्षं घालवली. त्याने ननमोकळेपणाने बोलावे, भावनाशील असावे, असे मला वाटत होते. मला या गोष्टीची जाणीव नव्हती की, मी स्वतः मनमोकळी आणि भावनाशील राहण्यासाठी जो मला आधार देईल अशा पुरुषाची मला गरज होती. गेल्या वीस वर्षांत कधी मला जमले नव्हते, ते या रविवारी मी माझ्या नवऱ्याबरोबर सुसंवाद साधू शकले, त्याच्याशी जवळीक निर्माण करू शकले. त्याचे माझ्यावर प्रेम आहे, याचा मला साक्षात्कार झाला आणि हेच तर मी शोधत होते! मला असे वाटत होते की, त्याला बदलण्याची गरज आहे. पण आता माझ्या लक्षात येते की, ना त्याची ना माझी, चूक कोणाचीच नव्हती. फक्त आम्हाला हे माहिती नव्हते की, एकमेकांना आधार कसा द्यायचा!''

सायलीची ही एक लाडकी तक्रार होती की, समीर बोलत नाही. तिने स्वतःची अशी पक्की गैरसमजूत करून घेतली होती की, केवळ त्याच्या अबोल स्वभावामुळेच त्यांच्यात जवळीक निर्माण होऊ शकत नाही, पण या कार्यशाळेत ती तिच्या भावना कोणत्याही मागणीशिवाय किंवा अपेक्षांशिवाय वाटून घेणे शिकली, तेही विनाशर्त! त्याच्या अबोल स्वभावाला नाकारण्याऐवजी ती त्याचे कौतुक करणे शिकली, त्यामुळे तो अधिक चांगला श्रोता झाला.

समीर श्रवण करण्याची कला शिकला. तिच्या समस्यांवर कोणतेही उपाय न सुचवता शांतपणे, आस्थेने ऐकून घेणे शिकला. पुरुषाला उत्तम श्रोता होणे शिकवणे हे त्यामानाने खूप सोपे, जितके त्याला भावुक होणे व मनमोकळे बोलायला शिकवणे अवघड! आपल्या प्रेमाच्या व्यक्तीचे बोलणे ऐकून घ्यायला शिकल्यामुळे आपले कौतुक होते, हे पाहून तो हळूहळू मोकळा होऊ लागतो व आपल्या भावना व्यक्त करू लागतो आणि हे सगळे आपसूकच घडते.

ऐकून घेतल्याबद्दल पुरुषाचे जेव्हा कौतुक होते आणि आपल्या भावना जाणून न घेतल्याबद्दल त्याला दूषणे दिली जात नाहीत, तेव्हा हळूहळू तो खुलतो व मनमोकळेपणाने बोलू लागतो. जेव्हा त्याच्या लक्षात येते की, आपल्यावर बोलण्याची जबरदस्ती नाही, तेव्हा साहजिकच तो बोलू लागतो, परंतु त्याची आधी खात्री व्हावी लागते की, आपला स्वीकार केला गेला आहे. आता जर अजूनही त्याच्या न बोलण्याबद्दल ती नाराज असेल, तर ती हे विसरते की, पुरुष हे मंगळावरचे आहेत!

जेव्हा पुरुष दूर जात नाहीत...

प्रीती आणि प्रथमेश यांच्या लग्नाला फक्त दोनच वर्षं पूर्ण झाली होती. ते प्रत्येक गोष्ट एकत्र करत असत. ते जरासुद्धा एकमेकांना सोडून राहात नसत. थोड्याच दिवसांत प्रथमेश अधिकाधिक चिडखोर, निष्क्रिय, लहरी आणि उदासीन, हळवा असा बनू लागला.

त्यांचे समुपदेशन करताना प्रीतीने मला सांगितले, ''आता मला त्याच्या सहवासात काहीच मजा वाटत नाही. मी त्याला प्रफुल्लित करण्याचे सर्व प्रयत्न केले, पण सारेच व्यर्थ! मला त्याच्याबरोबर प्रत्येक गोष्टीचा आनंद लुटण्याची हौस होती, म्हणजे रेस्टॉरंटमध्ये जेवायला जाणे, दूर-दूर प्रवास करणे, नाटक-सिनेमे पाहणे, पार्टीज्मध्ये नाच करणे वगैरे, वगैरे... पण यांपैकी काहीच झाले नाही. आम्ही आता हे सगळे करत नाही. आम्ही फक्त टीव्ही पाहातो, खातो-पितो, झोपतो आणि काम करतो. मी त्याच्यावर प्रेम करण्याचा प्रयत्न करते, पण मला त्याची अत्यंत चीड येते. पूर्वी तो इतका रसिक आणि आकर्षक होता, पण आता तो अगदी ढेपाळलेला असतो. त्याच्याबरोबर राहणे अत्यंत नीरस वाटते. मला तर काय करावे तेच कळत नाही. त्याच्यात काहीही बदल होणे शक्य नाही.''

आमच्या कार्यशाळेत जेव्हा प्रीती आणि प्रथमेशने पुरुषाच्या प्रीतिचक्रात जवळीक आणि दुरावा या दोन्ही गोष्टी काहीशा मध्यंतराने येतात हे रबरबॅन्डच्या रूपकातून समजून घेतले, तेव्हा त्यांचे नेमके काय चुकले हे त्यांना समजले. ते एकमेकांबरोबर जरुरीपेक्षा जास्त वेळ एकत्र घालवत होते. प्रीती आणि प्रथमेशला दिवसातला काही वेळ एकमेकांपासून दूर घालवण्याची आवश्यकता होती.

जेव्हा पुरुष स्त्रीच्या खूप जवळ येतो आणि स्वत:ला तिच्यापासून अलग करत नाही, तेव्हा सर्वसाधारणपणे दिसणारी लक्षणे म्हणजे लहरीपणा, चिडखोरपणा, निष्क्रियता आणि आत्मसमर्थन! प्रथमेशला हे समजत नव्हतं की, स्वत:ला प्रीतीपासून वेगळे कसे ठेवावे! आपण एकट्यानेच मौजमजा करण्यात त्याला अपराधीपण वाटत होते. त्याची अशी समजूत होती की, त्याने प्रत्येक गोष्ट आपल्या बायकोबरोबर

वाटून घेतली पाहिजे.

प्रीतीलासुद्धा असेच वाटत होते की, त्यांनी सर्वच गोष्टी एकत्रितपणे करायला पाहिजेत; समुपदेशनाच्या वेळी मी प्रीतीला विचारले की, 'ती प्रथमेशबरोबर एवढा वेळ का घालवते?'

यावर तिचे म्हणणे असे, 'मला अशी भीती वाटायची की, जर मी एकटीनेच मजा केली, तर तो रागावेल. एकदा मी शॉपिंगला एकटी गेले, तर तो माझ्यावर खूप चिडला होता.'

त्यावर प्रथमेश म्हणाला, "तो दिवस तर मला अजूनही आठवतो. मी चिडलो होतो हे खरे, पण ते मी माझ्या व्यवसायात झालेल्या आर्थिक नुकसानीमुळे! खरे तर मला हेसुद्धा आठवते की, मी जेव्हा घरी आलो, तेव्हा घरात मी एकटा आहे या कल्पनेने मी खूश झालो, पण ते तुला सांगायचे धाडस मला झाले नाही. कारण मला वाटले की तू दुखावशील."

प्रीती म्हणाली, "मला वाटले की माझे एकटीने जाणे तुला आवडले नाही. तू मला त्या वेळी खूप दुरावलेला वाटलास."

अधिक स्वावलंबन

या नवीन सजगतेमुळे प्रीतीला प्रथमेशची खूप काळजी करण्याची गरज नव्हती. प्रथमेशचे तिच्यापासून दूर जाणे खरेतर तिला अधिक स्वतंत्र बनवण्याच्या दृष्टीने फायद्याचेच होते. ती आता स्वत:ची अधिक काळजी घेऊ लागली. जेव्हा ती तिला हव्या त्या गोष्टी करू लागली व तिच्या मैत्रिणींकडून मदत मिळवू लागली, तेव्हा ती अधिक आनंदी झाली. तिच्या प्रथमेशबद्दल असलेल्या संतापाच्या लाटा विरून गेल्या. तिला जाणीव झाली की, प्रथमेशकडून ती जरा जास्तच अपेक्षा करत होती. जेव्हा तिने रबरबॅन्डच्या संकल्पनेबद्दल ऐकले, तेव्हा तिच्या लक्षात आले की, या समस्येला बऱ्याच अंशी तीसुद्धा जबाबदार होती. तिच्या हेसुद्धा लक्षात आले की, त्याला त्याच्या एकट्याचा काही वेळ आवश्यक आहे. तिच्या प्रेमळ स्वार्थत्यागामुळे ती त्याला तिच्यापासून विलग होण्यास प्रतिरोध करत होती आणि तिच्यापासून दूर न जाता आल्यामुळे त्याच्यात एक प्रकारची घुसमट होती. तिचे प्रेम त्याला गुदमरून टाकणारे होते. तिचे परावलंबित्व त्याच्यासाठी नाइलाज बनत चालले होते.

प्रीती आता प्रथमेशशिवाय तिला आवडणाऱ्या गोष्टी करू लागली होती. तिला कराव्याशा वाटणाऱ्या, पण आत्तापर्यंत न केलेल्या कितीतरी गोष्टी तिला आता करायच्या होत्या. एकदा ती रात्री काही मैत्रिणींबरोबर जेवायला बाहेर गेली, तर एकदा रात्री नाटक बघायला गेली, तर एकदा वाढदिवसाला गेली.

सहज चमत्कार

प्रीतीला सगळ्यात कसले आश्चर्य वाटले असेल, तर इतक्या पटकन त्यांचे नातेसंबंध कसे बदलले त्याचे! प्रथमेश आता अतिशय प्रेमळ बनला, तिच्यात रस घेऊ लागला. दोनच आठवड्यांत प्रथमेश अगदी पूर्वीसारखा झाला. आता त्याला तिच्याबरोबर मौजमजा करायची होती. त्यांनी दोघांनी मिळून सहलीचे बेत केले होते. आता त्याला त्याची प्रेरणा परत मिळाली होती.

समुपदेशनाच्या वेळी त्याने सांगितले, ''मला आता खूप मोकळे-मोकळे वाटते आहे. आता मला माझ्यावर प्रीतीने केलेले प्रेमही समजते. जेव्हा प्रीती घरी येते, तेव्हा मला पाहून आनंदी होते. ती जेव्हा बाहेर जाते, तेव्हा मला चुकल्या चुकल्यासारखे वाटते, पण ही भावनासुद्धा सुखद असते. पुन्हा पूर्वीचे हे आकर्षण अनुभवणे खरेच आनंदाचे आहे. हे सुख तर मी पूर्णपणे विसरूनच गेलो होतो. यापूर्वी मी काहीही केले, तरी मला त्यातून आनंद मिळत नसे. प्रीती तर नेहमीच मला 'हे कर', 'ते कर' सांगत असे आणि सतत मला प्रश्न विचारून भंडावून सोडत असते.

प्रीती म्हणाली, ''मला आता माझी चूक कळते. मी माझ्या दु:खासाठी प्रथमेशला जबाबदार धरत असे. जेव्हा माझ्या सुखाची जबाबदारी मी उचलली तेव्हा मला अनुभवास आले की, प्रथमेश पूर्वीपेक्षाही जास्त उत्साही आणि चैतन्यशील आहे... खरोखर हा चमत्कारच आहे!''

प्रीतिचक्राला अडथळा

स्त्री अजाणतेपणाने तिच्या जोडीदाराच्या नैसर्गिक प्रीतिचक्राच्या मार्गात दोन प्रकारे अडथळे आणते. हे दोन प्रकार कोणते तर : १) जेव्हा तो तिच्यापासून दूर जातो, तेव्हा त्याचा पाठलाग करते आणि २) तो तिच्यापासून दूर गेला म्हणून त्याला शिक्षा करते.

स्त्री तिच्या जोडीदाराचा कशा प्रकारे पाठलाग करते आणि त्याला दूर जाण्यापासून रोखते, त्यासाठी ज्या क्लृप्त्या वापरते त्याची सर्वसामान्य यादी दिली आहे.

पाठलाग करण्याचे वेगवेगळे प्रकार :

१. शारीरिक :

जेव्हा तो तिच्यापासून दूर जातो, तेव्हा शब्दश: ती त्याच्या पाठी-पाठी जाते. तो दुसऱ्या खोलीत गेला, तर ती पण त्याच्या मागोमाग दुसऱ्या खोलीत जाते किंवा वर दिलेल्या प्रीती आणि प्रथमेशच्या उदाहरणाप्रमाणे तिला ज्या गोष्टी करायच्या होत्या त्या तिने पूर्वी केल्या नाहीत, कारण तिला प्रथमेशला सोडून जायचे नव्हते.

२. भावनिक :

जेव्हा तो तिच्यापासून दूर जातो, तेव्हा भावन्कि पातळीवर ती त्याचा पाठलाग करते. ती त्याची खूप जास्त काळजी करते. तिला त्याला अधिक चांगल्या प्रकारे मदत करायची असते. तिला त्याच्या अडचणींबद्दल वाईट वाटत राहते. त्याच्याकडे जरा जास्तच लक्ष पुरवून आणि त्याच्यावर स्तुतीचा मारा करून ती त्याला गुदमरवून टाकते.

त्याला आपल्यापासून दूर जाऊ न देण्याचा आणखी एक मार्ग म्हणजे भावनिक पातळीवर ती त्याची एकटे राहण्याची गरज नाकारते. त्याला एकटे राहण्याची संमती नाकारून ती त्याची वाट रोखते.

त्याला मागे खेचण्याचा आणखी एक प्रकार म्हणजे त्याच्याकडे आर्त नजरेने पाहून त्याला घायाळ करून टाकायचे. अशा अनेक क्लृप्त्या ती त्याला स्वत:बरोबर जखडून ठेवण्यासाठी वापरते, ज्यामुळे त्याला तिच्या मुठीत असल्यासारखे वाटते.

३. मानसिक :

ती मानसिक पातळीवरसुद्धा त्याला रोखून धरण्याचा प्रयत्न करते, त्यासाठी ती त्याला असे प्रश्न विचारते की, ज्यायोगे त्याच्या मनात अपराधीपणा येईल. जसे की, 'तू मला अशा पद्धतीने वागवूच कसा शकतोस?' किंवा 'तुझे काय बिनसले आहे का?' किंवा 'तुझ्या लक्षात येत नाहीये का तू माझ्यापासून दूर गेलास की, मी किती दुखावली जाते?'

त्याला रोखण्याचा आणखी एक मार्ग म्हणजे, त्याला जास्तीतजास्त खूश करण्याचा प्रयत्न करणे. ती आता जास्तीतजास्त तडजोडी करण्याची तयारी दर्शवते. ती आपल्या वागण्यात एकही चूक होऊ न देण्याची दक्षता घेते, जेणेकरून तो तिच्यापासून दूर जाणार नाही. ती आपले स्वत्व सोडून देते आणि त्याला काय हवे आहे, यावरच विचार करून तसे वागण्याचा प्रयत्न करते. तो आपल्यापासून दूर जाईल या भीतीपोटी ती कोणताच धोका पत्करायला तयार नसते आणि म्हणूनच ती तिच्या खऱ्या भावना मनातल्यामनात दाबून टाकते आणि तो नाराज होईल, अशी एकही गोष्ट करायला धजावत नाही.

अजाणतेपणाने स्वत:च्याही नकळतपणे स्त्री आणखी एका मार्गाने पुरुषाच्या प्रीतिचक्रात अडथळा आणते, कसा? तर तो तिच्यापासून दूर गेला, म्हणून त्याला शिक्षा करते. पुढे काही सर्वसामान्य गोष्टींची यादी दिली आहे, ज्या मार्गांनी स्त्री आपल्या जोडीदाराला शिक्षा करते आणि त्याला पुन्हा तिच्याजवळ येण्यापासून किंवा तिच्याशी मनमोकळे बोलण्यापासून रोखते.

शिक्षेचे वेगवेगळे प्रकार

१. शारीरिक :

जेव्हा त्याला परत तिच्याबद्दल प्रेम वाटू लागते, तेव्हा ती त्याला झिडकारते. तो शारीरिक जवळीक करू पाहतो, तेव्हा ती त्याला दूर लोटते. ती त्याच्याबरोबर प्रणयसुद्धा नाकारते. ती त्याला तिला स्पर्शही करू देत नाही किंवा अधिक जवळही येऊ देत नाही. ती त्याला क्वचित मारतेसुद्धा किंवा आदळआपट करून आपला राग व्यक्त करते.

दूर जाण्यावरून जेव्हा स्त्री पुरुषाला शिक्षा करते, तेव्हा पुन्हा असले धाडस करण्याची त्याची हिंमत होत नाही. पुन्हा भविष्यात कधीही या भीतीपोटी तो तिच्यापासून दूर जात नाही, पण त्यातून त्याचे नैसर्गिक प्रीतिचक्र बिघडते. क्वचित त्याच्या मनात चीडही निर्माण होऊ शकते, ज्यामुळे त्याची जवळीकतेची इच्छा नाहीशी होते. असे झाले, तर मात्र मग तो पुन्हा लवकर तिच्या जवळ येण्याची शक्यता कमी होते.

२. भावनिक :

एकदा दूर गेल्यानंतर जर तो परत तिच्या जवळ आला तरी ती दु:खीच असते व ती त्याला दूषणे देत राहते. तिच्याकडे दुर्लक्ष केल्यावर ती त्याला माफ करत नाही. तिला खूश करण्यासाठी त्याच्याकडे कोणताच पर्याय उरत नाही, मग तिला आपण समाधानी करण्यास असमर्थ आहोत असे समजून तो तिचा नाद सोडून देतो.

तो जेव्हा तिच्याकडे परत येतो, तेव्हा ती तिची नाराजी शब्दांमधून व्यक्त करते, तिच्या शब्दोच्चारांच्या तीव्रतेतून व्यक्त करते आणि तिच्या जोडीदाराकडे अशा जखमी नजरेतून बघते की तो घायाळ होतो.

३. मानसिक :

तो जेव्हा तिच्याकडे परत येतो, तेव्हा ती त्याच्याशी मनमोकळेपणाने बोलणे नाकारते. ती त्याचे अत्यंत थंड स्वागत करते आणि तिच्याशी मोकळेपणाने न बोलण्याबद्दल राग व्यक्त करते, त्याच्या अलिप्तपणाबद्दल निषेध नोंदवते.

'त्याला तिची काळजी वाटते' या गोष्टीवरचा तिचा विश्वास उडून जातो. पूर्वी तो तिचे शहाण्या मुलासारखे सगळे ऐकून घ्यायचा आणि त्यामुळे तिला बरे वाटायचे, पण आता, ती त्याला लक्षपूर्वक ऐकणाऱ्या 'शहाण्या मुला'ची संधी देणे नाकारते. तो आनंदाने घरी आलेला असतो, पण ती त्याला आता बाहेरचा रस्ता

दाखवते, त्याची अवहेलना करते. आपल्या अलिप्तपणाबद्दल पुरुषाला जेव्हा अशी अवहेलना सहन करावी लागते तेव्हा या अलिप्तपणाबद्दलच त्याला दहशत बसते व पुन्हा तो असले धाडस करण्यास धजावत नाही. जर आपण तिच्यापासून दूर गेलो, तर तिच्या प्रेमाला अपात्र ठरू असे त्याला वाटते. आता तो प्रेमात पुढाकार घ्यायला धजावत नाही. कारण ती अपात्रतेची जाणीव त्याच्या मनात घर करून राहिलेली असते. आपण धिक्कारले जाऊ, असे तो गृहीतच धरतो. ही नाकारले जाण्याची भीतीच त्याला गुहेतून बाहेर येण्यास प्रतिबंध करते.

पुरुषाचा भूतकाळ त्याच्या प्रीतिचक्रात कसा अडथळा आणतो

पुरुषाच्या या नैसर्गिक प्रीतिचक्रात कदाचित फार पूर्वीचे म्हणजे त्याच्या लहानपणातच अडथळा आलेला असतो. त्याला आलिप्ततेची भीती वाटते. कारण त्याने त्याच्या आई-वडिलांचे संबंध प्रत्यक्ष स्वत:च्या डोळ्यांनी पाहिलेले असतात. त्याचे वडील जेव्हा त्याच्या आईपासून अलिप्त होत, तेव्हा त्याच्या आईची नाराजी त्याने पाहिलेली असते. असा पुरुष आपल्या जोडीदारापासून अलिप्त होण्याचा विचारसुद्धा करू शकत नाही. त्यामुळे स्वत:च्याही नकळत तो मनातल्यामनात 'अलिप्त होण्याची गरजच काय?' याचे समर्थन करून आपल्या मनाशी वाद घालत राहतो.

साहजिकच अशा प्रकारचा पुरुष बायकी अंश स्वत:मध्ये अधिक प्रमाणात विकसित करतो; पण त्याच वेळी तो आपल्यातील पुरुषी गुणांना दाबून टाकण्याचा प्रयत्न करतो. या प्रक्रियेमध्ये तो जास्तीतजास्त प्रेमळ बनण्याचा प्रयत्न करतो, परंतु आपले पौरुषत्व काही प्रमाणात गमावून बसतो. तिच्यापासून दूर जाणे त्याला अपराधीपणाचे वाटते. नेमके काय घडले आहे हे कळण्यापूर्वीच तो आपल्या इच्छा-आकांक्षा, ताकद, शक्ती, बळ, प्रेम सारेकाही गमावून बसतो आणि अत्यंत निष्क्रिय व परावलंबी बनतो.

त्याला एकटेपणाची भीती वाटते किंवा मग तो त्याच्या गुहेत शिरून बसतो. त्याला कदाचित असेही वाटू लागते की, त्यालाच अलिप्त होणे आवडत नाही, पण त्याच्या मनाच्या गाभाऱ्यात आत खोलवर कोठेतरी हीच भीती असते की, तो त्याचे प्रेम गमावून बसेल. त्याने पूर्वीच लहानपणी त्याच्या आईने वडिलांना अव्हेरताना पाहिलेले असते; आणि त्यालाही नाकारलेले पाहिलेले असते.

काही पुरुषांना अलिप्त कसे व्हायचे ते समजत नाही, तर काहींना पुन्हा जवळ कसे जायचे हे समजत नाही. पुरुषी अहंकार असलेल्या माणसाला अलिप्त होण्यात मुळीच समस्या येत नाही; पण तो पुन्हा जवळ येण्याचा आणि मनमोकळे बोलण्याचा

विचारसुद्धा करत नाही, तरीसुद्धा त्याच्यासाठी मनात खोलवर ही भीती असतेच की, आपण तिच्या प्रेमाला अपात्र आहोत. जर आपण तिच्या जवळ गेलो, तर आपले स्वागत कसे होईल याची चिंता त्याला जाणवत असते. आपण तिच्या जवळ गेलो आहोत आणि ती आपले प्रेमाने स्वागत करत आहे, असे चित्र पुसटसेसुद्धा त्याच्या डोळ्यांसमोर तरळत नाही. खूप भावनाशील पुरुष आणि अहंकारी पुरुष दोघेही या सकारात्मक चित्रापासून वंचित असतात किंवा त्यांच्या नैसर्गिक प्रीतिचक्राची अनुभूती घेऊ शकत नाहीत.

पुरुषांचे हे नैसर्गिक प्रीतिचक्र पुरुषांना समजून घेणे जितके आवश्यक आहे, तितकेच ते स्त्रियांनी समजून घेणे पण आवश्यक आहे. काही पुरुषांना गुहेमध्ये जाऊन वेळ घालवण्याची गरज अपराधीपणाची वाटते किंवा जेव्हा ते जोडीदारापासून अलिप्त होऊ लागतात, तेव्हा संभ्रमित होतात आणि पुन्हा तेवढ्याच वेगाने जोडीदारापासून परत येतात. गैरसमजाने त्यांना असे वाटत राहते की, त्यांच्यातच काहीतरी दोष आहे, म्हणून स्त्री आणि पुरुष दोघांसाठीसुद्धा पुरुषांविषयीची ही गुपिते समजून घेणे आरामदायी असते.

समंजस पुरुष आणि स्त्रिया

सर्वसाधारणपणे पुरुषांना हे समजत नाही की, त्यांच्या आकस्मिकपणे दूर जाणे आणि पुन्हा जवळ येणे, याचा स्त्रियांच्या मनावर काय परिणाम होत असेल! परंतु आता पुरुषांच्या प्रीतिचक्राचा स्त्रियांवर होणारा परिणाम याबद्दल नव्याने जाणून घेतल्यानंतर पुरुष स्त्रियांचे बोलणे, लक्षपूर्वक ऐकणे किती महत्त्वाचे आहे, हे समजून घेईल. त्याला आता हेही समजेल की, त्याचे तिच्यावर प्रेम आहे. या आश्वासनाची तिला किती गरज आहे आणि आता तो तिच्या गरजांचा आदर करू लागेल, जेव्हा त्याला अलिप्त होण्याची खरंच गरज भासणार नाही. तेव्हा हा समंजस पुरुष तिच्याशी संभाषण करण्यात पुढाकार घेईल व तिला आता कसे वाटतेय याची आत्मीयतेने चौकशी करेल.

आता तो स्वतःच्या नैसर्गिक प्रीतिचक्रात अधिक परिपक्व होतो आणि म्हणूनच तिच्यापासून दूर जाताना तिला 'परत येण्याची' खात्री देतो : बहुधा तो असे म्हणतो, 'मला जरा एकटे राहावेसे वाटते आहे आणि मी जेव्हा परत येईन तेव्हा मी तुझ्यासाठी खास वेळ राखून ठेवेन – तेव्हा मात्र आपल्यात कोणतीच आडकाठी असणार नाही' किंवा जेव्हा ती बोलत असताना त्याला अलिप्ततेची जाणीव होईल तेव्हा तो म्हणेल, 'मला याबद्दल विचार करायला थोडा वेळ हवा आहे. नंतर मी या विषयावर तुझ्याशी नक्की बोलेन.'

पुरुष जेव्हा स्वतःच्या नैसर्गिक प्रीतिचक्राबद्दल अधिक परिपक्व होतो, तेव्हा तिच्यापासून अलिप्त होताना तो तिला खात्री देतो की, तो नक्की परत येणार आहे.

जेव्हा तो तिच्याशी बोलायला परत येईल, तेव्हा ती त्याला नक्कीच फटकारेल की, तो तिला सोडून का गेला होता! जर त्यालाही त्याचे कारण माहिती नसेल – आणि बहुधा त्याला त्याचे कारण माहीत नसतेच – तर त्याने म्हणावे, 'मलाही माहिती नाही की, मी नक्की तुला सोडून का गेलो होतो. मला एकट्याला थोडा वेळ हवा होता, पण आता आपण आपले संभाषण पुन्हा चालू ठेवू शकतो.''

समंजस पुरुष हे जाणतो की ती जे बोलते ते ऐकून घेणे, हे तिच्यासाठी किती गरजेचे असते आणि जेव्हा तो तिच्यापासून दूर जात नाही, तेव्हा तिचे ऐकून घेणे हे त्याच्यासाठी क्रमपाप्तच असते. त्याला हेसुद्धा माहिती असते की, अशा प्रकारे तिचे बोलणे ऐकून घेतले की, नंतर तिच्याशी संवाद साधताना नेमके काय बोलावे हे त्याला समजते.

समंजस स्त्री हे जाणते की, संभाषणात पुढाकार घेताना तिने 'पुरुषाने बोललेच पाहिजे असा आग्रह धरू नये. फक्त तिने त्याला विनंती करावी की, त्याने तिचे बोलणे ऐकून घ्यावे. जेव्हा ती त्याला बोलण्याचा आग्रह करणार नाही, तेव्हा ती एक दीर्घ सुस्कारा सोडेल, तीसुद्धा मनमोकळेपणाने त्याच्याशी बोलेल व आपल्या भावना व्यक्त करेल आणि त्याचबरोबर त्यानेहं तसेच करावे, असा आग्रहसुद्धा धरणार नाही.

तिचा असा विश्वास असेल की, तो हळूहळू मोकळा होईल. कारण तिने त्याचा स्वीकार केलेला असेल आणि तो तिच्या भावनांकडे लक्ष देईल. ती त्याला शिक्षाही करणार नाही किंवा त्याचा पाठलागही करणार नाही. ती हेसुद्धा समजून घेईल की, काही वेळेस तिच्या तीव्र प्रेमभावना आणि जवळीक हेच त्याला अलिप्त होण्यास कारणीभूत ठरते, पण इतर वेळेस मात्र तो तिच्या प्रेमभावना चांगल्या प्रकारे समजू शकतो. समंजस स्त्री आपले प्रयत्न कधीच थांबवत नाही. ती शांतपणे, संयमितपणे व प्रेमळपणे आपला मार्ग आक्रमित राहते. कारण फारच थोड्या स्त्रियांकडे असणारे शहाणपण तिच्याजवळ असते.

◆

प्रकरण ७

स्त्रिया लहरींसारख्या असतात

स्त्री ही समुद्रात उसळणाऱ्या लाटेप्रमाणे असते. जेव्हा तिला असे जाणवते की, तिच्यावर कोणी प्रेम करतेय तेव्हा तिचा आत्मसन्मान शिगेला पोहोचतो आणि मग पुन्हा खाली येतो. हे तंतोतंत लाटेच्या गतीशी जुळणारे असते. जेव्हा ती आनंदी असते तेव्हा ती शिखरावर पोहोचते, पण नंतर लगेच तिची मन:स्थिती बदलते आणि लाट खाली आपटून विरून जाते. तिचे हे विरून जाणे तात्पुरत्या स्वरूपाचे असते. ती जेव्हा तळ गाठते, तेव्हा पुन्हा तिची मन:स्थिती बदलते आणि पुन्हा तिचा आत्मसन्मान जागृत होतो. आपोआप ती पुन्हा लहरींवर आरूढ होते.

जेव्हा स्त्री लहरींवर आरूढ होते, तेव्हा तिला असे वाटते की, तिचे मन प्रेमाने परिपूर्ण भरलेले आहे आणि तिच्याकडे देण्यासाठी विपुल प्रमाणात प्रेम आहे, पण जेव्हा ती लहरीसारखी खाली येते, तेव्हा तिला अजून एक प्रचंड रितेपण जाणवते आणि ही पोकळी पुन्हा प्रेमाने भरण्याची गरज असते. अशा प्रकारे जेव्हा तळ गाठला जातो, तेव्हा समजावे की, ही वेळ भावनिकदृष्ट्या मनाची स्वच्छता करायची आहे.

जर तिने आपल्या काही नकारात्मक भावना दाबून टाकल्या असतील किंवा चढत्या लाटेवर आरूढ होऊन प्रेमापोटी काही गोष्टी नाकारल्या असतील, तर लाटेवरून खाली उतरल्यावर तिला ही दु:खे आणि तिच्या अपुऱ्या राहिलेल्या इच्छा जाणवू लागतात. विशेषत: अशा उतरंडीच्या काळात तिला तिच्या समस्यांविषयी बोलावेसे वाटते. तिचे बोलणे कोणीतरी ऐकून घ्यावे, तिला कोणीतरी समजून घ्यावे असे तिला वाटते.

माझी पत्नी बोनी, हिने तर स्वत:चा अनुभव असा सांगितला आहे की, खाली जाण्याचा अनुभव हा एखाद्या खोल अंधाऱ्या विहिरीत उतरण्यासारखा असतो. जेव्हा स्त्री तिच्या विहिरीत उतरते, तेव्हा ती जाणीवपूर्वक अजाणतेपणात शिरते – इतस्तत: पसरलेल्या अंधारमय जगात अचानक ती धूसर, सांगता येणार नाही, अशा काहीशा विचित्र भावना अनुभवू लागते. तिला निराश वाटू लागते आणि

आपण या जगात एकट्या आहोत, आपण निराधार आहोत असे तिला वाटते, परंतु जेव्हा ती तळ गाठते, तेव्हा तिला प्रेम आणि आधार मिळाल्यासारखे वाटते आणि आपोआपच तिला छान वाटते. जितक्या वेगाने तिने तळ गाठला होता, तितक्याच वेगाने ती वर येते आणि नातेसंबंधांमध्ये प्रेमाचा वर्षाव करू लागते.

स्त्रीचा आत्मसन्मान हा लाटेप्रमाणे वर-खाली होत राहतो. जेव्हा ती तळ गाठते, तेव्हा ती वेळ तिच्या मनाच्या भावनिक स्वच्छतेची असते.

नातेसंबंधांमध्ये स्त्रीची प्रेम देण्याची आणि घेण्याची क्षमता ही तिच्या आत्मप्रतिमेचे प्रतिबिंब असते. जर तिला स्वत:लाच स्वत:बाबत चांगले वाटत नसेल, तर तिच्या जोडीदाराचे प्रेम स्वीकारण्यास किंवा त्याला कृतज्ञता दर्शवण्यास ती असमर्थ ठरते. तिच्या उतरंडीच्या काळात ती व्यथित किंवा खूप जास्त भावनाशील बनते. जेव्हा तिची लाट तळ गाठते, तेव्हा तर ती स्वत:ला खूप असुरक्षित मानते आणि त्या वेळी तिला प्रेमाची खूपच गरज असते. हा क्षण अत्यंत निकडीचा असतो, जेव्हा तिच्या जोडीदाराने तिला समजून घेण्याची, आधार देण्याची गरज असते, पण नेमके याच वेळी तो तिच्याकडून वाजवीपेक्षा अधिक अपेक्षा करतो.

लहरींना पुरुष कसा प्रतिसाद देतो

जेव्हा पुरुष स्त्रीवर प्रेम करतो, तेव्हा तिच्या चेहऱ्यावर एक प्रकारचे समाधानाचे तेज ओसंडून वाहू लागते. बहुतेक पुरुषांची अशी भाबडी अपेक्षा असते की, हे तेज, ही झळाळी कायम टिकून राहावी, पण अशा प्रकारचे तिचे प्रेमळ रूप चिरकाल टिकून राहावे, अशी अपेक्षा करणे म्हणजे हवामान कधीही बदलू नये किंवा सूर्य कायम आकाशात तळपत राहावा अशी अपेक्षा करण्यासारखे आहे. आयुष्य हे तालबद्ध असते. जसे दिवस आणि रात्र, गरम आणि गार, उन्हाळा-पावसाळा-हिवाळा, वसंत-वर्षा-शिशिर, ढगाळ आणि निरभ्र वगैरे, वगैरे... त्याचप्रमाणे नातेसंबंधांमध्ये स्त्री आणि पुरुषांचीदेखील आपापली चक्रे असतात – लय असते. पुरुष दूर जातात आणि मग जवळ येतात, तर स्त्रिया प्रेमसंबंधांमध्ये लाटांप्रमाणे वर-खाली होत राहतात.

नातेसंबंधांमध्ये पुरुष स्वत:ला दूर नेतात आणि मग जवळ येतात, तर स्त्रिया स्वत:वर आणि इतरांवर प्रेम करण्याच्या बाबतीत खाली-वर होत राहतात.

पुरुष अशी समजूत करून घेतो की, तिच्या भावलहरींमध्ये होणाऱ्या या बदलास संपूर्णपणे तोच कारणीभूत आहे. जेव्हा ती खूश असते, तेव्हा त्याचे श्रेय तो स्वत:कडे घेतो, पण जेव्हा ती दु:खी असते तेव्हाही त्या दु:खाला तो स्वत:लाच जबाबदार मानतो. अशा वेळी त्याला कमालीचे नैराश्य येते, कारण आता ती परिस्थिती सुधारण्यासाठी काय करावे, हे त्याला सुचत नाही. काही क्षणांपूर्वीच ती जेव्हा आनंदात होती, तेव्हा त्याला वाटते की, आपली कामगिरी उत्तम आहे. पण पुढच्याच क्षणी ती दु:खी होते तेव्हा त्याला जबरदस्त धक्का बसतो. कारण आपले सगळे सुरळीत चालले आहे हा आपला भ्रम आहे, असे त्याला वाटते.

उपाय सांगण्याचा प्रयत्न करू नका

रजत आणि राधिका यांच्या लग्नाला आता सहा वर्षं झाली होती. रजतने राधिकाच्या स्वभावातील ते लहरींसारखे असलेले चढ-उतार अनुभवले होते, परंतु हा नेमका काय प्रकार आहे, हे माहिती नसल्यामुळे त्यावर उपाय शोधण्याचा प्रयत्न केला होता, त्यामुळे परिस्थिती अधिकच बिघडली होती. तिच्या स्वभावातील हे चढ-उतार म्हणजे काहीतरी भयंकर चुकीची गोष्ट आहे असे त्याला वाटले. म्हणून तो तिला समजावू लागला की, अस्वस्थ होण्यासारखे काहीच घडलेले नाही, पण त्यामुळे तो आपल्याला सहानुभूतीपूर्वक वागवत नाही, असा तिचा गैरसमज अधिकच वाढला व ती अधिकच दु:खी झाली.

त्याला जरी असे वाटत असले की, तो तिच्या समस्या सोडविण्याचा प्रयत्न करतो आहे, तरी प्रत्यक्षात तो तिला अधिक बरे वाटण्यापासून रोखत होता. जेव्हा स्त्री तिच्या विहिरीत प्रवेश करते, तेव्हा त्याने हे जाणून घेतले पाहिजे की, तिला आत्ता त्याची सर्वांत जास्त गरज आहे आणि ती तिची समस्या सोडवण्यासाठी नव्हे, तर तिच्यावर विनाशर्त प्रेम करून आधार देण्याची ती संधी आहे.

रजत म्हणाला, ''मला माझ्या बायकोचे काही समजतच नाही! काही आठवडे राधिका ही एक सर्वोत्तम स्त्री असते. ती माझ्यावर आणि घरातील इतरांवरसुद्धा विनाशर्त प्रेमाची उधळण करत असते, पण नंतर लगेचच अचानक इतरांसाठी तिला किती जास्त करावे लागते यासाठी दु:खी होऊन तक्रार करू लागते. आणि मग माझ्या बाबतीतही नापसंती दर्शवते. खरे तर तिच्या या दु:खी होण्यामध्ये माझी काहीच चूक नसते आणि हेच जेव्हा मी तिला समजून सांगतो, तेव्हा आमच्यात कडाक्याचे भांडण होते.''

इतर अनेक पुरुषांप्रमाणेच रजतने त्याच्या जोडीदाराला लाटेबरोबर खाली जाण्यास किंवा तळ गाठण्यास प्रतिबंध करण्याचा प्रयत्न केला होता. त्याच्या परीने

त्याने तिला खाली जाताना तिचा हात धरून वर काढण्याचा प्रयत्न केला होता. त्याच्या दृष्टीने तो तिची सुटका करत होता. त्याला हे समजले नव्हते की, जेव्हा त्याची बायको खाली जाते, तेव्हा वर येण्यापूर्वी तिला तळ गाठणे जरुरीचे आहे.

जेव्हा राधिका खाली उतरू लागली तेव्हा तिचे वैफल्यग्रस्त होणे, हेच उतरंडीचे पहिले लक्षण होते. त्या वेळी तिला मायेची ऊब हवी होती, पण तिचे आस्थेने काही ऐकून घेण्याऐवजी तो तिला समजून सांगत होता की, एवढे वैफल्यग्रस्त होण्याचे काही कारण नाही आणि तिला परत वर ओढण्याचा प्रयत्न करत होता.

स्त्री जेव्हा खालच्या दिशेने मार्गस्थ असते, तेव्हा तिला सर्वांत नकोशी वाटणारी गोष्ट म्हणजे तिला कोणीतरी सतत बजावणे की, ती कशासाठी विनाकारण खाली जात आहे? आत्ता या क्षणाला तिची गरज काय असते, तर कोणीतरी तिच्या सोबत असायला हवे, कोणीतरी आत्ता तिच्या भावना वाटून घ्यायला हव्या; आणि आत्ता ती ज्या दुरवस्थेतून चालली आहे, त्याबद्दल कोणाला तरी सहानुभूती वाटायला हवी. जरी त्या पुरुषाला ती काय म्हणते, ते समजले नाहीतरी चालेल किंवा तिच्या व्यथेचे कारण समजले नाहीतरी चालेल, पण त्याने तिला प्रेम, आधार द्यायला हवा. तिच्याकडे लक्ष पुरवायला हवे.

पुरुष संभ्रमित कसे होतात

स्त्रिया या लहरींसारख्या असतात, हे जाणून घेतल्यावरही रजत संभ्रमित अवस्थेतच होता. पुढच्या वेळेस जेव्हा राधिका विहिरीत उतरत होती, तेव्हा त्याने फक्त तिचे बोलणे ऐकून घेतले. जेव्हा ती तिच्या समस्यांबद्दल बोलत होती तेव्हा त्याने जाणीवपूर्वक तिला कोणत्याही सूचना दिल्या नाहीत, समस्यांवर तोडगे सांगितले नाहीत किंवा तिला अधिक बरे वाटावे, म्हणून काहीही केले नाही, पण मग आणखी वीस मिनिटांनी जेव्हा तिला बरे वाटेना, तेव्हा तो अस्वस्थ झाला.

त्याने मला सांगितले, "सुरुवातीला मी तिचे बोलणे लक्षपूर्वक ऐकून घेतले, तसतशी ती अधिक मोकळेपणाने बोलू लागली, पण नंतर खूप अस्वस्थ झाली, माझ्या असे लक्षात आले की, जितके अधिक मी लक्षपूर्वक तिचे बोलणे ऐकत होतो, तेवढी अधिक ती अस्वस्थ होत होती, म्हणून मग मी तिला सांगितले की, त्रस्त होण्याचे काहीच कारण नाही आणि मग त्यावरूनच आमच्यात खूप मोठे वादंग पेटले."

रजत जरी राधिकाचे बोलणे लक्षपूर्वक ऐकत होता, तरीही तो तिला मदत करण्याचाच प्रयत्न करत होता. त्याची अपेक्षा अशी होती की, त्यामुळे तिला

लगेचच बरे वाटेल. रजतला हे माहिती नव्हते की, जेव्हा स्त्री विहिरीत असते, तेव्हा तिला जरी आधार मिळत असला, तरी ताबडतोब तिला बरे वाटायची गरज नसते. तिला कदाचित अधिक वाईटसुद्धा वाटू शकते, पण असे जरी झाले, तरी तिला त्याच्याकडून योग्य आधार मिळत असल्याचीच ती खूण आहे. त्याच्या आधाराने एक गोष्ट चांगली अशी घडते की, ती लवकर तळ गाठून परत वर येऊ शकते आणि मग तिला अधिक बरे वाटते. वर येण्यासाठी तिची पहिली गरज ही की, तिने तळापर्यंत जायलाच पाहिजे. हे तिचे एक मानसचक्र असते.

रजत संभ्रमित झाला, याचे कारण असे की, त्याने तिचे बोलणे लक्षपूर्वक ऐकूनसुद्धा त्याच्या आधाराचा तिला काही फायदा झाल्याचे त्याला दिसले नाही. तो जे बघत होता, ते असे की, ती अधिक-अधिक खोल जात होती. मनाचा हा गोंधळ दूर करण्यासाठी पुरुषाने हे लक्षात ठेवावे की, काही वेळेस तो आधार देण्यात जरी यशस्वी झाला, तरीसुद्धा ती अस्वस्थ होऊ शकते. लाटेला परत वर येण्यासाठी खाली तळापर्यंत जावेच लागते, हा निसर्गाचा नियम लक्षात ठेवून तो त्याच्या अपेक्षांचे ओझे उतरवून ठेवू शकतो की, त्याची मदत मिळाल्याबरोबर लगेचच तिला बरे वाटले पाहिजे.

जरी पुरुष आपल्या जोडीदाराला आधार देण्यात यशस्वी झाला, तरीसुद्धा ती पूर्वीपेक्षाही अधिक अस्वस्थ होऊ शकते.

या नव्या अंतर्दृष्टीमुळे रजत अधिक समजूतदारपणे व संयमाने राधिकेशी वागू लागला. राधिका विहिरीत असताना अधिक यशस्वीपणे तिला आधार देऊन तो हेसुद्धा शिकला की, ती किती वेळपर्यंत अस्वस्थ राहू शकते, याचा अंदाज बांधणे दुरापास्त आहे, कारण काही वेळेस तिची विहीर इतर वेळेपेक्षा अधिक खोल असते.

नित्य नवे संवाद आणि विसंवाद

जेव्हा स्त्री तिच्या विहिरीतून बाहेर येते, तेव्हा ती पूर्वीसारखी प्रेमळ, आनंदी झालेली असते, पण या सकारात्मक बदलाबद्दल सामान्यपणे पुरुषांकडून गैरसमज होतो. पुरुष असा एक वैशिष्ट्यपूर्ण समज करून घेतो की, तिला ज्या कोणत्या गोष्टीचा त्रास होत होता, त्यामधून ती आता पूर्णपणे मुक्त झाली आहे, तिची समस्या सुटली आहे, पण वास्तवात असे नसते. हा केवळ भ्रम असतो. ती खूप पटकन पुन्हा प्रेमळ आणि आनंदी होते, त्यामुळे पुरुषाची अशी समजूत होते की, तिच्या सर्व समस्या मिटल्या आहेत.

जेव्हा तिची लाट पुन्हा खाली उतरते, तेव्हा पुन्हा तीच समस्या उद्‌भवते. तिचे जुनेच मुद्दे पुन्हा उसळले की, तो अत्यंत अस्वस्थ होतो, कारण त्याची निराशा होते. त्याला वाटते की, आता सगळे सुरळीत होणार आहे. लाटेचे प्रतीक समजून न घेतल्यामुळे स्त्री विहिरीत असताना तिच्या भावना नक्की कोणत्या प्रकारच्या आहेत, हे समजून घेणे त्याला अवघड जाते.

जेव्हा स्त्रीच्या न शमलेल्या भावना पुन्हा उद्‌भवतात, तेव्हा तो खालील चुकीची वाक्ये बोलून आपली प्रतिक्रिया देतो.

---

१. आता त्यामधून आपल्याला आणखी किती वेळ जावे लागणार आहे?
२. हे सर्व मी यापूर्वीही ऐकलेले आहे.
३. मला वाटलं, आपण हे पूर्वीच ठरवलेले आहे.
४. तू यामधून आता कधी बाहेर पडणार आहेस?
५. मला या मुद्यावर पुन्हा विचार करायचा नाही.
६. हा काय वेडेपणा चालवलाय? आपण पुन्हा पुन्हा तोच वाद घालतो आहोत.
७. तुला इतक्या समस्या का आहेत?

जेव्हा स्त्री विहिरीत उतरते, तेव्हा तिच्या मनात खोलवर दडलेल्या व्यथा पृष्ठभागावर येऊ पाहतात. या सगळ्या व्यथा त्यांच्या सध्याच्या पती-पत्नी नात्याशीच संबंधित आहेत, असे खात्रीने सांगता येत नाही; कदाचित त्या तिच्या पूर्वीच्या नातेसंबंधांबद्दलच्या किंवा बालपणाशी संबंधितसुद्धा असू शकतात. तिच्या पूर्वायुष्यातल्या भरून न आलेल्या जखमा आता अपरिहार्यपणे पृष्ठभागावर येतात. जेव्हा स्त्री विहिरीत उतरते, तेव्हा ती ज्या भावना अनुभवते त्या सामान्यपणे येथे दिल्या आहेत.

विहिरीत उतरताना किंवा तिला प्रेमाची सर्वाधिक गरज असताना ती पुरुषाला ज्या सूचना किंवा इशारे करते, ते असे :

तिला असे वाटते	ती असे म्हणते
व्यथित	बाई, बाई, बाई! अजून किती काम बाकी आहे!
असुरक्षितता	मला यापेक्षा अधिक हवे आहे.
संताप किंवा त्रागा	मीच सगळीकडे मरायचे का?
चिंतित	पण कशासाठी?
संभ्रमित	मला हे कळत नाही की...

दमलेली	बस्स! यापेक्षा अधिक मी काही करू शकणार नाही.
निराश	आता काय करावे काही कळत नाही.
निष्क्रिय	मला पर्वा नाही! तुला काय करायचे ते कर!
आग्रही	तू हे केले पाहिजेस.
नकार	नाही, मला असे नको आहे.
अविश्वास	तुला नेमके काय म्हणायचे आहे?
नियंत्रण ठेवणारी	म्हणजे! तू हे केलेस?
नाराजी दर्शवणारी	तू कसा काय विसरलास....

अशा कठीण समयी जेव्हा तिला असे वाटते की, आपल्याला अधिक-अधिक आधार, सहकार्य मिळते आहे, तेव्हा तिचा पती-पत्नी या नात्यावरील विश्वास अधिक दृढ होत जातो आणि पती-पत्नी या नात्यावर कोणतेही ओरखडे उमटू न देता, तिचा तळ्यात-मळ्यात असा विहिरीच्या आत-बाहेर खेळ सुरू राहतो. पती-पत्नीमधील प्रेमळ नातेसंबंध असणे, हे केवढे मोठे वरदान आहे.

जेव्हा स्त्री तिच्या विहिरीत असते, तेव्हा जर तिला असे सहकार्य मिळाले, तर तिच्यासाठी ते फार मोठे बक्षीस असते; त्याबद्दल ती नेहमीच आभारी असते. हळूहळू पूर्ण आयुष्यातील वेदनादायक भावनांच्या तावडीतून तिची सुटका होते. अजूनही तिचे मन दोलायमान अवस्थेत असते, पण या लहरी आता तितक्या तीव्र नसतात की, तिच्या प्रेमळ स्वभावाला त्या झाकोळून टाकतील.

गरज समजून घेणे

माझ्या नातेसंबंधांविषयी एका कार्यशाळेच्या दरम्यान सतीश मला म्हणाला, ''नातेसंबंधांच्या आमच्या सुरुवातीच्या काळात सरिता मला खूप खंबीर वाटली होती, पण नंतर अचानक ती मानसिक पातळीवर एकदमच कोलमडलेली वाटली. मला अजूनही आठवते की, मी तिला वारंवार ही जाणीव करून देत असे की, माझे तिच्यावर प्रेम आहे आणि ती माझ्यासाठी खूप महत्त्वाची आहे. त्याविषयी खूप बोलल्यानंतर एकदाचे आम्ही त्या विघ्नातून बाहेर पडलो. मी जरा कुठे सुस्कारा सोडत नाही, तो ती पुन्हा त्याच असुरक्षिततेच्या चक्रातून जाऊ लागली. जणूकाही माझे तिच्यावर प्रेम आहे, हे माझे जीव तोडून सांगणे, तिच्या कधी कानावरच पडले नाही, त्यामुळे मला खूप नैराश्य आले आणि माझे तिच्याबरेबर जबरदस्त भांडण झाले.

सतीशने जेव्हा कार्यशाळेमध्ये इतर पुरुषांचेसुद्धा त्याच्याचसारखे अनुभव ऐकले, तेव्हा तो चकित झाला. जेव्हा सतीशची आणि सरिताची भेट झाली होती,

तेव्हा सरिता तिच्या लाटेवर आरूढ झाली होतो. जसजसा त्यांच्यातील नातेसंबंधांनी आकार घ्यायला सुरुवात केली, तसतसे सरिताचे सतीशवरील प्रेम अधिक गहिरे झाले. लाटेने उच्चतम बिंदू गाठला, तेव्हा अचानक ती खूप गरजवंत आणि हक्क सांगण्यास आतुर वाटली; तिला असुरक्षित वाटत होते आणि म्हणून तिला सतीशचे अधिक लक्ष हवे होते.

ही तिची विहिरीमध्ये उतरण्याची वेळ होती. सतीशला तिच्यातील या बदलामागचे कारण समजत नव्हते. सरिताबरोबर तासन्तास बोलल्यावर, चर्चा केल्यावर सतीशला जरा बरे वाटले. सतीशने पुन्हा त्याचे प्रेम आणि आधार पटवून दिले; त्यामुळे आनंदी झालेल्या सरिता पुन्हा वरच्या दिशेने झेपावू लागली. सतीशने पुन्हा एकदा सुटकेचा नि:श्वास सोडला.

या संवादानंतर सतीशला वाटले की, आपण सरिताची नातेसंबंधांविषयीची समस्या अत्यंत यशस्वीपणे हाताळली. जरा कुठे महिना बरा जात नाही, तोच सरिताचे 'ये रे माझ्या मागल्या' पुन्हा सुरू झाले. आता मात्र सतीशच्या संयमाचा कडेलोट झाला. या वेळेस त्याचा स्वीकार आणि समंजसपणा कमी पडला. तो अत्यंत अस्वस्थ झाला. केवळ एक महिन्यापूर्वी इतके सांगून, खात्री पटवूनदेखील जर सरिताला संशय येत असेल, तर हा त्याचा घोर अपमान आहे, त्याच्यावर दाखवलेला अविश्वास आहे, असे सतीशला वाटले. यापासून आपला बचाव करताना त्याच्या प्रेमाबद्दल पुन्हा-पुन्हा खात्री करून द्यावी लागते, या तिच्या गरजेचा त्याने उलटा अर्थ घेतला आणि म्हणून त्यांच्यात जबरदस्त वादावादी झाली.

खात्री पटवून देणारी अंतर्दृष्टी

स्त्रिया या लाटांसारख्या असतात, हे समजून घेतल्यावर सतीशच्या असे लक्षात आले की, सरिताची ही गरजवंत असण्याची आणि असुरक्षित वाटण्याची भावना अगदी नैसर्गिक होती, अटळ होती आणि तात्पुरतीही होती, पण ती पुन्हा-पुन्हा घडणारी होती. त्याला हेसुद्धा जाणवले की, सरिताच्या अंत:करणातल्या हळव्या भावनांना त्याने जो प्रेमळ प्रतिसाद दिला, त्यामुळे तिच्या दुखऱ्या जखमा कायमच्या भरल्या असे समजणे भाबडेपणाचे आहे.

आता जेव्हा-जेव्हा सरिता तिच्या विहिरीत असे, तेव्हा तिच्यावर यशस्वीपणे प्रेम करायला व तिला आधार द्यायला सतीश शिकला, यामुळे तिच्या मानसिक जखमाच फक्त लवकर भरल्या नाहीत, तर त्यांच्यातील भांडणे पण संपुष्टात आली. येथे दिलेल्या तीन जाणिवा सतीशला प्रोत्साहन देण्यास कारणीभूत ठरल्या :

१. पुरुषाच्या प्रेम आणि आधारामुळे स्त्रियांच्या समस्या ताबडतोब संपुष्टात येत

नाहीत, परंतु त्याच्या प्रेमळ प्रतिसादामुळे तिला विहिरीत खोलवर उतरणे सुरक्षित जाते. स्त्रिया नेहमीच प्रेमळ असतील, अशी अपेक्षा धरणे चुकीचे आहे, उलट भावनिक पातळीवर ती पुन्हा-पुन्हा कोलमडणार हे त्याने गृहीत धरले पाहिजे. प्रत्येक वेळी त्याने तिला अधिक चांगला आधार देण्यासाठी आपल्या क्षमता वाढविल्या पाहिजेत.

२. स्त्रीचे विहिरीत जाणे ही पुरुषाची चूक नव्हे किंवा ते त्याचे अपयशसुद्धा नाही. कितीही आधार दिला, तरीसुद्धा तो तिचे विहिरीत जाणे थांबवू शकत नाही, पण तिच्या या कोलमडलेल्या मानसिक अवस्थेत तो तिला मदत मात्र निश्चित करू शकतो.

३. स्त्रियांमध्ये ही एक उपजतच क्षमता असते की, प्रत्येक वेळी ती जेव्हा तळ गाठते, तेव्हा पुन्हा नवीन उभारी, नवीन जोम तिच्या अंगी येतो व ती ताकदीने समर्थपणे उभी राहते. अशा वेळी पुरुषाने तिला मदत करण्याची काहीच आवश्यकता नसते. ती काही पूर्णपणे मोडून गेलेली नसते, फक्त तिला प्रेमाची, समजूतदारपणाची आणि सहनशीलतेची गरज असते.

स्त्रीला जेव्हा विहिरीत सुरक्षित वाटत नाही तेव्हा...

स्त्रीमधील ही लाटेसारखी असण्याची प्रवृत्ती जेव्हा नात्यामध्ये अत्यंत जवळीक निर्माण होते, तेव्हा वाढते. या चक्रातून जात असताना तिला सुरक्षित वाटणे ही काळाची गरज असते, नाहीतर 'सर्वकाही छान चालले आहे' असे भासविण्याच्या नादात ती खूप कष्ट घेते आणि आपल्या नकारात्मक भावना आतल्याआत दाबून टाकते.

जेव्हा विहिरीत असताना तिला सुरक्षित वाटत नाही, तेव्हा तिच्यासमोर एकच पर्याय शिल्लक राहतो, तो म्हणजे जोडीदाराबरोबरची आत्यंतिक जवळीक आणि प्रणय टाळणे किंवा आपल्या भावना दाबून टाकणे किंवा मग आपल्या भावना बोथट करण्यासाठी स्वत:ला एखादे व्यसन लावून घेणे, अति खाणे, अति काम करणे, अति काळजी घेणे वगैरे, वगैरे... तथापि या गोष्टींच्या आहारी गेल्यानंतरही ठरावीक काळानंतर तिचे विहिरीत पडणे, पुन्हा उभारी धरणे हे सगळे चालूच असते आणि या सगळ्यावर तिचा ताबा नसतो.

तुम्हाला कदाचित अशी अनेक जोडपी माहिती असतील, ज्यामधील नवरा-बायको मुळीसुद्धा भांडत नाहीत आणि मग एके दिवशी एक धक्कादायक बातमी हाती येते की, त्यांनी घटस्फोट घेण्याचे ठरवले आहे. अशा प्रकारच्या अनेक घटनांमध्ये स्त्रीने भांडणे टाळण्यासाठी आपल्या नकारात्मक भावना दाबून ठेवलेल्या असतात, परिणामी तिच्या भावना बोथट होतात आणि प्रेम जाणवण्याससुद्धा ती

असमर्थ बनते.

जेव्हा नकारात्मक भावना दाबल्या जातात, त्या वेळी सकारात्मक भावनांचीसुद्धा गळचेपी होते आणि प्रेम लुप्त होते. वादविवाद आणि भांडणे टाळणे ही नक्कीच चांगली गोष्ट आहे, पण अशा प्रकारे भावना दाबून टाकून नव्हे. नवव्या प्रकरणामध्ये आपण भावना दाबून न टाकताही वादविवाद कसे टाळता येतील हे पाहणार आहोत.

जेव्हा नकारात्मक भावना दाबून टाकल्या जातात, त्या वेळी सकारात्मक भावनांचीसुद्धा गळचेपी होते; आणि प्रेम लुप्त होते.

भावनिक स्वच्छता

जेव्हा स्त्रीची लाट खाली उतरते, तेव्हा ती वेळ भावनिक स्वच्छतेची असते. अशा स्वच्छतेशिवाय किंवा भावनिक विरेचन झाल्याशिवाय स्त्री आपली प्रेम करण्याची क्षमताच हरवून बसते. आणि प्रेमभावनांची वृद्धी तिच्यामध्ये होत नाही. अशा प्रकारे जाणीवपूर्वक आपल्या भावना दडपून टाकल्या, तर तिच्या स्वाभाविक लहरींमध्ये अडथळा निर्माण होतो आणि हळूहळू ती उदासीन, प्रेमरहित आणि बोथट मनोवृत्तीची बनते.

आपल्या नकारात्मक भावनांचा सामना करणे काही स्त्रिया टाळतात, त्या त्यांच्या भावनांच्या नैसर्गिक लाटेसारख्या गतीला अडथळा आणतात. प्रि-मेन्स्ट्रुअल सिंड्रोमच्या वेळी ज्या विशिष्ट तक्रारी अनुभवाला येतात, तसा त्रास त्यांना होतो. या पीएमएसचा व नकारात्मक भावना दडपल्या जाण्याचा काहीतरी घनिष्ठ संबंध आहे. काही स्त्रियांच्या बाबतीत ज्या त्यांच्या नकारात्मक भावनांचा सामना करायला शिकतात, त्यांची पीएमएसची लक्षणे (मासिक पाळीच्या त्रासाची लक्षणे.) नाहीशी होतात. अकराव्या प्रकरणात आपण नकारात्मक भावनांचा सामना करण्याची अनेक तंत्रे शिकून घेणार आहोत.

अत्यंत खंबीर, आत्मविश्वासू आणि यशस्वी स्त्रीलासुद्धा वेळोवेळी विहिरीत उतरण्याची गरज पडते. पुरुष असा गैरसमज करून घेतात की, जर त्यांची जोडीदार आपल्या व्यवसायात किंवा स्वीकारलेल्या कामात यशस्वी असेल, तर तिला अशा प्रकारच्या स्वच्छतेची गरज भासत नाही, पण हे साफ खोटे आहे.

स्त्री जर व्यवसायधंदा करणारी किंवा नोकरी करणारी असेल, तर तिला अनेक ताणतणाव असतात. भावनिक प्रदूषणाशीही तिला सामना करावा लागतो. तिची भावनिक स्वच्छतेची गरज आणखीच वाढते. ज्याप्रमाणे पुरुष ताणतणावात असेल, तेव्हा त्याची रबरबॅन्डप्रमाणे स्वत:ला दूर खेचण्याची गरज अधिक वाढलेली असते.

एका अभ्यासपूर्वक पाहणीमध्ये असे आढळून आले की, स्त्रीचा आत्मसन्मान हा सर्वसामान्यपणे २१ ते ३५ दिवसांच्या चक्रामध्ये वर-खाली होत असतो. पुरुषांचे रबरबॅन्डप्रमाणे अलिप्त होणे आणि जवळ येणे, हे चक्र नक्की किती दिवसांत फिरते या गोष्टीचा अभ्यास अजून केला गेला नाही, तरीसुद्धा तेसुद्धा २१ ते ३५ दिवसांचे असावे, असा माझा अनुभव आहे. स्त्रीचे आत्मगौरवाचे चक्र आणि मासिक चक्र एकमेकांबरोबरच असते असे नाही, परंतु ते सहसा २८ दिवसांचे असते.

जेव्हा स्त्री आपला 'बिझिनेस सूट' चढवते, तेव्हा ती या भावनिक चक्राच्या सवारीतून दूर होते, परंतु जेव्हा ती पुन्हा घरी येते, तेव्हा तिला तिच्या जोडीदाराच्या प्रेमळ आधाराची गरज वाटते आणि असा प्रेमळ आधार मिळाला की, ती खूश होते व कृतज्ञता व्यक्त करते.

स्त्रियांच्या बाबतीत ही आणखी एक गोष्ट विशेष उल्लेखनीय आहे की, 'विहिरीत उतरण्याच्या' या प्रवृत्तीचा परिणाम तिच्या कार्यक्षमतेवर फारसा होत नाही, पण ज्यांच्याबरोबर तिचे अधिक प्रेमाचे नाते आहे, जवळीक आहे त्यांच्याशी होणाऱ्या संवादावर मात्र या गोष्टीचा निश्चितच परिणाम होतो.

ती विहिरीत असताना तो तिला कशा प्रकारे मदत करू शकतो

शहाणा पुरुष स्त्रीच्या भावनिक चढ-उताराच्या काळात तिला मदत करण्यासाठी विशेष प्रयत्न करतो. आपले निर्णय आणि मागण्या या बाबतीत तो फारसा आग्रही नसतो आणि तिला हवा असलेला आधार कसा द्यायचा हे तो मेहनतपूर्वक शिकून घेतो, परिणामी याचे चांगले फळ त्याला मिळते – ज्यामध्ये प्रेम, अनुनय आणि जिव्हाळा असलेल्या वैवाहिक आयुष्याचा तो वर्षानुवर्षं आनंद लुटतो.

अर्थात अशा आयुष्यातसुद्धा काही भावनिक वादळे, आपत्ती यांना त्याला तोंड द्यावे लागते; पण मिळणारे बक्षीसही तितकेच मोठे असते. आपले वैवाहिक आयुष्य सुलभ जाण्यासाठी काहीही प्रयत्न न करणाऱ्या पुरुषाच्या आयुष्यातसुद्धा अशी वादळे येतातच; पण आपली जोडीदार विहिरीत असताना तिच्यावर प्रेम करण्याची, तिला आधार देण्याची कला त्याने आत्मसात केलेली नसते, त्यामुळे त्यांच्यातील प्रेम वृद्धिंगत न होता थांबते आणि हळूहळू नाहीसे होते.

जेव्हा ती विहिरीत असते आणि तो गुहेत असतो

हितेश सांगत होता, "मी कार्यशाळेत जे-जे शिकलो होतो, ते सगळे ज्ञान मी माझ्या प्रत्यक्ष आयुष्यात वापरून पाहिले आणि खरेच त्याचा फार उपयोग झाला.

आम्ही दोघे एकमेकांच्या खूप जवळ आलो. मला तर वाटत होते, स्वर्ग-स्वर्ग म्हणतात तो काय? आणि अचानक माझी पत्नी हीनाने तक्रार करायला सुरुवात केली की, मी टीव्ही खूप पाहतो. ती माझ्याशी एखाद्या लहान मुलाशी वागतात, तसे वागू लागली, मग आमच्यात भलतीच खडाजंगी जुंपली. नेमके कशामुळे सगळे बिनसले तेच समजेना, नाहीतर आमचे खूप चांगले चालले होते.''

जेव्हा लाट आणि रबरबॅन्ड या दोन्ही गोष्टी एकाच वेळी घडतात, तेव्हा काय घडते, याचे हे उत्तम उदाहरण आहे. कार्यशाळेत दाखल झाल्यानंतर हितेशने हीनाला बरेच काही यशस्वीपणे दिले होते. कुटुंबासाठीसुद्धा खूप काही केले होते. हीना त्याच्यावर खूश होती. तिच्यासाठी तर हे सारे अविश्वसनीय होते. पूर्वी कधीही आले नव्हते, इतके ते आता एकमेकांच्या जवळ आले होते. ती आता लाटेच्या उच्चतम बिंदूवर आरूढ झाली होती. तिचे हे शिखरावर असणे दोन आठवडे टिकले आणि हितेशने रात्री उशिरापर्यंत टीव्ही पाहण्याचे ठरवले. कारण त्याचे रबरबॅन्ड ताणले गेले होते; त्याला आता तिच्यापासून दूर त्याच्या गुहेत जाण्याचे वेध लागले होते.

जेव्हा तो तिच्यापासून दूर गेला, तेव्हा हीना प्रचंड दुखावली गेली. तिची लाट आता खालच्या दिशेने झेपावयाला लागली. जवळिकतेच्या उत्कट अनुभवानंतर त्याचे हे दूर जाणे तिच्यासाठी नवीन होते. मागचे दोन आठवडे ती जे मागेल, ते तिला मिळत होते आणि आता ते सगळे आपल्या हातातून निसटून चालले आहे, अशी जाणीव तिला झाली. तिला अगदी लहानपणापासून अशी जवळीक हवी होती. ते तिचे स्वप्न होते, त्यामुळे त्याचे दूर जाणे हे तिच्यासाठी न पेलणारे होते. तो तिला बसलेला भयंकर मोठा धक्का होता. हे जणूकाही एखाद्या भावनाशील मुलीला तिच्या हाती दिलेले चॉकलेट काढून घेण्यासारखे होते. ती खूप निराश झाली होती.

मंगळनिवासी आणि शुक्रवासिनी यांचे तर्कशास्त्र

हीनाकडे हितेशने जे दुर्लक्ष केले आणि त्यावर हीनाने जो काही थयथयाट केला, ते मंगळनिवासींच्या समजण्यापलीकडचे होते. मंगळनिवासींचे तर्कशास्त्र असे सांगते, 'गेले दोन आठवडे मी तुझ्या मर्जीप्रमाणे वागत होतो; त्याप्रीत्यर्थ मला स्वत:साठी स्वतंत्र थोडासा वेळही काढण्याची मुभा असू नये का? गेल्या पंधरा दिवसांत तुला जे-जे हवे ते सगळे मी तुला दिले, आता काही वेळ माझा स्वत:चा नको का? खरे तर आता तरी तुला माझ्या प्रेमाबद्दलची खात्री पटायला हवी आणि अधिक सुरक्षित वाटायला हवे.'

तर शुक्रवासिनींचे तर्कशास्त्र असे सांगते, 'हे मागचे दोन आठवडे जणूकाही मी स्वप्नात तरंगत होते. मी माझे मन तुझ्यापाशी मोकळे केले, जे यापूर्वी कधीच

घडले नव्हते, त्यामुळेच आता पुन्हा तुझ्या प्रेमाला पारखे होणे, हे माझ्यासाठी फार वेदनादायक आहे. मी जरा कुठे तुझ्याशी मनमोकळेपणे वागायला लागले, तेवढ्यात तू माझ्यापासून दूर गेलास.'

भूतकाळातल्या भावना पृष्ठभागावर कशा येतात

हितेशवर संपूर्णपणे विश्वास न टाकता आणि त्याच्याशी पुरेसे मोकळेपणाने न बोलता, हीनाने आयुष्याची बरीच वर्षं स्वत:ला दुखावण्यापासून वाचवण्यात घालवली होती, पण गेल्या दोन आठवड्यांत परिस्थिती बदलली होती. या दोन आठवड्यांत ती प्रेमात न्हाऊन निघाली होती आणि आत्तापर्यंत कधी जेवढ्या मोकळेपणाने ती हितेशशी बोलली नव्हती तेवढी ती आता या प्रौढावस्थेत मोकळी झाली होती. हितेशच्या आधारामुळे आपल्या पूर्वायुष्यातील अनुभवांना ती सुरक्षितपणे स्पर्श करू शकत होती.

हीनाला तिचे बालपण आठवले की, ती लहान असताना तिचे वडील सतत इतके कामात असत की, ते तिच्या वाट्याला कधी फारसे आलेच नाहीत. तेव्हा तिला जसा राग यायचा, असाहाय्य वाटायचे तसेच आता हितेशच्या टीव्ही लावण्यामुळे त्या भूतकाळातल्या भावना पृष्ठभागावर उफाळून आल्या. जर आत्ताच्या भावनांचा संबंध भूतकाळाशी नसता, तर कदाचित हितेशच्या टीव्ही पाहण्याचा तिने सहजपणाने आणि समजुतीने स्वीकार केला असता.

तिच्या भूतकाळाच्या भावना पृष्ठभागावर आल्यामुळे हितेश टीव्ही पाहात बसला, तेव्हा ती दुखावली गेली. जर तिला तिच्या भूतकाळातील भावना व्यक्त करण्याची, वाटून घेण्याची संधी दिली गेली असती, तर त्या भावनांचा निचरा झाला असता. हीनाने तळ गाठला असता, तर तिला निश्चितच अधिक बरे वाटले असते, मग पुन्हा एकदा ती त्याच्या उत्कट प्रेमात भिजून गेली असती, त्याच्यावर विश्वास ठेवायला तयार झाली असती आणि त्याच्या तात्पुरत्या दूर जाण्याचासुद्धा नाइलाजाने तिने स्वीकार केला असता.

जेव्हा भावना दुखावल्या जातात तेव्हा...

हितेशला हे समजत नव्हते, तिला दुखावण्यासारखे त्याने असे काही केलेच नव्हते, तरी मग ती का दुखावली गेली? त्याने तिला तसे सांगितलेसुद्धा की, तिला वाईट वाटता कामा नये. बस्स! त्याने असे सांगितल्याबरोबर भडका उडाला. स्त्रियांच्या बाबतीत सर्वांत चुकीची गोष्ट कोणती असेल, तर ते पुरुषाने स्त्रीला सांगणे की, 'तू वाईट वाटून घेऊ नकोस' त्यामुळे तिला असे वाटते की, तो तिच्या उघड्या

जखमेवर मीठ चोळत आहे.

जेव्हा स्त्री दुखावली जाते, तेव्हा तिला असे वाटते की, बाकी सगळे तिला दूषणे देत आहेत, पण अशा वेळी जर तिचे दुःख कोणी समजून घेतले, तिला सहानुभूती दाखवली, तर तिला अपराधी वाटत नाही. तिचे अपराधीपण पळून जाते, पण तिला असे समजून सांगणे की, तिचे वाईट वाटून घेणे निरर्थक आहे, यामुळे परिस्थिती अधिक बिघडते.

काही वेळेस जेव्हा स्त्री दुखावली गेली असेल, अशा वेळी तिचे दुखावणे निरर्थक आहे, हे तिला बौद्धिक पातळीवर पटते. पण भावनिक पातळीवर ते तिला उमजत नाही आणि तिला हे ऐकून घ्यायचे नसते की, तिला विनाकारणच वाईट वाटत आहे. अशा वेळी त्याने फक्त समजून घ्यायचे असते की, ती का दुःखी आहे! बस्स एवढीच तिची अपेक्षा असते.

स्त्री आणि पुरुष का भांडतात?

हितेशने हीनाच्या या वाईट वाटण्याच्या प्रतिक्रियेबद्दल पूर्णपणे गैरसमज करून घेतला होता. त्याला असे वाटले की, तिचा असा आग्रह आहे की, त्याने कायमसाठी टीव्ही पाहणे बंद करावे. हीनाचे असे म्हणणे नव्हते की, त्याने टीव्ही पाहणे सोडून द्यावे. तिला फक्त असे वाटत होते की, त्याचे असे अपरात्री टीव्ही पाहणे तिच्यासाठी किती त्रासदायक आहे!

सर्वसामान्यपणे स्त्रियांच्या स्वभावामध्येच ही मेख असते की, त्यांचे दुःख जर आस्थेने ऐकून घेतले गेले, तरच आपला जोडीदार आपल्याला हवा तो बदल स्वतःमध्ये करेल असा विश्वास त्या बाळगू शकतात. जेव्हा हीनाने हितेशला सांगितले की, त्याच्या टीव्ही पाहण्याने तिला त्रास होतो, तेव्हा तिची गरज इतकीच होती की, त्याने आपले ऐकून घ्यावे आणि तो पुन्हा रात्र-रात्रभर टीव्ही पाहणारा, तिच्याशी एकरूप न होणारा असा हितेश आता असणार नाही, याची खात्री पटवून द्यावी.

निश्चितच हितेशला टीव्ही पाहण्याचा हक्क आहे, पण त्याचबरोबर हीनालाही दुखावले न जाण्याचा हक्क आहे. हितेशने तिचे ऐकून घ्यावे, तिला समजून घ्यावे व आश्वासित करावे, यासाठी ती पात्र आहे. हितेशने टीव्ही पाहण्यात काहीच वावगे नाही आणि हीनाचे दुखावले जाणेही चुकीचे नाही.

पुरुष स्वातंत्र्य अबाधित राहावे म्हणून भांडतात, तर स्त्रिया आपल्या अस्वस्थ होण्याच्या हक्कासाठी भांडतात. पुरुषांना आपले खाजगीपण जपायचे असते, तर बायकांना सामंजस्य हवे असते.

हीनाची लाट हितेशने समजून घेतली नाही, म्हणून त्याला तिची प्रतिक्रिया अवाजवी वाटली. त्याची अशी समजूत झाली की, त्याला टीव्ही पाहाण्यासाठी स्वत:चा वेळ हवा असेल, तरी लगेच तिच्या भावना दुखावल्याचे पाप त्याच्या माथी बसते. त्यामुळे तो खूप चिडला आणि त्याला असा प्रश्न पडला की, सदासर्वकाळ मी तिच्या आसपास घोटाळणारा प्रेमळ आणि आज्ञाधारक नवरा कसा असू शकेन?

हितेशला असे वाटले की, जर आपल्याला हवे तेव्हा टीव्ही पाहण्याचे स्वातंत्र्य उपभोगत राहायचे असेल तर हीनाची ही मागणी किती चुकीची आहे, हे सिद्ध करणे गरजेचे आहे, म्हणून तो त्याच्या टीव्ही पाहण्याच्या हक्कासाठी झगडत राहिला, तेव्हा हीनाची केवळ एवढीच अपेक्षा होती की, त्याने ऐकून घ्यावे आणि त्याच वेळी ती दुखावले जाणे हा तिचा हक्क आहे, हे पटवून देण्यासाठी ती भांडत राहिली.

सामंजस्याने भांडण कसे मिटवावे...

केवळ दोन आठवडे प्रेमाचा वर्षाव करून बारा वर्षांपासूनचा साचून राहिलेला राग, संताप आणि असाहाय्यतेच्या हीनाच्या भावना लोप पावतील, असे हितेशने मानणे हे फारच भाबडेपणाचे होते.

आणि हितेश फक्त आपल्यावर व कुटुंबावर सर्व लक्ष केंद्रित करून स्वत:साठी जराही वेळ देणार नाही किंवा तिच्यापासून दूर जाणार नाही, हा हीनाचा समजसुद्धा फारच भाबडेपणाचा होता.

जेव्हा हितेश तिच्यापासून दूर जायला लागला, तेव्हा हीनाची लाट खाली आपटली आणि तिच्या अतृप्त भावना पृष्ठभागावर उफाळून आल्या. खरेतर ही वेळ हीनासाठी भावनिक स्वच्छता करून घेण्याची होती. आत्ता तिला तिच्या भावना हितेशबरोबर वाटून घेतल्याने खूप बरे वाटले असते, ना तिला दूषणे देण्याने! त्यामुळे त्यांच्यातील वादावादी वाढत गेली आणि त्याचे रूपांतर भांडणामध्ये झाले. हितेशला जेव्हा वस्तुस्थितीची जाणीव करून देऊन प्रोत्साहन दिले गेले की, हीना केवळ तिचे म्हणणे ऐकून घेण्यासाठी झगडत आहे, तेव्हा तो शांत झाला; तसेच हीनालाही हे समजून द्यावे लागले की, हितेशच्या अपेक्षा फारच छोट्या आहेत, त्याला फक्त थोडासा वेळ स्वत:साठी पाहिजे आहे. हितेशला हे समजले की, तिची ऐकून घेण्याची गरज त्याने पूर्ण केली, तर तीसुद्धा त्याच्या स्वातंत्र्यावर गदा आणणार नाही.

तिची ऐकून घेण्याची गरज भागवली गेली, तर तीसुद्धा त्याला त्याचे स्वातंत्र्य जपण्यास मदत करेल.

हीनाला हे समजले की, तिच्या दुखावलेल्या भावनांकडे दुर्लक्ष करण्याचा हितेशचा हेतू नाही, शिवाय तिला हेसुद्धा समजले की, तो पुन्हा तिच्या जवळ येण्यासाठीच तिच्यापासून दूर जात आहे आणि त्यांच्यामध्ये पुन्हा प्रेम, ओढ असणारच आहे. तिला हेसुद्धा जाणवले की, गेल्या पंधरवड्यात त्यांच्यामध्ये जरा जास्तच जवळीक निर्माण झाली होती, ज्यामुळे हितेश दूर जाण्यासाठी उद्युक्त झाला आणि तिला हे समजून चुकले की, तिच्या अशा दुखावले जाण्यामुळे ती त्याला बांधून ठेवण्याचा प्रयत्न करते असे त्याला वाटते, पण तिचा तर हा उद्देश नाही, हे त्याला समजण्याची गरज होती.

जेव्हा ऐकणे शक्य नसते, तेव्हा पुरुषाने काय करावे

हितेशने सांगितले, "मला जेव्हा तिचे बोलणे ऐकणे अशक्य असेल आणि मला माझ्या गुहेत राहायचे असेल, तेव्हा काही वेळेस मी तिचे ऐकण्याची तयारी दाखवतो, पण थोड्याच वेळात चिडतो."

मी त्याला खात्रीपूर्वक सांगितले की, 'हे तर साहजिकच आहे! जेव्हा तिची लाट खाली आपटते आणि तिचे ऐकून घ्यावे' ही तिची सगळ्यात मोठी गरज असते, त्याच वेळी त्याचे रबरबॅन्ड ताणले जाऊन त्याला तिच्यापासून दूर जावेसे वाटते. अशा वेळी तिला जे हवे ते ही तिला देऊ शकत नाही. त्यावर तो सहमत झाला व हात आपटून म्हणाला, "अगदी बरोब्बर! ज्या वेळी मला तिच्यापासून दूर जावेसे वाटते, नेमके त्याच वेळी तिला माझ्याशी बोलायचे असते."

जेव्हा पुरुषाला अलिप्त व्हायचे असते आणि स्त्रीला भरभरून बोलावेसे वाटते, तेव्हा तिचे ऐकून घेण्याचा त्याचा प्रयत्न परिस्थिती अधिक बिघडवतो. कारण थोड्याच वेळात तो तिच्यावर टीका करायला लागतो आणि त्याच्या रागाचा स्फोट होऊ लागतो किंवा विश्वास बसणार नाही इतका तो थकल्यासारखा होतो किंवा तिच्याकडे संपूर्ण दुर्लक्ष होते. त्यामुळे ती अधिकच अस्वस्थ होते. जेव्हा तिचे बोलणे आस्थेने, आदराने समजून घेऊन लक्षपूर्वक ऐकणे त्याला शक्य नसते, तेव्हा या तीन गोष्टींची त्याला मदत होऊ शकते.

अलिप्त होत असताना तिला आधार देण्याच्या तीन पायऱ्या :

१. आपल्या मर्यादांचा स्वीकार करा

अगदी पहिली गोष्ट जिचा तुम्हाला स्वीकार करायचा आहे, ती म्हणजे तुमची अलिप्त होण्याची गरज आणि तुमच्याकडे आत्ता तिला देण्यासारखे काहीही नाही. तिच्याशी प्रेमाने वागावे अशी तुमची कितीही इच्छा असली, तरी तुम्ही आत्ता तिचे

बोलणे लक्ष देऊन ऐकू शकत नाही. अशा परिस्थितीत तिचे बोलणे ऐकण्याचा व्यर्थ अट्टाहास करू नका.

२. तिच्या वेदना समजून घ्या

नंतर तुम्हाला हे समजून घ्यायचे आहे की, आत्ता तुम्ही तिला जितके देऊ शकणार आहात, त्यापेक्षाही तिची गरज मोठी आहे, तिची वेदना खरी आहे. ती जरा जास्तच मागते किंवा उगाचच अस्वस्थ आहे असे म्हणून तिला चुकीचे ठरवू नका. तिला जेव्हा तुमच्या प्रेमाची गरज आहे, अशा वेळी तुम्ही तिचा त्याग करता, त्याचे दुःख तिला होणारच. अर्थात तुम्हाला तुमचे अवकाश हवे आहे, ही गोष्टही चुकीची नाही आणि तिला तुमची जवळीक हवी आहे, हेसुद्धा चूक नाही. तुम्हाला कदाचित अशी भीती वाटत असेल की, ती याबद्दल तुम्हाला क्षमा करणार नाही किंवा तुमच्यावर विश्वास ठेवणार नाही. तुम्ही जर तिच्याशी प्रेमाने आणि तिच्या वेदनेबद्दल समजुतीने वागलात, तर खात्री बाळगा, तीसुद्धा तुमच्यावर विश्वास टाकेल आणि तुम्हाला क्षमा करेल.

३. वादविवाद टाळा आणि तिला दिलासा द्या

तिच्या वेदना तुम्ही जर समजून घेतल्या, तर तिच्या अस्वस्थपणाबद्दल तुम्ही तिला दोष देणार नाही. तिला हवा असलेला किंवा तिला ज्याची गरज आहे, असा आधार जरी तुम्ही तिला देऊ शकला नाहीत, तर विनाकारण वादविवाद घालण्याचे टाळून तुम्ही परिस्थिती नियंत्रणात ठेवू शकता. तुम्ही लवकरच परत येणार आहात आणि तिला हवा तो आधार देणार आहात असा तिला दिलासा द्या.

वादविवाद करण्याऐवजी तो काय म्हणू शकतो...

हितेशची थोडा वेळ एकटे राहण्याची आणि टीव्ही पाहण्याची गरज योग्यच होती, त्यात चुकीचे काही नव्हते, तसेच हीना दुखावली गेली यातसुद्धा काही गैर नव्हते. हितेशने त्याच्या टीव्ही पाहण्याच्या हक्काबद्दल वादविवाद न करता जर शांतपणे तिला असे सांगितले असते, 'मला समजते आहे की, तू नाराज झाली आहेस, पण मलासुद्धा आत्ता विश्रांती म्हणून टीव्ही पाहणे गरजेचे आहे. जेव्हा मला बरे वाटेल तेव्हा आपण पुन्हा बोलू, चालेल का?' असे केल्यामुळे त्याला टीव्ही पाहण्यासाठी वेळ मिळाला असता आणि याच वेळी स्वतःला शांत करण्याची त्याला संधी मिळाली असती आणि तिचे बोलणे, तिचे दुःखी होणे, याकडे आस्थेने लक्ष देण्यास त्याची मानसिक तयारी झाली असती – तेही तिच्या अस्वस्थपणाबद्दल

तिला दोष न देता.

कदाचित असा प्रतिसाद तिला आवडला नसता, तरीही तिने त्याचा आदर केला असता, अर्थातच तिची मागणी हीच असणार की, त्याने नेहमीच्या प्रेमळपणाने सर्व ऐकून घ्यावे! पण त्याची आत्ताची गरज ही होती की, त्याला अलिप्त व्हायचे होते. जे त्याच्याजवळ नाही, ते तो तिला देऊच शकत नाही. तो फक्त काय करू शकतो, तर परिस्थिती अधिक बिघडण्याऐवजी सावरू शकतो. स्वत:च्या आणि दुसऱ्याच्याही गरजेचा आदर करणे हेच समस्येचे उत्तर! त्याने स्वत:साठी आवश्यक असलेला वेळ जरूर घ्यावा आणि नंतर पुन्हा तिच्याजवळ जाऊन तिला हवे ते द्यावे.

पुरुष स्त्रीच्या दुखावलेल्या भावनांविषयी ऐकू शकत नाही. कारण अलिप्त होणे हीच त्याची त्या क्षणाची गरज असते. तो एवढे म्हणू शकतो, ''मला समजतेय की, तू दुखावली गेली आहेस आणि मला याबद्दल विचार करायला थोडा वेळ दे! आपण काही वेळ या विषयावर नको बोलू या!' पुरुषासाठी अशा प्रकारची माफी मागून तिला थोड्या वेळासाठी थोपवणे हे तिच्या दुखावले जाण्याविषयी स्पष्टीकरण ऐकण्यापेक्षा नक्कीच सोपे असते.

वादविवाद करण्याऐवजी ती काय करू शकते

जेव्हा हीनाने हितेशला दिलेला हा उपाय ऐकला, तेव्हा ती उसळली व म्हणाली, 'तो अलिप्त होऊन गुहेत गेला तरी माझे काय? त्याला त्याचे अवकाश दिले, तरी पण त्यातून मला काय मिळणार?'

हीनाला काय मिळणार? बरेच काही! या वेळी तो तिला जास्तीतजास्त चांगले देऊ शकतो. ती बोलत असताना त्याने ऐकलेच पाहिजे असा अट्टाहास तिने केला नाही, तर वादावादी होते आणि परिस्थिती अधिक गंभीर होते – हे ती टाळू शकते. दुसरी गोष्ट अशी की, तो जेव्हा गुहेतून परत येतो, तेव्हा तिला त्याचा आधार व प्रेम मिळू शकते आणि आता त्याच्या तिला आधार देण्याच्या क्षमता वाढलेल्या असतात.

लक्षात घ्या, जेव्हा पुरुषाची रबरबॅन्डप्रमाणे दूर जाण्याची गरज पूर्ण होते व तो परत येतो, तेव्हा त्याच्याकडे भरपूर प्रेम असते. त्या वेळी तो तिचे सर्व लक्षपूर्वक ऐकतो. हीच वेळ त्याच्याशी संवाद साधण्यात पुढाकार घेण्याची असते.

पुरुषाची गुहेत जाण्याची गरज स्वीकारणे याचा अर्थ असा नव्हे की, त्याच्याशी बोलायची गरज नाकारणे. याचा अर्थ एवढाच की, तिची जेव्हा बोलायची इच्छा असेल, तेव्हाच तो ऐकून घेईल असे नव्हे! आता हीनाने हे स्वीकारले की, काही वेळेस पुरुष ऐकूही शकत नाहीत व बोलूही शकत नाहीत, पण दुसऱ्या एखाद्या वेळेस ते आनंदाने ऐकून घेतात. या बाबतीत योग्य वेळ महत्त्वाची! तिला असे

प्रोत्साहन दिले गेले की, संवाद साधणे सोडून द्यायचे नाही, तर अशी वेळ शोधून काढायची की, ज्या वेळी तो तिचे लक्षपूर्वक ऐकेल.

जेव्हा पुरुष अलिप्त होतो, तेव्हा स्त्रियांनी त्यांच्या मित्र-मैत्रिणींचे सहकार्य मिळवावे. जेव्हा हीनाला हितेशशी बोलावेसे वाटते, पण हितेश तिच्याकडे लक्ष देत नाही, तेव्हा हीनाने त्याच गोष्टी आपल्या मित्र-मैत्रिणींना सांगाव्या. 'आपण एकट्याने आपल्या जोडीदाराला प्रेम आणि आधार द्यायचा आहे' या गोष्टीचे पुरुषावर थोडे दडपण येते. जेव्हा स्त्रीची लाट खाली उतरू लागते व जोडीदार गुहेमध्ये असतो, तेव्हा तिच्याजवळ दुसरा आधार असणे हे आवश्यक असते, नाहीतर ती असाहाय्य बनते आणि आपल्या जोडीदारावर रागावण्याखेरीज दुसरे काहीच करू शकत नाही.

पुरुषाला एकट्यालाच जर प्रेम आणि आधार मिळवण्याचा स्त्रोत बनवला गेला, तर त्याचे त्याच्या मनावर दडपण येते.

पैशामुळे समस्या कशा उद्‌भवतात?

मोहन म्हणाला, "माझा तर प्रचंड गोंधळ उडाला आहे. जेव्हा आमचे लग्न झाले, तेव्हा आम्ही गरीब होतो आणि आमच्याकडे जेमतेम घराचे भाडे भरण्यापुरते पैसे उरत असत. काही वेळेस माझी पत्नी मीरा तक्रार करत असे की, 'आयुष्य किती खडतर आहे.' मला तिच्या भावना समजत होत्या, पण आता आम्ही श्रीमंत झालो आहोत. आम्ही दोघेही यशस्वी आहोत. मग आता तिला दुःखी असण्याचे आणि तक्रार करण्याचे काय कारण? आत्ताच्या परिस्थितीत तिच्या जागी दुसरी कोणी असती, तर किती आनंदात असती.' पण आम्ही सध्या काय करतो, तर फक्त भांडतो. खरेच आम्ही गरीब होतो तेव्हा खूप सुखी होतो. आता आम्हाला घटस्फोट हवा आहे.

मोहनला हे माहिती नव्हते की, स्त्रिया या लहरींसारख्या असतात. त्याने जेव्हा मीरेबरोबर लग्न केले, तेव्हाही वेळोवेळी तिच्या लहरी खाली उतरत असत. त्या वेळेस तो तिच्याकडे आस्थेने लक्ष पुरवत असे, तिचे दुःख समजून घेत असे; त्या वेळी तिच्या नकारात्मक भावनांबद्दल त्याला सहानुभूती वाटत असे, कारण त्या भावना तो समजू शकत असे. त्याच्या मते, ते पूर्वी गरीब असल्यामुळे तिच्या दुःखी असण्याला काहीतरी सबळ कारण होते.

पैसे भावनिक गरजा पूर्ण करू शकत नाहीत

मंगळनिवासींचा असा समज असतो की, पैसा हेच सर्व समस्यांवर उत्तर आहे.

जेव्हा मोहन आणि मीरा गरीब होते आणि कशीबशी रोजीरोटी मिळवत होते, तेव्हा मोहन तिची खूप काळजी घेत असे, तिचे बोलणे लक्षपूर्वक ऐकत असे आणि तिच्या दुःखाबाबत सहानुभूती दाखवत असे आणि खूप पैसे मिळवण्याचा निश्चय करत असे, ज्यामुळे मीराला कधी भविष्यात दुःख सहन करायला लागू नये. मीराची त्यामुळे खात्री पटली की, मोहन आपली खूप काळजी घेतो.

पण हळूहळू त्यांची आर्थिक परिस्थिती सुधारली, तरीसुद्धा मीराचे वेळोवेळी अस्वस्थ होणे चालूच होते. मोहनला समजत नव्हते की, आता ती सुखी का नाही? त्याला असे वाटत असे की, आता तिने कायम आनंदीच राहिले पाहिजे, कारण आता ते श्रीमंत झाले आहेत... तर मीराला वाटायचे की, तो आता पूर्वीसारखी तिची काळजी घेत नाही.

मोहनच्या हे लक्षात आले नाही की, पैसा मीराला अस्वस्थ होण्यापासून रोखू शकत नाही. जेव्हा तिच्या लहरी खाली उतरत तेव्हा त्यांचे जबरदस्त भांडण होत असे. कारण आता तिची दुःखी होण्याची गरज त्याला मान्य नव्हती. ते त्याला चुकीचे वाटत होते. उपहासाने असेच म्हणावे लागेल की, जसजसे ते श्रीमंत होत गेले, तसतशी त्यांच्यातली भांडणे वाढत गेली.

जेव्हा ते गरीब होते, तेव्हा पैसा हेच त्यांच्या दुःखाचे मुख्य कारण होते, पण जेव्हा ते आर्थिक दृष्टीने अधिक सुरक्षित झाले, तेव्हा भावनिक पातळीवर आपल्याला काय मिळत नाहीये याची त्यांना जाणीव झाली. असे होणे स्वाभाविकच आहे, एवढेच नव्हे, तर नैसर्गिक आणि तर्कशुद्धसुद्धा आहे.

जेव्हा स्त्रीच्या आर्थिक गरजा पूर्ण होतात, तेव्हा तिला तिच्या भावनिक गरजांची जाणीव होते.

श्रीमंत स्त्रीला अस्वस्थ राहण्याची अधिक मुभा हवी

मला एका लेखामध्ये उद्धृत केलेले हे विधान अजून आठवते, 'श्रीमंत स्त्रीला सहानुभूती फक्त श्रीमंत मानसोपचारतज्ज्ञाकडूनच मिळू शकते.' जेव्हा एखाद्या स्त्रीकडे खूप जास्त संपत्ती असते, तेव्हा लोकांना (मुख्यतः तिचा नवरा!) तिला वाईट वाटण्याचा हक्क आहे असे वाट नाही. तसेच ते तिला उसळणाऱ्या आणि वेळोवेळी ओहोटीला लागणाऱ्या लाटेसारखे वागण्यास परवानगीही देत नाहीत. आपल्या भावनांविषयी अधिक जाणून घेण्याची तिची गरज नाकारली जाते; एवढेच नाहीतर जीवनातील कोणत्याही क्षेत्रातील अधिक काही मिळवण्याची तिची गरज नाकारली जाते.

श्रीमंत स्त्रीने नेहमी समाधानी दिसले पाहिजे, कारण ही समृद्धी नसती तर तिचे आयुष्य किती कठीण झाले असते! खरे तर लोकांची ही अपेक्षा फक्त अवास्तवच नाही, तर अपमानास्पदसुद्धा आहे. स्त्रीची सामाजिक प्रतिष्ठा, सांपत्तिक स्थिती, अधिकार किंवा परिस्थिती काहीही असली, तरी तिला आपली लाट खाली उतरू देण्याची सवलत असली पाहिजे; तिला अस्वस्थ होण्याचा हक्क असला पाहिजे.

मोहनला हे जेव्हा जाणवले की, आपण आपल्या पत्नीला सुखी करू शकतो, तेव्हा त्याच्या अंगात उत्साह संचारला. त्याला आठवले की, फार पूर्वी जेव्हा ते गरीब होते, तेव्हा तो मीरेच्या दु:खी भावनांना मान्यता देत असे आणि आज जरी ते श्रीमंत झाले असले, तरीसुद्धा तो पूर्वीसारखेच तिच्या भावनांना मान्यता देऊ शकतो. निराश होण्याऐवजी तिला आधार कसा द्यायचा हे त्याला समजले. पैसा मीरेला सुखी करेल, या गैरसमजापोटी तो मार्गापासून थोडा भरकटला होता इतकेच! पण त्याला आता समजले की, तिच्याबद्दलची आस्था, प्रेम, सामंजस्य हेच तिला समाधान देऊ शकतात.

भावना महत्त्वाच्या असतात

स्त्री दु:खी असताना जर तिला आधार मिळाला नाही, तर ती खऱ्या अर्थाने सुखी कधीच होऊ शकत नाही. खऱ्या अर्थाने सुखी व्हायचे असेल, तर विहिरीत एक बुडी मारून आपल्या भावना मोकळ्या करणे, आपल्या जखमांवर मलमपट्टी करणे आणि आपल्या भावनांची शुद्धी करणे, या सगळ्याची गरज आहे. ही नैसर्गिक आणि निरोगी प्रक्रिया आहे.

आपल्याला जर प्रेम, सुख, विश्वास, कृतज्ञता या सकारात्मक भावना अनुभवायच्या असतील, तर अधूनमधून आपल्याला राग, दु:ख, भीती, शोक या नकारात्मक भावनासुद्धा जाणवणे गरजेचे असते. जेव्हा स्त्री विहिरीत खोल जाते, तेव्हा तिला या नकारात्मक भावना जाणवतात.

पुरुषांनासुद्धा अशाच नकारात्मक भावनांवर प्रक्रिया करण्याची गरज असते, ज्यामुळे ते त्यानंतर सकारात्मक भावना जाणवून घेऊ शकतील. जेव्हा पुरुष आपल्या गुहेत जातो, ती वेळ त्याची नकारात्मक भावना जाणवण्याची असते आणि तेथेच तो त्यावर प्रक्रिया करू शकतो. अकराव्या प्रकरणामध्ये आपण नकारात्मक भावनांपासून मुक्ती कशी मिळवायची हे शिकणार आहोत, जे स्त्रिया व पुरुष दोघांनाही लागू होईल.

स्त्री जेव्हा लाटेवरती आरूढ झालेली असते, तेव्हा तिच्याकडे जे काही असते त्याबद्दल ती समाधानी असते, पण जेव्हा तिची लाट खाली आपटते, तेव्हा

आपल्या जीवनात किती गोष्टींची कमतरता आहे, याची जाणीव तिला होते. जेव्हा तिची मन:स्थिती चांगली असते, तेव्हा तिला सगळ्या गोष्टी चांगल्याच दिसतात, ती तृप्त असते, पण जेव्हा तिची मन:स्थिती वाईट असते, तेव्हा तिचा प्रेमळ दृष्टिकोन ढगाळल्यासारखा निस्तेज होतो आणि मग तिच्या प्रतिक्रियासुद्धा कडवट असतात.

जसा एखाद्या पाण्याचा ग्लास अर्धा भरलेला आणि अर्धा रिकामा असतो, तसेच हे असते. जेव्हा स्त्री तिच्या लाटेवर आरूढ होते, तेव्हा तिला तिचे आयुष्य परिपूर्ण, पाण्याने भरलेल्या ग्लाससारखे दिसते, तर जेव्हा तिची लाट खाली आपटते, तेव्हा तिला आयुष्यातील रितेपणा जाणवतो; जणूकाही अर्धा रिकामा असलेला ग्लास दिसतो. जीवनातील ज्या त्रुटींकडे ती लाटेवर आरूढ असताना दुर्लक्ष करू शकते, त्या सर्व त्रुटी तिला विहिरीत उतरताना जणूकाही भिंगातून पाहिल्यासारख्या मोठ्या दिसतात.

स्त्रिया लाटांसारख्या कशा प्रकारे असतात, हे जाणून घेतल्याशिवाय पुरुष आपल्या पत्नीला समजून घेऊ शकणार नाहीत आणि तिला आधारही देऊ शकणार नाहीत. जेव्हा बाह्य परिस्थिती सुधारते, पण नातेसंबंध बिघडतात, तेव्हा पुरुष संभ्रमित होतात. जो पुरुष स्त्रियांबाबतचे हे गुपित समजून घेईल, तो आपल्या पत्नीला ती ज्या प्रेम आणि आधाराला पात्र आहे, तो प्रेमाधार देण्यात यशस्वी होईल; जणूकाही एका जाडजूड भक्कम कुलपाची किल्लीच त्याच्या हाती येईल.

◆

प्रकरण ८

निरनिराळ्या भावनिक गरजांचा शोध

सर्वसामान्यपणे स्त्री आणि पुरुष हे दोघेही आपल्या भावनिक गरजा वेगवेगळ्या असतात, याबद्दल अनभिज्ञ असतात. त्यामुळे एकमेकांना आधार कसा द्यायचा याचे उपजत ज्ञान त्यांना नसते. नातेसंबंधातील एक वैशिष्ट्यपूर्ण बाब अशी की, पुरुष त्यांना जे हवे असते, ते स्त्रीला देऊ करतात, तर स्त्रिया पुरुषांना स्त्रियांना जे हवे असते ते देऊ करतात; त्यांच्यापैकी प्रत्येक जणच असा गैरसमज करून घेतो की, दुसऱ्याच्या गरजा आणि इच्छा-आकांक्षा या आपल्यासारख्याच आहेत, परिणामी दोघेही असमाधानी आणि चिडचिडी बनतात.

स्त्री आणि पुरुष दोघांनाही असे वाटते की, ते फक्त देत आणि देतच राहतात, त्यांना मिळत मात्र काही नाही; त्यांना असंही वाटतं की आपल्या प्रेमाची कोणी दखल घेत नाही, कदर केली जात नाही, पण सत्य असे असते की दोघेही एकमेकांवर मनापासून प्रेम करत असतात, पण त्यांची प्रेमांची तऱ्हा उफराटी असते.

उदाहरणादाखल सांगायचे झाले, तर स्त्रीला असे वाटते की, जेव्हा ती तिच्या जोडीदाराला डोळ्यांत खूप काळजी आणून प्रश्न विचारते किंवा त्याच्यासंबंधी आस्था व्यक्त करते, तेव्हा ती जणू तिचे प्रेमच व्यक्त करत असते. आपण याबद्दल पूर्वीच चर्चा केली की, अशा प्रकारचे काळजीयुक्त प्रश्न पुरुषाला मुळीच आवडत नाहीत. त्याला चीड येते, त्यामुळे त्याला ती त्याच्यावर नियंत्रण ठेवते आहे, असे वाटते आणि त्याला तर स्वतःचे अवकाश हवे असते. त्याच्या अशा प्रतिसादामुळे ती गोंधळून जाते, कारण तिला जर असे सहकार्य त्याच्याकडून मिळाले असते, तर तिला ते नक्कीच आवडले असते. तिने देऊ केलेले प्रेम-आदर तो धुडकावून लावतो, याचा तिला प्रचंड राग येतो.

पुरुषांच्या बाबतीतसुद्धा काहीसे असेच होते. त्यांना असे वाटते की, ते त्यांच्या जोडीदारावर प्रेम करत आहेत, पण ते ज्या पद्धतीने प्रेम व्यक्त करतात, त्यामुळे स्त्रीला अधिकच दुर्लक्षणीय आणि निराधार वाटू लागते. उदाहरणार्थ जेव्हा स्त्री

अस्वस्थ होते, तेव्हा तो तिच्या समस्या किती क्षुल्लक आणि कमी महत्त्वाच्या आहेत असे तिला पटवून देण्याचा प्रयत्न करतो आणि असे करणे म्हणजे तिच्यावर प्रेम करणे असे समजतो. तो असे म्हणतो, 'हँ! त्यात काय? एवढे काळजी करण्यासारखे काही नाही.' किंवा काही वेळा तो तिच्याकडे संपूर्ण दुर्लक्ष करतो, पण असा गोड गैरसमज करून घेतो की, तो तिला तिचे अवकाश जपण्यात मदत करतो आहे, ज्यामुळे ती तिच्या गुहेत जाईल आणि शांत होईल. तो ज्याला सहकार्य समजतो, त्यामुळे ती खूप दुखावली जाते. तिला असे वाटते की, त्याचे आपल्यावर प्रेमच नाही आणि तो आपल्याकडे दुर्लक्ष करतो आहे.

आपण यापूर्वीच चर्चा केल्याप्रमाणे जेव्हा स्त्री अस्वस्थ होते, तेव्हा तिला समजून घेण्याची, तिचे सर्व लक्षपूर्वक ऐकण्याची गरज असते. स्त्री आणि पुरुष यांच्या भिन्न गरजांविषयी पुरेसे ज्ञान नसेल, तर त्याचे तिला मदत करण्याचे प्रयत्न अयशस्वी का ठरतात हे त्याला कळणार नाही.

बारा प्रकारचे प्रेम

अनेक प्रकारच्या आपल्या गुंतागुंतीच्या भावनिक गरजांना सारांशरूपाने 'प्रेमाची गरज' असेच नाव देता येईल. स्त्री आणि पुरुष या दोघांसाठी सहा प्रेमाच्या गरजा आत्यंतिक महत्त्वाच्या असतात. पुरुषाला मुख्यत: 'विश्वास, स्वीकार, कृतज्ञता, कौतुक, मान्यता आणि प्रोत्साहन' यांची गरज वाटते, तर बायकांना प्रामुख्याने 'काळजी, सामंजस्य, सन्मान किंवा आदर, निष्ठा, समर्थन आणि दिलासा' यांची गरज वाटते. आपल्या जोडीदाराच्या गरजा समजून घेण्याचे हे अवघड काम जर बारा प्रकारचे प्रेम समजून घेतले, तर खूप सोपे होईल.

ही यादी पुन्हा एकदा नीट तपासून पाहिली, तर तुमच्या जोडीदाराला प्रेमाची उणीव का भासते, हे तुमच्या लक्षात येईल. आणि सगळ्यात महत्त्वाची गोष्ट ही की, जेव्हा तुमच्या पुढे 'काय करावे' असा प्रश्न उभा राहतो, तेव्हा तुमच्या जोडीदाराबरोबरचे तुमचे नाते सुधारण्यासाठी एक निश्चित दिशा तुम्हाला या यादीमुळे मिळेल.

स्त्री आणि पुरुष यांच्या प्रेमाविषयीच्या प्राथमिक गरजा

स्त्री	**पुरुष**
१. आस्था/काळजी	१. विश्वास
२. सामंजस्य	२. स्वीकार
३. आदर	३. कृतज्ञता
४. निष्ठा	४. कौतुक/प्रशंसा

५. समर्थन

६. दिलासा

५. मान्यता

६. प्रोत्साहन

आपल्या प्राथमिक गरजा समजून घेऊ

प्रत्येक स्त्री आणि पुरुषाला शेवटी बाराही प्रकारच्या प्रेमाची गरज असते, हे नक्की! स्त्रियांना ज्या सहा प्रकारच्या प्रेमाची प्राथमिक गरज असते, त्या जाणून घेणे याचा अर्थ असा नव्हे की, पुरुषांना या प्रकारच्या प्रेमाची गरज नसते. पुरुषांनासुद्धा काळजी, सामंजस्य, आदर, निष्ठा, समर्थन आणि दिलासा या भावनांची गरज असते. 'प्राथमिक गरज' या संकल्पनेचा अर्थ आपण आधी समजून घेऊ. प्राथमिक गरज याचा अर्थ इतर प्रकारचे प्रेम संपूर्णपणे व कृतज्ञतापूर्वक स्वीकारता येऊन त्याची खरीखुरी प्रचिती घेता यावी, यासाठी या गरजांची पूर्ती होणे आवश्यक असते.

कोणालाही इतर प्रकारच्या प्रेमाचा स्वीकार कृतज्ञतापूर्वक करता यावा, यासाठी प्राथमिक गरजा भागवल्या जाणे गरजेचे आहे.

पुरुषाच्या स्वत:च्या प्राथमिक गरजांची पूर्ती झाली, तर स्त्रीसाठी प्राथमिक असणाऱ्या प्रेमविषयक भावनिक गरजांचा स्वीकार पुरुष संपूर्णपणे व कृतज्ञतापूर्वक करू शकतो, त्याचप्रमाणे स्त्रीलासुद्धा विश्वास, स्वीकार, कृतज्ञता, मान्यता, प्रोत्साहन या गोष्टींची गरज असतेच, परंतु या प्रकारच्या प्रेमाबद्दल कृतज्ञता वाटण्यासाठी तिच्या प्राथमिक गरजांची पूर्ती व्हावी लागते.

या पृथ्वीतलावरील स्त्री-पुरुष नातेसंबंधांमध्ये सुधारणा घडवून आणण्याचे प्रभावी गुपित कोणते, तर एकमेकांच्या प्रेमविषयक प्राथमिक गरजा समजून घेणे. तुम्ही जर हे लक्षात ठेवले की, पुरुष हे मंगळनिवासी आहेत; तर तुम्ही याचा सहज स्वीकार कराल की, पुरुषांच्या प्रेमविषयक प्राथमिक गरजा वेगळ्या आहेत.

तिला जे हवे आहे ते आपल्या जोडीदाराला देणे आणि त्याच्या पुरुषी गरजा यापेक्षा वेगळ्या असतील, हे विसरून जाणे स्त्रियांसाठी सोपे असते. पुरुषही याला अपवाद नाहीत. तेसुद्धा, आपल्या स्वत:च्या भावनिक गरजांवर लक्ष केंद्रित करतात आणि आपल्या मार्गापासून भरकटतात. त्यांना विसर पडतो की, त्यांना ज्या विशिष्ट प्रकारच्या प्रेमभावना गरजेच्या वाटतात, त्याच प्रकारच्या प्रेमभावना शुक्रवासिनींना गरजेच्या वाटतील असे नाही.

प्रेमविषयक या नव्या जाणिवेचा सर्वांत समर्थ आणि कृतिशील पैलू म्हणजे या वेगवेगळ्या प्रेमविषयक गरजा एकमेकांशी संलग्न असतात. उदाहरणार्थ, जेव्हा

मंगळनिवासी शुक्रवासिनीविषयी काळजी आणि समजूतदारपणा व्यक्त करतो, तेव्हा शुक्रवासिनीसुद्धा त्या बदल्यात त्याला विश्वास आणि स्वीकार देऊ करते, जी त्याची भावनिक गरज असते. जेव्हा शुक्रवासिनी त्याच्यावर विश्वास ठेवते व त्याचा स्वीकार करते, तेव्हाही नेमके हेच घडते. मंगळनिवासी शुक्रवासिनींना हवी असलेली सुरक्षितता देऊ करतात.

या सहा विभागांत आपण बारा वेगवेगळ्या प्रेमविषयक गरजा व्यावहारिक दृष्टिकोनातून विशद करू व त्यांच्यातील परस्परसंबंध लक्षात घेऊ.

१. तिला सुरक्षितता हवी असते आणि त्याला विश्वास हवा असतो

जेव्हा पुरुष स्त्रीच्या भावनांबद्दल आस्था दाखवतो आणि ती आनंदात राहावी म्हणून विशेष प्रयत्न करतो, तेव्हाच तिला त्याचे आपल्यावर प्रेम आहे व तो आपली काळजी घेतो हे जाणवते. अशा प्रकारे तिची काळजी घेऊन जेव्हा तो तिला असे जाणवून देतो की, ती त्याच्यासाठी तरी कुणीतरी खास व्यक्ती आहे. तेव्हा तिची प्रेमविषयक प्राथमिक गरज भागवली जाते, साहजिकच ती त्याच्यावर आता अधिक विश्वास टाकू लागते. जेव्हा तिला त्याच्याबद्दल अधिक विश्वास वाटू लागतो, तेव्हा ती त्याच्याशी मोकळेपणाने वागते व त्याचा स्वीकार करते.

जेव्हा स्त्रीचा पुरुषाबद्दलचा दृष्टिकोन उदार असेल आणि ती ग्रहणशील असेल, तर त्यालाही वाटते की, तिचा आपल्यावर विश्वास आहे. पुरुषाला त्याच्यावर विश्वास असण्याची पावती दिली की, तो तिला जास्तीतजास्त सुख-समाधान देऊ इच्छितो व त्यासाठी झटतोसुद्धा याची तिला खात्री पटते. जेव्हा बायकांच्या प्रतिक्रिया त्यांच्या जोडीदाराच्या क्षमतेबद्दल व हेतूंबद्दल सकारात्मक विश्वास दर्शवतात, तेव्हा त्याची प्रेमविषयक प्राथमिक गरज भागवली जाते. आपोआपच तो अधिक काळजी घेणारा, प्रेमळ आणि दक्ष जोडीदार बनतो व तिच्या गरजांची पूर्ती करू लागतो.

२. तिला सामंजस्य हवे असते आणि त्याला स्वीकार हवा असतो

पुरुष जेव्हा स्त्री आपल्या भावना मोकळेपणाने व्यक्त करताना सहानुभूतीपूर्वक ऐकून घेतो व तिच्यावर कोणतेही लेबल लावत नाही, तेव्हा आपल्याला कोणीतरी समजून घेते व आपले लक्षपूर्वक ऐकते असे तिला वाटते. हा समजूतदारपणाचा दृष्टिकोन म्हणजे तिचे विचार-भावना आधीपासूनच माहिती असणे नव्हे, तर तिचे बोलणे ऐकून तिला समजून घेणे आणि जो संवाद झाला, त्याच्यावरून तिची बाजू घेणे, तिला आधार देणे, तिच्याबद्दल खात्री बाळगणे, हे त्याच्यामध्ये समाविष्ट

असते. स्त्रीची ऐकून व समजून घेण्याची गरज जितकी अधिक भागवली जाईल, तितके तिला त्याला हवा असलेला स्वीकार देणे सोपे जाते.

जेव्हा स्त्री पुरुषाला तो जसा आहे तसा प्रेमळपणे त्याचा स्वीकार करते आणि त्याला स्वत:ला कोणतेही बदल करायला सांगत नाही, तेव्हा त्याला तिने आपला स्वीकार केला आहे असे वाटते. अशा स्वीकाराच्या दृष्टिकोनामुळे त्याला नाकारल्यासारखे वाटत नाही, उलट त्याची खात्री पटते की, त्याचा तिने आवडीने स्वीकार केला आहे. याचा अर्थ असा नव्हे की, स्त्रीचा असा विश्वास बसतो की तो परिपूर्ण आहे! पण ती असे दर्शवते की, ती त्याला सुधारण्याचा प्रयत्न करत नाही आणि तिचा असा विश्वास आहे की, तो स्वत:च स्वत:मध्ये सुधारणा घडवून आणेल. जेव्हा पुरुषाला स्वीकारले जाते, तेव्हा त्याला तिचे ऐकून घेणे सोपे जाते आणि तिला ज्या सामंजस्याची गरज आहे आणि ज्यासाठी ती पात्र आहे ते देणे सोपे जाते.

३. तिला आदर हवा असतो आणि त्याला कृतज्ञता

जेव्हा तिचे हक्क तिच्या इच्छा आणि तिच्या गरजा यांना अग्रक्रमाने पुरुष मान्यता देतो, तेव्हा तिला तो तिचा बहुमान वाटतो. जेव्हा तो तिची मते, तिच्या भावना लक्षात घेतो, तेव्हा त्याच्या वागणुकीत तिला तो तिचा आदर करत असल्याचे दिसते. तिच्याबद्दल वाटणारा आदर दृश्य स्वरूपात आणि देहबोलीतून व्यक्त करण्यासाठी – जसे तिच्यासाठी फुले आणणे, तिचा वाढदिवस, लग्नाचा वाढदिवस लक्षात ठेवणे, या गोष्टी स्त्रीची तिसरी प्राथमिक प्रेमविषयक गरज पूर्ण करण्यासाठी उपयुक्त ठरतात. जेव्हा तिचा अशा प्रकारे बहुमान होतो, तेव्हा त्याला हवी असलेली कृतज्ञता देणे, तिला सोपे जाते.

जेव्हा स्त्रीला व्यक्तिगत पातळीवर फायदा होतो आणि त्याचे श्रेय तिच्या जोडीदाराच्या प्रयत्नांना आणि वागणुकीला जाते, तेव्हा स्त्री त्याबद्दल जोडीदाराची कृतार्थ असते. आधार दिल्यानंतर कृतज्ञता व्यक्त करणे हे स्वाभाविकच आहे. जेव्हा पुरुषाला कृतज्ञता मिळते, तेव्हा आपले प्रयत्न वाया गेले नाहीत, याची त्याला जाणीव होते आणि अधिक देण्यासाठी त्याला त्यामुळे प्रोत्साहन मिळते. जेव्हा पुरुषाला कृतज्ञता मिळते, तेव्हा त्याच्या अंगात अधिक बळ संचारते आणि आपल्या जोडीदाराचा अधिक आदर करण्यासाठी ही गोष्ट प्रेरणादायी ठरते.

४. तिला निष्ठा हवी असते आणि त्याला प्रशंसा

जेव्हा पुरुष स्त्रीच्या गरजांना अग्रक्रम देतो आणि अभिमानाने तिला आधार देण्यासाठी आणि समाधान देण्यासाठी वचनबद्ध राहतो, तेव्हा तिची प्रेमविषयक

चौथी प्राथमिक गरज पूर्ण होते. स्त्रीला जर असे वंदनीय मानले व खास दर्जा दिला तर आत्मगौरवाच्या भावनेवरच ती जगते. पुरुष जेव्हा काम, अभ्यास, मनोरंजन इत्यादी गोष्टींपेक्षाही स्त्रीच्या गरजा, भावना यांना अधिक महत्त्व देतो, तेव्हाच तिला अशा प्रकारचे प्रेम मिळाल्यासारखे वाटते. जेव्हा स्त्रीला वाटते की, आता ती त्याच्या आयुष्यात पहिल्या क्रमांकावर आहे, तेव्हा ती सहजपणे त्याचे कौतुक करते. जशी तिला पुरुषाकडून निष्ठा हवी असते, त्याचप्रमाणे पुरुषाला तिच्याकडून प्रशंसेची अपेक्षा असते. पुरुषाची प्रशंसा करणे म्हणजे त्याच्याकडे आश्चर्य, आनंद, संतुष्टता आणि मान्यतापूर्वक नजरेने पाहणे. पुरुषाला त्याचा गौरव झाल्यासारखे तेव्हा वाटेल जेव्हा ती त्याच्या बुद्धिकौशल्याकडे ज्यामध्ये विनोदबुद्धी, चिकाटी, प्रामाणिकपणा, सचोटी, शृंगार, रसिकता, दयाळूपणा, प्रेम, सामंजस्य आणि इतर पूर्वापार चालत आलेले गुण याकडे टक लावून पाहते. जेव्हा पुरुषाला अशी प्रशंसा केल्याचे जाणवते, तेव्हा त्याच्या जोडीदाराची आराधना करताना निष्ठेने तिच्या प्रेमात स्वतःला झोकून देताना त्याला सुरक्षित वाटेल.

५. तिला समर्थन हवे असते आणि त्याला मान्यता

पुरुष जेव्हा स्त्रीच्या भावना आणि गरजा यांना विरोध करत नाही किंवा त्याबाबत वादही घालत नाही, उलटपक्षी त्यांचा स्वीकार करतो, त्या निश्चित करतो आणि त्यांचे समर्थनही करतो, तेव्हा त्याचे आपल्यावर खरोखर प्रेम आहे, असे तिला वाटते, कारण तिची प्रेमविषयक पाचवी प्राथमिक गरज पूर्ण झालेली असते. पुरुषाचा तिचे समर्थन करण्याचा दृष्टिकोन स्त्रीचे हक्क प्रस्थापित करतो की, तिला जे वाटते तेच बरोबर आहे (येथे महत्त्वाचे हे की, स्वतःचे मत वेगळे असतानाही तो तिच्या मतांना पुष्टी देतो.). स्त्रीला त्याचा हा – तिचे समर्थन करणारा – दृष्टिकोन समजला की, त्याला तिच्याकडून मान्यता मिळण्याची त्याची प्राथमिक गरज पूर्ण होते.

प्रत्येक पुरुषाच्या मनात खोलवर कोठेतरी ही इच्छा असते की, त्याने त्याच्या पत्नीचा हीरो असावे किंवा तिच्या स्वप्नातला राजकुमार असावे आणि तिच्या परीक्षेत तो पास होत आहे, याची खूण म्हणजे तिच्याकडून मिळणारी मान्यता! स्त्रीच्या अशा प्रकारच्या मान्यतादर्शक दृष्टिकोनामुळे त्याच्या चांगुलपणाबद्दल तिची खात्री पटली आहे, हे त्याला समजते आणि एकूणच ती त्याच्या बरोबर सुखी आहे हेसुद्धा दर्शवले जाते. (लक्षात ठेवा, पुरुषाला मान्यता देणे याचा अर्थ असा नव्हे की, त्याच्याशी सहमत असणे.) अशा प्रकारची मान्यतादर्शक प्रवृत्ती त्याच्या कृतीमागील योग्य कारणांचा शोध घेते. त्याला हवी असलेली मान्यता मिळाली की, तिच्या भावनांचे समर्थन करणे, त्याला सोपे जाते.

६. तिला दिलासा हवा असतो आणि त्याला प्रोत्साहन

जेव्हा पुरुष स्त्रीला पुन्हा-पुन्हा आपल्या वागण्यातून हे दाखवून देतो की, त्याला तिची काळजी वाटते. तो तिला समजून घेतो, तिचा आदर करतो आणि तिच्या या सर्व भावना खऱ्या आहेत, याचा निर्वाळा देतो आणि तिच्याशी निष्ठावंत आहे, तेव्हा त्याच्या प्रेमाबद्दल दिलासा मिळण्याची तिची प्रेमविषयक प्राथमिक सहावी गरज पूर्ण होते. पुरुषाची ही दिलासा देण्याची वृत्ती स्त्रीला चिरंतन प्रेमाची ग्वाही देते.

सर्वसाधारणपणे सर्वच पुरुष एक चूक अशी करतात की, एकदा का तिच्या प्राथमिक प्रेमविषयक भावनिक गरजांची पूर्ती झाली, तिला आनंद, सुरक्षितता मिळाली की, त्याचे तिच्यावर प्रेम आहे हे तिने कायमसाठीच लक्षात ठेवावे, पण वास्तवात असे नसते. तिची सहावी प्रेमविषयक प्राथमिक गरज पुरवण्यासाठी तिला पुन्हा-पुन्हा दिलासा देण्याची आवश्यकता असते, हे त्याने लक्षात ठेवावे.

पुरुष सर्वसाधारणपणे एक चूक अशी करतात की, एकदा जोडीदाराच्या प्राथमिक, भावनिक गरजांची पूर्ती झाली आणि तिला सुखसमाधान व सुरक्षितता मिळाली की, तिने हे कायमसाठीच लक्षात ठेवले पाहिजे की, त्याचे तिच्यावर प्रेम आहे, असे त्याला वाटते.

त्याचप्रमाणे स्त्रीकडून मिळणाऱ्या प्रोत्साहनाची पुरुषालासुद्धा प्राथमिक गरज आहे. अशा प्रकारे स्त्रीला प्रोत्साहित करणारा दृष्टिकोन पुरुषाला आशा आणि धैर्य देते. कारण अशा प्रवृत्तींची स्त्री त्याच्या क्षमतांवर व चारित्र्यावर विश्वास प्रकट करते. अशा विश्वासातून, स्वीकारातून, कृतज्ञतेतून, कौतुकातून आणि मान्यतेतून पुरुषाला तो जे काही घडतो, त्यासाठी प्रोत्साहन मिळते. अशा प्रकारचे प्रोत्साहन मिळाले. की तिला हवा असलेला दिलासा देण्यास तो प्रेरित होतो.

जेव्हा पुरुषाच्या सहा प्रेमविषयक गरजांची पूर्तता होते, तेव्हा त्याच्यातील सर्व गुण प्रकर्षाने दिसून येतात, पण जर स्त्रीला हे कळले नाही की, त्याच्या प्रेमविषयक प्राथमिक गरजा कोणत्या आहेत – तर ती त्याला विश्वासयुक्त प्रेम देण्याऐवजी काळजीयुक्त प्रेम देते आणि स्वतःच अजाणतेपणाने आपल्या नातेसंबंधांना सुरुंग लावते. काही गोष्टींतून हा मुद्दा अधिक स्पष्ट होईल.

चकाकत्या वेशातला लढवय्या पुरुष

प्रत्येक पुरुषाच्या अंतरंगात खोल कोठेतरी एक लढवय्या पुरुष दडलेला

असतो. त्याने अंगावर चिलखत घातलेले असते. त्याच्या डोक्यावर शिरस्त्राण असते, एका हातात तलवार आणि एका हातात ढाल! कान तीक्ष्ण, नजर रोखलेली! असा हा तेजस्वी पुरुष कोठेही अन्याय दिसल्यास सरसावणारा! इतर कोणत्याही गोष्टीपेक्षा जिच्यावर आपले प्रेम आहे, अशा स्त्रीच्या सुखासाठी प्राणाची बाजी लावणारा, तिचे संरक्षण करणारा असा हा नायक! जेव्हा त्याच्यावर ती विश्वास टाकते, तेव्हा तो आपल्यातील या उदात्त जणिवेला जागृत करतो, तिची खूप काळजी घेतो, पण जेव्हा तिचा आपल्यावर विश्वास नाही असे त्याला वाटते, तेव्हा मात्र तो हा सगळा जोम, उत्साह गमावून बसते आणि मग काळजी घेणे थांबवतो.

कल्पना करा, असाच एखादा पराक्रमी पुरुष लढवय्याच्या वेशात एका गावातून चालला आहे. इतक्यात, त्याला एका स्त्रीची किंकाळी ऐकू येते. ती संकटात सापडलेली आहे. लगेच त्याच्या अंगात जोम येतो. तो घोड्याला टाच मारतो, घोडा वेगाने धावतो. तो राजवाड्यापाशी पोहोचतो; पाहतो, तर एक राजकन्या अजगराच्या विळख्यात मरणोन्मुख पडलेली असते. तो आपली तलवार उपसतो आणि अजगराचा खातमा करतो आणि मग राजकन्या प्रेमभरल्या नजरेने त्याच्याकडे पाहून त्याला वरते.

राजद्वार उघडते. त्याचे उत्स्फूर्त स्वागत होते, राजकन्येचे कुटुंब आणि शहरातील लोक हे आनंदाचे क्षण साजरे करतात. त्याला त्याच शहरात राहण्याचा प्रेमळ आग्रह होतो आणि तो नायक म्हणून ओळखला जाऊ लागतो. तो आणि राजकन्या एकमेकांच्या प्रेमात पडतात.

त्यानंतर एका महिन्याने तो वीर पुरुष पुन्हा दुसऱ्या मोहिमेवर जातो. परतीच्या प्रवासात त्याला ऐकू येते की, त्याची प्रेमिका, राजकन्या पुन्हा संकटात सापडली आहे. आता ती दुसऱ्या अजगराच्या विळख्यात असते. तो तिच्या जवळ पोहोचतो आणि तलवार उपसणार तोच, ती राजवाड्याच्या मनोऱ्यावरून किंचाळते, "थांब, थांब! तुझी तलवार नको उपसू! ही दोरी घे, याचा अधिक चांगला उपयोग होईल."

ती राजकन्या दोरी त्याच्याकडे फेकते आणि ती अजगराभोवती कशी आवळायची याच्या सूचना देते. तो घुटमळत तिच्या सूचनांचे पालन करू लागतो. तो ती दोरी अजगराच्या मानेभोवती आवळतो आणि जोरात ओढतो. अजगर मरतो. सर्वत्र आनंदीआनंद होतो.

हा आनंदोत्सव साजरा करण्यासाठी रात्री समारंभ आयोजित केला जातो, पण या वीर पुरुषाला वाटते, आपण या यशाचे मानकरी नाही. कारण आपण आपल्या तेजाने लखलखणाऱ्या तलवारीचा वापर केला नाही आणि ही दोरी वापरली. यात कसले कौतुक! त्या घटनेनंतर तो उदास होतो आणि त्याला त्याच्या चकाकणाऱ्या सैनिकीवेशाचा विसर पडतो.

त्यानंतर एका महिन्याने तो पुन्हा मोहिमेवर जातो. तो आपली तलवार घेऊन निघणार, तेवढ्यात राजकन्या येते व त्याला सांगते, "जपून जा हं! काळजी घे. हो आणि दोरीपण बरोबर ठेव.'' तो मोहिमेतून घराकडे परतताना राजवाड्यावर हल्ला करणारा आणखी एक अजगर तो पाहतो. तो आपली तलवार उपसून वार करणार एवढ्यात थबकतो! विचार करतो, यापेक्षा दोरी वापरावी का? त्या घुटमळणाऱ्या नेमक्या क्षणी अजगर त्याच्या अंगावर अंगार फेकतो आणि त्याचा उजवा हात भाजतो. संभ्रमित अवस्थेत तो वर बघतो तर राजवाड्याच्या गवाक्षात राजकन्या उभी असते, त्याला खाणाखुणा करत असते.

ती तेथून जोरात ओरडते, "विषाचा वापर कर. आता दोरी काम नाही करणार.''

ती वरून विषाची पुडी फेकते. तो ते विष अजगराच्या तोंडात फेकतो. अजगर मरतो. सगळीकडे जल्लोष पसरतो, पण या वीर पुरुषाला मात्र स्वत:ची लाज वाटते.

एक महिन्यानंतर तो पुन्हा मोहिमेवर जातो. तो जेव्हा आपली तलवार उपसून निघतो, तेव्हा राजकन्या त्याला निरोप द्यायला येते, म्हणते, "जपून जा! काळजी घे. हो आणि दोरी व विषाची पुडी पण बरोबर घे.'' खरे तर या सूचनांनी तो खूप रागावतो, पण तिच्या सूचनेप्रमाणे सर्व बरोबर घेतो.

या वेळी प्रवासात त्याला दुसऱ्या एका संकटात सापडलेल्या स्त्रीची किंकाळी ऐकू येते. तो तिच्या हाकेला उत्तर द्यायला जातो. आता त्याचे नैराश्य काही प्रमाणात कमी होते आणि त्याचा आत्मविश्वास बळावतो. तो त्याची तलवार उपसणार तोच तो घुटमळतो. त्याचे मन द्विधा होते. मी अजगराला मारण्यासाठी तलवार वापरू, दोरी वापरू की विष वापरू? राजकन्या काय म्हणेल?

फक्त एका क्षणासाठी तो संभ्रमित होतो, पण मग त्याला आठवते की, राजकन्या भेटण्यापूर्वी तर तो फक्त तलवार घेऊनच बाहेर पडत असे. त्याचा त्याच्या तलवारीवरील विश्वास पुन्हा जागृत होतो आणि तो अजगराला ठार मारतो. गावकरी जल्लोष करतात.

आता हा लढवय्या वीर पुरुष पुन्हा राजकन्येकडे कधीच परतत नाही. तो त्या गरीब गावातच राहायला लागतो. यथावकाश तो लग्न करतो, पण एका गोष्टीची त्यापूर्वी खात्री करून घेतो की, त्याच्या या नवीन जोडीदाराला दोरी किंवा विषाबद्दल काहीच माहिती नाही.

लक्षात ठेवा, प्रत्येक पुरुषामध्ये एक तेजस्वी, लढवय्या वीर पुरुष दडलेला असतो. पुरुषाच्या प्राथमिक गरजा समजावून सांगणारे चांगले रूपक या गोष्टीतून मांडले आहे. पुरुषाला त्याची काळजी घेतलेली किंवा त्याला मदत केलेली आवडतेसुद्धा! पण कधीकधी या काळजीचा किंवा मदतीचा अतिरेक झाला, तर तो आत्मविश्वास गमावून बसतो किंवा त्याच्यातील चैतन्य हरपते.

नकळतपणे तुम्ही तुमच्या जोडीदाराला कृतिशीलतेपासून दूर कसे नेता

आपल्या जोडीदारासाठी महत्त्वाचे काय आहे, याची जाणीव नसेल तर स्त्री आणि पुरुष एकमेकांना किती आणि कशा प्रकारे दुखावतात ते त्यांना समजणारच नाही. आपण बघतो की, दोघेही स्त्री आणि पुरुष स्वत:च्या नकळत अशा प्रकारे एकमेकांशी संवाद साधतात की, त्याचा परिणाम उलटाच होतो आणि एवढेच नव्हे, तर त्यांचे पती-पत्नी नात्यातील प्रेम पूर्णपणे नष्ट होते.

जेव्हा स्त्री-पुरुषांना आवश्यक असलेले प्राथमिक प्रेम मिळत नाही, तेव्हा त्यांच्या भावना अगदी सहज दुखावल्या जातात. सर्वसाधारणपणे स्त्रियांच्या असे लक्षात येत नाही की, त्यांची संवाद साधण्याची पद्धत ही पुरुषी अहंकाराला ठेच पोहोचवणारी आहे आणि त्याला निराधार करणारी आहे. स्त्री-पुरुषांच्या भावनांच्या बाबतीत कदाचित भावनाप्रधान राहण्याचा प्रयत्न करेलसुद्धा, परंतु त्याच्या प्रेमविषयक प्राथमिक भावना तिच्यापेक्षा वेगळ्या असल्यानुळे तिला त्या सहजपणे समजणे अशक्य असते.

पुरुषाच्या प्रेमविषयक भावना समजून घेऊन स्त्री त्याच्या असमाधानामागील कारणमीमांसा सुजाणपणे आणि संवेदनशील होऊन जाणून घेण्याचा प्रयत्न करू शकते. खाली सर्वसामान्यपणे बायका, पुरुषांशी संवाद साधताना त्याच्या प्रेमविषयक प्राथमिक भावनांविषयी जाणून घेण्यात कशा चुका करतात त्याची यादी दिली आहे.

स्त्री सामान्यपणे करत असलेल्या चुका	तिचे आपल्यावर प्रेम नाही असे त्याला का वाटते
१.ती त्याच्या वर्तणुकीत सुधारणा करू पाहते किंवा त्याने न मागताच त्याला सल्ले देऊन मदत करू पाहते.	तिचे आपल्यावर प्रेम नाही, असे त्याला वाटते. कारण तिचा त्याच्यावर विश्वास नाही असे त्याला वाटते.
२.ती तिच्या नकारार्थी किंवा अस्वस्थ भावनांबद्दल त्याच्याशी बोलून त्याचे वागणे बदलण्याचा किंवा त्याच्यावर नियंत्रण ठेवण्याचा प्रयत्न करते. (आपल्या भावना वाटून घेणे ठीकच आहे, पण त्याचा गैरवापर करणे चुकीचे आहे.)	तिचे त्याच्यावर प्रेम नाही, असे त्याला वाटते. कारण तिने तो जसा आहे तसा त्याला स्वीकारलेले नसते.

३. तो तिच्यासाठी जे करतो त्याची त्याला पावती देत नाही, पण तो जे करत नाही, त्याबद्दल तक्रार करत राहते.	अशा वेळी आपण गृहीत धरले जात आहोत आणि तिचे आपल्यावर अजिबात प्रेम नाही असे त्याला वाटते. कारण तो जे काही करतो, त्याबद्दल ती कृतज्ञता व्यक्त करत नाही.
४. ती सतत त्याचे वर्तन सुधारत राहते आणि काय कर, काय करू नको ते सतत सांगत राहते, जणूकाही तो छोटा मुलगाच आहे.	त्याला वाटते की, तिचे त्याच्यावर प्रेम नाही, कारण ती त्याचे जराही कौतुक करत नाही.
५. ती तिच्या त्रासदायक भावना अप्रत्यक्षपणे आणि अलंकारिक भाषेत प्रश्न विचारून व्यक्त करते. उदा. तू असे कसे करू शकलास?	तिचे त्याच्यावर प्रेम नाही असे त्याला वाटते. कारण अशा प्रकारच्या वक्तव्याबद्दल त्याला त्याची मानहानी झाल्यासारखे वाटते. तिच्या भावविश्वात त्याची प्रतिमा मलिन होते.
६. जेव्हा तो निर्णय घेतो किंवा पुढाकार घेतो, तेव्हा ती त्याच्यात सुधारणा तरी करते किंवा त्याच्यावर टीका तरी करते.	तिचे त्याच्यावर प्रेम नाही, असे त्याला वाटते. कारण ती त्याला कोणतीच गोष्ट त्याच्या पद्धतीने करण्यास प्रोत्साहन देत नाही.

पुरुषांच्या प्राथमिक गरजा न समजल्यामुळे स्त्रिया जशा सहजपणे चुका करतात, तशाच चुका पुरुषसुद्धा करतात. पुरुषांच्या ते सर्वसामान्यपणे लक्षात येत नाही की, त्यांच्या संवाद साधण्याच्या पद्धतीमुळे स्त्रियांचा अनादर होतो किंवा त्यांना त्यांच्याकडून आधार मिळत नाही. पुरुषाच्या कदाचित हे लक्षात येईल की, ती त्याच्याबरोबर दुःखी आहे, पण जोपर्यंत त्याला ती का दुःखी आहे, या मागचे कारण कळत नाही आणि नेमके तिला काय हवे आहे ते कळत नाही, तोपर्यंत तो त्याची वागण्याची पद्धत बदलू शकत नाही.

स्त्रियांच्या प्राथमिक गरजा समजून घेऊन पुरुष तिच्या भावनांविषयी अधिक संवेदनशील बनतो आणि तिच्या भावनांचा आदर करू लागतो. पुरुष स्त्रियांशी संवाद साधताना आणि त्यांच्या भावनिक गरजा समजून घेताना कोणत्या चुका करतात याची यादी पुढे दिली आहे.

पुरुष करत असलेल्या चुका	तिला आपल्यावर त्याचे प्रेम नाही असे का वाटते
१. त्याचे तिच्या बोलण्याकडे लक्ष नसते; ती बोलत असताना त्याचे दुसरेच काहीतरी चालू असते. संबंधित प्रश्न आस्थेने विचारत नाही.	त्याचे वागणे तिला भावनाशून्यपणाचे वाटते. कारण त्याला तिची काळजी आहे, असे तो दर्शवत नाही.
२. तो तिच्या बोलण्याचा शब्दश: अर्थ घेतो आणि तिच्या बोलण्यात दुरुस्त्या करत राहतो. त्याला असे वाटते की, ती तिच्या समस्यांवर उपाय शोधायला सांगते आहे, म्हणून तो उपदेश करतो.	तिला त्याचे आपल्यावर प्रेम नाही असे वाटते. कारण तो तिला समजून घेत नाही.
३. तो तिचे बोलणे ऐकून घेतो पण तिच्यावर रागावतो आणि त्याला अस्वस्थ केल्याचा दोष तिच्या माथी मारतो आणि आता त्याची मन:स्थिती बिघडली असे सांगतो.	तिला त्याचे आपल्यावर प्रेम नाही, असे वाटते. कारण तो तिच्या भावनांचा आदर करत नाही.
४. तिच्या भावना आणि तिच्या गरजा हे त्याच्या दृष्टीने सर्वांत कमी महत्त्वाचे, त्यापेक्षा त्याचे काम आणि मुले यांना प्राधान्यक्रम अधिक.	ती दुखावते, कारण त्याची तिच्याबरोबर निष्ठा नाही आणि तो तिला कोणतीच खास वागणूक देत नाही.
५. जेव्हा ती त्रासलेली असते तेव्हा, नेमके तो तिला समजून सांगत असतो की, तो कसा बरोबर आहे आणि तिने अस्वस्थ राहण्याचे कोणतेच सयुक्तिक कारण नाही.	तिला त्याचे आपल्यावर प्रेम नाही असे वाटते. कारण तो तिच्या भावनांचे समर्थन करत नाही, उलट ती कशी चुकीची आहे, हे सांगून तिला निराधार करून टाकतो.
६. तिचे बोलणे ऐकूण घेतल्यावरती तो काही एक न बोलता सरळ निघून जातो किंवा गप्प राहातो.	तिला खूप असुरक्षित वाटते. कारण तिला हवा असलेला दिलासा त्याच्याकडून मिळत नाही.

प्रेम अपयशी ठरते तेव्हा...

प्रेम अपयशी ठरते, कारण स्त्री-पुरुष दोघेही सहज प्रेरणेने आपल्याला जे हवे आहे तेच देतात. स्त्रियांची प्राथमिक गरज असते की, त्यांची काळजी घेतली जावी, त्यांना समजून घेतले जावे वगैरे, वगैरे. म्हणून नकळतपणे त्या त्यांच्या जोडीदाराची नको इतकी काळजी घेतात आणि त्याला जास्तीतजास्त समजून घेण्याचा प्रयत्न करतात. पुरुषासाठी ही अतिरिक्त काळजी म्हणजे त्याच्यावर दाखवलेला अविश्वास होय. त्याच्यावर स्त्रीने विश्वास दाखवणे, ही खरे तर त्याची मूलभूत गरज आहे.

तिच्या काळजी घेण्याबद्दल जेव्हा तो कोणतीच सकारात्मक प्रतिक्रिया देत नाही, तेव्हा आपण देऊ केलेल्या आधाराबद्दल आपल्या या खास शैलीबद्दल त्याला जरासुद्धा कौतुक कसे नाही, याचे तिला आश्चर्य वाटते; अर्थात तोसुद्धा त्याच्याच खास शैलीतून तिला प्रेम देत असतो. जे त्याला वाटते की, तिला अपेक्षित आहे आणि अशा प्रकारे ते दोघेही एकमेकांच्या गरजा पूर्ण करण्याच्या अयशस्वी चक्रात सापडतात.

सुवर्णा तक्रार करते, 'मी त्याच्यासाठी खूप करत आले, पण बदल्यात मला काहीच मिळाले नाही. सौरभला माझे जरादेखील कौतुक नाही. माझे त्याच्यावर खूप प्रेम आहे, पण त्याचे माझ्यावर अजिबात प्रेम नाही.' तर सौरभ तक्रार करत होता, 'मी जे काही करतो, ते तिला पटतच नाही. काहीही केले, तरी तिचे समाधान नाही. आता काय करायचे, तेच मला समजत नाही. माझे सगळे प्रयत्न करून झाले, पण तिचे माझ्यावर प्रेम नाही. माझे तिच्यावर खूप प्रेम आहे, पण त्याचा काही उपयोग नाही.'

सुवर्णा आणि सौरभ यांच्या लग्नाला आता आठ वर्षं झाली. त्यांना आता एकत्र राहण्याची इच्छा नाही. कारण त्यांना असे वाटते की, त्यांचे एकमेकांवर प्रेम नाही. उपरोधाची गोष्ट ही की, दोघांनाही असे वाटत होते की, आपण जितके प्रेम देतो त्यापेक्षा आपल्याला कमी मिळते. सुवर्णाला असे वाटत होते की, ती सौरभला प्रेमात खूप जास्त देत होती, तर सौरभला वाटत होते की, तोच तिला खूप जास्त देत होता. कटू सत्य हे होते की, खरोखरच दोघेही खूप जास्त देत होते, पण मिळत कोणालाच नव्हते. कारण जे काही मिळत होते, ते त्यांना नको होते.

त्यांचे नक्कीच एकमेकांवर प्रेम होते, पण त्यांनी दोघांनीही आपल्या जोडीदाराची प्रेमविषयक प्राथमिक गरज समजून न घेतल्यामुळे त्यांचे प्रेम सफल होत नव्हते. सुवर्णाला जे आपल्याला मिळावे असे वाटत होते, ते ती सौरभला देत होती, तर सौरभ त्याला जे हवे होते, ते सुवर्णाला देत होता. हळूहळू त्यांच्यात विसंवादाचे सूर उमटले.

जेव्हा नातेसंबंध अवघड वळणावर येतात, तेव्हा अनेक लोक आपसातील संबंध सुधारण्याच्या दृष्टीने प्रयत्न सोडून देतात. त्यांना ते त्यापेक्षा संपवणे अधिक सोपे वाटते, पण आपण जर जोडीदाराच्या प्राथमिक गरजा समजावून घेतल्या, तर नातेसंबंध सुरळीत करणे सोपे जाते. खरे तर नातेसंबंधात अधिक देण्यापेक्षा जोडीदाराला ज्याची गरज आहे, ते देण्याने विसंवाद होत नाहीत. हे जर वेगवेगळ्या प्रकारचे प्रेम समजून घेतले, तर प्रामाणिकपणे केलेले प्रयत्नसुद्धा का फसतात याचे ज्ञान होते. तुमच्या जोडीदाराचे समाधान होण्यासाठी तुम्हाला तिची किंवा त्याची प्रेमविषयक मूलभूत गरज कोणती ते समजून घ्यावे लागेल.

राग न येऊ देता उत्तम श्रवण करणे शिका

स्त्रीच्या प्रेमविषयक गरजा पुरविण्यात यशस्वी होण्याचा हमखास मार्ग म्हणजे तिच्याशी सुंसवाद साधा. आपण आधीच चर्चा केल्याप्रमाणे शुक्रावर सुंसवादाचे अगाध महत्त्व आहे. स्त्रियांच्या भावनांकडे लक्ष देऊन पुरुष स्त्रीवर काळजीचा, सामंजस्याचा, आदराचा, निष्ठेचा, समर्थनाचा आणि दिलासा देण्याचा वर्षाव करू शकतो.

पुरुषांना बायकांचे बोलणे लक्षपूर्वक ऐकण्यामध्ये सगळ्यात मोठी समस्या अशी की, ते त्यांचे बोलणे ऐकताना रागावतात किंवा नैराश्य त्यांना घेरते. कारण ते विसरून जातात की, त्या शुक्रावरच्या आहेत आणि म्हणून त्यांची संवादाची धाटणी त्यांच्यापेक्षा वेगळी आहे. पुढे जो तक्ता दिला आहे, त्यामध्ये त्या दोघांमधल्या फरकाची रूपरेषा तर दिली आहेच आणि अशा वेळी काय करायचे त्याबद्दल मोलाच्या सूचना दिल्या आहेत.

न रागावता कसे ऐकून घ्यायचे...

लक्षात ठेवा	काय करावे आणि काय करू नये
१.लक्षात ठेवा : तिचे मुद्दे आणि तिच्या भावना समजून न घेतल्यामुळे राग येतो आहे आणि त्यामध्ये तिची कधीच चूक नसणार!	तिला समजून घेण्याची जबाबदारी तुमची आहे. तुम्हाला अस्वस्थ केल्याबद्दल तिला दूषणे देऊ नका. पुन्हा एकदा तिला समजून घेण्याचा प्रयत्न करा.
२.तिच्या भावना नेहमीच योग्य असतील असे नव्हे. आत्ता कदाचित त्या वेडगळपणाच्या वाटतील, पण	एक दीर्घ श्वास घ्या. शांत राहा. काही बोलू नका. शक्यतो परिस्थितीवर नियंत्रण ठेवण्याचा प्रयत्न करू नका.

तरीसुद्धा त्या समर्थनीय असतील. तिला आता तुमच्या सहानुभूतीची गरज आहे.	जे घडते आहे, ते घडू द्या.
३.लक्षात घ्या, परिस्थिती सुधारण्यासाठी काय करावे, हे सुचत नसल्यामुळे तुम्हाला राग येतो आहे. तिला ताबडतोब जरी बरे वाटत नसले, तरी तुमच्या लक्षपूर्वक ऐकण्याने आणि तिला समजून घेण्याने परिस्थिती नक्की निवळेल.	तुमच्या उपायांनी तिला बरे वाटत नसेल तरी त्याबद्दल तिला दोष देऊ नका. जर तिला उपाय नकोच आहेत आणि तिची गरज वेगळीच आहे, तर तिला बरे कसे वाटेल? तुमच्या उपाय सुचविण्याच्या इच्छेला आवर घाला.
४.लक्षात ठेवा, तुम्ही तिचा प्रत्येक मुद्दा समजून घेतलाच पाहिजे किंवा तिच्याशी सहमत झाले पाहिजे किंवा उत्तम श्रोता म्हणून कौतुक झाले पाहिजे असे काहीही तुमच्यावर बंधनकारक नाही.	तुम्हाला वेगळे मत मांडण्याचा अधिकार आहे; पण खात्री करून घ्या की, तिचे बोलणे संपले आहे. तुमचे मत मांडण्यापूर्वी तिचेच मत वेगळ्या शब्दांत मांडा. चढ्या आवाजात बोलू नका.
५.चांगला श्रोता बनण्यात यशस्वी होण्यासाठी तिची बाजू पूर्णपणे समजून घेता आलीच पाहिजे असे नाही.	तिला समजून घेण्याची तुमची इच्छा तिला कळू द्या. तिला समजून घेणे कठीण आहे असा निष्कर्ष काढू नका. समजून घेणे तुमची जबाबदारी आहे.
६.लक्षात घ्या की, तिला जे काही वाटते आहे, त्यासाठी तुम्ही जबाबदार नाही. ती तुमच्यावर दोषारोप करते आहे असे तुम्हाला वाटेल, पण खरे तर तिची आत्ताची गरज तिला तुम्ही समजावून घेण्याची आहे.	जोपर्यंत तिला असे वाटत नाही की, तुम्ही तिला सहानुभूतीने समजून घेत आहात, तुम्हाला तिची काळजी वाटते तोपर्यंत तुमची बाजू मांडण्याचा प्रयत्न करू नका, त्यानंतर हळुवारपणे समजून सांगा किंवा क्षमा मागा.
७.जर तिच्यामुळे तुम्हाला खरोखरच खूप राग येत असेल, तर बहुधा तिचा तुमच्यावर विश्वास नाही. तिच्या अंतर्मनात खोलवर कोठेतरी भयग्रस्त	तिच्या भावना, तिची मते याविषयी वाद घालू नका. जेव्हा ती फारशी भावनाविवश नसते, तेव्हा कधीतरी मुद्दाम वेळ काढून तिच्याशी याबाबत

मुलगी आहे, जी मोकळेपणाने बोलायला घाबरते आणि आपण दुखावले जाऊ, अशी तिला भीती वाटते. तिला तुमच्या प्रेमाची, आपुलकीची, सहानुभूतीची गरज आहे.	बोला. अशा वेळी अकराव्या प्रकरणातील प्रेमपत्र लिहिण्याच्या तंत्राचा सराव करा.

जेव्हा पुरुष स्त्रीच्या भावनांकडे न रागावता, न चिडता, निराश न होता लक्ष देऊ शकतो, तेव्हा तिच्यासाठी ती अद्भुत भेट असते, असे घडले की तिलाही स्वत:ला व्यक्त करणे सुरक्षित वाटते. ती जितके जास्त स्वत:ला व्यक्त करेल, तितके तिचे समाधान होईल. आपले कोणीतरी ऐकून घेतले, कोणीतरी आपल्याला समजून घेतले असे तिला वाटेल आणि मग ती पुरुषाला हवा असलेला विश्वास, स्वीकार, कृतज्ञता, प्रशंसा, मान्यता आणि प्रोत्साहन देण्यात यशस्वी होईल.

पुरुषाला सामर्थ्यवान बनविण्याची कला

जसे स्त्रीच्या प्रेमविषयक प्राथमिक गरजांविषयी व त्या पूर्ण करण्याच्या कलेविषयी पुरुषांना जाणून घेणे गरजेचे असते, तसेच स्त्रियांनीसुद्धा पुरुषांना सामर्थ्यवान बनवण्याची कला जाणून घेणे गरजेचे असते. जेव्हा त्याच्याकडून मिळणारा आधार स्त्री स्वीकारते, तेव्हा ती त्याला पराक्रमासाठी प्रेरित करते. जेव्हा पुरुषावर स्त्रीकडून विश्वास दाखवला जातो, त्याच्यासाठी कृतज्ञता व्यक्त केली जाते, त्याला प्रशंसा, मान्यता व प्रोत्साहन मिळते, तेव्हा तो सामर्थ्यशाली बनतो.

आपल्या गोष्टीतील तेजस्वी, वीर, लढवय्या योद्ध्याच्या बाबतीत हेच घडते. अनेक बायका त्यांच्या जोडीदाराला त्याच्यात सुधारणा करून मदत देऊ पाहतात, पण त्यांच्या अजाणतेपणे त्या त्याला दुबळे करतात किंवा दुखावतात. कोणत्याही प्रकारे त्याच्यात बदल घडवून आणण्याचा प्रयत्न प्रेमळ विश्वास, स्वीकार, कृतज्ञता, प्रशंसा, मान्यता आणि प्रोत्साहन या त्याच्या प्रेमविषयक मूलभूत गरजांना मारक ठरतो.

पुरुषाला सामर्थ्यशाली बनविण्यामागील गुपित हेच की, कधीही त्याला बदलण्याचा किंवा त्याला सुधारण्याचा प्रयत्न करू नका. निश्चितच तुम्हाला तो बदललेला हवा असेल, परंतु तुमच्या या इच्छेला आवर घाला. कोणतीही कृती करू नका, मात्र जर त्याने प्रत्यक्षपणे आणि निश्चितपणे तुमचा सल्ला मागितला, तरच फक्त स्वत:मधील बदलासाठी त्याला तुमची मदत हवी आहे असे समजा.

पुरुषाला सामर्थ्यशाली बनविण्यामागील गुपित हेच की, कधीही त्याला बदलण्याचा किंवा त्याला सुधारण्याचा प्रयत्न करू नका.

विश्वास द्या, सल्ला नको

शुक्रावर सल्ला देणे हे प्रेमाचे प्रतीक असते, पण मंगळावर...? बापरे!! बाप!! स्त्रियांनी हे लक्षात ठेवले पाहिजे की, मंगळनिवासी कधीही प्रत्यक्षपणे मागितल्याशिवाय सल्ला देत नाही. मंगळनिवासी आपली समस्या आपणच सोडवतो असा विश्वास त्याच्यावर दाखवणे, हेच पुरुषांच्या बाबतीत प्रेमाचे प्रतीक मानले जाते.

याचा अर्थ असा नव्हे की, स्त्रीने तिच्या भावना चिरडून टाकाव्या. त्याला बदलण्याची इच्छा दाबून ठेवल्यामुळे तिला राग येईल, वैताग येईल, पण तरीही हरकत नाही, कारण त्याला बदलण्याचा प्रयत्न हा त्याच्या कर्तृत्वाला मारक ठरणारा आणि विनाश ओढवणारा असेल. जेव्हा स्त्री एखाद्या पुरुषावर प्रेम करू लागते, तेव्हा ती त्यांच्यातील नातेसंबंध अधिक चांगले घडवू पाहते; अशी सर्वांगीण सुधारणा करण्याच्या नादात 'तो'च तिचे प्रथम लक्ष्य असते आणि हळूहळू ती त्याच्या पुनर्वसनाची प्रक्रिया सुरू करते.

पुरुष बदलण्यास विरोध का करतो?

हजारो प्रकारांनी ती त्याला बदलण्याचा किंवा त्याच्यात सुधारणा घडवून आणण्याचा प्रयत्न करत असते. त्याला बदलण्याचे आपले प्रयत्न प्रेमळपणाचे आहेत असे तिला वाटते. पण त्याला असे वाटते की, ती आपल्याला मुठीत ठेवू पाहते. चलाखी करू पाहते. आपल्याला नाकारते आहे आणि तिचे आपल्यावर प्रेमच नाही. ती आपला अव्हेर करत आहे, असे वाटल्याने तोसुद्धा तितक्याच हट्टीपणाने विरोध करतो. जेव्हा स्त्री-पुरुषाला बदलण्याचा प्रयत्न करते, तेव्हा त्याला तिचा प्रेमळ विश्वास आणि स्वीकार मिळत नाही; वास्तविक त्याच्यात सुधारणा आणि प्रगती होण्यासाठी त्याला याच गोष्टीची गरज असते.

आमच्या कार्यशाळांमधून मी शेकडो स्त्री-पुरुषांना याबाबत विचारले असता, त्या सर्वांनीसुद्धा त्यांचा अनुभव असाच असल्याचे सांगितले. स्त्री, पुरुषाला बदलण्याचा जेवढा जास्त प्रयत्न करेल, तेवढ्या निकराने तो प्रतिकार करतो.

समस्या अशी असते की, जेव्हा पुरुष तिच्या, त्याच्यात सुधारणा घडवून आणण्याच्या प्रयत्नांना विरोध करतो. तेव्हा त्याच्या प्रतिसादाबद्दल ती गैरसमज करून घेते. ती याचा चुकीचा अर्थ असा लावते की, ज्याअर्थी त्याला स्वत:मध्ये

बदल करून घ्यायचे नाहीत, त्याअर्थी त्याचे तिच्यावर प्रेमच नाही. वास्तव असे असते की, तो बदल घडवून आणण्यास तयार नसतो. कारण त्याला असे वाटते की, तिचे त्याच्यावर प्रेम नाही. जेव्हा पुरुषाला असे वाटते की, त्याच्यावर प्रेम केले जाते, विश्वास ठेवला जातो, त्याचा स्वीकार होतो, त्याच्याबद्दल कृतज्ञता व्यक्त होते वगैरे वगैरे; तेव्हा आपोआपच तो बदलू लागतो, स्वत:मध्ये सुधारणा करू लागतो, प्रगती करू लागतो.

दोन प्रकारचे पुरुष/वर्तणूक एकाच प्रकारची

पुरुष दोन प्रकारचे असतात. स्त्री जेव्हा पुरुषाला बदलू पाहते, तेव्हा विश्वास बसणार नाही इतक्या हट्टीपणाने व दुराग्रहाने वागणारे काही पुरुष असतात, तर दुसऱ्या प्रकारचे पुरुष हे बदलण्यास तयार होतात, पण नंतर विसरून जातात आणि पुन्हा आपल्या जुन्या वर्तणुकीवरच कायम राहतात, याचा अर्थ एवढाच की, सगळेच पुरुष स्वत:मध्ये बदल घडवण्यास विरोध करतात, काही प्रत्यक्षपणे तर काही अप्रत्यक्षपणे!

तो जसा आहे तसा जोपर्यंत आवडून घेतला जात नाही किंवा विनाशर्त त्याच्यावर कोणी प्रेम करत नाही, तोपर्यंत तो जाणतेपणाने किंवा अजाणतेपणाने तिला न आवडणाऱ्या वर्तणुकीचीच पुनरावृत्ती करत राहील. जोपर्यंत तो स्वीकारला जात नाही, तोपर्यंत त्याच्या अंतर्मनातून पूर्वीनुसारखेच वागण्याचा दबाव असतो.

पुरुषाला स्वत:मध्ये बदल करण्यासाठी त्याच्यावरील स्वीकृतीदर्शक विनाशर्त प्रेमाची त्याला गरज वाटते, नाहीतर मग तो तसाच राहील आणि आपल्या वर्तणुकीचे आत्मसमर्थन करेल. तो जसा आहे तसा स्वीकारला जाण्याची त्याला गरज वाटते आणि ही गरज पूर्ण झाली की, तो स्वत:च स्वत:मध्ये सुधारणा करण्याचे मार्ग धुंडाळतो.

पुरुषांना स्वत:मध्ये सुधारणा कराव्याशा वाटत नाहीत

स्त्रीने दु:खी का राहू नये, हे सांगण्याचा मोह जसा पुरुषांना होतो, तसाच तो जसा वागतो तसे त्याने का वागू नये, हे सांगण्याचा मोह स्त्रीला होतो. ज्याप्रमाणे स्त्रीला दुरुस्त करण्याची चुकीची इच्छा पुरुष करतात, त्याचप्रमाणे पुरुषाला सुधारण्याची चुकीची इच्छा स्त्री धरते.

पुरुष जगाकडे मंगळवासीय दृष्टिकोनातूनच बघतात. त्यांचे ध्येय हे असते की, जोपर्यंत एखादी गोष्ट मोडत नाही तोपर्यंत ती दुरुस्त करू नका. जेव्हा स्त्री त्याच्यात बदल घडवण्याचे प्रयत्न करते, तेव्हा त्याला असा संदेश मिळतो की, तिला वाटते की, तो चुकीचा आहे, त्यामुळे तो दुखावला जातो आणि अधिकच प्रतिकार करू

लागतो. त्याला असे वाटते, तो प्रेम आणि स्वीकार यापासून वंचित झाला आहे.

पुरुषाला प्रगतीसाठी उत्तम मदत म्हणजे त्याला कोणत्याही प्रकारे बदलण्याचा प्रयत्न न करणे.

त्याच्यातील दोषांसकट त्याचा स्वीकार झालेला पुरुषाला हवा असतो. पुरुषामधील दोष स्वीकारणे सोपे नव्हे, खास करून जेव्हा ती त्याला सर्वोत्तम पुरुषाच्या रूपात बघत असते तेव्हा! परंतु जेव्हा ती समजून घेते की, खरोखर तिला प्रगती व्हायला हवी असेल, तर उत्तम मदत म्हणजे कोणत्याही प्रकारे त्याला बदलण्याचा प्रयत्न न करणे.

पुढे दिलेल्या यादीमध्ये पुरुषाला बदलण्याचा प्रयत्न न करताही त्याच्यात सुधारणा आणि प्रगती घडवून आणण्यास ती कशा प्रकारे मदत करू शकते, हे सांगितले आहे.

पुरुषाला बदलण्यापासून स्वतःला दूर कसे ठेवावे

तिने काय लक्षात ठेवायची गरज आहे	**ती काय करू शकते**
१.जेव्हा तो त्रस्त, अस्वस्थ असतो, तेव्हा तिने त्याला फार प्रश्न विचारू नयेत, नाहीतर ती त्याला बदण्याचा प्रयत्न करते असे त्याला वाटेल, हे लक्षात ठेवावे.	जोपर्यंत तो स्वत: होऊन तुमच्याकडे सांगायला येत नाही की, तो अस्वस्थ आहे, तोपर्यंत त्याच्याकडे सरळ दुर्लक्ष करावे, थोडी आपुलकी दाखवावी, पण त्याचा अतिरेक नको – म्हणजे त्यानी आपल्याशी बोलायला यावे याबद्दलचे आमंत्रण तर मुळीच नको.
२.कोणत्याही प्रकारे त्याच्यात सुधारणा घडवून आणण्याचा प्रयत्न करू नये. लक्षात ठेवा, त्याला प्रगतीसाठी तिचे प्रेम हवे आहे, अव्हेर नव्हे!	तो स्वत:च स्वत:ची प्रगती करेल, यावर विश्वास ठेवा. प्रामाणिकपणे त्याच्या भावना वाटून घ्या, पण त्यामध्ये कोणतीही मागणी नसावी किंवा त्याने बदलावे हा हट्ट नसावा.
३.लक्षात ठेवा की, जेव्हा तुम्ही त्याला न मागता उपदेश करता, तेव्हा त्याला	सहनशील राहा आणि लक्षात ठेवा की, तो स्वत:च त्याच्यासाठी जे

त्याच्यावर अविश्वास दाखवल्यासारखे, नियंत्रण ठेवल्यासारखे किंवा अव्हेरल्यासारखे वाटते.	आवश्यक आहे, ते तो शिकेल. तो तुमचा सल्ला मागेल... तोपर्यंत धीर धरा.
४.लक्षात ठेवा, जेव्हा पुरुष हट्टी बनतो आणि बदलास प्रतिकार करतो, तेव्हा त्याला असे वाटते की, तिचे त्याच्यावर प्रेम नाही आणि मग ती आपल्यावर प्रेम करणार नाही, या भीतिपोटी त्याला आपल्या चुका कबूल करण्याची भीती वाटते.	तुमचे प्रेम मिळवण्यासाठी त्याला परिपूर्ण पुरुष असण्याची गरज नाही, हे तुमच्या देहबोलीतून दिसू द्या. अंगी क्षमाशीलता बागवा.
५.लक्षात ठेवा, त्याने तुमच्यासाठी त्याग करावा, या अपेक्षेने जर तुम्ही त्याच्यासाठी त्याग कराल, तर त्याच्यावर बदलण्याच्या अपेक्षांचे ओझे तुम्ही लादत आहात.	तुम्ही जे काही करता, ते स्वतःसाठी कर. तुमच्या सुखासाठी त्याच्यावर अवलंबून राहू नका.
६.लक्षात ठेवा, तुमच्या नकारार्थी किंवा दुःखी भावनांबद्दल त्याच्याशी जरूर बोला, परंतु त्याने बदलावे अशी अपेक्षा धरू नका. जेव्हा त्याच्या असे लक्षात येईल की, आपल्या जोडीदाराने आपला विनाशर्त स्वीकार केला आहे तेव्हा त्याला तुमचे बोलणे लक्षपूर्वक ऐकणे सोपे जाईल.	जेव्हा तुम्ही तुमच्या भावना त्याच्याबरोबर वाटून घेत आहात, तेव्हा त्याला हे कळू द्या की, त्याने काय करावे हे तुम्ही त्याला सांगत नाही आहात. त्याने फक्त तुमच्या भावना लक्षात घ्याव्यात एवढीच तुमची अपेक्षा आहे.
७.लक्षात ठेवा, तुम्ही जर त्याला सतत सूचना देत राहिलात आणि त्याचे निर्णय स्वतः घ्यायला लागलात, तर त्याला असे वाटेल की, तुम्ही त्याला सुधारण्याचा आणि त्याच्यावर नियंत्रण ठेवण्याचा प्रयत्न करत आहात.	शांत राहा आणि सरळ त्याला शरण जा. त्याच्यातील त्रुटी सहज स्वीकारा, त्याचा सराव करा. परिपूर्णतेपेक्षाही त्याच्या भावना अधिक महत्त्वाच्या आहेत, हे समजून घ्या आणि त्याला उपदेशाचे डोस पाजून सुधारण्याचा प्रयत्न करू नका.

जेव्हा स्त्री आणि पुरुष एकमेकांच्या खास भावनिक गरजा ओळखून एकमेकांना आधार देऊ लागतील, तेव्हा हवा असलेला बदल, प्रगती, वाढ आपोआपच घडून येईल. तुमच्या जोडीदाराच्या प्रेमविषयक सहा प्राथमिक गरजांबद्दलच्या विशेष जाणिवेमुळे तुम्ही तुमचा प्रेमळ आधार तुमच्या जोडीदाराच्या गरजेनुसार त्याला देऊ शकता आणि तुमच्या नातेसंबंधांमध्ये नाट्यमय पद्धतीने बदल घडवून ते अधिक दृढ, सुसंवादी आणि परिपूर्ण बनवू शकता.

◆

प्रकरण ९

वादविवाद कसे टाळाल?

पती-पत्नी यांच्यातील प्रेमळ नातेसंबंधांसमोरील सर्वांत मोठे आव्हान म्हणजे त्यांच्यातील वेगळेपणा आणि मतभेद हाताळणे. अनेकदा जोडपी जेव्हा चर्चा करतात, तेव्हा थोड्याच वेळात त्याचे रूपांतर वादावादीत होते आणि मग त्या दोघांनाही काही समजायच्या आत युद्धासाठी शंख फुंकतात! त्यानंतरची पायरी म्हणजे जोडप्यात अबोला सुरू होतो. आपोआपच एकमेकांना दुखावणे, दूषणे देणे, तक्रारी करणे, आरोप करणे, हट्ट धरणे, रागावणे, संतापणे आणि संशय घेणे, अशी सगळी वावटळ येते.

अशा प्रकारे भांडण करणारे स्त्री आणि पुरुष आपल्या फक्त भावनाच दुखावतात, असे नव्हे, तर आपल्या नातेसंबंधांनाही इजा पोहोचवतात. ज्याप्रमाणे नातेसंबंधांमध्ये सुसंवाद साधणे ही सगळ्यात महत्त्वाची गोष्ट असते, त्याचप्रमाणे वादविवाद घालणे ही सगळ्यात विनाशकारी गोष्ट असते. कारण जितकी आपण अधिक जवळीक करू, तितके आपण दुसऱ्याला अधिक दुखवू किंवा स्वतःला दुखावून घेऊ.

नातेसंबंधांमध्ये सुसंवाद साधणे ही जितकी महत्त्वाची गोष्ट असते, तितकीच विसंवाद ही विनाशकारी गोष्ट असते.

व्यावहारिकदृष्ट्या पती-पत्नींनी वादविवाद करू नयेत, हेच मी आग्रहाने सगळ्यांना सांगत असतो. जर स्त्री आणि पुरुष लैंगिकदृष्ट्या एकमेकांमध्ये गुंतलेले नसतील, तर त्यांना अलिप्तता जपणे सोपे जाते आणि वादविवाद करताना कोणत्याही मुद्याकडे वस्तुनिष्ठपणे पाहणे त्यांना जमते, पण जी जोडपी भावनिकदृष्ट्या आणि विशेषतः लैंगिकदृष्ट्या एकमेकांमध्ये गुंतलेली असतात, तेव्हा ते सगळ्या गोष्टी वैयक्तिक पातळीवर सोडवून घेतात.

एक मूलभूत मार्गदर्शक तत्त्व – वादविवाद घालूच नका, त्याऐवजी एखाद्या

गोष्टीचे फायदे-तोटे तपासून पाहा. न भांडता, प्रामाणिक राहूनसुद्धा स्वत:च्या नकारात्मक भावना व्यक्त करता येतात.

काही जोडपी सदासर्वकाळ भांडत राहतात. हळूहळू त्यांच्यातील प्रेम विरून जाते; तर काही जोडपी दुसऱ्या टोकाची असतात, ते त्यांच्या प्रामाणिक भावना दडवून ठेवतात, कारण त्यांना संघर्ष टाळायचा असतो. आपल्या खऱ्या आंतरिक भावना दडवून ठेवण्याच्या नादात त्यांच्या प्रेमळ भावनांशीसुद्धा असलेला संबंध तुटतो, त्यामुळेच पहिल्या प्रकारच्या जोडप्यांमध्ये युद्ध चालू असते, तर दुसऱ्या प्रकारच्या जोडप्यांत शीतयुद्ध चालू असते.

यासाठीच जोडप्यांनी ही दोन्ही टोके न गाठता त्यांच्यातील समतोल साधावा. आपण दोघेही दोन वेगवेगळ्या ग्रहांवरून आलो आहोत, हे लक्षात घेऊन संवादकौशल्य शिकून घेतल्यास आपल्या नकारात्मक भावना आणि संघर्षयुक्त कल्पना व इच्छा यांना दाबून न ठेवतासुद्धा वादविवाद टाळणे सहज शक्य होईल.

आपण भांडतो तेव्हा काय घडते?

स्त्री आणि पुरुष यांच्यातील वेगळेपण जर आपण समजावून घेतले नाहीतर वादविवाद आणि भांडणे होण्याची शक्यता खूप जास्त असते आणि त्यामुळे फक्त आपल्या जोडीदारालाच मानसिक त्रास होतो असे नव्हे, तर आपल्यालासुद्धा होतो. वादविवाद टाळण्याचे एक गुपित कोणते, तर प्रेमळ व आदरयुक्त संवाद!

वैचारिक मतभेद किंवा भिन्न मतप्रणाली जर योग्य प्रकारे एकमेकांपर्यंत पोहोचवली, तर ते मानसिक इजा पोहोचवत नाहीत. खरे सांगायचे तर वादविवाद हे मन दुखवणारे असूच नयेत, उलट एकमेकांमधील मतभिन्नता व्यक्त करणारा वा समजून घेणारा असा तो संवाद असावा. (प्रत्येक जोडप्यात मतभिन्नता असणे अटळ आहे; कारण ते प्रत्येक जणच एक स्वतंत्र व्यक्तिमत्त्व आहे.). पण प्रत्यक्ष वास्तवात काय घडते, तर स्त्री आणि पुरुष एखाद्या मुद्यावरून वाद घालायला सुरुवात करतात आणि फक्त पाच मिनिटांच्या आतच तो मुद्दा सोडून ते बोलण्याच्या पद्धतीवरून भांडू लागतात.

नकळतपणे ते एकमेकांना दुखवायला सुरुवात करतात; जे संभाषण निर्मळ मनाने होऊ शकले असते किंवा जी मतभिन्नता एकमेकांची मते समजून घेण्याने, स्वीकार करण्याने संपुष्टात आली असती, ती चढत्या क्रमाने हळूहळू युद्धाचे स्वरूप धारण करते. आपल्या जोडीदाराच्या बोलण्यातील मूळ गाभा काय आहे, हे समजून घेण्यास व त्याचा स्वीकार करण्यास दोघेही नकार देतात. कारण त्यांची संवाद साधण्याची पद्धतच चुकीची असते.

वादविवाद मिटवण्यासाठी आपल्याला आपला दृष्टिकोन अधिक व्यापक, विशाल करावा लागतो, त्यामध्ये समोरच्याची मते सामावून घ्यावी लागतात. अशा प्रकारे मन मोठे करण्याबद्दल आपल्याला आपले कौतुक आणि आदर व्हावा, अशी अपेक्षा असते. जर आपल्या जोडीदाराचा दृष्टिकोन प्रेमळ नसेल, तर त्याचे विचार आपल्या विचारांमध्ये सामावून घेण्याच्या प्रक्रियेत आपला स्वाभिमान दुखावला जाईल.

अनेक पती-पत्नी एखाद्या मुद्यावरून वादविवादाला सुरुवात करतात आणि फक्त पाचच मिनिटांत ते बोलण्याच्या पद्धतीवरून भांडू लागतात.

आपण एखाद्या व्यक्तीच्या जितक्या जास्त जवळ असतो, तितके त्याच्या नकारात्मक भावनांबद्दल प्रतिक्रिया व्यक्त केल्याशिवाय त्यांना वस्तुनिष्ठपणे स्वीकारणे हे अधिक कठीण असते. अशा जवळच्या व्यक्तीकडून आपल्यासाठी अनादर किंवा अमान्यता असू नये, याची काळजी घेताना आपण आपोआपच त्यांच्या विचारांना प्रतिकार करून स्वत:ची प्रतिमा उजळण्याचा प्रयत्न करतो, म्हणूनच जरी त्याचा मुद्दा पटत असला, तरीही आपण दुराग्रहीपणे वाद घालत राहतो.

वादविवादामुळे मने का दुखावली जातात...

आपण जे बोलतो त्यामुळे मने दुखावली जात नाहीत, तर ज्या प्रकारे बोलतो त्यामुळे मने दुखावली जातात. सहसा असे घडते की, जेव्हा पुरुषासमोर एखादे आव्हान पुढे ठाकते, तेव्हा त्याचे सारे लक्ष नी कसा बरोबर आहे, हे पटवून देण्यामध्ये असते आणि अशा वेळी त्याच्या प्रेमळपणाशी त्याची फारकत होते. आपोआपच काळजाचे, आदराचे आणि दिलासा देणारे असे शब्द वापरून संवाद साधण्याची त्याची क्षमता कमी होते. अशा वेळी आपण किती शुष्क झालो आहोत किंवा आपले बोलणे आपल्या जोडीदाराला किती दुखावणारे आहे, याचे त्याला भान राहत नाही. अशा वेळी एखादा छोटासा मतभेदसुद्धा आपल्यावर केलेला वारच वाटू शकतो. विनंतीचे रूपांतर आज्ञेत होते; साहजिकच स्त्री त्याच्या या प्रेमशून्य संवादाकडे पाठ फिरवते. कदाचित हे बोलणे इतर कोणती वेळ असती, तर तिने लक्षपूर्वक ऐकले असते व त्याचा दृष्टिकोन समजून घेतला असता; पण तिचा विरोध त्याच्या बोलण्याला नसून त्याच्या भावनाशून्य बोलण्याला असतो! पण त्याला तिची प्रतिक्रिया समजतच नाही आणि तो आपल्या बोलण्यातील गुणवत्ता तिला पटवून देण्याच्या प्रयत्नात असतो, पण जे काही सांगायचे आहे, ते सांगण्याची पद्धत बदलण्याचा विचार त्याच्या मनाला शिवतसुद्धा नाही.

त्याला या गोष्टीची कल्पनासुद्धा नसते की, तो आत्ता वादविवादाला तोंड

फोडतोय. त्याला असे वाटते की, तीच त्याच्याशी वाद घालते आहे. तो त्याचा मुद्दा पटवून देत असतो, तर ती तिचा मुद्दा पटवून देत असते आणि अशा वेळी त्याच्या चेहऱ्यावरील क्रुद्ध हावभाव तिला विदीर्ण करतात.

जेव्हा पुरुष भावनिक पातळीवर तिचा आदर करत नाही, तिच्या दुखावलेल्या भावनांकडे लक्ष देत नाही, उलट तिच्या जखमी भावनांचे समर्थन न करता त्याबद्दल दूषणेच देतो, तेव्हा ती अधिकच भावविव्हल होते, पण तिचे हे दु:ख त्याला समजून घेणे कठीण असते, कारण तो स्वत: अशा कडक टीकेने किंवा आवाजाच्या चढउतारामुळे दुखावण्याइतका हळवा नसतो; परिणामी आपण आपल्या जोडीदाराला किती दुखावले याची पुरुषाला जाणीवही होत नाही, त्यामुळे ती त्याला अधिकच विरोध करण्यास उद्युक्त होते.

त्याचप्रमाणे बायकांच्यासुद्धा हे लक्षात येत नाही की, त्या पुरुषांना कशा प्रकारे दुखावतात! जेव्हा स्त्रीच्या समोर आव्हान उभे राहते, तेव्हा तिची वर्तणूक पुरुषांपेक्षा वेगळी असते. अशा वेळी आपोआपच तिच्या स्वरात अविश्वास आणि अव्हेर तीव्रतेने डोकावतो आणि अशा प्रकारचा अव्हेर पुरुषासाठी क्लेशकारक असतो; खास करून जेव्हा तो तिच्यामध्ये भावनिकदृष्ट्या गुंतलेला असतो!

स्त्रिया आधी आपल्या जोडीदाराच्या वर्तणुकीविषयी नापसंती दाखवून भांडणाची सुरुवात करतात आणि मग त्याने न मागताही सल्ला देऊन भांडण विकोपाला नेतात. स्त्री जेव्हा तिच्या नकारात्मक भावनांना विश्वास आणि स्वीकार यांचे सुरक्षाकवच घालायला विसरते, तेव्हा पुरुषसुद्धा नकारात्मक प्रतिसाद देतो. अशा वेळी ती संभ्रमित होते. अजूनही तिचा हा अविश्वास त्याला किती दुखावून गेला याची तिला जाणीव नसते.

वादविवाद टाळण्यासाठी आपण हे लक्षात ठेवले पाहिजे की, आपल्या जोडीदाराचा विरोध आपण जे म्हणत आहोत त्याला नसून आपल्या सांगण्याच्या पद्धतीला आहे. वादविवाद करण्यासाठी दोन व्यक्तींची गरज असते, पण तो थांबवण्यााठी केवळ एक व्यक्ती पुरते. वादविवाद थांबवण्याचा सर्वांत उत्तम मार्ग हाच की, तो सुरुवातीच्या टप्प्यावर थांबवला पाहिजे; मतभेदाचे रूपांतर वादविवादामध्ये आणि नंतर भांडणामध्ये कधी होते, त्याकडे लक्ष ठेवून त्याची जबाबदारी स्वत:वर घ्या. अशा वेळी तात्काळ बोलणे थांबवा आणि सरळ थोड्या वेळासाठी बाहेर निघून जा. आपण आपल्या जोडीदाराबरोबर कोणत्या पद्धतीने बोलतो, याचे जरा आत्मपरीक्षण करा. तुमच्या जोडीदाराला जे हवे आहे ते तुम्ही देऊ शकत नाही, हे समजून घ्या! मग थोडा वेळ मध्ये गेल्यानंतर पुन्हा परत या आणि प्रेमळ आणि आदरयुक्त स्वरात बोलणी सुरू करा, काही वेळासाठी बाहेर गेल्यामुळे तुम्हीसुद्धा शांत व्हाल आणि आपल्या दुखावलेल्या मनावर फुंकर घालाल आणि पुन्हा संवाद साधण्यापूर्वी

स्वत:ला स्थिरस्थावर कराल.

जोडीदाराला दुखावणे टाळण्यासाठीचे चार 'एफ'

वादविवादात आपण दुखावले जाऊ नये, म्हणून सर्वसाधारणपणे कोणतीही व्यक्ती स्व-संरक्षणार्थ चार पवित्रे घेते, ते म्हणजे : १) Fight म्हणजे लढा २) Flight म्हणजे पळा ३) Fake म्हणजे फसवे, खोटे-खोटे आणि ४) Fold म्हणजे शरण जाणे, वाद मिटवणे – असे आहेत हे चार 'एफ.' यांपैकी प्रत्येक पवित्रा हा तात्पुरता फायदा देणारा आहे, मात्र दीर्घकाळाच्या दृष्टिकोनातून पाहिले, तर त्याचे उलट परिणाम दिसतात, यांपैकी प्रत्येक पवित्रा आपण समजून घेऊ.

१) **फाइट म्हणजे लढा** – हा पवित्रा नक्कीच मंगळावरील आहे. जेव्हा संभाषण शुष्क, कोरडे, प्रेमरहित होते. तेव्हा काही लोक सहजप्रेरणेने, त्यांच्या आतील ऊर्मीने भांडायला सुरुवात करतात. ते ताबडतोब समोरच्यावर शाब्दिक चाल करून जातात. त्यांचे बोधवाक्य हेच असते की, 'स्वसंरक्षणार्थ दुसऱ्यावर चाल करून जाणे, म्हणजेच बचाव.'

ते समोरच्याचे बोलणे त्याला वा तिला दोष देऊन, टीका करून, त्यांचे विचार चुकीचे सिद्ध करून, त्याची मानहानी करून, त्यांचे म्हणणे खोडून काढतात, मग ते जोरजोरात ओरडू लागतात, प्रचंड संतापतात. त्यांचा अंतस्थ हेतू हाच असतो की, धाकदपटशा दाखवून त्यांच्या जोडीदाराला आपल्या बोलण्याशी सहमत करून घ्यायचे. जेव्हा या लढाईत त्यांचा जोडीदार पाठ टेकवतो, तेव्हा ते असे समजतात की, ते जिंकले, पण प्रत्यक्षात ही त्यांची हार असते.

धाकदपटशामुळे नात्यातील विश्वासार्हता दुबळी बनते.

धाकदपटशामुळे नात्यातील विश्वासार्हता दुबळी बनते. इतरांना चुकीचे सिद्ध करून बळजबरीने आपल्या मनासारखे करून घेणे, हा नातेसंबंध बिघडवण्याचा खात्रीचा मार्ग असतो. जेव्हा पती-पत्नी भांडतात, तेव्हा ते हळूहळू मनमोकळेपणा आणि संवेदनशीलता घालवून बसतात. बायका अशा वेळी स्वसंरक्षणार्थ स्वत:ला मिटून घेतात आणि तोसुद्धा तिच्याशी अलिप्तपणे वागून तिची काळजी घेणे बंद करतो. हळूहळू त्यांच्यातील पूर्वीची जवळीक नाहीशी होते.

२) **फ्लाइट म्हणजे पळ काढणे किंवा माघार घेणे** – हा पवित्रा मंगळवासीयांचाच असतो. वादविवाद, संघर्ष नको म्हणून काही वेळेस मंगळनिवासी आपल्या

गुहेकडे पळ काढतात, ते परत कधी बाहेर न येण्यासाठी! हे म्हणजे जणूकाही शीतयुद्ध असते. ते तोंडात चक्क मिठाची गुळणी धरतात, त्यामुळे कोणताच प्रश्न धसास लागत नाही. परिस्थिती सुधारावी म्हणून थोड्या वेळासाठी बाहेर जाऊन येणे आणि पुन्हा समस्येची उकल करणे यामध्ये आणि अशा प्रकारच्या निष्क्रिय आक्रमकतेमध्ये फार फरक आहे.

हे मंगळनिवासी संघर्षाला घाबरतात आणि थोडेसे खालच्या पायरीवर राहणे पसंत करतात आणि ज्या मुद्यांवरून वादविवाद संभवतो, असे मुद्दे टाळतात. नातेसंबंधांमध्ये ते अत्यंत निसरड्या वाटेवरून चालत असतात. कधीही पाय घसरून पडण्याची भीती असते. बायका सर्वसामान्यपणे तक्रार करतात की, त्यांना निसरड्या पायवाटेवरून जावे लागते, पण पुरुषांची वाटसुद्धा तितकीच अवघड असते, पण पुरुषांना ते इतके सवयीचे होऊन जाते की, त्यांना त्यात विशेष काही वाटत नाही.

वादविवाद घालणपेक्षा काही जोडपी त्यांच्यातील मतभेदांच्या मुद्यांवर बोलण्याचे टाळतात. त्यांना हवे ते मिळवण्याचा त्यांचा मार्ग म्हणजे आपल्या जोडीदाराशी शुष्क, कोरडेपणाचा आणि प्रेमशून्य व्यवहार करायचा आणि त्यायोगे त्याला शिक्षा करायची. त्यांच्या या शीतयुद्धात हे जोडीदारावर शूर योद्ध्याप्रमाणे पुढून हल्ला करत नाहीत, तर पाठीमागून वार करतात. प्रत्यक्ष दुखावले नाही, तरी हळूहळू आपला जोडीदार ज्या प्रेमास पात्र आहे, त्या प्रेमापासून त्याला वंचित करतात. अशा प्रकारे स्वत:चे प्रेम रोखून धरल्याने जोडीदारतरी मुक्त मनाने प्रेमाची उधळण कशी करू शकेल?

असे केल्याने ताबडतोब मिळणारा फायदा म्हणजे शांतता आणि सौख्य! पण मनात खदखदणारे मुद्दे जर बोललेच गेले नाहीत आणि भावनांकडे सहानुभूतीपूर्वक लक्ष दिले गेले नाहीतर संतापाचे धुमारे फुटत जातात आणि भविष्यामध्ये एकमेकांना बांधून ठेवणारा अवखळ प्रेमाचा धागाही नष्ट होतो, मग अशा वेळी ते जरुरीपेक्षा जास्त कष्ट करतात, जरुरीपेक्षा जास्त खातात किंवा इतर व्यसनांच्या अधीन होतात, ज्यामुळे त्यांच्या दुखावलेल्या भावना बधिर होतात.

३) **फेक (फसवे)** – हा पवित्रा शुक्रावरचा असतो. आपल्यात काही संघर्ष आहेत आणि त्यामुळे आपण दुखावले गेलो आहोत आणि आपल्यात काही समस्या आहेत हे दिसू न देण्याचा आटोकाट प्रयत्न काही स्त्रिया करतात, त्यामुळेच चेहऱ्यावर त्या सतत हास्य ठेवण्याचा प्रयत्न करतात आणि जे काही चालले आहे. त्याबद्दल आपण प्रचंड समाधानी आहोत असा आव आणतात, परंतु कालांतराने या स्त्रिया अधिक संतापी बनतात. त्या त्यांच्या जोडीदाराला सल्ला देतच आलेल्या असतात, परंतु त्या बदल्यात त्यांना ज्या गोष्टींची गरज आहे,

त्या कधीच मिळालेल्या नसतात. हा संताप त्यांच्या वैयक्तिक प्रेमाच्या अभिव्यक्तीला बाधा आणतो.

आपल्या प्रामाणिक भावना व्यक्त करण्याची पण त्यांना भीती वाटते, म्हणून प्रत्येक गोष्टीबद्दल त्या 'ठीक आहे', 'छान आहे' असे म्हणण्याचा प्रयत्न करतात. पुरुषसुद्धा सर्वसामान्यपणे असे शब्द वापरतात, पण त्या शब्दांचा अर्थ त्यांच्यासाठी पूर्ण वेगळा असतो. 'ठीक आहे' या शब्दाचा अर्थ त्यांच्यासाठी असा असतो की, 'हं, ठीक आहे, कारण ती समस्या मी एकटा हाताळतो आहे', 'हे बरोबर आहे, कारण मला माहिती आहे की, मला काय करायचे आहे', 'छान चाललंय! कारण हे प्रकरण मी हाताळतो आहे आणि मला कोणाच्याच मदतीची गरज नाही.' मात्र याच्या अगदी उलट जेव्हा स्त्री ही वाक्ये वापरते, तेव्हा तिला भांडणे, वादविवाद नको असतात असा याचा अर्थ होतो.

गाजावाजा टाळण्यासाठी स्त्री प्रत्यक्ष स्वत:चीसुद्धा फसवणूक करते आणि असे मानते की, सगळे काही व्यवस्थित चालू आहे! पण वास्तवात असे सगळे काही ठीक नसते. ती त्याग करते आणि स्वत:च्या गरजा नाकारते. स्वत:च्या भावना दडपून टाकते आणि संघर्षाची एखादी ठिणगीसुद्धा पडता कामा नये म्हणून विशेष प्रयत्न करण्याची तिला गरज वाटते.

४) **फोल्ड (सोडून द्या) –** 'लेट गो' करा! हा पवित्रासुद्धा शुक्रावरचा आहे. उगाच वितंडवाद घालण्यापेक्षा ही व्यक्ती वाद संपवणे अधिक पसंत करते. या व्यक्ती स्वत:लाच बोल लावून घेतात आणि आपल्या जोडीदाराची मन:स्थिती बिघडल्याबद्दलची संपूर्ण जबाबदारी स्वत: स्वीकारतात. थोडक्यात सांगायचे, तर ते अशा प्रकारची वातावरणनिर्मिती करतात की, जेणेकरून त्यांचे नातेसंबंध अत्यंत प्रेमळ आणि एकमेकांना पूरकच आहेत असे ते भासवतात, पण त्याचा शेवट एकमेकांना गमावण्यात होतो.

एकदा एका माणसाने त्याच्या बायकोविषयी माझ्याकडे तक्रार केली. तो म्हणाला, ''माझे तिच्यावर खूप प्रेम आहे. मला हवी असलेली प्रत्येक गोष्ट ती देते. माझी तिच्याबद्दल एकच तक्रार आहे की, ती आनंदी दिसत नाही.'' त्याच्या बायकोने त्याच्या सुखासाठी गेली वीस वर्षं स्वत:ला नाकारले. ते कधीच भांडले नाहीत आणि जर तुम्ही तिला त्यांच्यातील पती-पत्नी नातेसंबंधांविषयी विचारले तर ती नक्की असेच म्हणेल, 'आमच्यातील पती-पत्नी नातेसंबंध उत्तम आहेत, माझे पती फार प्रेमळ आहेत. आमच्यातील खरी समस्या म्हणजे मीच आहे. का, ते मला कळत नाही' पण मीच जरा जास्त निराशावादी आहे.' ती निराश आहे, याचे कारण नवऱ्याशी जमवून घेण्याच्या नादात गेली वीस वर्षं स्वत:ला आवडणाऱ्या, पटणाऱ्या गोष्टी तिने नाकारल्या आहेत.

आपल्या जोडीदाराला खूश ठेवण्यासाठी अशा व्यक्ती स्वत:मधील उत्स्फूर्त प्रेरणेनेच आपल्या जोडीदाराच्या प्रेरणा जाणतात आणि त्याला खूश ठेवण्यासाठी स्वत:मध्ये बदल घडवून आणतात आणि मग शेवटी प्रेमासाठी स्वत्वच हरवून बसल्याबद्दल पश्चात्ताप पावतात.

कोणत्याही प्रकारचे नाकारलेपण हे वेदनादायी असते. कारण मुळात अशा व्यक्ती स्वत:च स्वत:ला नाकारत असतात. अशा प्रकारे नाकारले जाणे टाळण्यासाठी आणि सगळ्यांचे प्रेम मिळवण्यासाठी ते जिवाचा आकांत करतात आणि या सगळ्या प्रक्रियेत 'आपण कोण आहोत' हे अक्षरश: विसरून जातात.

तुम्हीसुद्धा नक्कीच स्वत:ला यांपैकी कोणत्यातरी 'एफ'मध्ये शोधत असाल. बहुतेक लोक वेगवेगळ्या परिस्थितींत यांपैकी एका पवित्र्यातून दुसऱ्या पवित्र्यात फिरत असतात. या चारही पवित्र्यांमध्ये आपला हेतू एकच असतो आणि तो म्हणजे, भावनिक पातळीवर स्वत:चे दुखावण्यापासून रक्षण करणे. दुर्दैवाने याचा काही उपयोग होत नाही, मात्र उपयोग कशाने होतो, तर वादविवाद नेमका कुठून सुरू होतो हे ओळखणे आणि तो थांबवणे. जेव्हा तुम्ही भावनिक पातळीवर अस्वस्थ व्हाल, तेव्हा थोडा वेळ एकटे बसा, त्या वातावरणापासून दूर जा आणि मग पुन्हा परत येऊन संवाद साधा. अधिक समंजसपणे संवाद साधण्याचा प्रयत्न करा. जोडीदाराबद्दल आदर बाळगा आणि असे केल्याने हळूहळू तुम्ही वादविवाद व भांडणे टाळण्याचे शिकाल.

आपण वाद का घालतो

पुरुष आणि स्त्रिया सर्वसामान्यपणे पैसे, शृंगार, निर्णय, कार्यक्रमांची आखणी, नीतिमूल्ये, मुलांचे संगोपन आणि घरगुती जबाबदाऱ्या या मुद्यांवरून वादविवाद घालतात; मात्र या चर्चा आणि तडजोडी अनेकदा दु:खद वादविवादात रूपांतरित होतात आणि हे घडते केवळ एका कारणासाठी – आपल्यावर आपल्या जोडीदाराचे प्रेमच नाही असे आपल्याला वाटते. भावनिक वेदना ही जोडीदाराची वागणूक कोरडी वाटल्यामुळे येते आणि जेव्हा एखादी व्यक्ती भावनिक पातळीवर वेदना सहन करत असते, तेव्हा ती दुसऱ्याशी प्रेमळपणे वागणे जरा कठीणच असते.

बायका या मंगळनिवासी नसल्यामुळे पुरुषांशी यशस्वीपणे वादविवाद घालण्यासाठी कोणत्या गोष्टींची गरज असते, याचे उपजत ज्ञान त्यांच्याकडे नसते. परस्परविरोधी कल्पना, भावना आणि इच्छा-आकांक्षा या गोष्टी त्याला त्याच्यासमोर असलेली

आव्हाने वाटतात. तो स्त्रीच्या जितका अधिक जवळ जाईल, तितकी ही मतभिन्नता आणि नाराजी हाताळणे त्याला कठीण जाते. त्याने केलेली एखादी गोष्ट जर तिला आवडली नाही, तर तो ते फार मनाला लावून घेतो आणि असे समजतो की, तिला तोच आवडत नाही.

जेव्हा पुरुषाच्या भावनिक गरजा भागवल्या जातात, तेव्हा मात्र तो ही मतभिन्नता आणि नाराजी अगदी सहजपणे हाताळू शकतो. तो जेव्हा त्याला ज्या प्रेमाची गरज आहे, त्या प्रेमापासून वंचित असतो तेव्हा तो आत्मसमर्थन करू पाहतो; आता त्याची काळी बाजू उघड होते आणि मग सहजप्रेरणेने तो आपली तलवार म्यानातून उपसतो.

वरवर पाहता असे दिसते की, तो एखाद्या (पैसे, जबाबदाऱ्या वगैरे.) मुद्याबाबत वाद घालतो आहे, पण त्या त्याच्या तलवार उपसण्यामागचे खरे कारण हेच असते की, आपल्यावर कोणाचे प्रेम नाही असे त्याला वाटते. पुरुष जेव्हा पैसे, कार्यक्रमाची आखणी किंवा इतर कोणत्याही मुद्यांबद्दल वाद घालत असतात, तेव्हा छुपेपणाने ते मनातल्यामनात खालील मुद्यांवरून वाद घालत असतात.

पुरुष वाद घालतात त्यामागची छुपी कारणे

वादविवादामागचे कारण	**वादविवाद टाळण्याची गरज**
१. मी एखादी छोटीशी गोष्ट केली किंवा नाही केली, तर ती भावनिक पातळीवर इतकी प्रमाणापेक्षा जास्त अस्वस्थ होते, ते मला आवडत नाही. अशा वेळी ती माझ्यावर आसूड ओढते किंवा मला नाकारते किंवा माझा अस्वीकार करते असे मला वाटते.	तो जसा आहे तसा त्याचा स्वीकार करावा, असे त्याला वाटते. पण त्या उलट ती त्याच्यात सुधारणा करण्याचा प्रयत्न करते असे त्याला वाटते.
२. जेव्हा मी एखादी गोष्ट कशी करावी हे ती सांगू लागते, तेव्हा मला ते अजिबात आवडत नाही. ती माझे कौतुक तर करत नाहीच, उलट एखाद्या लहान मुलाला वागवावे तसे ती मला वागवते असे मला वाटते.	त्याला सन्मान, कौतुक हवे असते. त्याऐवजी त्याला हीन लेखले जाते.

३. तिच्या दुःखासाठी ती मला दोष देते हे मला अजिबात आवडत नाही; त्यामुळे मी तिचे रक्षण करणारा तेजस्वी, वीर पुरुष आहे असे मला वाटत नाही.	आपल्याला प्रोत्साहित करावे असे त्याला वाटते, पण असे न झाल्यास त्याला प्रयत्नच सोडून द्यावेसे वाटतात.
४. जेव्हा ती म्हणते की, ती कुटुंबासाठी किती खस्ता खाते, परंतु तिच्या कामाचे चीज होत नाही. तेव्हा हे मला मुळीच आवडत नाही, त्यामुळे मीसुद्धा तिच्यासाठी जे काही करतो त्याबद्दलची कृतज्ञता मला न मिळाल्यासारखी वाटते.	त्याच्यासाठी कृतज्ञता व्यक्त करण्याची गरज त्याला वाटते, पण होते भलतेच. त्याला दूषणे दिल्यासारखी वाटतात. त्याच्या कामाची दखल न घेतल्यासारखी वाटते आणि तो असमर्थ असल्याची त्याला जाणीव होते.
५. ती प्रत्येक समस्येच्या वेळी काळजी व्यक्त करते की गोष्टी बिघडणारच आहेत, त्यामुळे ती माझ्यावर अविश्वास दाखवत आहे असे मला वाटते, जे मला अजिबात आवडत नाही.	तिच्या सुरक्षिततेसाठी तो जे काही करतो, त्याबद्दल तिने कृतज्ञता व्यक्त करावी, त्याच्यावर विश्वास दाखवावा, असे त्याला वाटते, पण उलट तिच्या या चिंताग्रस्त परिस्थितीला आपणच जबाबदार आहोत, असे त्याला वाटते.
६. तिला जेव्हा हवे तेव्हाच आणि तसेच मी बोलावे किंवा काही करावे असे जे तिला वाटते, ते मला बिलकूल आवडत नाही, त्यामुळे ती माझा स्वीकार करत नाहीये किंवा माझा आदर करत नाहीये, असे मला वाटते.	तो जसा आहे तसाच तिने त्याला स्वीकारावा अशी त्याची इच्छा असते, त्याउलट ही त्याच्यावर नियंत्रण ठेवू पाहते आहे किंवा बोलण्यासाठी त्याच्यावर दबाव आणू पाहते आहे, असे त्याला वाटते आणि त्यामुळे त्याची अजिबात बोलण्याची इच्छा नसते, मग त्याला वाटू लागते की, तो तिचे कधीच समाधान करू शकणार नाही.
७. मी काही बोलल्यावर ती दुखावली जाते, तेव्हा ते मला आवडत नाही. कारण त्यामुळे मला माझ्यावर	त्याच्यावर विश्वास दाखवला जावा व त्याचा स्वीकार व्हावा, ही त्याची आत्यंतिक गरज असते, पण उलट

अविश्वास दाखवल्यासारखे वाटते. माझ्याबद्दल गैरसमजूत करून घेतल्यासारखे आणि मला दूर ढकलल्यासारखे वाटते.	तिच्याकडून त्याला नाकारले जाते आणि त्याच्या अपराधाला क्षमा नाही, असे त्याला वाटू लागते.
८. ती जेव्हा मला तिच्या मनातले ओळखायला सांगते, असली कोडी घालते, तेव्हा मला ते आवडत नाही. मला असल्या गोष्टी जमत नाहीत, त्यामुळे मला मी नालायक आहे किंवा अपुरा आहे असे वाटते.	त्याचा आदर व्हावा, त्याला मान्यता मिळावी ही त्याची गरज असते, त्याऐवजी तो जणूकाही तरी खोटा शिक्का आहे, असे त्याला जाणवून दिले जाते.

पुरुषाच्या प्राथमिक भावनिक गरजा जर पुरवल्या गेल्या, तर समोरच्याला दुखावणारे वादविवाद करण्याची त्याची प्रवृत्ती कमी होते. आपोआपच तो समोरच्याचे बोलणे लक्षपूर्वक ऐकू लागतो आणि अधिक जास्त आदराने, सामंजस्याने आणि काळजीपूर्वक बोलू लागतो. अशा प्रकारे वादविवाद, मतभेद आणि नकारात्मक भावनांचा संभाषणाद्वारा निचरा होतो. एकमेकांना दुखावणारे भांडणाचे मुद्दे सौम्य होतात, त्यांच्यात तडजोड होते व अशा प्रकारे सुसंवाद घडून येतो.

बायकासुद्धा मने दुखावणारे वादविवाद घडवून आणण्यात हातभार लावतात, पण त्यामागची कारणे वेगळी असतात. वरवर पाहता असे दिसते की, ती आर्थिक बाबींवरून, जबाबदाऱ्यांवरून किंवा इतर काही मुद्यांवरून भांडते आहे, पण आतली गोष्ट अशी असते की, ती तिच्या जोडीदाराला खालील कारणांसाठी विरोध करत असते.

बायका वाद घालतात, त्या मागची गुपिते

वादविवादाचे छुपे कारण	वादविवाद टाळण्याची तिची गरज
१. तो माझ्या भावनांचे किंवा विनंत्यांचे महत्त्व कमी करून दाखवतो, तेव्हा मला ते आवडत नाही, त्यामुळे मला अव्हेरल्यासारखे वाटते व माझे महत्त्व कमी झाल्यासारखे वाटते.	आपण जे बोलतो, ते बरोबरच आहे याची त्याला खात्री असावी आणि आपली प्रेमाने काळजी घेतली जावी असे तिला वाटते, पण त्याऐवजी तिच्यावर टीका होते आणि तिच्याकडे दुर्लक्ष केले जाते.

२. जेव्हा मी एखादी गोष्ट त्याला करायला सांगते, पण तो ती विसरतो, तेव्हा मला हे आवडत नाही, पण तो असा आव आणतो की, मी त्याच्या मागे लागते, त्यामुळे मी त्याच्या मदतीसाठी त्याच्याकडे भीक मागते आहे असे मला वाटते.	आपण जे सांगितले त्यांचा त्याने आदर करावा आणि आवर्जून ती गोष्ट करावी असे तिला वाटते, पण त्याऐवजी तिला तो आपल्याकडे दुर्लक्ष करतो आहे आणि आपण त्याच्या प्राधान्यक्रमाच्या यादीत तळाशी आहोत असे तिला वाटते.
३. मी जेव्हा अस्वस्थ किंवा दुःखी असते, तेव्हा तो मलाच दोष देतो, हे मला आवडत नाही, त्यामुळे मला असे वाटते की, त्याचे प्रेम मिळविण्यासाठी मी परिपूर्ण असण्याची गरज आहे, पण मी परिपूर्ण नाही.	ती दुःखी किंवा अस्वस्थ का आहे, हे त्याने समजून घ्यावे, ही तिची गरज असते आणि त्याने तिला अशा वेळी दिलासा द्यावा की, त्याचे अजूनही तिच्यावर प्रेम आहे आणि त्यासाठी तिला परिपूर्ण असण्याची गरज नाही, पण उलटपक्षी असे घडते की, आपली अस्वस्थता दर्शवण्यात तिला धोका वाटू लागतो.
४. तो जेव्हा आवाज चढवून बोलतो आणि तो कसा बरोबर आहे याची यादी करायला घेतो, तेव्हा मला ते मुळीच आवडत नाही, त्यामुळे मला असे वाटते की, मीच चुकीची आहे आणि त्याला माझ्या दृष्टिकोनातून बघण्याची इच्छाच नाहीये.	त्याने तिला समजून घ्यावे आणि तिला आदराने वागवावे, अशी तिची गरज असते, त्याऐवजी तिला असे वाटते की, तो आपली बाजू ऐकूनच घेत नाही, आपल्याला चुकीचे ठरवून दूर लोटले जात आहे.
५. जेव्हा एखादा निर्णय घेण्याची वेळ येते, तेव्हा जर मी त्या संबंधात काही प्रश्न विचारले, तर तो माझी हेटाळणी करतो, ते मला मुळीच आवडत नाही. अशा वेळी मी त्याच्यावर ओझे बनून राहिले आहे किंवा मी त्याचा वेळ बरबाद करते आहे, असे मला वाटते.	तो तिच्या भावनांची कदर करतो आणि तिच्या अधिक ज्ञान गोळा करण्याच्या वृत्तीचा आदर करतो असे तिला हवे आहे, त्याऐवजी तिच्या प्रति तो अनादर दाखवतो आहे आणि तिच्या प्रति तो अनादर दाखवतो आहे आणि तिच्या जबाबदारीच्या भावनेचे कौतुक नाही असे तिला वाटते.

६. जेव्हा तो माझ्या प्रश्नांना आणि माझ्या अभिप्रायांना काहीच प्रतिसाद देत नाही. तेव्हा मला ते आवडत नाही, त्यामुळे मला असे वाटते, की जणूकाही तो माझे अस्तित्वच नाकारत आहे.	तो तिचे बोलणे लक्षपूर्वक ऐकतो आहे, असा तिला दिलासा हवा आहे. तसेच त्याला तिची काळजी वाटते हेसुद्धा दिसले पाहिजे, पण होते उलटेच; त्याचे तिच्याकडे दुर्लक्ष होते आहे आणि तिच्यावर तो टीका करतो, असे तिला वाटते.
७. मी का दुखावून घ्यायचे नाही किंवा काळजी करायची नाही किंवा रागवायचे नाही किंवा दुसरे काही; याचे तो जे स्पष्टीकरण देतो, ते मला मुळीच आवडत नाही, त्यामुळे त्याचा माझ्यावर विश्वास नाही असे मला वाटते; अशा वेळी मला खूप निराधार वाटते.	तिच्या भावना समजून घेतल्या जाव्यात, तसेच त्यांना मान्यता मिळावी असे तिला वाटते, त्याऐवजी तिला निराधार, निष्प्रेम वाटते आणि मग तिचा संताप होतो.
८. जेव्हा तो माझ्याकडून अशी अपेक्षा करतो की, मी हळवे असू नये तेव्हा ते मला पटत नाही, त्यामुळे मला असे वाटते की, संवेदनशील असण्यात काहीतरी चूक आहे किंवा दुबळेपण आहे.	विशेषत: जेव्हा ती तिच्या भावना त्याच्याबरोबर वाटून घेत असते, तेव्हा त्यांचा आदर व्हावा, त्यांची प्रेमाने काळजी घेतली जावी असे तिला वाटते, पण त्याऐवजी तिला असुरक्षित आणि असंरक्षित वाटू लागते.

जरी या सगळ्या वेदनामयी भावना आणि गरजा मान्य करण्याजोग्या असल्या, तरीसुद्धा बहुतांशी वेळा त्या प्रत्यक्षपणे सांगितल्या जात नाहीत; त्याउलट त्या मनातल्यामनात दबून राहतात आणि अचानक एके दिवशी त्यांचा स्फोट होऊन त्या वादविवादाच्या वेळी उफाळून येतात. काही वेळेस प्रत्यक्ष तू-तू-मैं-मैं होऊन व्यक्त होतात, पण बहुधा त्या तुमच्या आक्रसलेल्या चेहऱ्यावरून लगेच ओळखायला येतात.

स्त्री आणि पुरुष दोघांनीही एकमेकांच्या संवेदनशीलतेबद्दल जाणून घेऊन एकमेकांची मने दुखावणारी वक्तव्ये टाळून एकमेकांना सहकार्य केले पाहिजे. प्रत्यक्ष समस्येबद्दल बोलताना आपल्या जोडीदाराची भावनिक गरज जाणून घेऊन ती पूर्ण करणारा संवाद साधणे जमले पाहिजे. अशा सुसंवादातून तुम्ही एकमेकांची

मतभिन्नता जाणून घेऊ शकता आणि तरीही एकमेकांना आधार देणारे संभाषण करू शकता आणि आपल्यातील मतभेद आणि नाराजी मिटवू शकता.

वादविवादाची संरचना

वेदनादायी वादविवादाचीसुद्धा एक मूलभूत संरचना असते; कशी ते आपण पुढील उदाहरणावरून समजून घेऊ.

माझी पत्नी आणि मी एकदा सहलीला गेलो आणि छानशा संध्याकाळी पायी फिरायला निघालो होतो. आम्ही बाहेर थोडेफार खाल्ले, नंतर जेव्हा आम्ही आमच्या आर्थिक गुंतवणुकीवर बोलायला सुरुवात केली, तोपर्यंत सारे काही छान चालले होते, पण आर्थिक गुंतवणुकीबद्दलच्या मी माझ्या योजना सांगू लागताच ती एकदम अस्वस्थ झाली, कारण मी माझ्या संपत्तीमधील मोठा भाग शेअर्समध्ये गुंतवण्याचा विचार करत होतो. खरे तर मी अजून कोणताच ठोस निर्णय घेतला नव्हता, तर मी फक्त विचार करत होतो, पण तिने असा समज करून घेतला होता की, मी जणूकाही ही गुंतवणूक करायलाच निघालो आहे (आणि तेही तिची मते जाणून न घेता.). मी तिच्याकडे इतके दुर्लक्ष करू शकतो या विचाराने ती अस्वस्थ झाली, तर ती माझ्यामुळे अस्वस्थ झाली या विचाराने मी अस्वस्थ झालो आणि मग आमच्यात चांगलेच वाक्युद्ध रंगले.

मला असे वाटले की, मी योग्य प्रकारची गुंतवणूक करू शकतो, हेच तिला अमान्य आहे आणि म्हणून त्या कशा योग्य आहेत हेच मी तिला पटवून सांगू लागलो; तथापि ती माझ्यावर रागावली आहे या गोष्टीचा राग येऊन माझे बोलणे अधिकच तिखट आणि जिव्हारी लागणारे होऊ लागले. तिचा मुद्दा हा होता की, ही अशा प्रकारच्या अधिक प्रलोभने दाखवणाऱ्या कंपन्यांचे शेअर्स जास्त धोकादायक असू शकतात, पण खरे तर ती अस्वस्थ या कारणांमुळे होती की, या विषयावरची तिची मते काय आहेत हे विचारात घेण्याची जराही तसदी मी घेतली नव्हती; याशिवाय आणखी एक गोष्ट अशी घडली होती की, तिच्या अस्वस्थ होण्याच्या अधिकाराबद्दल मी आदर तर दाखवला नाहीच उलट तिची हेटाळणी करत होतो. शेवटी मीच इतका चिडलो की, तिने स्वतःच गैरसमज करून घेतल्याबद्दल आणि माझ्यावर अविश्वास दाखवल्याबद्दल माझी माफी मागितली... तेव्हा कोठे मी शांत झालो.

नंतर सगळे स्थिरस्थावर झाल्यावर तिने शांतपणे मला एक प्रश्न विचारला. ती म्हणाली, 'जेव्हा-जेव्हा आपल्यामध्ये वादविवादांच्या फैरी झडतात, तेव्हा मी कशावरून ना कशावरून तरी अस्वस्थ होते, पण त्यानंतर तू मात्र मी अस्वस्थ झाले म्हणून अस्वस्थ होतोस, रागावतोस आणि तरीसुद्धा तुझी मनःशांती ढळण्याची

जबाबदारी मी माझ्या शिरावर घेऊन तुझी माफी मागायची, हे कसे? कुठेतरी काहीतरी चुकते असे नाही का तुला वाटत? मलाही कधीतरी वाटणार ना की, मला अस्वस्थ केल्याबद्दल तू सॉरी म्हणावेस.'

लगेचच तिच्या मुद्यांमागचे तर्कशास्त्र मला पटले. वास्तविक मीच तिला प्रथम दुखावले असतानासुद्धा तिच्याकडून माफीची अपेक्षा करणे हे खरोखरच अशोभनीय होते. या नवीन अंतर्दृष्टीमुळे आमच्या नातेसंबंधात चांगला बदल घडून आला. मी माझ्या कार्यशाळेमध्ये जेव्हा आमच्यात घडलेला हा प्रसंग सगळ्यांना सांगितला, तेव्हा तेथे जमलेल्या अनेक स्त्रियांनीसुद्धा त्यांनाही हाच अनुभव आल्याचे कबूल केले. हासुद्धा नेहमीच आढळणारा स्त्री-पुरुष संबंधातला वैशिष्ट्यपूर्ण नमुना म्हणायला हरकत नाही.

यातील काही मूलभूत मुद्दे आपण तपासून पाहू.

१. स्त्री 'क्ष' मुद्यामुळे अस्वस्थ झाली आहे आणि ती त्याबद्दलच्या अस्वस्थ भावना व्यक्त करते.

२. पुरुष तिने 'क्ष' या मुद्याबद्दल अस्वस्थ का असू नये, याचे स्पष्टीकरण देतो.

३. तिच्या भावना त्याने अमान्य केल्यामुळे ती आता अधिकच अस्वस्थ होते (आता ती आधी अस्वस्थ करणारा 'क्ष' मुद्दा विसरते.) आणि या नवीन मुद्याबद्दल अधिक अस्वस्थ होते.

४. तिची त्याच्याबद्दलची ही नाराजी त्याला अस्वस्थ करते; त्याला अस्वस्थ केल्याबद्दल तो तिला दूषणे देतो आणि हा विषय संपवण्यापूर्वी तिच्याकडून माफीची अपेक्षा धरतो.

५. ती माफी मागते, पण तिच्या मनात हे खदखदत राहते आणि ती अधिकच रागावते आणि या वादविवादाचे रूपांतर भांडणात होते.

जेव्हा वादविवादाच्या या संरचनेचा मी अधिक खोलात शिरून अभ्यास केला, तेव्हा मी ही समस्या अधिक चांगल्या प्रकारे सोडवू शकलो. स्त्रिया या शुक्रवासिनी असतात, हे लक्षात घेऊन त्यांना अस्वस्थ झाल्याबद्दल दूषणे न देण्याचे मी ठरवून टाकले, त्याउलट मी त्यांना अस्वस्थ कसे केले हे मी तपासून पाहू लागला आणि तिला हे जाणवून देऊ लागलो की, खरेच मला तिच्याबद्दल आस्था वाटते. तिने जरी माझ्याबद्दल गैरसमज करून घेतला असेल किंवा ती माझ्याकडून दुखावली गेली असेल, तरीसुद्धा माझ्या पश्चात्तापाच्या भावना तिच्यापर्यंत पोहोचवणे मला जरुरीचे वाटू लागले, तिच्या भावना दुखावल्याबद्दल मी तिला सॉरी म्हणू लागलो.

जेव्हा ती अस्वस्थ होत असे, तेव्हा मी तिचे बोलणे लक्षपूर्वक ऐकण्याचे शिकून घेतले, त्यामुळे ती कशामुळे अस्वस्थ झाली आहे हे समजून घेणे मला सोपे झाले, त्यानंतर मी असे म्हणू लागलो की, 'मी तुला असे बोलून दुखावले त्याबद्दल मी दिलगीर आहे...' त्याचा परिणाम तात्काळ दिसू लागला. आमच्यातील वादविवाद खूप कमी झाले.

परंतु कधीकधी माफी मागणेसुद्धा खूप कठीण असते. अशा वेळी मी एक दीर्घ श्वास घेतो आणि काहीच बोलत नाही. मनातल्यामनात मी असे नजरेसमोर आणण्याचा प्रयत्न करतो की, तिला कसे वाटत असेल? आणि त्या प्रसंगाकडे तिच्या भूमिकेतून बघून त्या मागची कारणे शोधण्याचा प्रयत्न करतो, मग मी म्हणतो, 'मी तुला अस्वस्थ केल्याबद्दल सॉरी!' ही क्षमायाचना नसली तरीसुद्धा यामधून हे ध्वनित होते की, मला तुझी काळजी वाटते; आणि याचा खूप उपयोग होतो.

पुरुष क्वचितच 'सॉरी' म्हणतात. कारण मंगळावर याचा अर्थ असा होतो की, तुम्ही खूप मोठी चूक केली आहे आणि तुम्ही त्याबद्दल क्षमायाचना करत आहात.

पुरुष फार क्वचित 'सॉरी' हा शब्द वापरतात. कारण मंगळावर याचा अर्थ असा होतो की, तुम्ही काहीतरी घोडचूक केली आहे आणि त्याबद्दल तुम्ही क्षमायाचना करत आहात. बायका मात्र 'सॉरी' हा शब्द अशा अर्थाने वापरतात की, 'आता तुझ्याबद्दल मला सहानुभूती वाटते.' याचा अर्थ असा होत नाही की, त्यांनी काहीतरी चूक केली आहे आणि म्हणून त्याबद्दल त्या क्षमा मागत आहेत. क्वचितच 'सॉरी' म्हणणारे पुरुष जेव्हा हे वाचतील, तेव्हा शुक्रवासिनींच्या भाषेच्या या विशिष्ट कंगोऱ्याबद्दल ते शिकतील. वादविवादाची गाडी रुळावरून खाली उतरवण्याचा म्हणजेच वादविवाद संपुष्टात आणण्याचा सर्वांत सोपा मार्ग म्हणजे 'सॉरी' म्हणणे.

जेव्हा पुरुष स्त्रीच्या भावना अमान्य करतो आणि स्त्री त्याबद्दल प्रचंड नापसंती

दाखवते, तेव्हा वादविवाद टोकाला जातात. पुरुष म्हणून मी हे शिकायला पाहिजे की, तिच्या अस्वस्थ भावनांना मान्यता दिली पाहिजे. माझ्या पत्नीनेही तिच्या भावना सरळ-सरळ प्रत्यक्षपणे व्यक्त करण्याचा सराव केला आणि नाराज होणे. नापसंती दर्शवणे हे प्रकार टाळले; याचा परिणाम असा झाला की, आमच्यातील भांडणे कमी झाली आणि आमचे प्रेम वृद्धिंगत झाले. एकमेकांवरचा आमचा विश्वास वाढला. जर आम्हाला ही नवीन अनुभूती झाली नसती, तर शक्यता हीच होती की, आजही आम्ही त्याच-त्याच मुद्यांवर भांडत राहिलो असतो.

जेव्हा पुरुष स्त्रीच्या भावना अमान्य करतो आणि स्त्री त्याबद्दल प्रचंड नापसंती दर्शवते, तेव्हा त्यांच्यातील वादविवाद विकोपाला जातात.

अशा प्रकारचे वेदनादायी वादविवाद जर टाळायचे असतील, तर पुरुषांनी हे समजून घ्यायला पाहिजे की, आपण तिच्या भावना नकळतपणे का होईना कशा अमान्य करतो ते ओळखले पाहिजे आणि स्त्रीकडूनही नकळतपणे नापसंतीचा संदेश कसा पाठवला जातो, ते तिनेही ओळखले पाहिजे.

पुरुष नकळतपणे वादविवादाला सुरुवात कशी करतात

पुरुष वादविवादाला सुरुवात करतात, या मागचे हमखास कारण म्हणजे, ते स्त्रियांच्या भावना किंवा त्यांचा एखाद्या गोष्टीकडे पाहण्याचा दृष्टिकोन अमान्य करतात. अशा वेळी पुरुष स्त्रीला कोणत्या दुरवस्थेत नेतो, हे त्याच्या लक्षातसुद्धा येत नाही.

उदाहरणार्थ, पुरुष स्त्रीच्या नकारात्मक भावनांना हलके लेखतो, क्वचित त्यांची खिल्ली पण उडवतो. तो असेही म्हणतो, 'हँ! काय काळजी करतेस!' हेच वाक्य दुसऱ्या पुरुषाला नीतिधैर्य वाढवणारे वाटले असते, पण बायकांसाठी मात्र ते भावनाशून्य असते आणि त्यामुळे त्या खूप दुखावल्या जातात.

आता दुसरे उदाहरण पाहा. पुरुष स्त्रीच्या अस्वस्थ भावना नाहीशा करायचा प्रयत्न करतो; म्हणून असे म्हणतो, 'त्यात काय मोठेसे? तू उगाच काळजी करतेस!' असे सांगतानाच तिच्या समस्यांवर काही व्यावहारिक उपाय सुचवतो व त्याची अशी अपेक्षा असते की, आता ती चिंतेतून मुक्त होईल व आनंदी दिसेल... पण असे काही घडत नाही, उलट तिला सहानुभूतिशून्य व निराधार वाटते; पण त्यामागचे कारण तो समजू शकत नाही. जोपर्यंत तो तिच्या अस्वस्थ भावनांना मान्यता देत नाही, तोपर्यंत ती त्याने सुचविलेल्या उपायांबद्दल कृतज्ञता व्यक्त करू शकत नाही.

एक सर्वसामान्य उदाहरण द्यायचे, तर जेव्हा पुरुष स्त्रीला अस्वस्थ करणारी एखादी कृती करतो, तेव्हा तिला अधिक बरे वाटावे म्हणून ती अस्वस्थ होण्याजोगे काही घडले नाही, याचे स्पष्टीकरण देत बसतो. तो खूप आत्मविश्वासपूर्वक तिला सांगतो की, त्याचे सगळे वागणे बिनचूक, तर्कशुद्ध आणि विवेकशील असेच आहे; त्याच्या मनाला असा विचारसुद्धा शिवत नाही की, त्याच्या अशा बोलण्यामुळे तिला असे वाटेल की, तिला अस्वस्थ होण्याचा अधिकारच नाही; तो जेव्हा अशा पद्धतीने स्वत:ला व्यक्त करतो, तेव्हा तिच्या कानांपर्यंत एवढाच संदेश पोहोचतो की, त्याला तिच्या भावनांची कदर नाही.

याचे ते सुसंगत स्पष्टीकरण ऐकण्यापेक्षा अधिक महत्त्वाची तिच्या अस्वस्थ होण्यामागची कारणमीमांसा त्याने ऐकणे तिच्यासाठी अधिक गरजेचे असते; त्याने त्याची बरोबर असण्याची कारणे थोड्या वेळासाठी बाजूला ठेवावी आणि समजूतदारपणे तिचे बोलणे लक्षपूर्वक ऐकावे; जेव्हा तो सहजपणे तिच्या भावनांची कदर करणे शिकेल, तेव्हा तिला त्याचा भक्कम आधार वाटू लागेल.

वागणुकीमध्ये असे बदल घडवून आणण्यासाठी सरावाची आवश्यकता असते, पण सरावाने ते जमून जाते एवढे मात्र नक्की. सर्वसामान्यपणे असे घडते की, जेव्हा स्त्री आपल्या नैराश्याच्या, औदासीन्याच्या किंवा काळजीच्या भावना पुरुषाबरोबर वाटून घेते, तेव्हा त्याच्या शरीराचा प्रत्येक कणन्कण तिने अस्वस्थ का असू नये याची यादी बनवायला घेतो आणि आपल्या म्हणण्याला स्पष्टीकरणाची आणि कारणमीमांसेची जोड देण्यासाठी पुढे सरसावतो. ही त्याची सहजप्रवृत्ती असते. परिस्थिती आहे त्यापेक्षा अधिक बिघडावी असे पुरुषाला कधीच वाटत नाही; अशा प्रकारची प्रतिक्रिया देणे हे मंगळनिवासींसाठी उपजतच आहे.

त्याच्या तोंडून या नकळतपणे आपोआप येणाऱ्या प्रतिक्रियांचा उलटा परिणाम होतो. हे जर त्याने समजून घेतले, तर पुरुष स्वतंत्रपणे सुयोग्य बदल घडवून आणू शकतो. स्त्रियांच्या सहवासात राहिल्याने त्याच्यामध्ये हळूहळू ती सजगता येते. अनुभवातून तो स्त्रियांबरोबर कसे वागायचे, हे शिकतो व आवश्यक ते बदल स्वत:मध्ये घडवून आणतो.

स्त्रिया नकळतपणे वादविवादाला कशी सुरुवात करतात

स्त्रीकडून नकळतपणे वादविवादाला सुरुवात होण्याचे नेहमीचे कारण म्हणजे जे काही सांगायचे ते आडवळणाने! आपल्या भावना व्यक्त करताना त्या साध्या-सरळ पद्धतीने त्या सांगत नाहीत. आपल्या नावडी, आपल्या निराशा स्पष्ट शब्दांत त्या व्यक्त करत नाहीत, त्याऐवजी त्या नाटकी स्वरूपात प्रश्न विचारतात आणि

नकळतपणे (किंवा कळूनसुद्धा!) आपली नापसंती वेगळ्या पद्धतीने पोहोचवतात; क्वचित काही वेळा असेही घडते की, खरे तर त्यांना असा संदेश द्यायचाच नसतो, पण पुरुष त्यातून असा अर्थ काढतो.

स्त्रीकडून वादविवाद सुरू होण्यामागचे बहुतांश कारण म्हणजे, आपल्या भावना व्यक्त करताना त्या स्पष्टपणे न सांगता अप्रत्यक्षपणे व्यक्त करणे.

उदाहरणार्थ, जर पुरुषाला घरी यायला उशीर झाला, तर स्त्रीच्या भावना अशा असतात, 'तुला जेव्हा घरी यायला उशीर होतो तेव्हा तुझी वाट पाहात बसणे मला आवडत नाही' किंवा 'मला तुझी काळजी वाटली की, तुला काही झाले तर नाही ना?' पण जेव्हा तो घरी येतो, तेव्हा तिच्या या भावना सरळ-सरळ व्यक्त करण्याऐवजी ती त्याला नाटकी पद्धतीने प्रश्न करते, 'तू इतका उशीर करूच कसा शकतोस?' किंवा 'तू इतका उशीर करतोस, मी काय समजायचे?' किंवा 'तू फोन का केला नाहीस?'

निश्चितच एखाद्याला, 'तू फोन का केला नाहीस?' असा प्रश्न विचारण्यात काही गैर नाही, पण केव्हा...? जर तुम्ही खरोखरच त्याच्या फोन न करण्यामागचे कारण जाणून घेणार असाल तर! पण स्त्री जेव्हा चिडलेली असते, तेव्हा तिला फोन न करण्यामागचे योग्य कारण जाणून घेण्यात काहीच रस नसतो. तिला फक्त तिचा हा मुद्दा सिद्ध करायचा असतो की, तुमच्या उशिरा येण्यामागे कोणतेही स्वीकारार्ह कारण नाही.

पुरुष जेव्हा असे प्रश्न ऐकतो की, 'तुला इतका उशीर होऊच कसा शकतो?' किंवा 'तू फोन का नाही केलास?' तेव्हा त्याला त्या प्रश्नामागच्या भावना समजत नाहीत; उलट तिची नापसंतीच त्याच्यापर्यंत पोहोचते. त्याला जबाबदार बनवण्याची तिची आगंतुक इच्छा त्याच्या डोक्यात जाते; त्याला एकदम त्याच्यावर हल्ला झाल्यासारखा वाटतो आणि मग तो बचावात्मक पवित्रा घेतो; तिची ही नापसंती त्याच्यासाठी किती वेदनादायी असते, याची तिला तिळमात्र कल्पना नसते.

बायकांना जशी मान्यतेची गरज वाटते, तशीच गरज पुरुषांना पसंतीची वाटते. पुरुषाचे स्त्रीवर जेवढे जास्त प्रेम असेल, तेवढी त्याला तिच्या पसंतीची गरज अधिक वाटते. नातेसंबंधांच्या सुरुवातीच्या काळात असेच असते. एकतर ती त्याच्यापर्यंत असा संदेश पोहोचवते की, तो जे करतो ते सगळे तिला पसंतच आहे किंवा त्याला असा आत्मविश्वास असतो की, तो तिची पसंती मिळवू शकेल. दोन्हीही प्रकारांत पसंती आणि मान्यता असतेच!

जेव्हा एखादी स्त्री इतर पुरुषांकडून किंवा तिच्या स्वतःच्या वडिलांकडून

दुखावली जाते, तेव्हा नातेसंबंधांच्या सुरुवातीच्या काळात त्यांच्याबद्दल ती नापसंती व्यक्त करत नाही, तेव्हा कदाचित तिला असे वाटते, 'हा पुरुष काही इतर पुरुषांपैकी एक नाही, तर माझ्या मनात याच्यासाठी एक खास जागा आहे.'

ज्या पुरुषाला स्त्रीकडून अशी खास पसंती मिळत असताना ती पसंती जर तिने काढून घेतली, तर ते त्याच्यासाठी फार दुःखद असू शकते. बायका मात्र आपण ही पसंती काढून घेतल्यामुळे त्याला काय वाटत असेल, याबाबत अनभिज्ञ असतात आणि अशी पसंती काढून घेताना 'आपण योग्यच करत आहोत' असे त्यांना मनापासून वाटत असते. पुरुषांना हृदयसिंहासनावर बसवणे, हे त्यांच्यासाठी किती गौरवाचे असते व हृदयसिंहासनावरून त्यांना खाली उतरवणे, किती अपमानास्पद असते याची खरोखरीच जाणीव बायकांना नसते.

बायकांनी खरे तर हे शिकून घेतले पाहिजे की, पुरुषाच्या वर्तणुकीबद्दल त्यांनी जरूर नापसंती व्यक्त करावी, पण त्याच वेळी तो जसा आहे तसा त्यांना पसंत आहे हा संदेश जरूर त्याच्यापर्यंत पोहोचवाल. स्त्रीला त्याची वर्तणूक आवडली नाही, पण तरीही व्यक्ती म्हणून तो तिला पसंत असेल, अशा वेळीच तिचे आपल्यावर प्रेम आहे याची खात्री त्याला पटू शकते, पण सहसा काय घडते की, जेव्हा स्त्रीला पुरुषाची वर्तणूक आवडती नाही तेव्हा ती त्याचाच राग-राग करायला लागते आणि त्याला बदलवू पाहते आणि त्याच्या प्रती नापसंती व्यक्त करते. नक्कीच अशाही काही वेळा येतात की, ती त्याच्यावर प्रेमही करते आणि त्याचा तिरस्कारही करते, पण तिचे हे असे तिरस्कार करणे, त्याच्यासाठी फार वेदनादायी असते.

अनेक पुरुषांना आपल्याला स्त्रियांची पसंती-मान्यता याची गरज वाटते, हे कबूल करायची लाज वाटते. असे पुरुष दीर्घ काळापर्यंत असेच भासवत राहतात की, स्त्रियांच्या पसंती-नापसंतीने त्यांना काहीच फरक पडत नाही, पण मग हे कळत नाही की, स्त्रियांची नापसंती मिळाली की, तात्कळ ते एवढे अलिप्त, थंड का होतात आणि बचावात्मक पवित्रा का घेतात? याचे कारण इतकेच की, जे मिळत नाही त्याबद्दल ते दुखावले जातात.

नातेसंबंध सुरुवातीच्या काळात इतके यशस्वी का वाटतात, याच्या मागील कारणांपैकी एक कारण हेच की, अजूनही तो तिच्यासाठी कोणीतरी खास असतो. आजही तो तिच्यासाठी तेजाने तळपणारा शूरवीर असतो; त्याला तिची पसंती मिळण्याचे भाग्य लाभते आणि परिणामी तो हवेत तरंगत असतो, पण ज्या क्षणी तो तिला निराश करतो, तेव्हा तो धाडकन जमिनीवर पडतो; त्याच्या प्रति असलेली तिची पसंती-नापसंतीमध्ये बदलते आणि अचानक त्याची रवानगी तिच्या मनाच्या परिघाच्या बाहेर होते.

पुरुष स्त्रीची निराशाजनक स्थिती सहज हाताळू शकतो, परंतु जेव्हा ती निराशा,

नापसंती किंवा नाकारलेपण यांच्या समवेत असेल तेव्हा तो तिच्याकडून खूप दुखावला जातो. स्त्रिया सहसा त्याच्या वागणुकीसंबंधीची उलटतपासणी इतक्या नापसंतीयुक्त स्वरात करतात की, त्यामुळे तो जखमी होतो. त्या हेतुपुरस्सर असे करतात, कारण त्यांना वाटते की, त्या त्याला धडा शिकवतात, पण हे खरे नसते, यामुळे फक्त भीती आणि संताप निर्माण होतो आणि हळूहळू तो अधिकच निष्क्रिय बनत जातो.

पुरुषाला पसंतीची पावती देणे, म्हणजे तो जे काही करतो, त्यामागची चांगली कारणे लक्षात घेणे. अगदी जरी तो बेजबाबदारपणे किंवा आळशीपणे किंवा उद्धटपणे वागला, तरीसुद्धा त्या स्त्रीचे त्याच्यावर जर खरेखुरे प्रेम असेल, तर तिला त्याच्यातही त्याची चांगली बाजूच दिसून येईल. त्याला मान्यता देणे म्हणजे त्याच्या कृतीमागचे त्याचे प्रेमळ हेतू शोधून काढणे किंवा त्याच्या बाह्य, कोरड्या वागणुकीकडे दुर्लक्ष करून त्याच्या आतील प्रेमाचा ओलावा लक्षात घेणे. या नातेसंबंधांच्या सुरुवातीच्या काळात तिने त्याला भरपूर मान्यता दिलेली असते, पण आता मात्र त्याची प्रत्येक कृती तिला खुपते व ती नापसंती दाखवते, हे बरोबर नाही. स्त्रीने कायम हे लक्षात ठेवावे की, त्यांच्यात जरी कितीही वैचारिक मतभेद असले, तरीसुद्धा ती त्याला मान्यता देऊ शकते.

ज्यामुळे भांडणे सुरू होतात अशी महत्त्वाची दोन कारणे –

---

१. पुरुषाला असे वाटते की, स्त्री त्याचा दृष्टिकोन धुडकावून लावते.
२. पुरुष ज्या पद्धतीने तिच्याशी बोलतो, ती पद्धत तिला आवडत नाही.

तिच्या मान्यतेची त्याला सर्वांत अधिक गरज केव्हा भासते

वादविवाद, भांडणे ही कोणत्याही दोन व्यक्तींमधील फक्त मतभेदांमुळे कधीच होत नाहीत तर ती घडण्यामागची दोन कारणे अशी की, एकतर पुरुषाला असे वाटते की, ती त्याचा दृष्टिकोन धुडकावून लावते किंवा स्त्रीला असे वाटते की, तो तिच्याशी ज्या पद्धतीने बोलतो ती पद्धत चुकीची आहे; तिचा दृष्टिकोन स्वीकारार्ह आहे, असे तो मान्य करत नाही किंवा तो तिच्याशी आस्थेने बोलत नाही, म्हणून ती त्याचा राग-राग करते. जेव्हा स्त्री आणि पुरुष एकमेकांचे दृष्टिकोन मान्य करतील, एकमेकांशी आस्थेने बोलतील, तेव्हा त्यांच्यामध्ये वादविवाद उरणारच नाहीत. आपल्यातील मतभेद ते योग्य प्रकाराने चर्चा करून मिटवतील.

जेव्हा एखादा पुरुष एखादी चूक करतो किंवा एखादी गोष्ट करायला विसरतो किंवा एखादी जबाबदारी पार पाडणे त्याला जमत नाही, तेव्हा स्त्रीच्या हे अजिबात लक्षात येत नाही की, तो किती हळवा झाला आहे! खरे तर अशा वेळी त्याला

प्रेमाची सर्वांत अधिक गरज असते; अशा वेळी तिची त्याच्या विषयाची नाराजी त्याला खूप दुखावून जाते. आपल्याकडून अशी काही चुकीची गोष्ट घडते आहे, याची पुसटशी जाणीवसुद्धा तिला नसते; तिला फक्त एवढेच जाणवत असते की, आपण निराश आहोत, पण त्यातून त्याला जाणवते, ती फक्त तिची नापसंती!

स्त्रिया स्वत:च्याही नकळत आपली नापसंती कशी पोहोचवतात, तर ते त्यांच्या नजरेतून आणि स्वरातून. कदाचित तिला जे काही सांगायचे त्यासाठी तिने निवडलेले शब्द प्रेमळ असतीलही, पण तिची नजर आणि तिचा स्वर पुरुषाला विद्ध करणारे असतात; मग आता त्याचा बचावात्मक पवित्रा कोणता, तर तिला चुकीचे ठरवायचे; तिचे बोलणे हाणून पाडायचे! मग तो तिची मते चुकीची ठरवून स्वत:चे समर्थन करतो.

जेव्हा पुरुष चूक करतो किंवा त्याचे ज्या स्त्रीवर प्रेम आहे, ती आपल्यामुळे नाराज झाली असे त्याला वाटते, तेव्हा तो वादविवाद करण्यास पुढे सरसावतो.

जेव्हा पुरुष चुकतो किंवा तो प्रेम करत असलेल्या स्त्रीला नाराज करतो, तेव्हा तो वादविवाद घालायला लागतो; त्याने जर तिला निराश केले असेल, तर त्याला तिला हे सांगावेसे वाटते की, तिने अस्वस्थ का होऊ नये? त्याला असे वाटते की, जर त्याने अशा प्रकारे तिची समजूत घातली, तर तिला बरे वाटेल; त्याला हे समजत नाही की, ती जर अस्वस्थ असेल, तर तिची सगळ्यात मोठी गरज ही आहे की त्याने तिचे ऐकून घ्यावे आणि मान डोलवावी.

तुमच्यातील मतभेद वादविवाद न करता कसे व्यक्त कराल

आदर्श, न दुखावणाऱ्या संवादाचे नमुने पाहिल्याशिवाय मतभेद व्यक्त करणे कठीण असते. आपल्या वाडवडिलांचे कदाचित मतभेद झालेच नसतील किंवा जेव्हा त्यांनी केले असतील, तेव्हा लगेचच त्याचे रूपांतर हमरीतुमरीमध्ये झाले असेल. खाली जो तक्ता दिला आहे, तो हेच दाखवतो की, स्त्री आणि पुरुष स्वत:च्या नकळत भांडणास कसे उद्युक्त होतात! पण त्याचबरोबर भांडणे कशी टाळता येतील यासाठी सुसंवादाचे नमुनेसुद्धा दिले आहेत.

वादविवादातील या प्रत्येक प्रकारात स्त्री-पुरुषाला जो नाटकी प्रश्न विचारते आणि पुरुष त्यातून काय भावार्थ काढतो ते दिले आहे, मग मी हे सांगतो की, पुरुष स्वत:ला कसे व्यक्त करतो आणि ती जे ऐकते, त्यावरून ती स्वत:ला कसे असाहाय्य समजते! शेवटी मी हे सांगतो की, स्त्री आणि पुरुष कशा प्रकारे एकमेकांना सहकार्य करून आपल्यातील वादविवाद टाळू शकतील.

वादविवादाची संरचना

१. तो जेव्हा घरी उशिरा येतो

तिचा नाटकी प्रश्न	त्याला मिळणारा संकेत
तो जेव्हा उशीरा घरी येतो, तेव्हा ती विचारते, 'तुला इतका उशीर होऊच कसा शकतो?' किंवा 'तू फोन का नाही केलास?' किंवा 'याच्यातून मी काय समजायचे?'	त्याला जो संदेश मिळतो तो असा, 'तू उगाच थापा मारू नकोस, कोणतेही सयुक्तिक कारण घडलेले नाही! तूच बेजबाबदार आहेस. मला घरी यायला कधीच उशीर होत नाही; निश्चित तुझ्यापेक्षा मी श्रेष्ठ आहे.'
त्याचा खुलासा जेव्हा तो घरी उशिरा येतो आणि ती अस्वस्थ असते, तेव्हा असे स्पष्टीकरण देतो, 'पुलावर खूप ट्रॅफिक होते.' किंवा 'काही वेळेस आपण ठरवतो तसे सगळे होतेच असे नाही.' किंवा 'मी रोजच ठरलेल्या वेळी घरी येईन, अशी तू अपेक्षा ठेवू नकोस.'	**तिला मिळणारा संदेश** ती जे ऐकते ते असे, 'तुला अस्वस्थ होण्याचे काही कारण नाही, कारण माझ्याकडे उशिरा येण्यामागे तर्कशुद्ध आणि योग्य कारणे आहेत. ते काहीही असले, तरी तुझ्या नाराज होण्यापेक्षा माझे काम अधिक महत्त्वाचे आहे आणि तू माझ्याकडून जरा जास्तच अपेक्षा करतेस.'
तिची नापसंती कमी कशी दर्शवली जाते ती असेही म्हणू शकते, 'खरे तर तुझे ते उशिरा येणे मला आवडत नाही, त्यामुळे मी अस्वस्थ होते. पुढच्या वेळेस तुला उशीर होणार असेल, तर मला तसा एखादा फोन करशील ना? म्हणजे मग मला काळजी राहणार नाही.'	**तिच्याबद्दल अधिक आस्था कशी दाखवली जाईल** त्याने असे म्हणावे, 'सॉरी हं! मला उशीर झाला, त्यामुळे तू अस्वस्थ झालीस.' सगळ्यात महत्त्वाचे काय, तर त्याने अधिक स्पष्टीकरण देण्याच्या फंदात पडायचे नाही. तिला समजून घ्यायचे आणि तिच्याबद्दल तुम्हाला प्रेम वाटते, तिची काळजी वाटते हे तिला पटवून द्यायचे, तीच तिची गरज आहे.

२. तो जेव्हा काहीतरी विसरतो

तिचा नाटकी प्रश्न	त्याला मिळणारा संदेश
जेव्हा तो एखादी गोष्ट करायला विसरतो तेव्हा ती म्हणते, 'तू हे विसरूच कसा शकतोस?' किंवा 'तुझ्या कधी लक्षात राहील?' किंवा ''मी तुझ्यावर विश्वास तरी कसा ठेवायचा?'	त्याच्या कानांपर्यंत जो संदेश जातो, तो असा की, 'तू विसरलास, याच्या मागे कोणतेच सयुक्तिक कारण असू शकत नाही; तू मूर्ख आहेस आणि विश्वास ठेवण्याच्या लायकीचा नाहीस. मी या आपल्या घरासाठी किती खस्ता खाल्ल्या आहेत.'
त्याचा खुलासा	**तिला मिळणारा संदेश**
जेव्हा तो एखादी गोष्ट करायला विसरतो आणि त्यामुळे ती अस्वस्थ होते, तेव्हा तो असे स्पष्टीकरण देतो, 'खरंच आज मला खूप काम होते, म्हणून विसरलो. काही वेळेस गोष्टी अशा घडतात.' किंवा 'त्यात काय मोठेसे? याचा अर्थ असा होत नाही की, मला तुझी कदरच नाही.'	ती काय ऐकते ते पाहा, 'इतक्या क्षुल्लक गोष्टींवरून तुला अस्वस्थ होण्याचे काही कारणच नाही; तू हल्ली फार मागणीखोर झाली आहेस आणि खूप अविचारानेही बोलतेस. जरा वास्तवाला धरून वागायला शीक. काल्पनिक जगात वावरत असतेस.'
तिची नापसंती कमी कशी दर्शवली जाईल	**तिच्याबद्दल अधिक आस्था कशी दाखवली जाईल**
जर ती अस्वस्थ असेल, तर ती असे म्हणू शकते, 'तू विसरतोस ते मला अजिबात आवडत नाही.' किंवा ती असाही पवित्रा घेऊ शकते की, तो ती गोष्ट करायला विसरला आहे याचा उल्लेखसुद्धा करायचा नाही आणि पुन्हा त्याला ती गोष्ट करायला सांगायची, असे म्हणत, 'तू जर एवढे केले असतेस तर मला फार आवडले असते.' (आता त्याच्या लक्षात येईल की, तो काय विसरला आहे.)	तो म्हणतो, 'अर्रर!! खरेच मी विसरलो. तू रागावलीस का माझ्यावर?' मग तिला जे हवे ते बोलू द्यावे. त्या वेळी तिच्यावर रागावू नये किंवा तिला चुकीचे ठरवू नये. ती जसजशी बोलत जाईल तसतसे तिला जाणवेल की आपले बोलणे ऐकून घेतले जात आहे आणि थोड्याच वेळात तिला त्याच्याबद्दल आदर, कृतज्ञता वाटू लागेल.

३. जेव्हा तो त्याच्या गुहेतून परत येतो तेव्हा...

तिचा नाटकी प्रश्न	**त्याला मिळणारा संदेश**
जेव्हा तो आपल्या गुहेतून परत येतो तेव्हा ती म्हणते, 'तू इतका कसा रे थंड आणि भावनाशून्य आहेस?' किंवा 'मी नेमके कसे वागावे अशी तुझी अपेक्षा आहे?' किंवा 'तुझ्या मनात नेमके काय चालले आहे, ते मला कसे कळणार? मी काय मनकवडी आहे का?'	त्याला काय संदेश मिळतो ते पाहा, 'तू अशा प्रकारे माझ्यापासून दूर गेलास या मागे कोणतेही सयुक्तिक कारण दिसत नाही. तू अत्यंत दुष्ट आणि भावनाशून्य आहेस. माझ्यासाठी तू सर्वथा अयोग्य आहेस. मी तुला आतापर्यंत कधीही जितके दुखावले नसेल इतके तू मला दुखावले आहेस.'
त्याचा खुलासा	**तिला मिळणारा संदेश**
तो जेव्हा गुहेतून बाहेर येतो, तेव्हा त्याला ती अस्वस्थ दिसते. तो तिला असे स्पष्टीकरण देतो, 'मला एकट्याला थोडासा वेळ हवा होता आणि तोसुद्धा फक्त दोन दिवसांचा! त्यात एवढे मनाला लावून घेण्यासारखे काय होते?' किंवा 'मी तुला काही त्रास तर दिलेला नाही, पण तुला एवढे नाराज व्हायला काय झाले?'	तिला जे ऐकू येते ते असे, 'तुला दुखावले जाण्याचा किंवा दुर्लक्षित झाल्यासारखे वाटण्याचा काही संबंधच नाही आणि जर तुला तसे वाटत असेल, तर माझी तुला मुळीच सहानुभूती नाही. तू माझ्यावर फारच अवलंबून राहतेस आणि मला मुठीत ठेवायला बघतेस, मी माझ्या मर्जीचा मालक आहे. मला तुझ्या भावनांशी काहीच देणेघेणे नाही.'
तिची नापसंती कमी कशी दर्शवली जाईल	**तिच्याबद्दल अधिक आस्था कशी दाखवली जाईल**
जर त्याच्या अशा वर्तणुकीमुळे ती दुखावली गेली असेल, तर ती असे म्हणू शकते, 'मला कल्पना आहे की, कधीतरी तुला दूर, एकट्याला राहावेसे वाटते, पण तरीही त्यामुळे मी दुखावली जाते. की तू चुकीचा असे मी म्हणत नाही, पण अशा वेळी मी कोणत्या मन:स्थितीतून जात असतो ते तुला समजणे हे जास्त महत्त्वाचे आहे.'	तो म्हणतो, 'मी असा तुझ्यापासून दूर जातो तेव्हा मला समजते की, तू दुखावली जातेस. खरोखर हे वेदनादायीच आहे. आपण त्याबद्दल बोलूया.' (जेव्हा तो तिचे बोलणे लक्षपूर्वक ऐकून घेतो, तेव्हा त्याची तिच्यापासून दूर जाण्याची गरज स्वीकारणे तिला सोपे जाते.)

४. जेव्हा तो तिला निराश करतो.

तिचा नाटकी प्रश्न	त्याला मिळणारा संदेश
जेव्हा तो तिला निराश करतो, तेव्हा ती म्हणते, 'तू असे करूच कसे शकतोस?' किंवा 'तू जे करण्याचे कबूल केले होतेस ते तू का करू शकला नाहीस?' किंवा "तू म्हटला होतास ना की, मी हे करीन म्हणून?' किंवा 'आयुष्यात तू हे कधी शिकणार आहेस कोणास ठाऊक?'	त्याला जो संदेश मिळतो तो असा, 'तू मला जे काही निराश केले आहेस त्या मागे कोणतेच सयुक्तिक कारण मला दिसत नाहीये! तू मूर्ख आहेस. तू एकही गोष्ट धड करू शकत नाहीस. तू स्वत:ला बदलल्याशिवाय मी तुझ्याबरोबर सुखी राहूच शकत नाही.'
त्याचा खुलासा	**तिला मिळणारा संदेश**
जेव्हा ती त्याच्यामुळे निराश होते, तेव्हा तो त्याच्या वागण्याचे असे स्पष्टीकरण देतो की, 'ए! रागावू नकोस बुवा! पुढच्या वेळेस मी हे नक्की करीन.' किंवा 'त्यात काय मोठेसे, किरकोळ गोष्ट आहे.' किंवा 'पण तुला नक्की काय म्हणायचे होते तेच मला कळले नाही.'	ती जे ऐकते ते असे, 'तू जर निराश झाली असशील, तर त्यात माझा काय दोष? तू यापेक्षा अधिक लवचीक असायला हवेस. तू निराश होण्याइतके काही घडलेले नाही आणि तरीही तू निराश असशील, तर माझी तुला सहानुभूती नाही.'
तिची नापसंती कमी कशी दर्शवली जाईल	**तिच्याबद्दल अधिक आस्था कशी दाखवली जाईल**
ती जर निराश असेल तर ती असेही म्हणू शकली असती, 'माझी अशी निराशा झालेली मला आवडत नाही. मला असे वाटले होते की, तू एखादा फोन तरी करशील. आता झाले ते झाले. फक्त मला असे वाटते की, अशा वेळी मला जे वाटते ते तुला समजावे.'	तो म्हणतो, 'मला समजतेय की, मी तुला निराश केले. आपण बोलू या त्याबद्दल! तू मनमोकळेपणाने मला सांग की तुला कसे वाटले?' तिला भरपूर बोलूद्या. तुम्ही तिचे बोलणे लक्षपूर्वक ऐका. हळूहळू तिला बरे वाटेल, मग थोड्या वेळाने तिला असे सांगा, 'आता तुला माझे सहकार्य कशा प्रकारे अपेक्षित आहे?' किंवा 'मी तुला कशी मदत करू शकतो?'

५. जेव्हा तो तिच्या भावनांचा आदर करत नाही आणि तिला दुखावतो.

तिचा नाटकी प्रश्न	**त्याला मिळणारा संदेश**
जेव्हा तो तिच्या भावनांचा आदर करत नाही आणि तिला दुरावतो. जेव्हा ती म्हणते, 'तू असे म्हणूच कसे शकतोस?' किंवा 'तू माझ्याशी असा वागूच कसा शकलास?' किंवा 'तू माझे ऐकून का घेऊ शकत नाहीस?' किंवा 'तू कधी तरी माझी काळजी केली आहेस का?' किंवा 'मी कधी तरी तुझ्याशी असे वागते का?'	त्याच्यापर्यंत संदेश जातो तो असा, 'तू अत्यंत वाईट आणि त्रासदायक माणूस आहेस. मी निश्चितच तुझ्यापेक्षा कितीतरी प्रेमळ आहे. मी तुला तुझ्या या अशा वागण्यासाठी कधीच माफ करणार नाही. तुला याची शिक्षा मिळालीच पाहिजे. हीच तुझी योग्यता आहे, ही सर्वस्वी तुझीच चूक आहे.'
त्याचा खुलासा	**तिला मिळणारा संदेश**
जेव्हा तो तिच्या भावनांचा आदर करत नाही आणि त्यामुळे ती अधिक अस्वस्थ होते, तेव्हा तो तिला समजावतो, 'हे बघ, असे रागवू नकोस. मला असे म्हणायचे नव्हते.' किंवा 'मी तुझे बोलणे लक्षपूर्वक ऐकतोय, बघ आत्तासुद्धा मी तेच करतोय.' किंवा 'मी कधीच तुझ्याकडे दुर्लक्ष करत नाही.' किंवा 'मी तुला मुळीच हसत नव्हतो.'	ती जे ऐकते ते, असे 'तुला अस्वस्थ, नाराज होण्याचा मुळीच हक्क नाही. तू जे वागतेस ते काही शहाणपणाचे नाही. तू जरा जास्तच संवेदनशील आहेस. नक्की तुझे काहीतरी बिघडलेलं आहे. तुला सांभाळणे खरोखरच माझ्यासाठी कठीण आहे.'
तिची नापसंती कमी कशी दर्शवली जाईल	**तिच्याबद्दल अधिक आस्था कशी दाखवली जाईल**
ती असे म्हणू शकली असती, 'तू माझ्याशी ज्या पद्धतीने बोलतोस, ते मला अजिबात आवडत नाही, कृपा करून ते थांबव' किंवा 'तू माझ्याशी खूप अपमानास्पद पद्धतीने वागलास, ते मला आवडले नाही. खरोखर मला थोड्या वेळासाठी इथून दूर कोठे तरी जाण्याची गरज आहे' किंवा 'मला या	तो म्हणतो, 'माझे चुकलेच! मी तुझ्याशी असे वागायला नको होते.' मग एक दीर्घ श्वास घेतो आणि फक्त ती काय प्रतिसाद देते याकडे लक्ष देतो. ती पुढे बोलतच राहते. मथितार्थ हा की, 'तुझे माझ्याकडे कधीच लक्ष नसते,' मग ती जेव्हा थांबेल तेव्हा म्हणावे, 'खरे आहे तुझे. काही वेळेस माझे लक्ष नसते.

अशा पद्धतीच्या संभाषणाची अपेक्षा नव्हती. आपण आता पुन्हा नव्याने सुरुवात करू.' किंवा 'तू माझ्याशी इतक्या हीनपणे वागावेस, इतकी कमी पात्रता माझी नाही. मला आता इथे थांबायचे नाही.' किंवा 'कृपा करून आता यामध्ये पडू नकोस.' किंवा 'आधी मी काय सांगते ते तू ऐकून घेणार आहेस की नाही?' (पुरुष नेहमी छोट्या आणि सरळ-सरळ केलेल्या विधानांना चांगला प्रतिसाद देतो. उगाच लांबलचक, कंटाळवाणी वक्तव्ये किंवा अलंकारिक, नाटकी प्रश्न त्याला आवडत नाहीत.)	सॉरी! मी तुझ्याशी या पद्धतीने वागायला नको आहे. चल आपण मागचे विसरून जाऊ आणि नव्याने सुरुवात करू. आता आपण अधिक चांगला सुसंवाद साधू शकू!' पुन्हा नव्याने संभाषण सुरू करणे हा वादविवाद मिटवण्याचा सगळ्यात उत्तम मार्ग असतो. जर तिला याविषयी पुन्हा नव्याने बोलायचे नसेल, तरी तिला दोष देऊ नका. लक्षात ठेवा, जर तुम्ही तिला नाराज होण्याचा, अस्वस्थ होण्याचा अधिकार दिलात तर ती अधिक स्वीकारशील आणि मान्यता दर्शवणारी होईल.

६. जेव्हा तो खूप घाई-गडबड करतो आणि तिला ते आवडत नाही.

तिचा नाटकी प्रश्न	त्याला मिळणारा संदेश
ती अशी तक्रार करते, 'तू असा नेहमी घोड्यावर का असतोस?' किंवा 'तू असा घाईगडबडीने इच्छित स्थळी का पोहोचतोस?'	त्याला यामधून जो संदेश मिळतो तो असा, 'तुझ्या या असल्या घाईगडबडी मागे कोणतेही सयुक्तिक कारण मला दिसत नाही; तू मला कधीच समाधान देत नाहीस; तुझ्यात कधीच बदल होणार नाही; तू असाच राहशील आणि कधीच स्वत:ची लायकी सिद्ध करू शकणार नाहीस. तुला माझी तर काही पर्वाच नाही.'
त्याचा खुलासा	तिला मिळणारा संदेश
तो तिची अशी समजूत घालतो, 'यामध्ये इतके वाईट काही नसते.' किंवा 'आता जे घडायचे ते घडून गेले आहे.' किंवा 'फार काही वेगळे घडलेले नाही.' किंवा 'तू	ती जे ऐकते ते असे, 'तुला तक्रार करण्याचा कोणताच अधिकार नाही. जे काही तुला मिळालेय, त्यावर खूश राहा आणि कृपा करून अशी असमाधानी आणि दु:खी राहू नकोस.

काय काळजी करतेस, सगळे काही ठीक होईल.'	तुला तक्रार करण्याजोगे काही घडलेले नाही. तू असे वागून विनाकारण सगळ्यांनाच त्रास देते आहेस.'
तिची नापसंती कमी कशी दर्शवली जाईल जर ती नाराज झाली असेल, तर ती असे म्हणू शकते, 'खरे तर कोठेही जाताना आपली जी घाई-गडबड होते ती मला आवडत नाही, पण ठीक आहे माझ्या असे लक्षात आले आहे की, आपली नेहमीच घाई-गडबड होते, ते दिसते. तितकेसे बरोबर नाही; मला मनापासून हा अव्यवस्थितपणा आवडत नाही. पुढच्या खेपेला कोठे जाण्यापूर्वी व्यवस्थित प्लॅनची आखणी करून पंधरा मिनिटांचा वेळ अधिक राखून ठेवशील का?'	**तिच्याबद्दल अधिक आस्था कशी दर्शवली जाईल** तो म्हणतो, 'खरे आहे तुझे! मलासुद्धा असे आवडत नाही. खरे तर कोठे जाताना शांतपणे आवरून जाणे किती आनंददायी असते! खरेच माझे वागणे वेडगळपणाचे आहे.' या उदाहरणावरून तो तिच्या भावना समजून घेतो, हे जरी त्याच्या मनाला घाई-गडबड करावी असे काही अंशी वाटत असले, तरी त्या क्षणांची तिची नाराजी लक्षात घेऊन तिला तो त्याचा नैतिक पाठिंबा बहाल करते.

७. जेव्हा त्याच्याशी संवाद साधताना तिला निराधार वाटते तेव्हा...

तिचा नाटकी प्रश्न	**त्याला मिळणारा संदेश**
त्याच्याशी संभाषण चालू असताना जेव्हा तिला निराधार वाटते किंवा तिच्या भावनांचा अनादर केल्यासारखा वाटतो, तेव्हा ती म्हणते, 'तू असे का बोलतोस?' किंवा 'तू अशा पद्धतीने माझ्याशी बोलूच कसा शकतोस?' किंवा 'मी जे काही बोलते, ते समजून घेण्याचे कष्ट तरी तू घेतलेस का?' किंवा 'तू असे कसे म्हणू शकतोस?'	त्याला जो संदेश मिळतो तो असा, 'माझ्याशी असे वागण्यामागे कोणतेच सयुक्तिक कारण नाही, याचाच अर्थ तुझे माझ्यावर प्रेम नाही, तुला माझी पर्वा नाही; मी तुझ्यावर इतके प्रेम करते त्याच्या बदल्यात मला तुझ्याकडून काहीच मिळत नाही.'

त्याचा खुलासा	तिला मिळणारा संदेश
जेव्हा तिला तिच्या भावना धुडकावून लावल्यासारख्या वाटतात व ती अस्वस्थ होते, तेव्हा तो तिची समजूत घालतो : 'पण तुझे हे शहाणपणाचे आहे असे मला वाटत नाही.' किंवा 'पण मला असे म्हणायचे नव्हते.' किंवा 'हे सगळे मी यापूर्वीही ऐकलेले आहे.'	ती जे ऐकते ते असे, 'तुला नाराज होण्याचा काही एक अधिकार नाही; तू अत्यंत अविवेकी आणि संभ्रमित आहेस. काय चूक, काय बरोबर ते मला कळते. उगाच अक्कल शिकवू नकोस, मी तुझ्यापेक्षा श्रेष्ठ आहे. तूच भांडणे उकरून काढतेस, मी नाही!'
तिची नापसंती कमी कशी दर्शवली जाईल	**तिच्याबद्दल अधिक आस्था कशी दर्शवली जाईल**
ती असे म्हणू शकते, 'तू जे काही बोलतो आहेस ते मला आवडत नाही, मला असे वाटते की, तू माझ्या बोलण्यावर टीका करतो आहेस. खरे-खोटे तपासून पाहतो आहेस. इतकी का माझी योग्यता कमी आहे? कृपा करून मला जरा समजून घे.' किंवा ''माझा आजचा दिवस फार वाईट गेला. मला कळतंय की चूक काही सर्वस्वी तुझी नाही आणि मला काय वाटतं, ते तू समजून घ्यायला हवेस, ती माझी गरज आहे. कळले ना तुला?' किंवा तिने त्याच्या टीकेकडे चक्क दुर्लक्ष करावे आणि म्हणावे, 'माझी मन:स्थिती आत्ता खूप वाईट आहे, तू माझे थोडे ऐकून घेशील का? त्यामुळे मला बरे वाटायला मदत होईल.' (पुरुषाला ऐकून तिला घेण्यासाठी अशा प्रोत्साहनाची गरज असते.)	तो म्हणतो, 'खरंच! माझे चुकले. माझ्या बोलण्याचा तुला त्रास झाला. तू माझ्या बोलण्यातून काय अर्थ काढलास?' मग तिला स्वत:च्या अंतर्मनात डोकावून पाहायला वेळ द्यावा, त्यानंतर पुन्हा म्हणावे, 'सॉरी हं! मला समजलेय की तुला माझे बोलणे आवडले नाही,' मग थोडी विश्रांती घ्यावी. आता ही वेळ तिचे लक्षपूर्वक ऐकून घेण्याची असते; तिने तुमच्या बोलण्याचा गैरअर्थ काढला आहे, हे सांगण्याचा मोह आवरा. तुम्ही तिचे मन दुखावले आहे, त्यामुळे ही जखम बरी करण्यासाठी आता एकच मार्ग – लक्षपूर्वक ऐकून घेणे. तिची जखम बरी झाल्याशिवाय तुमची स्पष्टीकरणे काही उपयोगाची नाहीत, म्हणून तिची काळजी घ्या, समजून घ्या आणि तिला मदत करा.

कठीण समयी आधार आणि सहकार्य

प्रत्येक नातेसंबंधांमध्ये कठीण प्रसंग येतात, चढउतार येतात; त्यामागे अनेक वेगवेगळी कारणे असतात. जसे की, नोकरी जाणे, मृत्यू, दुर्धर आजारपण किंवा काही वेळेस तर पुरेशी विश्रांती न मिळणे. अशा सगळ्या कठीण प्रसंगांमध्ये सगळ्यात महत्त्वाची गोष्ट कोणती असेल, तर ती म्हणजे प्रेमळ, आदरयुक्त, संमतीदर्शक दृष्टिकोन असलेला सुसंवाद! त्याचबरोबर आपण हे प्रांजळपणे स्वीकारले पाहिजे आणि समजून घेतले पाहिजे की, आपण आणि आपला जोडीदार सदासर्वकाळ बिनचूक कसे असू शकू? छोट्या-छोट्या संकटांना यशस्वीपणे सामोरे जाताना सुसंवाद कसा साधायचा ते शिकून घेतले, तर अचानक येणाऱ्या आयुष्यातील मोठमोठ्या आव्हानांशी मुकाबला करणे सहज सोपे जाते.

आत्तापर्यंत मी तुमच्यासमोर जी उदाहरणे मांडली, त्या प्रत्येकात मी स्त्रीला जोडीदारावर अस्वस्थ, नाराज असण्याच्या भूमिकेत सादर केले. ही नाराजी त्याने काहीतरी कृती केल्यामुळे किंवा न केल्यामुळे होती. निश्चितच पुरुषसुद्धा स्त्रीवर नाराज असू शकतात आणि वर सांगितलेल्या माझ्या सूचना स्त्री आणि पुरुष या दोघांनाही लागू पडू शकतात. जर तुम्ही नातेसंबंधांमध्ये गुंतलेले असाल, तर तुम्हीसुद्धा तुमच्या जोडीदाराला प्रश्न विचारून त्यांची या सूचनांबद्दलची प्रतिक्रिया अजमावून पाहू शकता. हा एक मजेदार स्वाध्याय ठरू शकेल.

जेव्हा तुम्ही तुमच्या जोडीदारावर नाराज नसाल अशा वेळी या संधीचा लाभ घ्या. आता असे शोधून काढा की, कोणते शब्द त्याच्या किंवा तिच्यासाठी अधिक परिणामकारक ठरतात आणि तुमच्यासाठीही कोणते शब्द उपयोगी पडतात ते पाहा. अशा प्रकारे पूर्वनियोजित मान्य विधाने वापरून वाद-भांडणे यामुळे होणारे ताणतणाव कमी होऊ शकतील.

आणखी एक गोष्ट लक्षात ठेवा, तुम्ही कितीही काळजीपूर्वक निवडलेले शब्द जरी वापरले, तरी त्या शब्दांच्या मागची भावना अधिक महत्त्वाची असते. वर दिलेल्या वाक्यरचना अगदी जशाच्या तशा जरी तुम्ही वापरल्या, पण तुमच्या जोडीदाराला त्यामध्ये प्रेमाचा ओलावा दिसला नाही, समर्थन दिसले नाही, मान्यता दिसली नाहीतर ताणतणाव वाढतच जातील. मी आधीच सांगितल्याप्रमाणे भांडणे टाळण्याचा सर्वांत उत्तम उपाय म्हणजे भांडण सुरू होण्यापूर्वीच सजग राहून, त्याची शक्यता वर्तवून नमते घेणे व ते टाळणे. अशा वेळी स्वतःला सावरण्यासाठी थोडा वेळ फिरायला बाहेर निघून जा, त्यानंतर तुम्ही जेव्हा परत याल, तेव्हा एकमेकांना समजून घेणे, एकमेकांना स्वीकारणे, समर्थन करणे आणि मान्यता देणे जमून जाईल.

अशा प्रकारे सुरुवातीला स्वत:मध्ये बदल घडवून आणणे थोडेसे कृत्रिम आणि फसवे वाटेल. खूप लोकांना असे वाटते की, 'प्रेम म्हणजे, जे मनात असेल ते व्यक्त करणे.' पण अशा प्रकारे रोखठोक बोलताना समोरच्याच्या भावना विचारात घेतल्या जात नाहीत. एखादी व्यक्ती प्रामाणिकपणे आणि रोखठोक बोलूनसुद्धा कदाचित समोरच्याच्या भावना दुखावणार नाहीत. कारण त्याचे त्या व्यक्त करण्यामागचे कौशल्य! वर जी यादी दिली आहे, त्यातील सूचना अंमलात आणून तुम्हीसुद्धा अधिक आस्थापूर्ण आणि विश्वासार्ह संभाषण करण्याचे कौशल्य आत्मसात करून घ्या. काहीच दिवसांत ते अधिक नैसर्गिक आणि खरेखुरे वाटेल.

तुम्ही जर सध्या नातेसंबंधात असाल आणि तुमचा जोडीदार जर वर दिलेल्या सूचना वापरण्याचा प्रयत्न करत असेल, तर लक्षात ठेवा की, तो किंवा ती तुम्हाला अधिक सहकार्य करू बघतोय/बघतीय. कदाचित सुरुवातीला त्याचे हे प्रयत्न कृत्रिम आणि अप्रामाणिक वाटतील. आयुष्यभराच्या सवयी काही आठवड्यांत कशा बदलतील? अशा वेळी प्रत्येक पायरीवर त्यांना सहकार्य द्या, प्रोत्साहन द्या, कौतुक करा, नाहीतर तो/ती हा प्रयत्न सोडून देण्याची शक्यता असते.

प्रेमळ संभाषणातून भांडणे टाळा

आपल्या जोडीदाराच्या गरजा काय आहेत, हे जाणून घेऊन त्याच्या किंवा तिच्या गरजा पूर्ण केल्या, तर भावनेच्या भरात होणारे वादविवाद आणि भांडणे टाळता येतात. आता मी तुम्हाला माझ्या स्वत:च्या आयुष्यात घडलेला एक किस्सा सांगणार आहे : जेव्हा स्त्री तिच्या भावना सरळ-सरळ प्रत्यक्ष व्यक्त करते आणि पुरुष तिच्या भावनांशी सहमत होतो, तेव्हा भांडण, वादविवाद कसा टाळला जातो, याचे ते एक अप्रतिम उदाहरण आहे.

मला आठवतेय, एकदा मी व माझी पत्नी सुट्टी घालवण्यासाठी एका रम्य ठिकाणी निघालो होतो. संपूर्ण आठवडा खूप धावपळीचा गेला होता आणि आता जरा नेहमीच्या वातावरणापासून दूर गाडीतून जाताना माझ्या मनाला खूप शांती मिळत होती आणि माझी अशी अपेक्षा होती की, आम्ही अशा सुंदर सहलीवर जात आहोत तर बोनीनेसुद्धा तितकेच आनंदी दिसायला हवे. पण त्याऐवजी तिने एक दीर्घ उसासा सोडला आणि म्हणाली, ''मला असे वाटते की, माझे आयुष्य म्हणजे एक दीर्घ काळ्या पाण्याची शिक्षा आहे.''

मी चमकलो, जरा थांबून एक दीर्घ श्वास घेतला आणि म्हणालो, ''मला कळतंय की तुला काय म्हणायचे आहे! तुला असे वाटते की, ते तुझ्या आयुष्यातील मधुर रसाचा थेंबन्थेंब शोषून घेत आहेत.'' असे म्हणताना मीसुद्धा नाटकी आविर्भावाने

हाताने कापडाचा तुकडा पिळून काढल्याची कृती केली.

बोनीने संमतीदर्शक मान डोलावली आगि मला तिने आश्चर्याचा सुखद धक्का दिला, गोडशी हसली आणि विषय बदलून टाकला. आता ती आम्ही जात असलेल्या सहलीबद्दल भरभरून बोलू लागली, पण सहा वर्षांपूर्वी असे घडले नसते. आम्ही एकमेकांशी खूप भांडलो असतो, वादविवाद विकोपाला गेले असते आणि नक्कीच या सगळ्याचे खापर तिच्या माथी मारून मी मोकळा झालो असतो.

तिचे आयुष्य म्हणजे दीर्घकाळ काळ्या पाण्याची शिक्षा आहे, असे म्हणण्याचा गुन्हा तिने केला, त्याबद्दल मी खूप रागावलो असतो. मी ते व्यक्तिश: घेतले असते आणि मला असे वाटले असते की, ती जणू माझ्याविरुद्ध तक्रारच करते आहे! मग मी बचावात्मक पवित्रा घेतला असता आणि तिला समजावून सांगण्याचा प्रयत्न केला असता की, आयुष्य हे काळ्या पाण्याची शिक्षा वगैरे काही नाहीये आणि आपण आता सुट्टी मनवायला दूर सहलीवर निघालो आहे, त्याबद्दल तिने खरे तर कृतज्ञ असायला हवे आणि मग हा विषय आम्ही कितीही वेळ ताणला असता, खूप भांडलो असतो आणि विनाकारण संपूर्ण सुट्टी मात्र आम्हाला काळ्या पाण्याच्या शिक्षेसारखी नक्कीच वाटली असती आणि हे सगळे कशामुळे घडले असते, तर केवळ मी तिच्या भावनांना मान्यता न दिल्यामुळे!

या वेळेस मात्र मी हे समजून घेतले की, तिचे हे वक्तव्य म्हणजे केवळ तिच्या मनाला जाता-जाता चाटून गेलेले विचार होते. ते उद्गार माझ्याविषयी नव्हते – हे मला समजल्यामुळे मी माझी बाजू लढवण्याचा वृथा खटाटोप केला नाही. माझ्या काहीशा गमतीशीर वाक्यामुळे आणि फडके पिळण्याच्या कृतीमुळे तिचे वैतागलेपण कुठच्याकुठे पळाले, तिने मला स्वीकारले आणि मला तिचे प्रेम, स्वीकार आणि मान्यता जाणवले. कारण आता तिच्या भावनांना मान्यता देण्याचे मी शिकलो होतो. ती ज्या प्रेमास पात्र होती, ते प्रेम तिला मिळाले होते आणि आमच्यात वादावादी झाली नव्हती.

◆

प्रकरण १०

स्त्री आणि पुरुष यांची वेगवेगळी गुणगणना

पुरुषाला असे वाटते की, जेव्हा तो स्त्रीसाठी काहीतरी भव्यदिव्य करतो, तेव्हा त्याला तिच्याकडून भरपूर गुण मिळतात. जसे की, तो तिच्यासाठी मोठी आलिशान कार घेतो किंवा तिच्यासाठी मोठी परदेशी सहल आयोजित करतो. तो असेही गृहीत धरतो की, जेव्हा तो तिच्यासाठी छोट्या-छोट्या गोष्टी करतो – जसे की, गाडीचे दार उघडणे किंवा फुलांचा गुच्छ विकत घेणे किंवा तिला मिठीत घेणे वगैरे वगैरे. तेव्हा त्याला कमी गुण मिळतात. अशा पद्धतीची गुणगुणना मनश्चक्षूंपुढे ठेवल्यामुळे तो त्याचा वेळ, शक्ती आणि लक्ष तिच्यासाठी काहीतरी भव्यदिव्य करण्यावर केंद्रित करतो. त्याच्या तंत्राचा काही उपयोग होत नाही. कारण स्त्रियांची गुणगणना करायची पद्धत यापेक्षा वेगळी असते.

जेव्हा स्त्रीला पुरुष एखादी भेटवस्तू देतो, तेव्हा ती असा विचार करत नाही की ती भेटवस्तू आकाराने, किमतीने किती मोठी आहे! तिच्या लेखी भेटवस्तू मोठी असो वा लहान, त्याला समान गुण असतात, त्याचा आकार किंवा किंमत यामुळे काहीच फरक पडत नाही, पण पुरुषाला असे वाटते की, त्याच्या छोट्या भेटवस्तूंबद्दल त्याला एक गुण मिळतो व मोठ्या भेटवस्तूंबद्दल त्याला ३० गुण मिळतात. त्याला बायका गुणगणना कशी वेगळ्या पद्धतीने करतात हे न कळल्यामुळे साहजिकच तो त्याची सगळी शक्ती एक किंवा दोन मोठ्ठाल्या भेटवस्तू तिच्यासाठी खरेदी करण्यासाठीच पणाला लावतो.

स्त्री जेव्हा गुणगणना करते, तेव्हा पुरुषाने तिला प्रेमाने दिलेली भेटवस्तू किती लहान किंवा किती मोठी आहे, यावर त्याची गुणवत्ता ठरत नाही. प्रेमाने दिलेल्या भेटवस्तूला समान गुण असतात.

पुरुषाच्या हे लक्षातच येत नाही की, स्त्रीसाठी लहान-सहान गोष्टीसुद्धा मोठ्या

गोष्टींइतक्याच महत्त्वाच्या असतात. गुणगणनेतील हा मूलभूत फरक लक्षात न घेतल्यास स्त्री व पुरुष आपल्या नातेसंबंधांमध्ये सतत निराश आणि वैफल्यग्रस्त राहतात.

आता मी तुम्हाला माझा समुपदेशनाच्या वेळचा एक अनुभव सांगतो, तो असा –

समुपदेशन चालू असताना विशाखा म्हणाली, ''मी विशालसाठी खूप काही करते, पण तो माझ्याकडे साफ दुर्लक्ष करतो; त्याच्यासाठी त्याला त्याचे काम अधिक महत्त्वाचे वाटते.'' यावर विशाल म्हणाला, ''मी एवढे काम करतो म्हणूनच तर इतके सुंदर घर, दूरदूरच्या सहली हे सगळे शक्य होते ना? खरे तर तिने खूश राहिले पाहिजे.''

त्यावर विशाखाचे म्हणणे असे, 'जर पती-पत्नी म्हणून आपल्या दोघांमध्ये प्रेमच नसेल, तर हे सुंदर घर आणि दूरदूरच्या सहली या सगळ्या निरर्थक आहेत. मला तुझ्याकडून यापेक्षा अधिक काहीतरी हवे आहे.'

विशाल म्हणाला, ''तू असे काही बोलते आहेस की, जणूकाही तू माझ्यासाठी खूप काही करतेस.''

विशाखा म्हणाली, ''हो तर! करतेच मी तुझ्यासाठी खूप काही! मी तुझे कपडे धुते, इस्त्री करते, तुझ्यासाठी जेवण बनवते, घर स्वच्छ ठेवते... न संपणारी यादी आहे. तू मात्र एकच गोष्ट करतोस – कामाला जातोस, त्यामुळे आपली सगळी बिले भागवली जातात, पण त्या बदल्यात इतर सगळ्या गोष्टी मीच कराव्या अशी तू अपेक्षा करतोस.''

विशाल हा एक प्रथितयश, नावाजलेला डॉक्टर आहे. इतर अनेक व्यावसायिकांप्रमाणे त्याचे काम हे वेळखाऊ पण फायद्याचे आहे; त्याला हे समजत नाही की, त्याची बायको, विशाखा इतकी असंतुष्ट का आहे? तो भरपूर पैसे कमावतो आहे आणि तिला व कुटुंबाला उच्च दर्जाचे राहणीमान देतोय, पण तरीही तो जेव्हा घरी येतो, तेव्हा ती आपली दुर्मुखलेलीच.

विशालची विचारसरणी अशी होती की, त्याने वैद्यकीय व्यवसायातून अधिक पैसे कमवले तर त्याला बायकोला खूश करण्यासाठी घरात काही करायची गरज नाही. त्याला वाटायचे – त्याच्या महिन्याच्या शेवटी मिळणाऱ्या जाडजूड पगाराचा चेक त्याला नक्कीच ३० गुण मिळवून देईल. आता त्याने स्वतःचा दवाखाना उघडला होता, त्यामुळे त्याचे उत्पन्न दुप्पट झाले होते. त्याने आता असे गृहीत धरले होते की, त्याला मिळणारे गुण ६० झाले आहेत; त्याला अशी कल्पना नव्हती की, तो कमवत असलेल्या रकमेला विशाखासाठी फक्त एक गुण आहे – ती रक्कम कितीही मोठी असली तरीही!

विशालच्या हे लक्षात येत नव्हते की, विशाखाच्या दृष्टिकोनातून पाहिले तर

तो जितके अधिक कमवत होता, तितका तो तिच्या वाट्याला कमी येत होता; त्याच्या नवीन दवाखान्यासाठी अधिक वेळेची आणि कामाची गरज होती. त्यामुळे साहजिकच त्यांचे व्यक्तिगत आयुष्य आणि नातेसंबंध सुरळीत व्हावे म्हणून तिला अधिक काही करणे गरजेचे झाले होते. ती जसजसे कुटुंबासाठी अधिक करू लागली, तसतसे तिला वाटू लागले की, तिचे साठ गुण विरुद्ध त्याचा एक अशी गुणगणना ती महिन्याच्या शेवटी करू लागली आणि त्यामुळे ती खूप दु:खी होई व तिला खूप राग पण येत असे.

विशाखाला वाटायचं की, ती कुटुंबासाठी खूप जास्त करते, पण त्या बदल्यात तिला काहीच मिळत नाही. विशालच्या दृष्टिकोनातून मात्र तो आता तिला रग्गड (पैसा) देत होता, म्हणून त्याच्या बायकोने त्याला अधिक दिले पाहिजे...! त्याच्या दृष्टीने त्यानेसुद्धा स्वत:ला ६० गुण बहाल केले होते. तो त्याच्या नातेसंबंधांवर खूश होता, पण एकच गोष्ट त्याला छळत होती, ती म्हणजे विशाखा काही खूश दिसत नव्हती. तो तिला ती खूप मागणीखोर आहे म्हणून दोष देत होता. त्याच्यासाठी त्याचे वाढलेले उत्पन्न हे ती जे काही देत होती, त्यासाठी पुरेसे होते आणि त्याच्या या दृष्टिकोनामुळेच विशाखा चिडत होती.

त्यांनी माझ्या नातेसंबंधाच्या कोर्समध्ये सांगितलेल्या गोष्टींबद्दलच्या ध्वनिमुद्रित कोर्सबद्दल ऐकले, तेव्हा कुठे ते त्या दोषारोपांमधून मुक्त झाले आणि मग त्यांनी त्यांच्या समस्या प्रेमाने सोडवण्याचा प्रयत्न केला. घटस्फोटाकडे नेणाऱ्या त्यांच्या नातेसंबंधांमध्ये अचानक बदल झाला.

विशाल हे शिकला की, आपल्या पत्नीसाठी छोट्या-छोट्या गोष्टी करणे, यामुळे खूप मोठे बदल होतात. त्याने जेव्हा तिच्यासाठी अधिक वेळ व अधिक उत्साहवर्धक गोष्टी देऊ केल्या, तेव्हा त्यांच्या नातेसंबंधांमध्ये आमूलाग्र बदल झाला; हे पाहून तो चकित झाला. स्त्रियांसाठी अगदी छोट्या-छोट्या गोष्टीसुद्धा मोठ्या गोष्टींइतक्याच महत्त्वाच्या आहेत, याचे त्याला खूप कौतुक वाटले. आता त्याला समजले की, त्याच्या कामाला फक्त एकच गुण कसा?

वास्तविक विशाखा आनंदी नाही, यामागे सयुक्तिक कारण आहे. खरोखरच तिला त्यांच्या श्रीमंती राहणीमानापेक्षा विशालचा सहवास, त्याचे प्रेम, त्याचे तिच्याकडे असणारे लक्ष हे सगळे हवे होते. विशाल आता हे समजून चुकला की, पैसे मिळवण्यात खूप जास्त वेळ खर्च करण्यापेक्षा त्यातील थोडा वेळ जर पत्नीला दिला, तर ती नक्कीच अधिक खूश होईल. जेव्हा त्याला तिच्या गुणगणनेची पद्धत समजली तेव्हा तो नवीन आत्मविश्वास घेऊन घरी येऊ लागला. कारण तिला खूश कसे करायचे हे त्याला आता समजले होते.

छोट्या-छोट्या गोष्टी मोठा बदल घडवून आणतात

पुरुष आपल्या प्रेयसीकडून विशेष कष्ट न घेतासुद्धा अधिक मिळवू शकतो. तो तिला आधीपासूनच जे देत असतो, त्याची दिशा आणि शक्ती फक्त बदलायची गरज आहे. खरे तर अनेक पुरुषांना यातील बऱ्याचशा गोष्टी माहिती असतात, पण म्हणतात ना, कळते पण वळत नाही! कारण त्या छोट्या गोष्टी स्त्रियांसाठी किती महत्त्वाच्या असतात हे त्यांना समजत नाही; त्याचा असा विश्वास असतो की, तो तिच्यासाठी ज्या मोठ्या-मोठ्या गोष्टी करत असतो, त्याच्यापुढे त्या छोट्या गोष्टी अगदीच नगण्य आहेत.

काही पुरुष त्यांच्या नातेसंबंधाच्या सुरुवातीच्या काळात छोट्या-छोट्या गोष्टी करतात, पण एक-दोनदा केल्यावर ते त्या करणे थांबवतात. त्यांच्या सहज गूढ अंत:प्रेरणेने ते त्यांची सर्वशक्ती आपल्या जोडीदारासाठी काहीतरी भव्यदिव्य करण्यासाठी खर्च करतात. मग ते छोट्या-छोट्या गोष्टी करण्याकडे साफ दुर्लक्ष करतात की, ज्या गोष्टींची स्त्रियांसाठी नातेसंबंधातील संतुष्टतेसाठी विशेष महत्त्वाचे असते. नेमके काय केल्याने स्त्रीला आधार आणि प्रेम मिळाल्यासारखे वाटेल, हे पुरुषाने समजून घेणे खूप गरजेचे असते.

स्त्रियांची गुणगणनेची पद्धत म्हणजे त्यांची केवळ आवड किंवा प्राधान्यक्रम असे काही नसते, तर ती त्यांची प्रामाणिक गरज असते. स्त्रियांची प्रेमाची भूक भागण्यासाठी त्यांना अनेक वेगवेगळ्या प्रेमछटांची गरज असते. केवळ एखाद-दुसऱ्या प्रेमछटेने त्यांचे समाधान होत नाही.

पुरुषाला मात्र हे सगळे समजून घेणे खूप अवघड जाते. हे समजून घेण्याचा एक मार्ग असा की, अशी कल्पना करायची की, गाडीमध्ये जशी पेट्रोलची टाकी असते, तसे स्त्रियांच्या शरीरात एक प्रेमाचे तळे असते आणि ते सतत भरलेले ठेवावे लागते. स्त्रियांचे हे प्रेमाचे तळे भरण्यामागचे गुपित असे की, त्यांच्यासाठी छोट्या-छोट्या गोष्टी करून जास्त गुण मिळवत राहायचे. जेव्हा प्रेमाचे तळे भरलेले असेल, तेव्हा ती खूप समाधानी असते, प्रेमळ असते; मग ती प्रेम, विश्वास, स्वीकार, कृतज्ञता, कौतुक, मान्यता आणि प्रोत्साहन या गोष्टींना अधिक उत्साहाने प्रतिसाद देऊ शकते; तिचे प्रेमाचे तळे काठोकाठ भरण्यासाठी अनेक छोट्या गोष्टींची आवश्यकता असते.

अशा १०१ छोट्या-छोट्या गोष्टींची यादी येथे दिली आहे, ज्या केल्याने तिचे प्रेमाचे तळे काठोकाठ भरलेले राहू शकते.

स्त्रीकडून गुण मिळवण्याचे १०१ मार्ग

१. घरी आल्यावर दुसरी कोणतीही गोष्ट करण्यापूर्वी ती कोठे आहे ते पाहा

आणि तिला आलिंगन द्या.

२. तिचा दिवस कसा गेला, याबद्दलचे काही खास प्रश्न तिला विचारा, ज्यामुळे तिने जे काही ठरवले होते, ते पार पडले किंवा नाही याबद्दलची तुमची आस्था दर्शवली जाईल. (उदा. तू डॉक्टरकडे जाणार होतीस, काय म्हणाले डॉक्टर?)

३. प्रश्न विचारण्याचा आणि त्यांची उत्तरे काळजीपूर्वक ऐकण्याचा सराव करा.

४. तिच्या समस्या सोडवण्याचा मोह आवरा, त्याऐवजी तिला फक्त सहानुभूती दाखवा.

५. तिने न मागतासुद्धा तिला वीस मिनिटे अशी द्या की, त्या वेळात तुमचे संपूर्ण लक्ष फक्त तिच्याकडेच असेल (त्या वेळात वर्तमानपत्र वाचू नका किंवा तिच्याकडे दुर्लक्ष होईल असे काही करू नका.).

६. आकस्मिक भेट म्हणून किंवा काही खास प्रसंगी तिच्यासाठी फुले आणा.

७. शुक्रवारच्या रात्रीची वाट पाहून मग तिला विचारायचे की, आपण शनिवार-रविवार काय करायचे? त्याऐवजी खूप आधीच सुट्टीच्या सहलीचा कार्यक्रम आखून ठेवा.

८. जर रोजच ती रात्रीचे जेवण बनवत असेल, तर अशा एखाद्या दिवशी जेव्हा ती दमली असेल किंवा खरोखरच कार्यमग्न असेल, तेव्हा तुम्ही आपणहोऊन जेवण बनवण्याची तयारी दर्शवा.

९. ती छान दिसते, हे तिला आवर्जून सांगा.

१०. ती जेव्हा अस्वस्थ असते, तेव्हा तिच्या भावनांविषयी आदर व्यक्त करा.

११. ती जेव्हा दमलेली असते, तेव्हा तिला मदत देऊ करा.

१२. तुम्ही प्रवासाला निघता, तेव्हा मुद्दाम आधीच थोडा जास्तीचा वेळ काढून ठेवा, त्यामुळे तिची घाई-गडबड होणार नाही.

१३. तुम्हाला जर उशीर होणार असेल, तर तिला तसे फोन करून कळवा.

१४. जेव्हा ती तुमची मदत मागेल, तेव्हा तुम्हाला हो किंवा नाही म्हणायचे असेल ते म्हणा! पण विनाकारण ती मदत मागते कशी? वगैरे, वगैरे काही बोलू नका.

१५. जेव्हा तिच्या भावना दुखावल्या जातात, तेव्हा त्याबाबत सहानुभूती दर्शवा आणि सांगा, 'मी तुला दुखावले असेल तर मला माफ कर!' मग थोडा वेळ शांत बसा. तिच्या वेदना तुम्ही जाणून घेतल्या आहेत, हे तिला समजू द्या. तिच्या समस्येवर उपाय सांगत बसू नका किंवा ती दुखावली गेली यात तुमचा काहीच दोष नाही, याचे स्पष्टीकरण देण्याचा प्रयत्न करू नका.

१६. तुम्हाला जेव्हा एकांत हवा असेल, तेव्हा तिला त्याबद्दलची स्पष्ट कल्पना

द्या आणि तिला विश्वास द्या की, तुम्ही परत येणार आहात किंवा असे सांगा की, तुम्हाला विचार करायला थोडा वेळ हवा आहे.

१७. तुम्ही शांत होऊन परत आल्यानंतर तुम्हाला कोणती चिंता सतावत होती ते तिला आदरयुक्त भाषेत आणि तिला कोणतीही दूषणे न देता सांगा, तरच ती तुमच्या दुराव्याविषयी गैरस्मज करून घेणार नाही.

१८. हिवाळ्यामध्ये तिला उबदार वाटावे म्हणून विशेष योजना करा.

१९. जेव्हा ती तुमच्याशी बोलत असते, तेव्हा हातातले मासिक खाली ठेवा, किंवा टीव्ही बंद करा आणि तिच्याकडे पूर्ण लक्ष द्या.

२०. जर नेहमी ती भांडी घासत असेल, तर काही प्रसंगी ती जर दिवसभरात दमली असेल तर आपणहोऊन भांडी घासण्याची तयारी दर्शवा.

२१. ती केव्हा उदास आहे, केव्हा दमलेली आहे, हे तुमच्या लक्षात यायला हवे आणि तिची कोणती कामे व्हायची राहिली आहेत, ते अशा वेळी मुद्दाम विचारा व तिची काही कामे तुम्ही करू शकता, असे तिला आवर्जून सांगा.

२२. तुम्ही बाहेर निघाला असाल अशा वेळी तिला बाजारातून काही हवे असल्यास तुम्ही ते आणाल असे सांगा आणि न विसरता आणा.

२३. तुम्ही दुपारी झोप काढणार असाल किंवा रजा घेणार असाल तर तसे तिला सांगा.

२४. दिवसातून चार वेळा तरी तिला जवळ घ्या.

दिवसातून चार वेळा तरी तिला जवळ घ्या.

---

२५. ऑफिसमधून तिला एखादा तरी फोन करा की, 'ती कशी आहे?' किंवा काही विशेष घडले असल्यास तिला ते सांगा किंवा निदान 'आय लव्ह यू' म्हणा.

२६. रोज दिवसातून दोनदा तरी 'आय लव्ह यू' किंवा तत्सम काहीतरी म्हणा.

२७. बिछाना तयार करणे किंवा बेडरूम स्वच्छ करणे, हे तुम्ही तुमचे काम समजा.

२८. जर ती तुमचे मोजे धुवत असेल, तर निदान मोजे सुलटे करून तरी धुवायला टाकत जा, म्हणजे तिला ते करावे लागणार नाही.

२९. केराची बादली भरून वाहात असेल तर लक्ष ठेवून ती रिकामी करा.

३०. जर तुम्ही परगावी गेला असाल, तर तिच्यासाठी आवश्यक ते फोननंबर्स ठेवून जा, जेणे करून तुम्ही संपर्ककक्षेत राहाल तसेच तुम्ही पोहोचल्याचे तिला आवर्जून कळवा.

३१. तिच्याकडे जे वाहन असेल त्याची दुरुस्ती करा.
३२. तिला तुमच्या गाडीतून घेऊन बाहेर जाणार असाल तर तुमची गाडी आतून-बाहेरून लखख करा.
३३. तिच्याबरोबर शृंगार करण्यापूर्वी स्वच्छ अंघोळ करा आणि अंगावर कोलोन किंवा सेंट शिंपडा, त्याचा सुगंध तिला आवडेल.
३४. ती जर दुसऱ्या कोणाबरोबर भांडण झाल्यामुळे त्रासली असेल, तर तिला जवळ घ्या.
३५. तिची मान-पाठ दाबून देऊन तिला सुखावणारे मालिश करा.
३६. फक्त लैंगिक इच्छापूर्तीची भावना न ठेवता तिला लाडाने जवळ घ्या, कुशीत घ्या.
३७. ती जेव्हा तुम्हाला काहीतरी सांगत असेल, तेव्हा वारंवार घड्याळात पाहू नका.
३८. ती जेव्हा तुमच्याबरोबर टीव्ही पाहात असेल, तेव्हा सतत चॅनेल बदलू नका.
३९. समाजात लोकांसमोर तुमचे तिच्यावरील प्रेम प्रदर्शित करायला काहीच हरकत नाही.
४०. तिचा हात हातात घेताना तो दुबळा पडणार नाही, याची काळजी घ्या.
४१. तिला कोणती पेये आवडतात याची माहिती आधीच करून घ्या, म्हणजे तिला शीतपेयाच्या निवडीसाठी चार नावे तुम्ही सांगू शकता व तिची आवड लक्षात ठेवल्याबद्दल श्रेय घेऊ शकता.
४२. जेवणासाठी बाहेर जाताना काही रेस्टॉरंट्सची नावे तिला सुचवा. कोठे जायचे ते ठरवण्याचे ओझे तिच्या माथी मारू नका.
४३. एखाद्या तिला आवडणाऱ्या सिनेमाची, नाटकाची किंवा डान्स शोची तिकिटे काढून आणा.
४४. जेथे दोघांना छानपैकी तयार होऊन जाता येईल, असे प्रसंग मुद्दाम शोधा.
४५. जर तयार होताना तिला उशीर लागला किंवा आधी घातलेले कपडे बदलावेसे वाटले, तर तिला समजून घ्या.
४६. लोकांमध्ये मिसळताना इतरांपेक्षा तिच्याकडे अधिक लक्ष द्या.
४७. तुमच्यासाठी ती मुलांपेक्षाही अधिक महत्त्वाची आहे, हे तिला जाणवू द्या. मुलांनाही ते दिसू द्या की, तुम्ही प्रथम तिच्याकडे लक्ष देता व मग इतरांकडे.
४८. तिच्यासाठी छोट्या-छोट्या भेटवस्तू आणा – एखादा चॉकलेटचा पुडा किंवा परफ्युम वगैरे.
४९. तिच्यासाठी साडी, ड्रेसेस आपणहोऊन आणा.

५०. विशेष प्रसंगी तिचे फोटो काढा.
५१. दोघेच सहलीला जा व शृंगारात न्हाऊन निघा.
५२. तुमच्या पाकिटात किंवा मोबाईलवर तिचा फोटो तुम्ही बाळगता, हे तिला कळू द्या व वेळोवेळी तो बदलत राहा.
५३. जेव्हा तुम्ही हॉटेलमध्ये रूम घेणार आहात, तेव्हा तुमचे विशेष लक्ष तिच्याकडे आहे, हे तिला जाणवावे म्हणून खोलीत विशेष पुष्परचना, खास प्रकाश योजना, फळांचे ज्युसेस, सुवासिक मेणबत्त्या यांची सजावट असण्यावर विशेष भर द्या किंवा तशा सूचना द्या.
५४. लग्नाचा वाढदिवस किंवा तिचा वाढदिवस लक्षात राहण्यासाठी कॅलेंडरवर खूण करून ठेवा व नावीन्यपूर्ण पद्धतीने साजरा कसा करता येईल, याचा विचार करा.
५५. लांबवरच्या सहलींना जाताना स्वत: पुढाकार घ्या.
५६. तिच्याबरोबर गाडीतून जाताना गाडी सावकाश व सुरक्षितपणे चालवा. तिच्या मतांचा आदर करा. लक्षात घ्या को, ती तुमच्या शेजारी बसली आहे आणि तिचे भवितव्य तुमच्या हातात आहे.
५७. तिचे बारकाईने निरीक्षण करून तिला सांगा, 'आता तू खूप छान दिसतेस' किंवा 'तू आज दमलेली दिसतेस' आणि मग तिला असे प्रश्न विचारा की, 'तुझा आजचा दिवस कसा गेला?'
५८. तिला बाहेर घेऊन जाताना रस्ते नीट माहिती करून घ्या, म्हणजे प्रवासाची जबाबदारी तिच्यावर आहे असे वाटून तिला ताण येणार नाही.
५९. तिला नृत्याला घेऊन जा किंवा दोघे मिळून नृत्य शिका.
६०. प्रेमाच्या दोन-चार ओळी लिहून किंवा कविता लिहून तिला आश्चर्याचा सुखद धक्का द्या.
६१. आयुष्यात पुन्हा मागे जाऊन ते प्रेमाने चिंब भिजलेले क्षण आठवा आणि पुन्हा तसे वागण्याचा प्रयत्न करा.
६२. तिला घरात काही दुरुस्ती करून हवी असेल, तर आपणहोऊन सांगा की, तुमच्याकडे वेळ आहे आणि ती तुम्ही करू शकता, मात्र जेवढे जमेल तेवढेच काम अंगावर घ्या.
६३. तिच्या स्वयंपाकघरातील चाकू-सुऱ्यांना धार लावण्याची तयारी दाखवा.
६४. तुटलेल्या वस्तू जोडण्यासाठी एमसील किंवा एरलडाइटसारखे चिकट पदार्थ आणून ठेवा.
६५. बाद झालेले बल्बज बदलून टाका.
६६. कचऱ्यापासून खत बनवण्यासाठी मदत करा.

६७. तिला उपयुक्त ठरेल अशा वृत्तपत्रामधील मजकुराची कात्रणे करून ठेवा किंवा तिला वाचणे शक्य नसल्यास मोठ्याने वाचून दाखवा.
६८. तिच्यासाठी आलेला फोनवरील संदेश काळजीपूर्वक लिहून ठेवा.
६९. बाथरूममध्ये तुमची अंघोळ करून झाली की, बाथरूम नीट आवरून ठेवा.
७०. तिच्यासाठी स्वत: गाडीचा दरवाजा उघडा.
७१. वाणसामानाच्या पिशव्या उचलण्याची तयारी दाखवा.
७२. जड सामान तिला उचलू देऊ नका, तुम्ही उचला.
७३. सहलीवर जाताना सामानाची सर्व जबाबदारी – म्हणजे ते वाहण्याची, गाडीत नीट रचण्याची – तुम्ही घ्या.
७४. जर भांडी ती घासणार असेल किंवा भांडी घासायची पाळी तिची असेल, तर काही हट्टी डाग घालवण्यासाठी तुम्ही प्रयत्न करा.
७५. घरातील ज्या गोष्टी दुरुस्त करायच्या आहेत, त्यांची एक यादी बनवा व ती स्वयंपाकघरात लावा. जेव्हा तुम्हाला मोकळा वेळ मिळेल, तेव्हा तिच्यासाठी त्यातील काही कामे करा, पण त्याच्यातच अडकून राहू नका.
७६. ती जेव्हा स्वयंपाक बनवते तेव्हा तिची स्तुती करा.
७७. तिचे बोलणे ऐकत असताना नजरेला नजर मिळवा.
७८. तिच्याशी बोलताना कधी तिचा हात हातात घ्या.
७९. दिवसभरात ती जे काही करते त्यामध्ये रस घ्या, मग ते ती वाचत असलेली पुस्तके असू दे किंवा ती ज्या लोकांशी संपर्क सांधते ती माणसे असू देत!
८०. ती बोलत असताना तुम्ही ते काळजीपूर्वक ऐकताय हे तिला समजावे म्हणून मधून-मधून 'हंऽऽ', 'हूंऽऽ', 'होऽका', 'बरं!' असे म्हणा.
८१. तिला 'बरे वाटते का?' असे अधूनमधून विचारत जा.
८२. तिची तब्येत ठीक नसेल, तर तिच्या तब्येतीची विचारपूस करत राहा.
८३. जर ती दमलेली असेल, तर तिला चहा विचारा.
८४. झोपण्याची एक विशिष्ट वेळ ठरवा आणि दोघे मिळून एकत्र झोपायला जा.
८५. तुम्ही घरातून बाहेर पडता, तेव्हा कोणत्याही प्रकाराने जवळीक साधा.
८६. तिने केलेल्या विनोदाला किंवा चेष्टेला प्रतिसाद द्या.
८७. जेव्हा ती तुमच्यासाठी काही करते, तेव्हा तिला 'थँक्यू' म्हणा. तुमचे आभार तिला शब्दातून कळू दे.
८८. जेव्हा ती तिची हेअरस्टाईल बदलते, तेव्हा त्याकडे लक्ष द्या व तिला 'छान दिसते' असे आठवणीने सांगा.
८९. फक्त दोघांसाठी खास वेळ काढा.

९०. जेव्हा दोघे एकांतात काही महत्त्वाचे क्षण वाटून घेत असाल किंवा ती तिच्या दुखऱ्या भावना उलगडत असेल तेव्हा फोन उचलू नका.

९१. थोडेसे जरी लांब जायचे असेल, तर जोडीने जा.

९२. पिकनिक आयोजित करा, त्यासाठी चटई, खाद्यपदार्थ वगैरेची व्यवस्था करा.

९३. जर ती कपडे धुणे, इस्त्री करणे वगैरे कामे करत असेल, तर तिच्याकडे तुमचे कपडे आणून द्या किंवा स्वत: धुण्याची तयारी दाखवा.

९४. तिला एकटीलाच फिरायला न्या. अशा वेळी मुले बरोबर नकोत.

९५. अशा पद्धतीने तडजोडी करा की, तिला हे कळले पाहिजे की, तिला जे हवे ते मिळावे अशी तर तुमची इच्छा आहेच, पण तुम्हाला जे हवे ते तुम्हालासुद्धा मिळाले पाहिजे. हुतात्मा बनण्याचा प्रयत्न करू नका.

९६. जेव्हा तुम्ही बाहेर गेलात, तेव्हा तिचे जवळ नसणे तुम्हाला फार अवघड गेले, हे तिला जाणवू द्या.

९७. तिच्या आवडीचे आइस्क्रीम, मिठाई घरी घेऊन येत जा.

९८. जर नेहमी वाणसामान ती आणत असेल, तर कधीतरी तुम्ही ते आणायची तयारी दाखवा.

९९. शृंगार किंवा प्रणयाच्यापूर्वी पोटभर खाऊ नका, त्यामुळे तुम्हाला सुस्ती वाटेल व तुम्ही नंतर दमाल.

१००. एखादी यादी करत असताना तिलासुद्धा तिचे मुद्दे सांगण्याचा आग्रह करा.

१०१. तिचा विचार करून कमोडची सीट खाली पाडून ठेवा.

छोट्या गोष्टींची मोठी जादू

जेव्हा पुरुष त्याच्या बायकोसाठी छोट्या-छोट्या गोष्टी करतो, तेव्हा सगळे जादूमय घडते. असे केल्याने तिचे प्रेमाचे तळे भरभरून वाहते आणि त्याचे गुणसुद्धा वाढतात. जेव्हा ती गुणसंख्या पुरेशी असते, तेव्हा तिला हे जाणवते की, तिच्यावर त्याचे खूप प्रेम आहे आणि त्यामुळे ती त्याच्यावर पूर्ण विश्वास टाकते आणि बदल्यात भरपूर प्रेमसुद्धा देते. जेव्हा स्त्रीला हे समजते की, त्याचे तिच्यावर खूप प्रेम आहे, तेव्हा तिला राग येत नाही व कोणत्याही उद्वेगाशिवाय ती त्याच्यावर प्रेम करू लागते.

बायकोसाठी छोट्या-छोट्या गोष्टी करणे, खरे तर पुरुषासाठीसुद्धा फायदेशीर असते. खरे सांगायचे, तर या छोट्या गोष्टींमुळे दोघांचेही भावनिक दुखावलेपण बरे होते, त्याला आपण शक्तिशाली आहोत असे वाटते. कारण तो आपली काळजी

घेतो आहे असे तिला वाटल्यामुळे ती सुखावते, परिणामी दोघेही समाधानी राहतात.

पुरुषाला काय हवे असते...

लहान-सहान गोष्टी आपल्या प्रियेसाठी करणे, हे जसे त्याच्यासाठी आवश्यक असते, तसेच हे सगळे केल्याबद्दल तिने कृतज्ञता व्यक्त करणे, हेसुद्धा गरजेचेच असते. चेहऱ्यावर गोडसे हसू आणून आणि 'थँक्स'सारखा शब्द उच्चारून ती हे व्यक्त करू शकते की, त्याने गुण मिळवला आहे. पुरुषाला देत राहण्यासाठी अशा कृतज्ञतेची आणि प्रोत्साहनाची गरज असते; त्याच्या वागण्यामुळे तिला आनंद झाला आहे हे जाणवणे त्याच्यासाठी गरजेचे असते. जर त्याला गृहीत धरले जाते आहे, असे त्याला जाणवले, तर पुरुष 'देणे' बंद करतात. स्त्रीने त्याला हे कळू देणे आवश्यक आहे की, त्याची कृत्ये वंदनीय आहेत.

याचा अर्थ असा नव्हे की, त्याने कचऱ्याची बादली रिकामी केली, तर तिने खोटे-खोटे नाटक करावे की सारे काही छान चालले आहे, पण त्याने ही कृती केल्याबद्दल तिला कृतज्ञता वाटली, हे तिने त्याला सहजपणे सांगितले पाहिजे. अगदी हसून 'थँक्स' म्हटले तरी चालेल. हळूहळू दोन्ही बाजूंनी प्रेमाचे लोट वाहू लागतील.

स्त्रीने कोणत्या गोष्टींचा स्वीकार करावा असे पुरुषाला वाटते

पुरुषांची आपली सर्वशक्ती एका मोठ्या गोष्टीवर एकवटण्याची आणि लहान-सहान गोष्टींचे महत्त्व नगण्य समजण्याची जी उपजत प्रवृत्ती आहे, तिचा स्त्रियांनी स्वीकार करण्याची गरज आहे. जर या उपजत प्रवृत्तीचा स्वीकार केला, तर त्यांना ते तितकेसे दुखावणारे वाटणार नाही. तो आपल्याला कमीच (वेळ, पैसे) देतो म्हणून रागावण्यापेक्षा तिने विधायक दृष्टिकोन ठेवून त्याच्या समस्या कमी कशा करता येतील, याचा विचार करावा. तो तिच्यासाठी ज्या छोट्या-छोट्या गोष्टी करतो, त्याबद्दल तिला किती कृतज्ञता वाटते, हे तिने सतत त्याच्या मनावर बिंबवायला पाहिजे आणि तो किती दक्ष व कष्टाळू आहे, हे पण त्याला सांगावे.

तिने हेसुद्धा लक्षात ठेवावे की, जर तो एखादी लहान गोष्ट करायला विसरला, तर लगेच त्याचे आपल्यावर प्रेम नाही असा गैरसमज करून घेऊ नये, त्याचा अर्थ एवढाच की, पुन्हा त्याचे सगळे लक्ष काहीतरी भव्यदिव्य करण्यावर एकवटले आहे. त्याच्याशी भांडण्याच्याऐवजी किंवा त्याच्यावर रुसण्याऐवजी त्याला सक्रिय मदत देऊ करून प्रोत्साहन देऊ शकते. अधिक प्रोत्साहन आणि अधिक कृतज्ञता यामुळे पुरुष हळूहळू मोठ्या गोष्टींबरोबरच लहान गोष्टींनासुद्धा महत्त्व देण्याचे शिकेल. अधिकअधिक यशाच्या मागे धावण्याऐवजी तो तणावमुक्त होईल आणि

आपल्या पत्नीबरोबर व कुटुंबाबरोबर अधिक वेळ घालवू लागेल.

शक्ती आणि लक्ष यांच्या दिशांमध्ये बदल

मी माझी शक्ती छोट्या-छोट्या गोष्टींमध्ये खर्च करायला कधी आणि कसा शिकलो, हे आजही माझ्या लक्षात आहे. जेव्हा माझे व बोनीचे नुकतेच लग्न झाले होते, तेव्हा मला कामाचे प्रचंड व्यसन होते. मी पुस्तके तर लिहीत होतोच, पण त्याच्या जोडीला सेमिनार्स घेत होतो, त्याशिवाय माझे समुपदेशनाचे पेशंट्स होते. हे काम मी आठवड्यात ५० तास करत होतो. आमच्या वैवाहिक जीवनाच्या पहिल्याच वर्षी तिने मला पुन्हा-पुन्हा हे सांगण्याचा प्रयत्न केला की, तिला माझ्या अधिक सहवासाची किती गरज आहे! ती पुन्हा-पुन्हा मला हेच सांगत असे की, तिला किती निराधार वाटते आणि ती किती दुखावली जाते!

पण हे सगळे काही वेळेस तिला पत्रातून व्यक्त करावे लागे. आपण त्या पत्रांना 'प्रेम पत्र' म्हणू या! या पत्राच्या शेवटी नेहमी 'लव्ह' हा शब्द असायचा, पण पत्र मात्र राग, दुःख, भीती, क्लेश या भावनांनीच भरलेले असे. अकराव्या प्रकरणात आपण अशा प्रेमपत्रांचे महत्त्व आणि ती लिहिण्याची पद्धत याचा सखोल अभ्यास करू. तिने पुढील पत्र मी खूप वेळ काम करतो व तिला माझा सहवास मिळत नाही अशा पद्धतीची तक्रार करणारे लिहिले आहे –

प्रिय जॉन,

मी हे पत्र तुला माझ्या मनातील भावना समजाव्यात म्हणून लिहीत आहे; तू काय करावेस हे सांगण्याचा माझा हेतू नाही; फक्त तुला माझ्या भावना कळाव्यात म्हणून हा पत्रप्रपंच!

तू तुझा सगळा वेळ ऑफिसमध्ये घालवतोस या गोष्टीचा मला प्रचंड राग येतो; तू जेव्हा घरी येतोस, तेव्हा तू इतका थकलेला असतोस की, मला देण्याजोगे तुझ्याकडे काहीच नसते. मला तुझ्याबरोबर अधिक वेळ घालवणे आवडेल.

तू माझ्यापेक्षा तुझ्या क्लायंट्सना अधिक महत्त्व देतोस. यामुळे मी दुखावली जाते. तू खूप दमतोस याचेही मला वाईट वाटते. मला तुझी खूप आठवण येते.

काही वेळेस तर मला अशी भीती वाटते की, तुला मी आवडतच नाही की काय? तुला माझा सहवास नको वाटतो की काय? मी तुझ्यावर ओझे बनून तर राहात नाहीये ना? मला वाटते की, मी तुझ्या खूप मागे लागते

की काय? मला भीती वाटते की, माझ्या भावना तुझ्यासाठी महत्त्वाच्या नाहीत की काय?

असे लिहून मी तुला दुखावले असेल, तर मला माफ कर. मला माहिती आहे की, हे सगळे तू आपल्या संसारासाठीच करतोस. तू मला सुखी ठेवण्यासाठी एवढे कष्ट करतोस, याचीही मला जाणीव आहे आणि त्यासाठी मी कृतज्ञ आहे.

तुझ्यावर प्रेम करणारी,
बोनी

हे पत्र वाचल्यानंतर तिच्या भावना थेट माझ्या हृदयाशी जाऊन भिडल्या. मला जाणवले, खरेच मी तिच्यापेक्षा माझ्या क्लायंट्सना अधिक वेळ देत होतो; मी माझे संपूर्ण लक्ष माझ्या क्लायंट्सवर केंद्रित करून मग दमलेला, थकलेला असा घरी येत होतो आणि मग तिच्याकडे साफ दुर्लक्ष करत होतो.

जेव्हा पुरुष अति काम करतो...

माझे बोनीकडे नक्कीच दुर्लक्ष होत होते, पण हे माझे तिच्यावर प्रेम नाही म्हणून नव्हे किंवा मला तिची पर्वा नाही म्हणून नव्हे, तर माझ्याकडे तिला देण्याजोगे काही उरत नसे म्हणून! पण मी ढोंगीपणाने असा विचार करत असे की, मी तरी इतके काबाडकष्ट का करतो? तिला उच्च प्रतीचे राहणीमान देण्यासाठीच ना! (अधिक पैसा मिळवून!) पण मला जेव्हा तिच्या भावना समजल्या, तेव्हा मात्र मी या समस्येवर तोडगा काढण्यासाठी काहीतरी नियोजन करण्याचे ठरवले.

रोज दिवसभरात मी आठ क्लायंट्स बघत असे, पण आता मी ठरवले की, रोज सातच क्लायंट्स बघायचे. आपली पत्नी हीच आपली आठवी क्लायंट आहे असे मी गृहीत धरू लागलो. रोज रात्री मी एक तास घरी लवकर यायला लागलो, मी मनातल्या मनात असे समजू लागलो की, हा माझा आठवा क्लायंट माझ्यासाठी खूप महत्त्वाचा आहे: मी माझ्या व्हीआयपी क्लायंटकडे जेवढे लक्ष पुरवले असते, तेवढेच लक्ष मी माझ्या पत्नीकडे पुरवू लागलो. मी घरी आल्यावर रोज तिच्यासाठी छोट्या-छोट्या गोष्टी करू लागलो आणि या नियोजनाचा परिणाम ताबडतोब दिसून आला; फक्त तीच नव्हेतर मीसुद्धा अधिक आनंदी झालो.

हळूहळू मला असे जाणवले की, मी ज्या पद्धतीने बोनीला व कुटुंबाला आधार देत होतो, त्यामुळे माझ्यावर सगळेच खूप प्रेम करू लागले, त्यामुळे फक्त यश आणि पैसा या मागे माझे धावणे कमी झाले. माझी घाई-गडबड थोडी कमी झाली

आणि आश्चर्याची गोष्ट ही की, फक्त आमचे नातेसंबंध सुदृढ झाले असे नव्हे, तर माझ्या कामाचा दर्जासुद्धा सुधारला आणि फार जास्त कष्ट न करताही मी अधिक यशस्वी होऊ लागलो.

माझ्या असे लक्षात आले की, मी जेव्हा घरी माझ्या कौटुंबिक आघाडीवर यशस्वी व्हायचो, तेव्हा त्याचे प्रतिबिंब माझ्या व्यवसायात पडायचे. मला हेसुद्धा जाणवले की, कामाच्या ठिकाणचे यश हे फक्त काबाड-कष्टातून मिळत नाही. इतरांच्या मनात स्फूर्तिदायक विश्वास निर्माण करण्याच्या माझ्या क्षमतेवरसुद्धा हे यश अवलंबून असते. जेव्हा माझे कुटुंब माझ्यावर प्रेम करते, तेव्हा फक्त माझ्यातच आत्मविश्वास येतो, असे नव्हे तर मी इतरांचासुद्धा विश्वास आणि कृतज्ञता मिळवू शकतो.

स्त्रीचे सहकार्य

माझ्यात घडलेल्या या बदलाचे श्रेय बोनीने दिलेल्या सहकार्याला जाते. ती तिच्या प्रामाणिक आणि प्रेमळ भावना मोकळेपणाने माझ्याजवळ व्यक्त करीत असे आणि सतत मला तिच्यासाठी छोट्या-छोट्या गोष्टी करायला सांगत असे आणि मी त्या केल्यावर कृतज्ञता व्यक्त करत असे. हळूहळू मला हे समजायला लागले की, केवळ छोट्या-छोट्या गोष्टी करूनसुद्धा समोरच्याचे प्रेम आपण मिळवू शकतो. ही किती आश्चर्यजनक गोष्ट आहे! त्यामुळे माझ्यावर कोणीतरी प्रेम करण्यासाठी मला काहीतरी भव्यदिव्य करावे लागेल, या तणावापासून मी मुक्त झालो. खरोखर खूप मोठ्या ओझ्याखाली मी भरडलो जात होतो, त्यातून माझी सुटका झाली.

स्त्रिया गुण कधी देतात...

स्त्रियांना मोठ्या गोष्टींबरोबरच क्षुल्लक गोष्टींचे पण फार अप्रुप असते; त्यांच्यासाठी केलेल्या छोट्या गोष्टींनासुद्धा दाद देण्याची खास क्षमता त्यांच्यामध्ये उपजतच असते; आणि खरे तर हे पुरुषांसाठी वरदानच आहे. खूप पुरुष अधिकाधिक यश मिळवण्यासाठी खूप मोठा संघर्ष करतात. कारण त्यांची अशी समजूत असते की, त्यामुळे ते प्रेमास पात्र ठरतील. वरवर दाखवले नाही, तरी आतमध्ये कोठेतरी पुरुषांच्या मनात प्रेम आणि कौतुक याबद्दल भूक असतेच, पण त्यांना हे कळत नाही की, असे प्रेम आणि कौतुक मिळवण्यासाठी त्यांना कोणतीही भव्यदिव्य गोष्ट करण्याची गरज नसते.

खूप पुरुष अधिकाधिक यश मिळवण्यासाठी खूप मोठा संघर्ष करतात. कारण त्यांची अशी समजूत असते की, त्यामुळे ते प्रेमास पात्र ठरतील.

तो तिच्यासाठी करत असलेल्या छोट्या-छोट्या गोष्टींबद्दल कृतज्ञता दाखवून स्त्री-पुरुषाला या यशाच्या नशेपासून परावृत्त करू शकते, परंतु तिच्याकडून अशी प्रशंसा मिळणे, त्याच्यासाठी किती महत्त्वाचे असते हे तिला समजले नाहीतर ही कृतज्ञता मनात असूनही ती व्यक्त करत नाही; क्वचित कधीतरी असेही घडते की, तिला आलेल्या संतापामुळे ती कृतज्ञता व्यक्त करू शकत नाही.

संतापज्वरावरील उपचार

छोट्या गोष्टींबद्दल कृतज्ञता दर्शवणे, हा स्त्रियांमधील उपजत गुण असतो; याला अपवाद असा की, जेव्हा तिची कृतज्ञता ही पुरुषासाठी किती गरजेची आहे हे तिला समजत नाही किंवा तिच्या मते, त्याची गुणसंख्या खूप कमी असते. जेव्हा स्त्रीला असे वाटते की, तिचा पुरुष तिच्यावर प्रेम करत नाही आणि ती दुर्लक्षिली जात आहे, तेव्हा आपोआपच तिच्यासाठी त्याने केलेल्या गोष्टीचे कौतुक करणे कठीण आहे. ती संतापज्वराने घेरली जाते, कारण तिने आत्तापर्यंत त्याने तिला जेवढे दिले त्यापेक्षा जास्त दिलेले असते. हा संतापच तिला त्याने केलेल्या छोट्या गोष्टींबद्दल कौतुक करण्यासाठी रोखतो.

संताप हा फ्लूसारखा किंवा सर्दी-तापासारखा असतो, तो अनारोग्यकारी असतो. जेव्हा स्त्री ही संतापज्वराने आजारी असते, तेव्हा पुरुष तिच्यासाठी जे करतो, ते ती नाकारते. कारण ती ज्या पद्धतीने गुणगणना करते यानुसार त्याचे गुण फारच नगण्य असतात.

जेव्हा स्त्री-पुरुष यांच्या गुणांचे प्रमाण ४०:१० असे असते, तेव्हा तिला हा संतापज्वर भरू शकतो. जेव्हा स्त्रीला असे वाटते की, तिला जे काही मिळते त्यापेक्षा कितीतरी जास्त ती देते आहे, तेव्हा नक्कीच तिला काहीतरी होते. तिच्याही नकळत ती तिच्या ४० गुणांमधून त्याचे १० गुण वजा करते आणि त्याचे गुण थेट शून्यावर नेऊन ठेवते. आता त्यांच्या नातेसंबंधात गुणांचे प्रमाण ३०:० असे होते. तिचे हे गणित तर्कशास्त्राच्या दृष्टिकोनातून बरोबर असले, तरी पती-पत्नी नातेसंबंधांमध्ये ते कुचकामाचे ठरते.

जेव्हा ती तिच्या गुणसंख्येतून त्याची गुणसंख्या वजा करते, तेव्हा तो शून्यावर येतो, पण तो प्रत्यक्षात शून्य नसतो. त्याने काहीच केले नाही असे असते का? पण तो जेव्हा घरी येतो, तेव्हा तिच्या नजरेत, तिच्या वागण्याबोलण्यात त्याला कमालीचा थंडपणा जाणवतो; तो तिच्यासाठी जे काही करतो, त्याकडे ती साफ दुर्लक्ष करते; ती अशा पद्धतीने वागते की, त्याने तिला काहीच दिलेले नाही, पण त्याच्याकडे त्याचे हक्काचे १० गुण असतात ना!

स्त्री पुरुषाचे गुण अशा पद्धतीने कमी करते, या मागचे कारण असे की, तो तिच्यावर प्रेम करत नाही असे तिला वाटते; त्याचे आणि तिचे गुणांचे हे विषम गुणोत्तर पाहून तिला त्याचे वागणे प्रेमशून्य भासते; तो अत्यंत पाषाणहृदयी आहे, हे पाहून तिला त्याचे हक्काचे दहा गुणसुद्धा मान्य करणे अवघड जाते; अर्थातच तिचे हे वागणे सर्वस्वी अयोग्य आहे, पण जे आहे ते असेच आहे.

सर्वसामान्यपणे नातेसंबंधांमध्ये या पायरीवर असे घडते की, पुरुषाला प्रशंसा, कौतुक न मिळाल्यामुळे अधिक काही करण्याची प्रेरणाच तो गमावून बसतो. आता तो संतापज्वराने तापतो. तिचे चिडणे, संतापणे तर चालूच असते आणि मग परिस्थिती अजूनच बिघडत जाते. तिचा संतापज्वर अधिकच गंभीर रूप धारण करतो.

ती काय करू शकते?

ही समस्या सोडवण्याचा एक उत्तम मार्ग हा की, दोघांनीही एकमेकांना सहानुभूतीपूर्वक समजावून घेणे; त्याला प्रशंसेची गरज असते, तर तिला आधाराची गरज असते आणि या त्यांच्या गरजा पूर्ण झाल्या नाहीत, तर हा संतापज्वर वाढतच जातो.

या संतापावरील उपाय हाच की, तिनेच याची जबाबदारी स्वीकारावी. तसे पाहिले, तर तिनेच या नातेसंबंधांमध्ये खूप जास्त दिल्यामुळे अशी विषम गुणसंख्या झाली, म्हणजेच या समस्येला तितकीच तीसुद्धा जबाबदार आहे. ती जशी स्वत:ची सर्दी-ताप-खोकला वगैरे बरे करते, तसेच तिने तिचा हा ताप पण बरा करायला हवा आणि या नातेसंबंधांमध्ये आता अधिक देणे थांबवून थोडीशी विश्रांती घ्यायला हवी. तिने आता स्वत:चे लाड करावेत, पार्लरमध्ये जावे, स्पामध्ये जावे आणि आता त्याला तिच्यासाठी काहीतरी करू द्यावे.

जेव्हा स्त्रीला खूप जास्त राग येतो, तेव्हा ती तिच्या जोडीदाराला तिला मदत करण्यास प्रतिबंध करते, त्याला ती संधी मिळू देत नाही किंवा जर त्याने तसा प्रयत्न केलाच, तर तो जे काही करतो, त्यांची किंमत कमी करते. त्या गोष्टीला हलके लेखते आणि त्याला आणखी एक शून्य देते; त्याच्या सहकार्यासाठी आपल्या मनाची कवाडे घट्ट मिटून टाकते. नातेसंबंधांमध्ये प्रमाणापेक्षा जास्त दिल्याची चूक स्वीकारून, त्यामुळे निर्माण होणाऱ्या समस्येला आपल्या जोडीदाराला जबाबदार धरणे तिने सोडून द्यावे आणि आता पुन्हा नव्याने गुणपत्रक बनवायला घ्यावे. अशा प्रकारे ती त्याला आणखी एकदा संधी देऊ शकते. आणि या नव्या दृष्टिकोनामुळे परिस्थितीत सुधारणा करू शकते.

तो काय करू शकतो

जेव्हा पुरुषाला प्रशंसा मिळत नाही, तेव्हा तो सहकार्य करणे थांबवतो. ती जेव्हा संतापज्वराने आजारी असेल, तेव्हा त्याच्या सहकार्याबद्दल त्याला गुण देणे आणि कृतज्ञता व्यक्त करणे हे खूप अवघड असते, हे त्याने समजून घेऊनही परिस्थिती जबाबदारीने आणि कौशल्याने हाताळणे गरजेचे असते.

स्वत:ची संतापातून सुटका करून घेण्यासाठी त्याने हे स्वत:ला बजवावे की, आता काही देण्यापूर्वी काही घेण्याची तिची गरज आहे. तो जेव्हा छोट्या-छोट्या गोष्टींमधून प्रेम आणि जिव्हाळा व्यक्त करत असतो, तेव्हा त्याने हे लक्षात ठेवावे. काही काळासाठी तर त्याने तिच्याकडून तो पात्र असलेल्या आणि त्याला गरज असलेल्या कृतज्ञतेची अपेक्षासुद्धा करू नये. जर तिला आलेल्या संतापज्वराला आपणच जबाबदार आहोत, असे त्याने मानले, तर ते अधिक उपयुक्त होईल. कारण तिला हव्या असलेल्या छोट्या-छोट्या गोष्टींकडे त्यानेच दुर्लक्ष केलेलेअसते.

ही दूरदृष्टी जर त्याच्याकडे असली, तर ती या संतापज्वरातून बरी होईपर्यंत तो तिच्यासाठी खूप काही करू शकतो. त्याला जर ही समस्या कशी सोडवायची हे कळले, तर त्याचा राग पळून जाईल; जर तो तिला देत राहिला आणि तिने देण्यामधून थोडीशी 'टाइम-प्लीज' घेतली आणि त्याच्याकडून मिळणाऱ्या प्रेम आणि सहकार्यावर लक्ष केंद्रित केले, तर गुणांचे प्रमाण लवकरच समान होईल.

पुरुष इतके कमी का देतात?

पुरुषाला क्वचितच अधिक घ्यावे आणि कमी द्यावे असे वाटते, तरीसुद्धा नातेसंबंधांमध्ये पुरुष कमी देण्यासाठी कुप्रसिद्ध आहेत. बहुधा तुम्हालासुद्धा तुमच्या नातेसंबंधांमध्ये हा अनुभव आला असेल. बायकांची सर्वसाधारण तक्रार हीच असते की, नातेसंबंधांमध्ये सुरुवातीच्या काळात तो खूप प्रेमळ वागत असे, पण नंतर मात्र हळूहळू तो उदास, अलिप्त वागू लागला. पुरुषांनासुद्धा असे वाटते की, त्यांना अयोग्य वागणूक मिळते. स्त्रियासुद्धा नातेसंबंधांमधील सुरुवातीच्या काळात खूप प्रेमळ आणि कृतज्ञ असतात, पण नंतर हळूहळू त्या चिडखोर आणि हट्टी होत जातात. त्यांच्या अशा वागण्यामागचे गूढ स्त्री आणि पुरुष वेगवेगळ्या पद्धतीने गुणगणना कशी करतात, हे समजून घेतल्यावरच उलगडते.

पुरुष देणे का थांबवतो यामागची पाच कारणे आहेत, ती अशी :

१. पुरुषांना न्याय्य वागणूक हवी असते

पुरुष आपली सर्व ऊर्जा एखाद्या विशिष्ट कामावर केंद्रित करतो आणि आपण आपल्या वाट्याचे ५० गुण तिच्याकडून मिळवले आहेत, असे गृहीत धरतो; मग तो घरी येतो, शांतपणे बसून राहतो आणि आता त्याच्या पत्नीने तिच्या वाटेचे ५० गुण मिळवावेत या अपेक्षेने वाट पाहात बसतो. त्याला या गोष्टीची कल्पनाच नसते की, त्याच्या कामाचा त्याला फक्त एकच गुण मिळाला आहे! पण त्याला असे वाटते की, त्याने भरपूर दिले आहे, म्हणून तो देणे थांबवतो.

त्याच्या दृष्टिकोनातून तो असा विचार करतो की, हे असे करणे न्याय्य आणि प्रेमळच आहे. आता गुणसंख्या समान व्हावी, म्हणून तो तिलाही ५० गुण मिळविण्याची परवानगी देतो. त्याला हे माहीत नसते की, ऑफिसमधील त्याच्या काबाडकष्टांची योग्यता ही फक्त एका गुणाचीच आहे. त्याचा हा न्याय्यपणाचा दृष्टिकोन तेव्हाच बरोबर ठरेल, जेव्हा स्त्रिया प्रत्येक प्रेमाच्या भेटवस्तूसाठी किंवा कृतीसाठी १/१ गुण कशा पद्धतीने देतात हे तो समजून घेईल आणि त्याचा आदर करेल. ही पहिली अंतर्दृष्टी स्त्री आणि पुरुष दोघांसाठीही व्यावहारिक जीवनात कशी उपयोगी आहे ते पाहा.

पुरुषांसाठी : लक्षात ठेवा, कोणत्याही छोट्या किंवा मोठ्या गोष्टीची स्त्रीच्या लेखी किंमत समान – फक्त एक गुण! प्रेमाने दिलेल्या सर्व गोष्टी सारख्याच महत्त्वाच्या; त्यांची गरजसुद्धा सारखीच महत्त्वाची! राग, संताप टाळण्यासाठी अशा छोट्या-छोट्या गोष्टी करण्याची सवय ठेवा, ज्या खूप मोठा बदल घडवून आणू शकतील. जोपर्यंत स्त्रीला मोठ्या गोष्टींबरोबर प्रेमाच्या लहान गोष्टीसुद्धा भरभरून मिळत नाहीत, तोपर्यंत ती सुखी-समाधानी दिसणार नाही.

स्त्रियांसाठी : हे लक्षात असू द्या की, पुरुष हे मंगळावरचे आहेत. त्यामुळे लहान-सहान गोष्टी करण्यासाठी ते आपोआप तयार होणार नाहीत. ते तुमच्यावर कमी प्रेम करतात म्हणून ते कमी देतात, असे नव्हे तर ते असे मानतात की, त्यांनी त्यांच्या वाटेचे जे करायचे होते, ते केलेले आहे. ही गोष्ट तुम्ही वैयक्तिक पातळीवर घेऊ नका, त्याऐवजी पुन्हा-पुन्हा त्याच्याकडे आधार मागून त्याला प्रोत्साहित करा. तुम्हाला आता अगदी त्याचा आधार मागण्यावाचून गत्यंतरच नाही, अशी वेळ येईपर्यंत थांबू नका किंवा गुणसंख्या विषम होईपर्यंत वाट पाहू नका. त्याचे सहकार्य मिळालेच पाहिजे असा हट्ट धरू नका, विश्वास ठेवा की, त्यालाही तुम्हाला मदत करायची आहे; फक्त त्याला थोड्याशा प्रोत्साहनाची गरज आहे.

२. शुक्रवासिनींना विनाशर्त प्रेम हवे असते

स्त्री तिच्याकडे जेवढे असेल तेवढे आपल्या जोडीदाराला देत राहाते आणि मग एके दिवशी तिच्या असे लक्षात येते की, आपण आता रिक्त झालो आहोत. आपल्याकडे देण्यासारखे काहीच उरले नाही आणि आपण जेवढे दिले त्या बदल्यात आपल्याला खूप कमी मिळाले. पुरुषांसारखे सुरुवातीपासूनच गुणांचा हिशोब ठेवणे त्यांना जमत नाही, त्या देतच राहतात आणि असे गृहीत धरतात की, जोडीदारसुद्धा असेच करेल.

पण आपण आत्ता पाहिलेच की, पुरुष तसे नसतात. पुरुष मुक्त मनाने गुणसंख्या विषम होईपर्यंत देत राहतो आणि मग देणे थांबवतो; आता आपण जे काही दिले, त्याच्या मोबदल्यात आपल्याला काय मिळाले याची तो वाट पाहात राहातो.

जेव्हा पुरुषाला देण्यामागे स्त्रीला आनंद मिळत असतो, तेव्हा तो असे समजतो की, ती गुणांचा हिशोब ठेवते आहे आणि नक्कीच त्याला अधिक गुण मिळत असले पाहिजेत. आपण तिला त्या मानाने कमी देत आहोत, असा विचार त्याला स्पर्शूनसुद्धा जात नाही; तो स्वतःच्या दृष्टिकोनातून असा सोयीस्कर निष्कर्ष काढतो की, त्याच्या बाबतीत गुणसंख्या विषम झाली असती, तर त्याने देणे थांबवलेच असते ना! पण ती अजून देतीये त्या अर्थी त्याची गुणसंख्या अधिक आहे.

त्याला माहिती असते की, जेव्हा त्याची खात्री असते की त्याने यापूर्वीच खूप काही तिला दिले आहे आणि असे असतानाही अजून अधिक देण्याची वेळ आली असती, तर नक्कीच ते त्याने हसतमुखाने दिले नसते. मनाच्या या पार्श्वभूमीवर जेव्हा स्त्री त्याला हसतमुखाने, मुक्त हस्ताने देत राहते, तेव्हा तो असे गृहीत धरतो की, नक्कीच त्याला मिळालेले गुण हे खूप जास्त आहेत; त्याला याची जाणीव नसते की, तिच्या जवळ गुणांचे प्रमाण ३०:० इतके होईपर्यंतसुद्धा आनंदाने देऊ शकेल असा दैवी गुण असतो. या अंतर्दृष्टीचासुद्धा स्त्री आणि पुरुषांना व्यावसायिक पातळीवर कसा उपयोग होतो ते पाहा.

पुरुषांसाठी : लक्षात ठेवा, जरी स्त्री हसतमुखाने तुम्हाला देत असली तरीसुद्धा याचा अर्थ असा नव्हे की, तुमची आणि तिची गुणसंख्या जवळपास सारखीच आहे.

स्त्रियांसाठी : लक्षात ठेवा, तुम्ही पुरुषाला जेव्हा आनंदाने, मोकळ्या मनाने काही देत असता, तेव्हा त्याच्यापर्यंत असा संदेश जात असतो की, तुमची गुणसंख्या सारखीच आहे; त्याला तुम्हाला अधिक देण्यासाठी उद्युक्त करायचे असल्यास हळुवारपणे आणि त्याला न दुखावता त्याला आणखी देणे थांबवा. त्याला तुमच्यासाठी काही छोट्या गोष्टी करू द्या. छोट्या-छोट्या कामासाठी त्याचे सहकार्य मागून त्याला प्रोत्साहन द्या आणि मग कृतज्ञता व्यक्त करा.

३. मंगळनिवासी मागितल्यावरच देतात

मंगळनिवासींना आपण स्वावलंबी असल्याबद्दल फार अभिमान असतो; त्यांना खरोखरच आत्यंतिक गरज असल्याशिवाय ते कोणाकडे मदत मागत नाहीत. मंगळावर कोणी मदत मागितल्याशिवायही देऊ करणे, हे उद्धटपणाचे समजले जाते.

याच्या उलट शुक्रवासिनी दुसऱ्याला धीर देण्यात, मदत करण्यात तत्पर असतात; त्यांना एखादी व्यक्ती आवडल्यास त्या त्याला काय वाटेल ते देतात; त्या त्याने मागण्याचीसुद्धा वाट पाहात नाहीत आणि त्यांचे प्रेम जेवढे अधिक तेवढे त्यांचे देण्याचे प्रमाणही अधिक!

जेव्हा पुरुष तिला सहकार्य देऊ करत नाही, तेव्हा स्त्रीचा असा गैरसमज होतो की, त्याचे तिच्यावर प्रेम नाही. काही वेळेस तर ती त्याच्या प्रेमाची परीक्षा घेण्यासाठी त्याला मदत न मागता तो स्वत:होऊन मदत करतो की नाही, याची वाट पाहात बसते. जेव्हा तो मदत देऊ करत नाही, तेव्हा ती खूप रागावते. तिच्या हे लक्षात येत नाही की, तो केवळ तिने त्याच्याकडे मदत मागण्याचीच वाट पाहात आहे.

आपण हे पाहिलेच की, गुणगणनेची नोंद ठेवणे, हे पुरुषासाठीसुद्धा तितकेच महत्त्वाचे आहे. जेव्हा पुरुषाला असे वाटते की, नातेसंबंधांमध्ये आपण भरपूर काही दिले आहे, तेव्हा साहजिकच तो तिच्याकडे अधिक सहकार्याची मागणी करेल आणि साहजिकच ही मदत आपल्याला मिळणे, हा आपला हक्क आहे असे तो समजेल आणि त्याच्या मागण्या वाढत जातील; याच्या उलट जर त्याने नातेसंबंधांमध्ये कमीच दिले असेल, तर तो तिच्याकडे अधिकाची मागणी करणार नाही; साहजिकच तो स्वत:साठी तिच्या सहकार्याची मागणी करणार नाही. उलट तो तिला अधिक मदत कशी करू शकेल याबद्दलचे मार्ग शोधेल.

जेव्हा स्त्री सहकार्याची मागणी करत नाही, तेव्हा पुरुष गैरसमजुतीने हे गृहीत धरतो की, त्या दोघांची गुणगणना सारखीच आहे, किंबहुना त्याचेच गुण अधिक आहेत; त्याला हे माहिती नसते की, ती त्याच्या मदतीच्या प्रतीक्षेत आहे.

या तिसऱ्या अंतर्दृष्टीचा स्त्री आणि पुरुष यांना व्यावहारिक पातळीवर काय उपयोग होतो पाहा –

स्त्रियांसाठी : लक्षात ठेवा, पुरुष नेहमी केव्हा आणि कशी मदत दिली जावी याबद्दलच्या सूचनांचा शोध घेत असतो, त्याच्याकडे कोणी मागणी करण्याची वाट पाहात असतो; जेव्हा ती त्याच्याकडे अधिक मदतीची मागणी करते, तेव्हाच त्याला योग्य प्रतिसाद मिळाला असे वाटते; शिवाय जेव्हा ती मागणी करते, तेव्हाच त्याला समजते की, काय द्यायचे! अनेक पुरुषांना तर काय द्यायचे हेसुद्धा कळत नाही. पुरुषाला जरी असे वाटले की, तो कमी देतो आहे, तरीसुद्धा ती त्याच्याकडे निश्चितपणे काही मागत नाही, तोपर्यंत तो त्याची शक्ती मोठ-मोठ्या कामांमध्येच

खर्च करतो. त्याला असे वाटते की, प्रचंड यश आणि अमाप पैसा यामुळेच तिचे समाधान होईल.

पुरुषांसाठी : लक्षात ठेवा की, स्त्रिया त्यांना मदत हवी असली, तरी त्यांच्या स्वभावानुसार त्या प्रत्यक्ष किंवा आपणहोऊन मागत नाहीत, उलट त्यांना वाटते की, जर तुमचे प्रेम असेल, तर तुम्ही स्वत:होऊन मदत देऊ कराल; म्हणून छोट्या-छोट्या मार्गांनी तिला मदत करण्याचा सराव करा.

४. गुणसंख्या विषम असली तरी स्त्रिया मदत करण्यास तत्पर असतात

पुरुषांच्या हे लक्षात येत नाही की, त्या दोघांच्या गुणसंख्येत खूप फरक असला (म्हणजे स्त्रीची गुणसंख्या अधिक व पुरुषाची कमी!) तरीसुद्धा जेव्हा तो तिच्याकडे सहकार्याची मागणी करतो, तेव्हा ती 'हो' म्हणते. जर त्या त्यांच्या पुरुषांना मदत करू शकत असतील, तर त्या नक्कीच मदत करतील. अशा वेळी गुणांचा हिशोब करणे तिच्या मनात नसते. पुरुषांनी ही काळजी घेतली पाहिजे की, तिच्याकडून फार मदत मागू नये. जर तिला असे वाटले की, तिला या नातेसंबंधांमधून जेवढे मिळते, त्यापेक्षा ती अधिक देते आहे, तर थोड्याच वेळात तिला तुमच्याकडून सहकार्य मिळत नाही म्हणून ती संतापेल.

पुरुष गैरसमजाने असे गृहीत धरतात की, जोपर्यंत त्याच्या गरजांना आणि विनंत्यांना ती प्रतिसाद देते आहे, तोपर्यंत असे मानण्यास हरकत नाही की, तिलासुद्धा तितक्याच प्रमाणात पाहिजे ते मिळते आहे. त्यांची गुणसंख्या समान नसतानासुद्धा तो असा गैरसमज करून घेतो की, त्यांची गुणसंख्या समान आहे.

लग्नानंतरच्या पहिल्या दोन वर्षांच्या काळात मी माझ्या पत्नीला, बोनीला दर आठवड्याला एका सिनेमाला नेत असे. एके दिवशी ती खूप संतापली व म्हणाली, ''तुला जे हवे आहे, तेच आपण नेहमी करतो. मला जे करावेसे वाटते ते आपण कधीच करत नाही.''

खरोखर मी आश्चर्यचकित झालो. मी असा विचार करत होतो की, जोपर्यंत ती सिनेमाला येण्यास 'हो' म्हणते, तोपर्यंत असे समजायला हरकत नाही की, तिलासुद्धा सिनेमा बघणे माझ्याइतकेच आवडते.

क्वचित प्रसंगी ती मला असे सुचवीत असे की, शहरात एके ठिकाणी चांगले जादूचे प्रयोग लागले आहेत किंवा तिला यापेक्षा एखाद्या गाण्याच्या कार्यक्रमाला जाणे आवडेल. आम्ही जेव्हा कधी एखाद्या नाट्यगृहावरून गाडीने गेलो, तर ती म्हणत असे, ''ते पोस्टर मजेशीर दिसतेय! जाऊ या का आपण नाटकाला?''

पण मग आठवडाभरात मी ते विसरून जात असे आणि मग म्हणत असे, ''आज आपण त्या सिनेमाला जाऊ या, परीक्षण खूप चांगले आले आहे.''

आणि ती लगेच आनंदाने, 'ठीक आहे' असे म्हणायची, त्यामुळे माझा गैरसमज होत असे आणि माझ्या मेंदूपर्यंत असा संदेश पोहोचत असे की, सिनेमाला जाणे माझ्याइतकेच तिला पण आवडते. सत्य असे होते की, तिला माझ्या सहवासात राहायचे होते. त्यासाठी सिनेमा ठीक होता, पण त्यापेक्षा तिला शहरातील एखाद्या सांस्कृतिक कार्यक्रमाला जाणे आवडले असते. म्हणून तर ती माझ्याशी बोलताना वारंवार त्या गोष्टींचा उल्लेख करत असे, पण ती सिनेमाला यायला तयार असल्यामुळे मला ही कल्पनाच नव्हती की, मला आनंदी करण्यासाठी ती तिच्या इच्छा-आकांक्षांचा त्याग करते आहे!

या चौथ्या अंतर्दृष्टीचा स्त्री-पुरुषांना व्यावहारिक पातळीवर काय उपयोग होतो पाहा –

पुरुषांसाठी : लक्षात ठेवा, तिने तुमच्या सर्व विनंत्या जरी मान्य केल्या, तरी त्याचा अर्थ असा नव्हे की, तुमची गुणसंख्या समान आहे. कदाचित गुणांचे प्रमाण २०:० असेही असू शकेल आणि तरीही ती आनंदाने म्हणत असेल, 'हो, मी धोब्याकडून तुझे कपडे घेऊन येते हं!' किंवा 'मी त्यांना तुझा हा निरोप देते.'

तुम्हाला पाहिजे असलेली गोष्ट करण्याची तयारी दर्शवली याचा अर्थ, त्या तिच्या इच्छा आहेत असे नव्हे. तिला विचारा की, तिला नेमके काय हवे आहे, तिच्या आवडी-निवडी काय आहेत, याबद्दलची माहिती गोळा करा आणि नंतर तिला कोठे घेऊन जायचे ते ठरवा.

स्त्रियांसाठी : लक्षात ठेवा, तुम्ही पुरुषाच्या विनंतीला तात्काळ मान्यता दिली, तर त्याचा असा समज होतो की, तो तुम्हाला भरपूर काहीतरी देतो आहे आणि त्यामुळे आता गुणसंख्या समान झाली आहे. जर तुम्ही अधिक देत आहात आणि तुम्हाला कमी मिळत आहे, तर त्यांच्या विनंत्यांना 'हो' म्हणणे थांबवा; त्याऐवजी कौशल्याने त्याला तुमच्यासाठी अधिक काही करायला सांगा.

५. मंगळनिवासी शिक्षा म्हणून वजा गुण देतात

बायकांना या गोष्टीची जाणीव नसते की जेव्हा पुरुषांना असे वाटते की, त्यांची जोडीदार त्यांच्यावर प्रेम करत नाही आणि सहकार्य करत नाही. तेव्हा ते त्यांच्या जोडीदाराला वजा गुणसुद्धा देतात. जेव्हा स्त्री पुरुषाला अविश्वास, नापसंती, अस्वीकार, अमान्यता, कृतघ्नता अशा प्रतिक्रिया देते, तेव्हा तो तिला शिक्षा म्हणून वजा गुण देतो.

उदाहरणार्थ, जर पुरुष दुखावला गेला किंवा त्याला तिची वागणूक प्रेमशून्य वाटली, त्याने तिच्यासाठी जे काही केले, त्याबद्दल तिने कृतज्ञता व्यक्त केली नाही, तर तिने आत्तापर्यंत जे गुण मिळवले आहेत, त्यातून काही गुण तो

बिनदिक्कत वजा करतो, त्यामध्ये त्याला काहीच अयोग्य वाटत नाही. त्याच्या दृष्टीने ते न्याय्य असते; जर तिने त्याला दहा गुणांचे सुखसमाधान दिले असेल, तर तो जेव्हा दुखावला जातो, तेव्हा शिक्षा म्हणून दहा गुण वजा करतो; एवढ्यावरच तो थांबत नाही, तर तो जर खूप जास्त दुखावला गेला असेल, तर वीस गुणसुद्धा वजा करतो; परिणामी होते काय? आता तिच्या खात्यात वजा दहा गुण (-१०) राहतात – जे की एका मिनिटापूर्वी तिच्या खात्यात अधिक दहा (+१०) गुण होते.

हे सगळे स्त्रियांसाठी संभ्रमित करणारे असते. खरे तर तीस गुण मिळण्यास पात्र होईल, एवढे तिने त्याला दिलेले असते, पण अचानक क्षणिक संतापाच्या भरात त्याने ते सगळेच्या सगळे काढून घ्यावे? त्याच्या दृष्टीने मात्र तिला गुणांच्या बाबतीत कफल्लक करणे हे न्याय्यच आहे असे त्याला वाटते; यामध्ये त्याला काहीच चुकीचे वाटत नाही. गणिताच्या दृष्टिकोनातून हे बरोबर असले, तरी भावनिक पातळीवर हे अयोग्य असते.

शिक्षेच्या दृष्टिकोनातून केलेले हे गुणांकन नातेसंबंधांसाठी विघातक असते. स्त्रीला हा कृतघ्नपणा वाटतो आणि ती 'कंजूष' असा त्याच्यावर शिक्का मारू शकते. आत्तापर्यंत दिलेले प्रेमळ सहकार्य तो नाकारतो आणि खरेच कधीतरी असेही निश्चितपणे घडू शकते की, ती चुकीची असते. त्यामुळे तिला आणखी काही देण्याची किंवा तिच्यासाठी आणखी काही करण्याची त्याची इच्छा नाहीशी होते; तो निष्क्रिय बनतो. या पाचव्या आंतर्दृष्टीचा स्त्री व पुरुषांना व्यावहारिक पातळीवर कसा उपयोग होतो, ते पाहा.

पुरुषांसाठी : लक्षात ठेवा, शिक्षा म्हणून वजा गुण देणे हे अनारोग्यकारक आहे, सर्वस्वी चुकीचे आहे आणि त्याच्याने काही फारसे चांगले घडून येत नाही. कधीकधी तिची भावनाशून्य, कोरडी वागणूक, अपमानास्पद बोलणे, दुखावले जाणे हे तुमच्या सहनशक्तीच्या पलीकडचेसुद्धा असू शकेल, पण हीच वेळ आहे : मन मोठे करून तिला क्षमा करा आणि आत्तापर्यंत तिने तुमच्यासाठी जे-जे चांगले केले ते आठवण्याचा प्रयत्न करा आणि तिला शिक्षा करण्याचा विचार मनातून काढून टाका, त्याऐवजी तुम्हाला हव्या असलेल्या सहकार्याची तिच्याकडे मागणी करा; ती तो नक्की देईल. आदरयुक्त, सौम्य शब्दांत तिच्या लक्षात आणून द्या की, तिने तुम्हाला कसे दुखावले आहे आणि तिला तुमची माफी मागण्याची एक संधी द्या. शिक्षेने मने आणखी कडवट होतात; तुम्हाला तिच्याकडून जे हवे आहे, त्यासाठी तिला आणखी एक संधी दिल्यामुळे तुम्हालाही बरे वाटेल. लक्षात ठेवा, ती शुक्रवासिनी आहे; तिला हे कळत नाही की, तुमची गरज काय आहे किंवा तुम्ही कशामुळे दुखावले जाता!

स्त्रियांसाठी : लक्षात ठेवा की, अशा प्रकारे वजा गुण देणे, ही पुरुषांना सवयच असते. या अपमानापासून बचाव करण्याचे दोन पर्याय तुमच्याकडे उपलब्ध आहेत.

पहिला मार्ग असा की, तुमचे मार्क काढून घेणे हे चुकीचे आहे, यावर आधी ठाम राहा. सौम्य, आदरयुक्त शब्दात तुम्हाला काय वाटते, ते त्याच्यापर्यंत पोहोचवा. पुढच्या प्रकरणामध्ये अवघड आणि नकारात्मक भावना कशा व्यक्त करायच्या, ते आपण पाहणार आहोत. दुसरा मार्ग असा की, जेव्हा तुमच्या कोरड्या आणि भावनाशून्य व्यवहारामुळे तो दुखावला जाईल व तुमचे मार्क काढून घेईल, तेव्हा जर त्याला आवश्यक ते प्रेम व आधार मिळाला, तर तात्काळ तुमचे मार्क तुम्हाला परतसुद्धा करेल. जेव्हा त्याला प्रेम व आधार मिळेल, तेव्हा तो तुमचे वजा मार्क कमी-कमी करत जाईल. त्याला प्रेमळ वर्तणुकीची अपेक्षा असते, हे समजून घ्या व तसे वागा, म्हणजे तो फारसा दुखावला जाणार नाही.

तो दुखावला गेला आहे, हे तुम्ही समजू शकलात, तर तुम्हाला त्याबद्दल वाईट वाटते आहे, हेसुद्धा त्याला कळू द्या. त्याला जे प्रेम मिळाले नाही, ते देणे सगळ्यात महत्त्वाचे! त्याला जर कृतज्ञता मिळाली नसेल, तर त्याला आवश्यक असणारी कृतज्ञता व्यक्त करा, त्याला जर कधी नाकारले असेल किंवा त्याचा गैरफायदा घेतला असेल, तर त्याचा स्वीकार करा, त्याच्यावर कधी अविश्वास दाखवला असेल, तर आता त्याच्यावर विश्वास टाका, त्याचा कधी अपमान केला असेल, तर त्याला हवा असलेला मानसन्मान आता द्या. त्याच्यावर कधी नाराजी व्यक्त केली असेल, तर आता मान्यता द्या. जेव्हा पुरुषावर प्रेम केले जाते तेव्हा तो वजा गुण देणे थांबवतो.

या प्रक्रियेतील सर्वांत महत्त्वाचा भाग हा की, तो दुखावला गेला आहे, हे जाणून घेणे. बरेचदा असे होते की, पुरुष त्याच्या गुहेत जाऊन बसतो, तो नेमका कशामुळे दुखावला आहे हे त्याचे त्यालाच समजत नाही, मग जेव्हा तो गुहेतून बाहेर येतो, तेव्हा सहसा तो त्याबद्दल काही बोलत नाही; मग अशा वेळी त्याच्या पत्नीला हे कसे कळणार की, तो कशामुळे दुखावला गेला आहे? पण हे पुस्तक वाचून तुम्हाला हे समजणार आहे की, पुरुषाला कशा निरनिराळ्या पद्धतींनी प्रेमाची गरज असते आणि ती तुमच्या आयुष्यातील नातेसंबंध सुधारण्यासाठी नवी पहाट ठरणार आहे.

स्त्रिया संवादातूनसुद्धा हे जाणून घेऊ शकतात. मी हे आधीच सांगितले की, स्त्री जितकी मोकळेपणाने आणि आदरयुक्त शब्दांमध्ये आपल्या भावना त्याच्याजवळ व्यक्त करू शकेल, तितका तोसुद्धा मोकळेपणाने बोलायला शिकेल आणि आपल्या वेदना, दु:ख, अपमान तिच्यापाशी व्यक्त करेल.

पुरुष गुण कसे देतात

पुरुषांची गुण देण्याची पद्धत स्त्रियांपेक्षा वेगळी असते. पुरुषाने स्त्रीसाठी जे काही केले, त्या प्रत्येक वेळी स्त्रीने कृतज्ञता व्यक्त केली की, पुरुषाला त्याच्यावर प्रेम केल्यासारखे वाटते व त्या बदल्यात तो तिला एक गुण देतो. नातेसंबंधांमध्ये गुणसंख्या समान ठेवण्यासाठी पुरुषाला खरेच प्रेमाशिवाय दुसऱ्या कशाचीच गरज नसते, पण बायकांना त्यांच्या या प्रेमाची ताकद समजत नाही आणि मग विनाकारणच भलत्यासलत्या गोष्टी – ज्याची त्यांना गरज नाही, त्या करून त्याचे प्रेम मिळवण्याचा प्रयत्न करतात.

पुरुषाने स्त्रीसाठी जे केले, त्याबद्दल स्त्रीने कृतज्ञता व्यक्त केल्यास पुरुषाला हवे असलेले प्रेम मिळते. लक्षात ठेवा, पुरुषाला कृतज्ञतेचे फार माहात्म्य वाटते. निश्चितच दैनंदिन जीवनातील कौटुंबिक स्वरूपाच्या जबाबदाऱ्या पार पाडताना स्त्रीचाही समान सहभाग असावा, असे पुरुषाला वाटते. तसे असतेही! परंतु तरीही जर कृतज्ञता दर्शवली गेली नाहीतर मात्र त्याच्या लेखी तिच्या मदतीला काहीच अर्थ उरत नाही, मग त्याच्या दृष्टीने ते मुळीच महत्त्वाचे नसते.

निश्चितच दैनंदिन जीवनातील कौटुंबिक स्वरूपाच्या जबाबदाऱ्या पार पाडताना स्त्रीचाही समान सहभाग असावा, असे पुरुषाला वाटते. तसे असतेही! परंतु तरीही जर कृतज्ञता दर्शवली गेली, नाहीतर मात्र त्याच्या लेखी तिच्या मदतीला काहीच अर्थ उरत नाही; मग त्याच्या दृष्टीने ते मुळीच महत्त्वाचे नसते.

त्याचप्रमाणे पुरुषाने अनेक छोट्या-छोट्या गोष्टी केल्याशिवाय तो तिच्यासाठी करत असलेल्या मोठ्या गोष्टींसाठी कृतज्ञता व्यक्त करणे, स्त्रीला जमत नाही. पुरुष जेव्हा अनेक छोट्या-छोट्या गोष्टी करतो, तेव्हा आपली कोणीतरी काळजी घेते आहे, आपल्याला समजून घेते आहे आणि आपला आदर करते आहे, या प्राथमिक गरजा भागवल्या जातात.

पुरुषासाठी प्रेमाचा सगळ्यात मोठा स्रोत म्हणजे, त्याच्या कृतीबद्दल तिची प्रेममय प्रतिक्रिया! त्याच्याकडेसुद्धा प्रेमाचे तळे असते, पण त्याचे हे तळे ती त्याच्यासाठी काय करते, या गोष्टींनी भरत नाही; उलट ती त्याला कसा प्रतिसाद देते किंवा तिला त्याच्याबद्दल काय वाटते यामुळे ते तळे भरते.

जेव्हा ती त्याच्यासाठी जेवण बनवते, तेव्हा तो तिला एक किंवा दहा गुण देतो. हे त्या वेळच्या तिच्या त्याबद्दलच्या भावनांवर अवलंबून असते. जर स्त्री

मनातून त्याचा राग-राग करत असेल, तर तिने त्याच्यासाठी बनवलेल्या जेवणाची किंमत त्याच्या लेखी खूप कमी असेल. तो अशा वेळी कादाचित तिला वजा गुणसुद्धा देईल, कारण ती त्याचा रागराग करते. पुरुषाला समाधानी ठेवण्याचे गुपित हेच की, तिने आपले प्रेम कृतीपेक्षा भावनांमधून व्यक्त केले पाहिजे.

प्रेमाचे तत्त्वज्ञान हेच सांगते की, जेव्हा स्त्रीला आतून प्रेम वाटते, तेव्हा आपोआपच ते तिच्या देहबोलीतून व्यक्त होते. याउलट पुरुष जेव्हा प्रेमळ वागतो, बोलतो, तेव्हा त्यानुसार त्याच्या भावना बदलतात आणि मग त्याला तिच्याबद्दल आतून प्रेम वाटते.

जरी पुरुषाला स्त्रीबद्दल प्रेम वाटत नसले, तरी त्याने तिच्यासाठी काहीतरी प्रेमाने करायचे ठरवावे. त्याने केलेल्या गोष्टीचा कृतज्ञतापूर्वक स्वीकार झाला, तर त्याला तिच्याविषयी अधिक प्रेम वाटू लागते. म्हणूनच असे म्हणता येईल की, 'कृती' हाच पुरुषाचे प्रेम प्रेरित होण्याचा उत्कृष्ट आणि महत्त्वाचा मार्ग आहे; त्यामुळेच त्याचा लव्ह-पम्प जोराने काम करू शकेल.

परंतु बायका मात्र यापेक्षा फार वेगळ्या असतात. जोपर्यंत बायकांची काळजी घेतली जाते आहे, त्यांना समजून घेतले जाते आहे आणि आदराने वागवले जाते आहे असे वाटत नाही, तोपर्यंत सहसा त्यांना प्रेम मिळाल्यासारखे वाटत नाही. जर तिला प्रेम वाटत नसेल, तर अशा परिस्थितीत आपल्या जोडीदारासाठी आणखी काहीतरी करावे, या निर्णयामुळे निश्चितच तिला त्याच्याबद्दल अधिक प्रेम वाटणार नसते, उलट कदाचित तिच्या संतापात भरच पडणार असते. जेव्हा स्त्रीच्या मनात त्याच्याविषयी प्रेमळ भावना नसतील, तेव्हा तिने आपली सर्वशक्ती आपल्या नकारात्मक भावना बऱ्या करण्यासाठी केंद्रित करावी आणि निश्चितच त्याच्यासाठी अधिक काही करू नये.

पुरुषांनी, 'प्रेमळ वर्तणुकी'ला अधिक प्राधान्य द्यावे. कारण त्यामुळेच त्याच्या प्रियतमेची प्रेमाची गरज खात्रीने भागणार असते, त्यामुळे तिच्या हृदयाचे द्वार त्याच्यासाठी खुले होणार असते. शिवाय त्याचेही हृदय प्रेमाने भरून जाणार असते. जेव्हा पुरुष स्त्रीचे समाधान करण्याच्या बाबतीत यशस्वी ठरतो, तेव्हा त्याच्या हृदयाचे द्वारसुद्धा उघडते.

स्त्रीने प्रेमाची भावना सतत तेवत ठेवण्याला प्रधान्यक्रम द्यावा. ज्यामुळे त्याची प्रेमाची गरज निश्चितपणे भागली जाईल. जेव्हा स्त्री त्याच्याविषयीचे प्रेम आपल्या देहबोलीतून व्यक्त करते, तेव्हाच तो तिला देण्यास प्रवृत्त होतो आणि त्यामुळे तिच्या हृदयाची दारे उघडण्यास मदत होते. तिला हवा असलेला आधार मिळाला, तर स्त्रीचे हृदय अधिक मोठे होते.

पुरुषाला प्रेमाची खरी गरज केव्हा असते, या बाबतीत स्त्रिया अनभिज्ञ असतात.

खरे तर अशाच वेळी त्या २० ते ३० गुण मिळवू शकतात. पुढील उदाहरणे पाहा.

स्त्रिया पुरुषांकडून अधिक गुण कसे मिळवू शकतात

असे घडते	त्याने दिलेले गुण
१. तो चूक करतो आणि तरीही ती त्याला असे म्हणत नाही की, 'तरी मी तुला सांगत होते' किंवा उपदेशाचे डोस पाजत नाही.	१० ते २०
२. तो तिला निराश करतो, पण ती त्याला शिक्षा करत नाही.	१० ते २०
३. गाडी चालवताना तो रस्ता चुकतो, पण त्यात फार काही बिघडले असेही दर्शवत नाही.	१० ते २०
४. तो रस्ता चुकतो आणि त्या चुकीच्या रस्त्यावरही ती आनंदाने चीत्कारले, 'जर आपण सरळ रस्त्याने गेलो असतो, तर इतका सुंदर सूर्यास्त आपल्याला कधीच पाहायला मिळाला नसता.'	२० ते ३०
५. तो काहीतरी आणायचे विसरतो आणि ती म्हणते, 'ठीक आहे. पुढच्या वेळेस बाहेर जाशील तेव्हा आणशील का?'	१० ते २०
६. तो पुन्हा काहीतरी आणायचे विसरतो, तरीही तिचा त्याच्यावरचा विश्वास ढळत नाही, तरी शांतपणा आणि चिकाटी न सोडता म्हणते, 'असू दे ठीक आहे! अजूनही तुला हे आणता येईल का?'	२० ते ३०
७. ती त्याला दुखावते, पण लगेच तिला चूक कळते आणि त्याचे दु:ख समजते, मग लगेच त्याची माफी मागते आणि त्याला हवे असलेले प्रेम देते.	१० ते ४०
८. ती त्याच्याकडे सहकार्याची मागणी करते, पण तो 'नाही' म्हणतो. त्याचा नकार ती सहज पचवते आणि त्याच्यावर विश्वास ठेवून मनात म्हणते, 'त्याला शक्य असते, तर त्याने नक्की केले असते'	

ती त्याला नाकारतही नाही आणि त्याच्यावर नाराजही
होत नाही. १० ते २०

९. पुन्हा कधीतरी ती त्याचे सहकार्य मागते, तो पुन्हा 'नाही'
म्हणतो, पण ती त्याला असे भासवत नाही की, तो
चुकीचा आहे, उलट त्याच्या त्या वेळच्या मर्यादा
समजून घेते. २० ते ३०

१०. जेव्हा तो असे गृहीत धरतो की, दोघांचेही गुण समान
आहेत, अशा वेळीसुद्धा त्याची मदत मागताना ती
आग्रही नसते. १ ते ५

११. जेव्हा ती अस्वस्थ असते किंवा त्याला माहिती असते
की, ती खूप जास्त देत आलेली आहे, तरीही ती त्याच्या
सहकार्याची मागणी कोणताही अट्टाहास न करता करते. १० ते ३०

१२. जेव्हा तो अलिप्त होतो, तेव्हा त्याबद्दल ती त्याला
अपराधी वाटू देत नाही. १० ते २०

१३. जेव्हा तो गुहेतून बाहेर येतो, तेव्हा ती त्याचे स्वागत
करते, त्याला शिक्षा करत नाही किंवा नाकारत नाही. १० ते २०

१४. जेव्हा त्याने केलेल्या चुकीबद्दल तो तिची माफी मागतो,
तेव्हा ती त्याला माफ करते आणि त्याचा प्रेमाने स्वीकार
करते. त्याची चूक जेवढी मोठी तेवढे तो अधिक गुण
देतो. १० ते ५०

१५. जेव्हा तो तिला एखादी गोष्ट करायला सांगतो आणि ती
नम्रपणे 'नाही' म्हणते, उगाच ती ते करणार नाही, याची
ढीगभर कारणे देत नाही. १ ते १०

१६. जेव्हा तो तिला काहीतरी काम करायला सांगतो, तेव्हा
ती आनंदाने 'हो' म्हणते. १ ते १०

१७. जेव्हा एखादे छोटेसे भांडण होते, पण त्यानंतर तो
तिच्यासाठी छोट्या-छोट्या गोष्टी करायला लागतो,
तेव्हा ती पुन्हा त्याचे कौतुक करू लागते, कृतज्ञता
व्यक्त करते. १० ते ३०

१८. तो घरी आल्यावर तिला आनंद होतो.   १० ते २०

१९. ती त्याच्यावर नाराज असते, पण आपली नाराजी
    व्यक्त न करता शेजारच्या खोलीत जाते, स्वत:ला
    शांत करते आणि पुन्हा त्याच्याशी प्रेमळपणे वागू
    लागते.   १० ते २०

२०. काही विशेष प्रसंगी तिला त्याच्या न आवडणाऱ्या
    गोष्टींकडे दुर्लक्ष करते, एरवी तिने त्याबद्दल वाद
    घातला असता.   २० ते ४०

२१. त्याच्याबरोबर शृंगार करताना तिला आनंद होतो.   १० ते ४०

२२. त्याने किल्ल्या कोठे ठेवल्यात हे तो विसरतो, पण
    'तो बेजबाबदारच आहे,' अशा अर्थाचा कटाक्ष ती
    त्याच्याकडे टाकत नाही.   १० ते २०

२३. जेव्हा ते बाहेर फिरायला जातात, तेव्हा एखाद्या
    सिनेमाबद्दल किंवा रेस्टॉरंटबद्दलची नाराजी ती मोठ्या
    कौशल्यपूर्ण चातुर्याने आणि गोड शब्दांत व्यक्त करते.   १० ते २०

२४. तो जेव्हा गाडी चालवत असतो किंवा गाडी पार्क
    करत असतो, तेव्हा ती त्याला सूचना देत नाही,
    उलट त्यांना तेथे नेल्याबद्दल कृतज्ञता व्यक्त करते.   १० ते २०

२५. त्याने आत्तापर्यंत काय-काय चुकीच्या गोष्टी
    केल्या, याची जंत्री न लावता मागचे सारे विसरून
    ती त्याच्याकडून सहकार्याची अपेक्षा करते.   १० ते २०

२६. आपल्या दु:खी-नकारात्मक भावनांविषयी बोलताना
    ती स्थिर असते, दोषारोपण करत नाही, त्याला
    नाकारत नाही किंवा त्याला अमान्यसुद्धा करत नाही.   १० ते ४०

स्त्री अधिक गुण कसे मिळवू शकते.

या प्रत्येक उदाहरणावरून असे लक्षात येईल की, पुरुषांची गुणगणनेची पद्धत
स्त्रियांपेक्षा किती वेगळी असते! परंतु स्त्रीने हे सारे नेहमीच करत राहिले पाहिजे, असे
नाही. तो जेव्हा खूप दुखावलेला असतो, तेव्हाच हे सारे करण्याची गरज असते,
पण त्याला जो आधार, जे सहकार्य पाहिजे असते, ते ती जर देत राहिली, तर तो

गुण देण्याच्या बाबतीत अतिशय उदारमतवादी असतो.

मी सातव्या प्रकरणात सांगितल्याप्रमाणे, अवघड प्रसंगी स्त्रीची प्रेम देण्याची क्षमता ही लाटेप्रमाणे वर-खाली होत असते. जेव्हा स्त्रीची प्रेम देण्याची क्षमता वाढते, (जेव्हा ती लाटेवर आरूढ होते.) तेव्हा ती जास्तीतजास्त गुण मिळवू शकते. इतर वेळी मात्र तिने स्वत:कडून तितकेच प्रेनळ असण्याची अपेक्षा धरू नये.

ज्याप्रमाणे स्त्रीची प्रेम देण्याची शक्ती लाटेप्रमाणे वर-खाली होत असते, त्याचप्रमाणे पुरुषाची प्रेमाची गरजसुद्धा कमी-जास्त होत असते. वरीलपैकी प्रत्येक उदाहरणामध्ये पुरुष नेमके किती गुण कोणत्या परिस्थितीत देतो, याचा नेमका आकडा सांगितलेला नाहीतर तेथे ढोबळ मानाने टप्पे दिले आहेत; जेव्हा त्याची प्रेमाची गरज जास्त असेल, तेव्हा त्याने जास्त गुण दिले आहेत.

उदाहरणार्थ, जर त्याने एखादी चूक केली आणि त्याबद्दल त्याला पश्चात्ताप वाटतोय, लाज किंवा शरम वाटतेय – अशा वेळी त्याला तिच्या प्रेमाची अधिक गरज असते. अशा प्रसंगी तिने त्याला आधार दिला, तर तो तिला अधिक गुण देतो. जेवढी चूक मोठी तेवढे गुण अधिक. जर त्याला तिच्याकडून प्रेमाधार मिळाला नाहीतर तो गरजेच्या वजा गुण देतो. या वजा गुणांची संख्यासुद्धा त्याच्या प्रेमाच्या गरजेच्या तीव्रतेवर अवलंबून असते; अशा वेळी जर तो नाकारला गेला, तर तिला देण्यात येणाऱ्या वजा गुणांची संख्यासुद्धा मोठी असते.

पुरुषाने एखादी चूक केली आणि त्याबद्दल त्याला पश्चात्ताप झाला, लाज किंवा शरम वाटली, तर अशा वेळी त्याला तिच्या प्रेमाची गरज अधिक असते; जितकी त्याची चूक मोठी तितके तिला देण्यात येणारे गुण अधिक.

पुरुष बचावात्मक पवित्रा का घेतात...

पुरुष, स्त्रीवर खूप रागावतो, चिडतो... केव्हा? तर जेव्हा त्याच्या हातून चूक घडलेली असते आणि ती अस्वस्थ झालेली असते. त्याची स्वत:ची अस्वस्थता ही त्याने केलेल्या चुकीच्या प्रमाणात असते. चूक जर छोटी असेल, तर तो कमी प्रमाणात आत्मसमर्थन करतो आणि चूक जर जास्त मोठी असेल, तर तो अधिक जास्त आत्मसमर्थन करतो. बायकांना काही वेळेस प्रश्न पडतो की, त्यापेक्षा झालेल्या मोठ्या चुकीबद्दल तो पटकन 'सॉरी' का म्हणून टाकत नाही? याचे उत्तर असे असते की, मनातल्यामनात तो घाबरत असतो की, 'क्षमा मिळाली नाहीतर?' आपले चुकले, आपण तिच्या नजरेत अपयशी झालो, हे पचवणे त्याच्यासाठी फार वेदनादायी असते. 'सॉरी' म्हणण्यापेक्षा त्याला ती अस्वस्थ झाली, या कारणासाठी

तिच्यावर रागावणे आणि तिला वजा गुण देणे अधिक सोपे वाटते.

जेव्हा पुरुष मनाच्या नकारात्मक स्थितीत असेल, तेव्हा असे समजा की, आपल्या जवळून घोंगावत जाणारे वादळ चालले आहे; अशा वेळी गप्प राहून स्वतःचे रक्षण करा.

जेव्हा पुरुष मनाच्या नकारात्मक स्थितीत असतो, अस्वस्थ असतो, अशा वेळी तिने त्याला घोंघावत जवळ येणाऱ्या वादळाप्रमाणे मानावे आणि गप्प राहून स्वतःचा बचाव करावा. वादळ शांत झाले की, नक्कीच तो तिला त्याला चुकीचे न ठरवल्याबद्दल किंवा त्याला बदलण्यास भाग न पाडल्याबद्दल जास्तीचे गुण देईल, पण तिने ते वादळ थांबवण्याचा प्रयत्न केला, तर प्रलय घडेल आणि त्याच्या कामात अडथळा आणल्याबद्दल तो तिला दोष देईल.

स्त्रियांसाठी ही अंतर्दृष्टी नवीनच आहे. कारण तिकडे शुक्रावर कोणी अस्वस्थ झाले, तर शुक्रवासिनी कधीच त्याकडे दुर्लक्ष करणार नाहीत किंवा अशा वेळी गप्प बसणार नाहीत. शुक्रावर अशा प्रकारची वादळे नसतात. शुक्रावर जेव्हा कोणी अस्वस्थ होते, दुःखी होते, तेव्हा प्रत्येक जण त्यामध्ये स्वतःला गुंतवून घेते. दुःखामागचे कारण समजून घेण्यासाठी हजार प्रश्न विचारते. मंगळावर मात्र जेव्हा वादळ येते, तेव्हा प्रत्येक जण सुरक्षित जागा पाहून लपून बसतो.

पुरुष जेव्हा वजा गुण देतो

जेव्हा स्त्रिया हे समजून घेतात की, पुरुषांची गुणगणना करण्याची पद्धत त्यांच्यापेक्षा निराळी असते, तेव्हा त्यांना ते फार उपयुक्त ठरते. स्त्रियांसाठी पुरुषांचे हे वजा गुण देणे फार गोंधळून टाकणारे असते आणि म्हणूनच पुरुषांबरोबर आपल्या भावना वाटून घेणे, त्यांना तितकेसे सुरक्षित वाटत नाही. असे वजा गुण देणे हे किती अन्यायकारक हे जर समस्त पुरुषवर्गाने समजून घेतले आणि एका रात्रीत स्वतःला बदलून टाकले, तर ते किती छान होईल! पण ही कवीकल्पना आहे, वास्तवात शक्य नाही; असे क्रांतिकारी बदल घडून येण्यास काळ लोटावा लागतो. स्त्रियांना दिलासा देणारी गोष्ट एवढीच की, पुरुष जितक्या लवकर हे वजा गुण देतात, तितक्याच लवकर ते रद्दही करतात.

वजा गुण देणारा पुरुष हा नातेसंबंधात मिळाल्यापेक्षा अधिक देणाऱ्या संतापग्रस्त स्त्रीसारखाच असतो; तीसुद्धा असेच त्याचे गुण आपल्या गुणांमधून वजा करते आणि त्याला शून्यावर नेऊन ठेवते. अशा वेळी पुरुषांनीच थोडा समजूतदारपणा दाखवावा की, ती संतापज्वराने आजारी आहे आणि तिला आता अधिक प्रेमाची गरज आहे.

त्याचप्रमाणे पुरुष जेव्हा वजा गुण देतो, तेव्हा स्त्रियांनी हे जाणून घ्यावे की, त्याचेसुद्धा हे संतापज्वराचे वेगळे रूप आहे. त्यालासुद्धा बरे होण्यासाठी अधिक प्रेमाची गरज आहे; असे जर घडले, तर तो तिला तात्काळ जास्तीचे गुण देईल आणि पुन्हा त्यांची गुणसंख्या सारखी होईल.

पुरुषांकडून अधिक गुण कसे मिळवावे, हे शिकून स्त्री आपल्या पुरुषाला विशेष सहकार्य करू शकते. दुखावलेला असतो, तेव्हा मदत करू शकते. दुरावलेला असतो, तेव्हा जवळीक करू शकते; त्याच्यासाठी छोट्या-छोट्या गोष्टी (१०१ मार्ग ही यादी पाहा.) करण्याऐवजी तिने आपली शक्ती त्याला काय हवे, ते देण्यावर केंद्रित करावी. (त्यासाठी स्त्रियांनी पुरुषांकडून अधिक गुण कसे मिळवावेत, ही यादी पाहावी.)

स्त्री आणि पुरुषांमधील फरक लक्षात घ्या

स्त्री आणि पुरुष यांची गुणगणनेची वेगळी पद्धत लक्षात घेतल्यास दोघांनाही त्याचा फायदा होतो. नातेसंबंध सुधारणे यासाठी तुम्हाला तुम्ही आत्ता करत आहात, त्यापेक्षा अधिक कष्ट करण्याची गरज नाही; हे कठीण तर अजिबात नाही. जोडीदाराला आवडेल अशा पद्धतीने आपल्या शक्तीला दिशा दिली, तर नातेसंबंधांना जपणे फार सोपे आहे.

♦

प्रकरण ११

अप्रिय भावना व्यक्त करण्याची कौशल्यं

जेव्हा आपण अस्वस्थ असतो, निराश असतो, उदासीन असतो किंवा रागावलेले असतो तेव्हा प्रेमळपणे संवाद साधणे अवघड होऊन बसते. जेव्हा नकारात्मक भावना पृष्ठभागावर येतात, तेव्हा काही काळासाठी का होईना आपण विश्वास, आस्था, सामंजस्य, स्वीकार, कृतज्ञता आणि आदर हे सारे-सारे विसरून जातो. अशा वेळी आपला त्या मागचा हेतू कितीही चांगला असला, तरी आपले साधे बोलणे भांडणात कधी बदलते, हे समजतसुद्धा नाही. क्षणिक संतापापायी आपल्या स्वत:साठी किंवा आपल्या जोडीदारासाठी योग्य ठरलेली पद्धत अशा वेळी आपण साफ विसरून जातो. अशा वेळी स्त्रिया स्वत:च्याही नकळतपणे पुरुषांना दोष देतात, ज्यामुळे त्यांना त्यांच्या कृतीबद्दल अपराधीपण येते. तिचा जोडीदार जे करतोय ते उत्तम आहे असा विश्वास न बाळगता ती हे गृहीत धरते की, तो सगळ्यात जास्त वाईट करतोय, त्यामुळे त्याला ती टीकाखोर आणि संतापी वाटते. जेव्हा तिच्या मनात नकारात्मक भावनांचे अधिराज्य असते, तेव्हा तिला विश्वास, स्वीकार, कृतज्ञता या भावनांनी ओथंबलेले शब्द बोलण्यात आणणे अवघड जाते. अशा वेळी तिचा तिच्या जोडीदाराविषयी दृष्टिकोन किती नकारात्मक आणि दुखावणारा आहे, हे तिला समजत नाही.

जेव्हा पुरुष अस्वस्थ असतात, तेव्हा स्त्रियांच्याविषयी त्यांचा दृष्टिकोन खूप टीकात्मक असतो. तिच्या बायकी, हळुवार भावनांबद्दल त्याला चीड येते; एवढेच नाहीतर आपली जोडीदार भावनाप्रधान, संवेदनाशील, हळवी आहे हे तो विसरतो. तो तिच्या गरजांकडेही दुर्लक्ष करतो, त्यामुळे तो दुष्ट आणि निष्काळजी वाटतो. जेव्हा नकारात्मक भावना त्याला घेरतात तेव्हा समजुतीने, आदराने, आस्थेवाईकपणे तिच्याशी बोलणे त्याला कठीण जाते. अशा वेळी आपला नकारात्मक दृष्टिकोन तिला किती दुखावतो, हे त्याच्या गावीसुद्धा नसते.

या वेळी अशा असतात की, तेव्हा बोलून काही फायदाही नसतो. सुदैवाने

त्याला दुसरा एक पर्याय आहे. आपल्या भावनांना आपल्या जोडीदाराजवळ प्रत्यक्ष वाणीने व्यक्त करण्याऐवजी त्याला किंवा तिला ते पत्राद्वारे कळवायचे. असे पत्र लिहिल्याने तुम्हाला तुमच्या भावना समजतील आणि तो किंवा ती दुखावले जाण्याची भीती पण राहणार नाही. अशी पत्रे लिहिल्यामुळे तुम्ही तुमच्या भावना मोकळेपणाने व्यक्त करू शकाल व त्याकडे लक्षही देऊ शकाल, आपोआपच तुम्ही त्यामुळे अधिक स्थिर आणि अधिक प्रेमळ व्हाल. जेव्हा पुरुष अशी पत्रे लिहितात, तेव्हा ते अधिक आस्थेवाईक बनतात, समजतूदार होतात आणि आपल्या प्रियेशी अधिक आदराने वागतात. स्त्रिया जेव्हा अशी पत्रे लिहितात, तेव्हा त्या अधिक विश्वासू, स्वीकारार्ह आणि कृतज्ञ वाटतात.

पत्र लिहून आपल्या नकारात्मक भावना व्यक्त करणे, हा आपण दुसऱ्याला किती निष्ठुर वाटू शकतो, हे जाणवून घेण्याचा उत्तम मार्ग आहे. ही जाणीव होणे फार महत्त्वाचे असते, कारण त्यामुळेच तुम्ही तुमच्या जोडीदाराबरोबरची वागण्याची पद्धत बदलू शकता, त्याशिवाय तुमच्या नकारात्मक भावना लिहून काढल्यामुळे त्याची तीव्रता कमी होते; आणि मनामध्ये पुन्हा सकारात्मक भावनांचा झरा वाहू लागतो; अशा प्रकारे अधिक चांगल्या पद्धतीने स्थिरावल्यामुळे पुन्हा तुम्ही तुमच्या जोडीदाराच्या जवळ जाऊन प्रेमळ शब्दांत तिच्याशी किंवा त्याच्याशी बोलू शकता, मात्र आता तुम्ही बोलताना काही पथ्ये पाळणार आहात, आपल्या जोडीदाराचे चूक की बरोबर याचा शहानिशा आता तुम्ही करणार नाही आहात आणि टीका करण्याचा मोहसुद्धा आवणार आहात, परिणामी तुम्हाला समजून घेण्याची आणि तुमचा स्वीकार केला जाण्याची शक्यता वाढणार आहे.

पत्र लिहिल्यानंतर तुम्हाला तुमच्या जोडीदाराशी बोलण्याची (अप्रिय विषयावर) गरज पडणार नाही; उलट आता तुम्हाला तुमच्या जोडीदारासाठी काहीतरी प्रेमळ कृती करण्याची इच्छा दाटून येईल. तुम्ही तुमच्या पत्रामध्ये तुमच्या भावना व्यक्त करता की, केवळ तुम्हाला बरे वाटावे म्हणून पत्र लिहिता हे महत्त्वाचे नाही, तर आपल्या भावना लिहून काढणे, हे एक महत्त्वपूर्ण हत्यार आहे.

तुम्ही तुमच्या पत्रामध्ये तुमच्या भावना व्यक्त करता की, केवळ तुम्हाला बरे वाटावे म्हणून पत्र लिहिता हे महत्त्वाचे नाहीतर आपल्या भावना लिहून काढणे, हे एक महत्त्वपूर्ण हत्यार आहे.

तुमच्या भावना कागदावर लिहून काढण्याऐवजी हीच प्रक्रिया तुम्ही मनातल्या मनात करायची ठरवले, तरी चालण्यासारखे आहे. थोड्या वेळासाठी बोलणे बंद ठेवा आणि मग बघा की, तुमच्या मनात काय होते ते! आता फक्त कल्पनाशक्तीला

पंख लावायचे! मनातल्यामनात तुम्हाला जे हवे ते, जे वाटते ते मनमोकळेपणाने बोलायचे – त्याच्यावर कोणतेही बंधन घालायचे नाही, काटछाट करायची नाही. अशा प्रकारे मनातल्यामनात प्रामाणिकपणे व्यक्त केल्यावर नकारात्मक भावनांची तुमच्यावरची पकड सुटते, त्या दुबळ्या होतात आणि गळून पडतात. प्रेमपत्रं लिहिण्याचे हे जे तंत्र आहे, त्यामुळे तुमची मानसिक ताकद वाढते. प्रेमपत्र हा जरी लिहिण्याचा प्रकार असला, तरी तो मनातल्यामनातसुद्धा करता येतो.

प्रेमपत्र-तंत्र

आपल्या नकारात्मक भावनांपासून मुक्ती मिळवून अधिक प्रेमळ संवाद साधण्याचा सर्वांत उत्तम उपाय म्हणजे प्रेमपत्र लिहिण्याचे तंत्र आत्मसात करणे. एका विशिष्ट पद्धतीने तुमच्या भावना कागदावर उतरवल्यावर आपोआपच नकारात्मक भावनांचा निचरा होतो आणि सकारात्मक भावनांचा मनात प्रवेश होतो. प्रेमपत्राच्या तंत्रामुळे एकूणच पत्रलेखनाला चालना मिळते.

या प्रेमपत्र-तंत्राच्या तीन पायऱ्या आहेत –

१. राग, दु:ख, भीती, खेद आणि प्रेम या भावना व्यक्त करणारी प्रेमपत्रं लिहा.
२. तुम्हाला तुमच्या जोडीदाराकडून कशा प्रकारचा प्रतिसाद हवा आहे, ते व्यक्त करणारी पत्रे लिहा.
३. तुमचे प्रेमपत्र आणि प्रतिसादपत्र जोडीदारासोबत वाचा.

'प्रेमपत्र तंत्र' हे खूप लवचीक असते. तुम्ही हवे तर वरील तीनही पायऱ्यांचा उपयोग करू शकता किंवा तुम्हाला वाटले, तर यांपैकी एक किंवा दोन पायऱ्या वापरू शकता. उदाहरणार्थ, तुम्हाला भावनिकदृष्ट्या स्थिरावण्याची गरज आहे आणि अधिक प्रेमळ वाटण्यासाठी पहिल्या किंवा दुसऱ्या पायरीचा उपयोग करून तुमच्या जोडीदाराशी शाब्दिक संभाषण साधणे सोपे होईल आणि तेही राग, संताप न येऊ देता आणि दोषारोपण न करता! इतर कोणत्याही वेळी तुम्ही या तीनही पायऱ्या वापरून तुमच्या जोडीदाराबरोबर हे प्रेमपत्र आणि प्रतिसादपत्र शेअर करू शकता.

या तीनही पायऱ्यांमधून जाणे हा एक विलक्षण आणि उपचारक असा अनुभव दोघांसाठीही असतो. काही वेळेस मात्र या तीनही पायऱ्यांमधून जाणे, हे खूप वेळखाऊ वाटू शकते; आणि ते अप्रस्तुतसुद्धा असते. काही परिस्थितींमध्ये केवळ एकच पायरी वापरून प्रेमपत्र कसे लिहावे, याची आपण काही उदाहरणे बघू.

पायरी पहिली – प्रेमपत्र लिहिणे

प्रेमपत्र लिहिण्यासाठी एक खास खाजगी जागा शोधून काढा आणि आपल्या जोडीदाराला पत्र लिहा. प्रत्येक प्रेमपत्रामध्ये राग, दुःख, भीती, खेद आणि नंतर प्रेम या सर्व भावना व्यक्त करा. अशा प्रकारची रचना तुमच्या सर्व भावना व्यक्त होण्यास आणि समजून घेण्यास परवानगी देईल, परिणामी तुमच्या जोडीदाराला तुमच्या भावना समजल्या तर तुम्ही जोडीदाराशी अधिक प्रेमळपणे आणि स्थिर बुद्धीने संवाद साधू शकाल.

जेव्हा आपण अस्वस्थ असतो, तेव्हा अनेक वेगवेगळ्या प्रकारच्या भावना आपल्या मेंदूत एकाच वेळी थैमान घालत असतात. उदाहरणार्थ १) जेव्हा तुमचा जोडीदार तुम्हाला निराश करतो, तेव्हा तुम्ही खूप रागावता. कारण तो तुम्हाला भावनाशून्य वाटतो. २) तुम्ही रागावता, कारण ती कृतघ्न आहे. ३) दुःखी होता, कारण तो कामात खूप व्यग्र आहे. ४) दुःखी होता, कारण तिचा तुमच्यावर विश्वास नाही. ५) घाबरता की, ती तुम्हाला आता कधीच क्षमा करणार नाही. ६) घाबरता कारण त्याला तुमची पर्वा नाही. ७) वाईट वाटते, कारण स्वतःला प्रेमापासून वंचित केले, पण त्याच वेळी तुमचे त्याच्यावर किंवा तिच्यावर प्रेम असते. कारण ती/तो तुमचा जोडीदार आहे आणि तुम्हाला तिचे/त्याचे प्रेम व लक्ष हवे आहे.

आपल्या प्रेमभावना शोधण्यासाठी आपल्याला अनेकदा प्रथम आपल्या नकारात्मक भावना जाणून घेणे गरजेचे असते. राग, दुःख, भीती आणि खेद या चार प्रकारच्या नकारात्मक भावना व्यक्त केल्यानंतर आपण आपल्या प्रेमभावना अनुभवू शकतो व व्यक्तसुद्धा करू शकतो. प्रेमपत्रं लिहिण्यामुळे आपोआपच नकारात्मक भावनांची तीव्रता कमी होते आणि सकारात्मक भावना अनुभवणे शक्य होते.

प्रेमपत्र लिहिण्यासंबंधीच्या काही मार्गदर्शक सूचना खालीलप्रमाणे :

१. प्रेमपत्राच्या मायन्याच्या जागी तुमच्या जोडीदाराचे नाव घाला. अशी बतावणी करा की, तो किंवा ती तुमचे सांगणे प्रेमाने व सामंजस्याने ऐकून घेत आहे.
२. सुरुवातीला राग नंतर दुःख, नंतर भीती आणि नंतर खेद व शेवटी प्रेम अशा क्रमाने भावना उलगडत जा. प्रत्येक पत्रामध्ये हे पाच मुद्दे जरूर येऊ द्या.
३. प्रत्येक भावनेबद्दल काही वाक्ये लिहा आणि त्या प्रत्येक परिच्छेदाची लांबी जवळपास सारखी ठेवा. जे म्हणायचे ते सोप्या शब्दांत म्हणा.
४. प्रत्येक मुद्यांनतर जा थांबा आणि पुढील भावना मनाच्या पृष्ठभागावर येऊ द्या. तिचा अनुभव घेऊन मगच पुढील वाक्य लिहा.
५. प्रेमभावनेपर्यंत क्रमाक्रमाने येईस्तोवर थांबू नका. प्रेमभावना पृष्ठभागावर येईपर्यंत धीर धरा.

६. पत्राच्या शेवटी सही करा. काही क्षण मनाशी विचार करा की, तुम्हाला नेमके काय हवे आहे. तुमची इच्छा स्वतंत्रपणे तळटीपेमध्ये लिहा.

प्रेमपत्र लिहिणे तुम्हाला सोपे जावे, यासाठी या पानांच्या मार्गदर्शक म्हणून फोटोकॉपीज तुम्ही काढून संग्रही ठेवू शकता. या प्रत्येक पाच परिच्छेदांमध्ये काही ठरावीक वाक्यांश वापरलेले आहेत, ते तुम्हीसुद्धा तुमच्या पत्रांमध्ये वापरणे गरजेचे आहे. सर्वसामान्यपणे स्वतःला व्यक्त करणारा वाक्यांश असा की, 'मी रागावलो आहे' किंवा 'मला वाईट वाटतेय' किंवा 'मला भीती वाटते' किंवा 'मी चुकले की...' किंवा 'मला असे हवे आहे की...' किंवा 'मला तू आवडतोस/आवडतेस.' वाक्याचा संदर्भ घेऊन यांपैकी काय वापरायचे ते तुम्ही ठरवायचे आहे. सहसा असे प्रेमपत्र पूर्ण करायला २० मिनिटे पुरतात.

प्रेमपत्र

तारीख...

प्रिय ...
मी माझे मन मोकळे करण्यासाठी हे पत्र तुला लिहीत आहे....

१) राग
* मला हे मुळीच आवडले नाही की...
* मला अतिशय वैफल्यग्रस्त वाटत आहे की...
* मला या गोष्टीचा राग आला...
* मी फार चिडलो आहे, कारण...
* मला असे हवे आहे...

२) दुःख
* मला निराश वाटते की...
* मी दुःखी आहे कारण...
* मी दुखावलो गेलो/दुखावले गेले आहे, कारण...
* मला असे हवे होते की...
* माझी अशी इच्छा आहे की...

३) भीती

- मला काळजी वाटते की...
- मला भीती वाटते की...
- मी घाबरलो/घाबरले...
- मला हे नको आहे, कारण...
- माझी गरज ही आहे की...
- मला असे हवे आहे की...

४) खेद

- मला लाज वाटते की...
- मला वाईट वाटते की...
- मी शरमिंदा/शरमिंदी आहे की...
- मला असे कधीच नको होते की...
- मला असे हवे होते की...

५) प्रेम...

- माझे तुझ्यावर प्रेम आहे...
- माझी अशी इच्छा आहे...
- मला समजते की...
- मी क्षमा केली आहे...
- मी कृतज्ञ आहे...
- मी तुझा/तुझी आभारी आहे...
- मला माहिती आहे की...

तळटीप — मला तुझ्याकडून उत्तर अपेक्षित आहे.

इथे मी काही नमुनेदार घटनांची आणि आदर्श प्रेमपत्रांची उदाहरणे दिली आहेत, ज्याचा तुम्हाला पत्रलेखनाचे तंत्र समजून घेण्यासाठी उपयोग होईल.

विसरभोळेपणाबद्दलचे प्रेमपत्र

त्या दिवशी संदीपने खरेतर दुपारी ३ वाजेपर्यंत झोपायचे ठरवले होते, पण कशी कोण जाणे त्याला इतकी गाढ झोप लागली की, तो झोपेतून उठला तेव्हा संध्याकाळचे तेव्हा ५ वाजले होते. खरेतर दुपारी ४ आभाची – त्याच्या मुलीची

–डेंटिस्टकडची अपॉइंटमेंट होती, त्यामुळे त्याची बायको संध्या खूपच रागावली, पण आता त्याच्याशी झगडा करून काही उपयोग नाही, असा विचार करून आपला राग आणि नाराजी व्यक्त करण्यासाठी तिने लेखणी उचलली आणि पुढील प्रेमपत्र लिहायला बसली; त्यानंतर मात्र संदीपशी बोलताना ती अधिक शांत आणि स्वीकारशील झाली.

संध्याने पुढील प्रकारचे पत्र लिहिल्यामुळे त्याच्या विसराळूपणासाठी तिला त्याला भले मोठे व्याख्यान देण्याची किंवा त्याला अधिक भले-बुरे सुनावण्याची गरज पडली नाही किंवा तिने त्याला नाकारलेसुद्धा नाही, त्यामुळे त्यांचा त्या संध्याकाळचा वाद टळला आणि त्यांची संध्याकाळ मजेत गेली. पुढच्या आठवड्यात संदीपने स्वत:हून पुन्हा डॉक्टरांची अपॉइंटमेंट घेतली व आभाला नेण्याची तयारी दर्शवली.

असे होते संध्याचे प्रेमपत्र...

प्रिय संदीप,

१) राग : तू डेंटिस्टकडे आभाला घेऊन जायला विसरलास, याचा मला प्रचंड राग आला आहे; तू इतका झोपूच कसा शकतोस? तुझे हे असे दुपारचे झोपणे आणि मग सगळे काही विसरून जाणे मला अजिबात आवडत नाही. सर्वच गोष्टींची जबाबदारी माझ्या खांद्यावर पेलून आता माझे खांदे वाकले आहेत, एवढे कसे तुला समजत नाही? प्रत्येक गोष्ट मीच करायची? दमले बाबा मी आता....

२) दु:ख : आभाची डेंटिस्टकडची अपॉइंटमेंट चुकली, याचे मला खूप वाईट वाटले! तू विसरलास याचे मला दु:ख झाले; मला या गोष्टीचे दु:ख झाले की, याचा अर्थ मी तुझ्यावर विसंबून राहू शकत नाही. मला त्याचेही दु:ख होते की, तुलाही पुष्कळ कामे असतात. मला वाईट वाटते की, तूसुद्धा दमतोस. मला या गोष्टींचे वाईट वाटते की, तुझ्याकडे माझ्यासाठी खूप कमी वेळ असतो. मला पाहून तुला आनंद होत नाही, या गोष्टीचे मला वैषम्य वाटते. तू मी सांगितलेल्या गोष्टी विसरतोस तेव्हा मला वाईट वाटते. तुला माझी पर्वा नाही, असेच मला वाटते.

३) भीती : मला भीती वाटते की, या आपल्या संसारात प्रत्येक गोष्ट नेहमी मीच करायची का? तुझ्यावर विश्वास टाकायची पण मला भीती वाटते; तुला माझी चिंता नाही याची मला काळजी वाटते. पुढच्या वेळेस मलाच अधिक जबाबदारी घ्यावी लागणार, याची मला काळजी वाटते. मला प्रत्येक गोष्ट स्वत: करायची नाहीये रे! मला तुझी मदत हवी आहे, पण तुझी मदत घ्यायची म्हणजे सुद्धा मला काळजी वाटते. मला भीती वाटते की,

तू कधीच जबाबदारीने वागणार नाहीस. तू खूप जास्त काम करतोस, याचीसुद्धा मला चिंता वाटते. तू आजारी पडशील, अशीसुद्धा मला भीती वाटते.

४) खेद : तू अशी अपॉइंटमेंट चुकवलीस, त्यामुळे मीच शरमिंदा झाले. तू उशिरा आलास तरी मलाच अपराधी वाटते. मी खूप जास्त मागणीखोर आहे याचाही मला मग पश्चात्ताप होतो. खरोखर, मी इतर बायकांसारखी स्वीकारशील नाहीये का रे? मी फारशी प्रेमळ नाही, याचा मला खेद होतो. खरेच, मला तुझा अव्हेर करायचा नाहीये.

५) प्रेम : माझे तुझ्यावर खरेच मनापासून प्रेम आहे. मला समजते की, त्या दिवशी तू खूप दमला होतास. खरेच तू खूप काम करतोस. मला माहिती आहे की, तू तुझ्या परीने जास्तीतजास्त देण्याचा प्रयत्न करतोस. तू विसरल्याबद्दल मी तुला क्षमा करते, पण तू आपणहोऊन डॉक्टरांची पुन्हा अपॉइंटमेंट घेतलीस, याबद्दल मी तुझे आभार मानते. मला माहिती आहे की, तुला आपल्या लेकीची किती काळजी आहे ते! तू माझ्या आयुष्यात आहेस, याबद्दल मी स्वत:ला भाग्यवान समजते. आजची संध्याकाळ मला तुझ्याबरोबर आनंदाने घालवायची आहे.

प्रेमपूर्वक,
संध्या

ताजा कलम : 'पुढील आठवड्यात आभाला घेऊन डेंटिस्टकडे जायची माझी जबाबदारी आहे.' हे मला तुझ्याकडून ऐकायला आवडेल.

बेफिकिरीबद्दलचे प्रेमपत्र

दुसऱ्या दिवशी सकाळी अतुल ऑफिसच्या कामासाठी बाहेरगावी जाणार होता. दहा-बारा दिवसांसाठी आता अतुलचा आपल्याला विरह सोसावा लागेल, म्हणून नमिता कावरीबावरी झाली होती. साहजिकच तिला अतुलबरोबर जवळीक साधावीशी वाटली. तिने फ्रीजमधून आंबे काढले आणि त्याच्या सुबक फोडी करून अतुलसाठी प्रेमाने बेडरूममध्ये घेऊन गेली. अतुल आधीपासून पुस्तक वाचण्यात दंग झाला होता. त्यामुळे त्याने आंब्यांकडे फक्त एक नजर टाकली आणि तडक म्हणाला, ''ए, मला बिल्कुल भूक नाही!'' आणि पुन्हा पुस्तकात डोके घातले. नमिताच्या हे फारच जिव्हारी लागले; ती आंबे घेऊन परत गेली. मनातल्यामनात ती खूप संतापली. पण होती आणि दुखावलीसुद्धा होती, पण परत येऊन अतुलशी काहीतरी संतापाने बोलायचे किंवा त्याच्या उद्धटपणाबद्दल आणि निष्ठुरपणाबद्दल तक्रार करायची त्यापेक्षा तिने प्रेमपत्र लिहायला घेतले.

तिचे पत्र असे होते...

प्रिय अतुल,

१) राग : खरे तर उद्यापासून १०/१२ दिवस तू माझ्यापासून इतका दूर जाणार असूनसुद्धा तू पुस्तकात डोके खुपसून बसलास. या गोष्टीमुळे मी वैफल्यग्रस्त झाले होते; आजची आपली ही त्या दृष्टीने शेवटची संध्याकाळ आहे! तरीसुद्धा तू माझ्याकडे इतके दुर्लक्ष कसे करू शकतोस? हा वेळ तुला माझ्याबरोबर घालवावासा वाटत नाही, याचा मला खूप राग आला आहे. खरे तर आपल्याला एकमेकांचा अधिक सहवास मिळत नाही, याचाही मला राग येतो आहे. तुझ्याकडे नेहमीच असे काहीतरी असते, जे तुला माझ्यापेक्षा अधिक महत्त्वाचे वाटते. तुझे माझ्यावर प्रेम आहे, हे मला दिसले तर पाहिजे!

२) दुःख : तुला माझ्याबरोबर राहावेसे वाटत नाही, याचे मला दुःख होते. मला याचेही दुःख होते की, तुला खूप काम करावे लागते. जर मी इथे नसले, तर माझी अनुपस्थिती तुझ्या लक्षातसुद्धा येणार नाही, असे वाटून मला दुःख होते. मला वाईट वाटते की, तू सदान्कदा तुझ्याच कामात व्यग्र असतोस. तुला माझ्याशी बोलावेसे वाटत नाही, याचे मला दुःख होते. तुला माझी काळजी नाही, याचे मला दुःख होते. तुझ्यासाठी मी कोणीतरी खास आहे, हे मला कधीच तुझ्या वागण्याबोलण्यातून दिसत नाही, त्यामुळे मला दुःख होते.

३) भीती : मी का उदास आहे हे सुद्धा तुला कळत नाही, याची मला भीती वाटते. तुला माझी पर्वा नाही, म्हणून मला चिंता वाटते. तुझ्याशी संवाद साधण्याची, तुझ्यासमोर माझ्या भावना व्यक्त करण्याची मला भीती वाटते. तुला मी आवडत नाही, असे तर नाही ना? मला अशी भीती वाटते की, भावनिक पातळीवर आपण एकमेकांपासून खूप दूर आहोत. मला अशी भीती वाटते की, मला हे समजते, पण मी काहीच करू शकत नाही. मला अशी भीती वाटते की, माझा सहवास तुला कंटाळवाणा तर होत नाही ना?

४) खंत : तुझी तशी काही इच्छा दिसत नसतानाही मी तुझ्या सहवासाची मागणी करते, हे मला थोडेसे अपमानास्पद वाटते. मी इतकी अस्वस्थ झाले आहे, याची मला लाज वाटते. तुला माझे वागणे खूप मागणीखोर वाटत असेल, तर मी दिलगीर आहे. मी फारशी प्रेमळ आणि स्वीकारार्ह नाही, याबद्दल मला पश्चात्ताप होतो. तुला माझ्याबरोबर वेळ घालवायचा नाही, हे कळल्यावर मी इतके थंड राहायला नको होते. मी तुला

माझ्याबद्दल प्रेम व आस्था दर्शवण्यासाठी आणखी एखादी संधी द्यायला हवी होती. तुझ्या प्रेमाबद्दल मी अविश्वास दाखवला, त्याबद्दल मला पश्चात्ताप होतो आहे. खरेच, माझे चुकले! सॉरी!!

५) प्रेम : माझे तुझ्यावर खूप-खूप प्रेम आहे, म्हणून तर मी तुझ्यासाठी आंबे कापून आणले. तुला खूश करण्यासाठी मला काहीतरी करावेसे वाटले. आपल्या दोघांना, फक्त दोघांचा असा हा खास प्रसंग असावा असे मला वाटले. अजूनही माझी हीच इच्छा आहे की, आजची संध्याकाळ आपण रंगतदार करावी. तू माझ्याशी इतक्या बेफिकिरीने वागलास, पण त्यासाठी मी तुला केव्हाच माफ करून टाकले आहे. तू मला योग्य प्रतिसाद दिला नाहीस, पण त्याबद्दलही मी तुला माफ करते. मला समजते की, पुस्तकातला तू काहीतरी खूप मजेदार प्रसंग वाचत होतास की, तुला पुस्तक हातातून सोडणे शक्य नव्हते; असू दे! काही हरकत नाही! अजून संध्याकाळ आपल्या हाती आहे, ती आपण मजेत घालवू!

तुझ्यावर प्रेम करणारी,
नमिता

तळटीप – मला तुझ्याकडून असा प्रतिसाद अपेक्षित आहे, 'नमिता माझे तुझ्यावर खूप प्रेम आहे आणि मलासुद्धा आजची संध्याकाळ तुझ्याबरोबर घालवायची आहे, मी उद्या टूरवर गेल्यावर मला तुझी खूप आठवण येईल.'

वादविवादाविषयीचे प्रेमपत्र

पराग आणि प्रीतीचे काहीतरी आर्थिक नियोजनाबाबत एकमत होत नव्हते. काही मिनिटांमध्येच त्याचे रूपांतर भांडणामध्ये झाले. परागच्या असे लक्षात आले की, आता त्याचा संयम सुटत चालला आहे आणि तो आरडाओरड करण्याच्या बेतात आहे, तेव्हा त्याने स्वतःला सावरले, एक खोल दीर्घ श्वास घेतला आणि म्हणाला, ''मला यावर विचार करायला थोडा वेळ हवा आहे, नंतरच मग आपण बोलू.'' मग तो दुसऱ्या खोलीत गेला आणि त्याने त्याच्या सर्व भावना पत्रामध्ये व्यक्त केल्या.

पत्र लिहिल्यानंतर तो पुन्हा प्रीतीच्या जवळ जाऊ शकला व वादग्रस्त विषयावर पुन्हा अधिक समजूतदारपणे बोलू लागला, याचा परिणाम असा झाला की, दोघांनी मिळून प्रेमपूर्वक, खेळीमेळीने त्यांची समस्या सोडवली.

त्यांचे प्रेमपत्र बघा :

प्रिय प्रीती,

१) राग : तू इतकी भावनाविवश होतेस, याचा मला राग येतो. तू माझ्याबद्दल गैरसमज करून घेतेस, या गोष्टीचाही मला राग येतो. आपण शांतपणे बोलू शकत नाही, याचा मला राग येतो. तू इतकी संवेदनाशील आहेस आणि एवढ्या तेवढ्याने दुखावली जातेस, या गोष्टीचा मला राग येतो. तू माझ्यावर अविश्वास दाखवतेस आणि माझा तिरस्कार करतेस या गोष्टींचा मला राग येतो.

२) दुःख : आपण भांडतो, याचे मला अतीव दुःख होते. तुझ्या शंका आणि तुझा अविश्वास यामुळे मी दुखावला जातो. तुझे प्रेम मी गमावत आहे, या कल्पनेने मला दुःख होते. आपण इतके हमरातुमरीवर आलो, याचे मला दुःख होते; आपले एकमत होऊ शकत नाही, याचे मला दुःख होते.

३) भीती : मला भीती वाटते की, मी चूक तर करत नाहीये ना! मला अशी भीती वाटते की, मला पटले तरी तुला दुखावून मी ते करू शकत नाही. मला माझ्या भावना तुझ्याबरोबर वाटून घेण्याचीसुद्धा भीती वाटते. मला भीती वाटते की, तू मला चुकीचे ठरवशील. मी अकार्यक्षम ठरेन, याचीसुद्धा मला भीती वाटते. तू माझे कौतुक करणार नाहीस, याची मला भीती वाटते. तू जेव्हा अस्वस्थ असतेस, तेव्हा तुझ्याशी बोलायचीसुद्धा मला भीती वाटते; काय बोलावे तेच मला कळत नाही.

४) खंत : मी तुला दुखावले, त्याबद्दल मी दिलगीर आहे. मी तुझ्याशी सहमत होऊ शकत नाही, त्याबद्दल मी दिलगीर आहे. आताशी मी खूप थंड, भावनाशून्य झालो, याबद्दल मी दिलगीर आहे. मी नेहमीच तुझ्या प्रतिक्रियांचा निषेध करतो, याबद्दल मी दिलगीर आहे. मी कोणतीही गोष्ट खूप घाईघाईने करतो, याबद्दल मला पश्चात्ताप होतो. मी तुझ्या भावनांना, कल्पनांना चुकीचे ठरवतो, याबद्दल मला खंत वाटते. खरे तर, मी तुला अशा पद्धतीने वागवायला नको आहे, हे मला समजते, कारण तुझी पात्रता नक्कीच यापेक्षा जास्त आहे. मी तुझ्यावर टीका करतो, याचा मला पश्चात्ताप होतो.

५) प्रेम : माझे तुझ्यावर खूप प्रेम आहे आणि ते मला आयुष्यभर टिकवायचे आहे. मला असे वाटते की, तुझ्या भावनांकडे मी अधिक लक्ष द्यायला हवे होते. तुझ्या भावना मी इतक्या तीव्रतेने अमान्य करतो, याबद्दल मला वाईट वाटते. खरे तर मला तुलाच सहकार्य करायचे असते. मला

समजते की, मी तुझ्या भावना दुखावल्या. खरेच माझे तुझ्यावर खूप प्रेम आहे गं! तुझ्या मनात माझी प्रतिमा एखाद्या हिरोसारखी असावी असे मला वाटते; पण मलाही माझी काही मते आहेतच ना! मी केवळ तुझ्या 'हो'ला हो म्हणत राहणे कितपत बरोबर आहे? तू माझी प्रशंसा करावीस, असे मला वाटते. माझे तुझ्यावर प्रेम आहे. आता यापुढे आपण एकमेकांशी बोलू, तेव्हा तो सुसंवाद असेल, शांत आणि समजूतदार! हेच तुझ्यासाठी योग्य आहे.

तुझ्यावर प्रेम करणारा,

पराग

तळटीप – मला तुझ्याकडून असा प्रतिसाद हवा आहे की, 'पराग, माझे तुझ्यावर प्रेम आहे; तू माझी इतकी काळजी घेतोस आणि तू इतका समजूतदार आहेस, याबद्दल मला खरेच कौतुक वाटते. माझा विश्वास आहे की, आपण दोघे मिळून नक्कीच योग्य निर्णय घेऊ.'

वैफल्य आणि निराशेबाबत प्रेमपत्र

सुलेखाने सचिनसाठी एक निरोप ठेवला होता की, त्याने ऑफिसमधून घरी येताना काही महत्त्वाची कागदपत्रे आणावी. कसा कोणास ठाऊक, पण सचिनला हा निरोप मिळालाच नाही. तो घरी कागदपत्रे न घेताच आला, तेव्हा सुलेखा निराशेने आणि वैफल्याने ग्रासली. ही तिची प्रतिक्रिया जास्तच तीव्र होती.

वास्तविक पाहता सचिनची याच्यात काहीच चूक नव्हती, पण सुलेखा जेव्हा सारखी बडबडत राहिली की, ती कागदपत्रे तिला मिळणे किती गरजेचे होते आणि ते न मिळाल्यामुळे ती किती निराश झाली आहे, तेव्हा सचिनला कोणीतरी आपल्याला दूषणे देत आहे व आपल्यावर हल्ला चढवत आहे असे वाटले. सुलेखाला याचा पत्ताच नव्हता की, सचिन तिचे बोलणे स्वतःवर ओढवून घेत आहे आणि तिच्या निराशेला, वैफल्याला स्वतःस जबाबदार धरत आहे! आता सचिनचा भडका उडण्याच्या बेतात होता आणि तो तिचे हे असे उदास होणे कसे चुकीचे आहे हे ओरडून सांगणार होता.

पण त्याने त्याच्या या बचावात्मक पवित्र्याला रोखले आणि ती संध्याकाळ सत्यानाश होण्यापासून वाचवली. त्याने शहाणपणा दाखवला आणि पत्रलेखनासाठी दहा मिनिटे खर्च केली. जेव्हा त्याचे पत्र लिहून संपले, तेव्हा तो खूप शांत आणि प्रेमळ झाला होता. त्याने सुलेखाला जवळ घेतले, मिठी मारली व म्हणाला, "मी तुझी कागदपत्रे आणली नाहीत, त्याबद्दल मला माफ कर. खरेच सॉरी! खरेच मला

तुझा निरोप मिळाला असता, तर किती बरे झाले असते! बरे ते जाऊ दे! तुझे माझ्यावर अजूनही प्रेम आहे ना?'' इतक्या गोड बोलण्यावर सुलेखा विरघळणार नाहीतर काय! तिनेसुद्धा त्याला प्रेमळ आणि कृतज्ञतापूर्वक प्रतिसाद दिला संध्याकाळी शीतयुद्ध धुमसत न राहता ती संध्याकाळ लज्जतदार बनली.

सचिनचे प्रेमपत्र पाहा :

प्रिय सुलेखा,

१) राग : तू जेव्हा इतकी अस्वस्थ होतेस, तेव्हा मला प्रचंड राग येतो. तू मला जेव्हा दोष देतेस, तेव्हा मला राग येतो. तू स्वत:ही दु:खी राहतेस आणि मी आनंदात असलेलासुद्धा तुला पाहावत नाही, या गोष्टीचा मला खूप राग येतो. मी तुझ्यासाठी कितीही केले तरी तुझे समाधान होत नाही: तू माझे कौतुक करावेस आणि मला पाहून तुला आनंद व्हावा, असे मला वाटते.

२) दु:ख : तुला इतके निराश आणि वैफल्यग्रस्त पाहून मला दु:ख होते. मला तू सुखी झालेली हवी आहेस. मला या गोष्टीचे दु:ख होते की, माझे काम आपल्या प्रेममय सहवासाच्या आड येते. खरे तर आपल्या आयुष्यात किती चांगल्या गोष्टी आहेत! पण तुला त्याचे जराही कौतुक नाही, ते पाहून मला वाईट वाटते.

३) भीती : मला भीती वाटते की, मी तुला सुखी ठेवू शकत नाही. संपूर्ण संध्याकाळभर तू दु:खी राहशील अशी मला भीती वाटते. तुझ्याशी मोकळेपणाने बोलायची किंवा तुझ्याशी जवळीक साधण्याची मला भीती वाटते. मी तुझ्या प्रेमासाठी इतका आसुसलेला आहे, या गोष्टीचीही मला भीती वाटते. मी तुझ्या अपेक्षेप्रमाणे चांगला नाही, अशी मला भीती वाटते. मला भीती वाटते की, तू मला तुझ्या नावडत्यांच्या यादीत टाकतेस की काय?

४) खेद : मला खरोखरच खूप खेद होतो आहे की, मी तुला हवी असलेली कागदपत्रे घरी आणली नाहीत. तू दु:खी झालीस, याबद्दलही मला खेद होतो आहे. मला पश्चात्ताप होतोय की, मलासुद्धा तुला एखादा फोन करावा अशी बुद्धी झाली नाही. मला तुला अस्वस्थ करायचे नव्हते. मला पाहिल्यावर तुला आनंद व्हावा, अशी माझी इच्छा असते. आपण आता चांगले चार दिवसांच्या सुट्टीवर जाऊ आणि ती सुट्टी संस्मरणीय बनवू.

५) प्रेम : माझे तुझ्यावर प्रेम आहे. मला तू आनंदी झालेली बघायची आहे. मला समजतेय की, तू अस्वस्थ आहेस. मला हे ही समजतेय की, अस्वस्थ असण्याचा तुला हक्क आहे आणि त्यासाठी तुला वेळ मिळालाच

पाहिजे. मला हेही कळते की, मला वाईट वाटावे, म्हणून तू मुद्दाम असे वागत नाहीस. तुला हवी आहे जवळीक आणि सहानुभूती! खरोखर मी दिलगीर आहे. काही वेळेस मला समजत नाही की, काय करावे आणि मी तुलाच दूषणे देत सुटतो. खरोखर तू पत्नी म्हणून माझ्या जीवनात आलीस त्याबद्दल मी आभारी आहे. मी तुझ्यावर खूप प्रेम करतो. तुला परिपूर्ण असण्याची गरज नाही आणि तू सतत आनंदीच असली पाहिजेस, असा हट्ट मी धरता कामा नये. मला कळतेय की, तुला महत्त्वाची कागदपत्रे मिळाली नाहीत, म्हणून तू नाराज झाली आहेस.

तुझ्यावर प्रेम करणारा,

सचिन

तळटीप – मला तुझ्याकडून असा प्रतिसाद मिळायला हवा की, 'सचिन, मी तुझ्यावर प्रेम करते. तू माझ्यासाठी खूप काही करतोस त्याबद्दल मी तुझी कृतज्ञ आहे. माझ्या आयुष्यात माझा नवरा बनून आल्याबद्दल मी तुझी आभारी आहे.'

पायरी दुसरी – प्रतिसादपत्र लिहिणे

प्रतिसादपत्र लिहिणे, ही प्रेमपत्र लेखनतंत्रातील दुसरी पायरी आहे. आपल्या सकारात्मक आणि नकारात्मक अशा दोन्ही प्रकारच्या भावना एकदा व्यक्त करून झाल्या की, आणखी तीन ते पाच मिनिटांचा वेळ काढा आणि हे प्रतिसाद पत्र लिहा, ही अत्यंत गुणकारी उपचारात्मक प्रक्रिया आहे. या पत्रामध्ये तुम्हाला तुमच्या जोडीदाराकडून कसा प्रतिसाद मिळावा असे वाटते, ते तुम्ही लिहिणार आहात.

हे पत्र कसे लिहायचे ते पाहा :

अशी कल्पना करा की, तुमचा जोडीदार तुमच्या दुखावलेल्या भावनांवर फुंकर घालतो आहे, ज्यांचा तुम्ही तुमच्या प्रेमपत्रात उल्लेख केला होता. आता तुम्ही स्वतःलाच एक छोटेसे पत्र लिहा आणि असा बहाणा करा की, जणूकाही हे पत्र तुमचा जोडीदार तुम्हाला लिहितो आहे. तुम्हाला तुमच्या दुखावलेल्या भावनांबद्दल तुमच्या जोडीदाराकडून जे-जे ऐकावेसे वाटते ते लिहा. तुमचे पत्र पूर्ण करताना पुढे दिलेले वाक्यांश वापरा.

- मी तुझी यासाठी आभारी आहे की...
- मला समजते की...
- मला वाईट वाटते की...
- तुझी योग्यताच तशी आहे की...

- मला असे हवे आहे की...
- माझे प्रेम आहे.

काही वेळेस तर प्रेमपत्र लिहिण्यापेक्षाही प्रतिसादपत्र लिहिणे, अधिक परिणामकारक असते. आपल्याला नेमके काय हवे आहे आणि आपल्या गरजा काय आहेत, याबद्दल मनमोकळेपणाने बोलल्यामुळे आपण ज्या सहकार्याला व आधाराला पात्र आहोत, त्याच्या स्वीकाराला आपण तयार असतो. या शिवाय आणखी असे की, जेव्हा आपण अशी कल्पना करतो की, आपले जोडीदार प्रेमळपणे प्रतिसाद देत आहेत, तेव्हा वास्तवातसुद्धा आपण त्यांना तसे वागण्यास मदत करतो.

काही लोक आपल्या नकारात्मक भावना व्यक्त करण्यात खूप तरबेज असतात; पण त्यांना प्रेमभावना अनुभवणे अत्यंत अवघड जाते. खास करून अशा लोकांनी प्रतिसादपत्र लिहिण्याचा सराव करणे, खूप महत्त्वाचे असते. आणि त्या बदल्यात त्यांना काय ऐकायला आवडेल, हेसुद्धा शोधायला हवे. आपल्या जोडीदाराकडून हवे असलेले सहकार्य मिळेलच अशी अपेक्षा धरताना तुमचे मनच तुम्हाला विरोध करेल, यामुळे तुमच्यात अशी नवीन जाणीव येईल की, अशा वेळी तुमच्या जोडीदारालासुद्धा तुमच्याशी प्रेमाने वागणे किती अवघड जात असेल!

जोडीदाराच्या गरजा आपण कशा ओळखाव्या

काही वेळेस स्त्रिया प्रतिसादपत्र लिहिण्यास विरोध करतात; त्यांना हे पटत नाही; त्यांची अशी अपेक्षा असते की, त्यांच्या जोडीदारांना काय बोलायचे ते समजलेच पाहिजे. त्यांच्या मनातली या मागची छुपी भावना अशी की, 'मला आत्ता कसली गरज आहे हे त्याला समजायला हवे, मी मुळीच सांगणार नाही की, मला काय हवे! जर त्याचे माझ्यावर खरे प्रेम असेल तर त्याला हे समजेलच!' अशा वेळी स्त्रियांनी हे आठवले पाहिजे की, पुरुष हे मंगळावरचे असतात आणि बायकांच्या गरजा त्यांना सांगितल्याशिवाय समजत नाहीत.

पुरुषाची प्रतिक्रिया तो ज्या ग्रहावरून आला आहे त्याला साजेशीच असते. त्याचे तिच्यावर किती प्रेम आहे हे काही आरशातून प्रतिबिंबित होत नाही, तर त्यातून मंगळ ग्रहच प्रतिबिंबित होतो. जर तो शुक्रनिवासी असता, तर त्याला समजले असते की, आता काय बोलायचे, पण तो शुक्रावरचा नाही ना! खरेच पुरुषांना बायकांच्या भावनांना प्रतिसाद कसा द्यायचा हे समजत नाही. याचे मुख्य कारण असे की, आपल्या संस्कृतीमध्ये कोठेही पुरुषांना बायकांच्या गरजा कोणत्या हे शिकवले गेले नाही.

जर पुरुषाने आपल्या संस्कारक्षम वयात हे पाहिले असते की, आपले वडील

आपल्या आईच्या अस्वस्थ भावनांना कसा प्रतिसाद देतात तर अशा प्रसंगी कसे वागायचे याची अधिक चांगली कल्पना त्याला आली असती, पण त्याने हे कधी पाहिलेही नाही आणि त्याला कोणी कसे वागायचे ते शिकवले पण नाही. प्रतिसादपत्रे लिहिण्याचे तंत्र शिकून घेणे, हे पुरुषांसाठी स्त्रियांच्या गरजा जाणून घेण्याचा उत्तम मार्ग असतो; हळूहळू का होईना पण तो नक्की हे शिकेल.

प्रतिसादपत्रे लिहिण्याचे तंत्र शिकून घेणे, हे पुरुषांसाठी स्त्रियांच्या गरजा जाणून घेण्याचा उत्तम मार्ग असतो.

काही वेळेस स्त्रिया मला विचारतात, 'जर मी त्याला असे सांगितले की, अमुक एक गोष्ट मला त्याच्याकडून ऐकायला आवडेल आणि तो माझ्या समाधानासाठी तसे म्हणेलसुद्धा! पण हे केवळ वरवरचे आहे की, खरोखर त्याला तसे म्हणायचे आहे, हे मला कसे कळणार? कदाचित ते खोटेसुद्धा असू शकते.'

खरोखर, खूप चांगला प्रश्न आहे हा! जर पुरुषाचे स्त्रीवर प्रेम नसेल, तर तिच्या गरजा पूर्ण करण्याचा विचारसुद्धा तो करणार नाही; जर त्याने प्रतिसाद पत्राप्रमाणे थोडेसे जरी वागण्याचा प्रयत्न केला, तरी असे समजावे की, त्याचे तिच्यावर प्रेम आहे आणि तो ते दाखवण्याचा प्रयत्न करेल.

कदाचित काही वेळा असेही दिसेल की, तिच्या अपेक्षेप्रमाणे तो प्रामाणिकपणे तिला प्रतिसाद देत नाही, पण या मागचे कारण हेच असेल की, तो नव्याने काहीतरी शिकतो आहे. नवीन मार्गाने प्रतिसाद देण्यात त्याला संकोच वाटत असावा. त्याच्यासाठी ते दुबळे बनवणारे असेल! पण हीच वेळ अत्यंत कठीण असते. अशा वेळी त्याला अधिक कौतुकाची आणि प्रोत्साहनाची गरज भासते. तो जे काही करतो ते योग्यच आहे हे त्याला सांगणे गरजेचे असते.

तिला सहकार्य करण्याचे प्रयत्न कदाचित अप्रमाणिक किंवा अपुरे वाटले, तर सहसा त्या मागचे कारण हे असते की, हे प्रयत्न निष्फळ ठरतील अशी त्याला सतत भीती वाटत असते. जर स्त्रीने त्याच्या प्रयत्नांना दाद दिली, कौतुक केले तर पुढील वेळेस त्याला अधिक सुरक्षित वाटेल आणि मग तो अधिक जोमाने प्रयत्न करेल. पुरुष मूर्ख नसतो. त्याला जेव्हा ती स्वीकारशील वाटते आणि एखाद्या विशिष्ट पद्धतीने वागण्याचा चांगला उपयोग होईल, असे त्याला जाणवते तेव्हा तो तसे करणारच, फक्त हे सगळे घडायला थोडा वेळ लागतो इतकेच.

स्त्रिया प्रतिसादपत्रांवरून पुरुषांच्या गरजांबद्दल बरेच काही शिकू शकतात. सहसा स्त्री पुरुषाच्या तिच्या प्रति असणाऱ्या प्रतिक्रिया पाहून गोंधळून जाते. तिला हे समजत नाही की, तिने त्याला देऊ केलेले सहकार्य तो का धुडकावून लावतो?

ती त्याच्या गरजांबद्दल गैरसमज करून घेते. काही वेळेस ती त्याला प्रतिकार करते. कारण तिने हे प्रयत्न आपणहोऊन सोडून द्यावे अशीच त्याची इच्छा आहे असा तिचा समज असतो. बऱ्याच वेळेला सत्य हे असते की, खरोखरच त्याला तिच्या विश्वासाची, कौतुकाची आणि स्वीकाराची गरज असते.

आपल्या जोडीदाराकडून सहकार्य मिळवण्यासाठी आपल्याला काय हवे आहे हे फक्त जोडीदाराला सांगून होणार नाही, तर आपल्यालासुद्धा त्या आधाराची किती गरज आहे, हे दाखवावे लागेल. प्रतिसादपत्रांमुळे समोरची व्यक्ती आधार स्वीकारायला उत्सुक आहे हे समजते, नाहीतर फक्त संवादामुळे हेतू साध्य होणार नाही. आपल्या दुखावलेल्या भावना वाटून घेताना जर असा दृष्टिकोन असेल की, तू काहीही सांगितलेस तरी मला बरे वाटणार नाहीतर त्याचा परिणाम उलटा होतो आणि एवढेच नाही, तर तुमचा जोडीदार दुखावला जातो. त्यापेक्षा अशा वेळी मग काहीच न बोललेले बरे!

इथे एका प्रेमपत्राचा आणि त्याच्या प्रतिसाद पत्राचा नमुना देत आहोत. इथे विशेष सूचना दिल्या आहेत, पण त्या आधीच्या विशेष सूचनेपेक्षा अधिक तपशीलवार आहेत.

त्याच्या विरोधाबाबतचे प्रेमपत्र आणि प्रतिसादपत्र

जेव्हा सीमा तिच्या नवऱ्याला श्रीकांतला तिच्यासाठी काही तरी करायला सांगते, त्याचे सहकार्य मागते, तेव्हा तो तिला विरोध दर्शवतो व असे भासवतो की, ती केवळ मोठे ओझे त्याच्या शिरावर लादते आहे.

प्रिय श्रीकांत,

१) राग : तू माझी विनंती धुडकावून लावलीस, त्यामुळे मी खूप रागावले आहे. तू मला मदत देऊ केली नाहीस, म्हणून मी चिडले आहे. मला त्या गोष्टीचा राग येतो की, नेहमी मीच तुझ्याकडे मदत मागायची. मी तुझ्यासाठी इतके काही करते, मग कधीतरी मलाही वाटतेच ना की, मला तुझी मदत मिळावी.

२) दुःख : मला वाईट वाटते की, तुला मला मदत करण्याची इच्छा नाही. मी दुःखी आहे, कारण मला फार एकाकी वाटते. मला तुझ्याबरोबर राहून अनेक गोष्टी कराव्याशा वाटतात. तुझे सहकार्य न मिळाल्याचे दुःख मला झोंबत राहते.

३) भीती : मला तुझ्याकडे मदत मागायचीसुद्धा भीती वाटते. तू खूप

तापट आहेस, या गोष्टीची मला भीती वाटते. मला अशी भीती वाटते की, तू नकार देशील आणि मग त्यामुळे मी दुखावली जाईन.

४) **खंत :** मला पश्चात्ताप होतो की, मी तुझ्यावर रागावते, चिडते, कटकट करते. मला पश्चात्ताप होतो की, मी तुझ्या खूप मागे लागते, तुझ्यावर दोषारोप करते. मला खंत वाटते की, मी तुझी कधीच प्रशंसा करत नाही. मला खंत वाटते की, मी तुला खूप काही देते आणि मग तूसुद्धा मला तितकेच दिले पाहिजेस असा आग्रह धरते.

५) **प्रेम :** माझे तुझ्यावर प्रेम आहे. मला समजते की, तू माझ्यासाठी जास्तीतजास्त करण्याचा प्रयत्न करतोस. मला हेसुद्धा कळते की, तुला माझी काळजी आहे. खरे तर मीच तुझ्याकडे मागणी करताना अधिक प्रेमाने करायला हवी. खरेच तू आपल्या मुलांचा प्रेमळ पिता आहेस.

तुझ्यावर खूप प्रेम करणारी,
सीमा

विशेष सूचना – मला पुढील प्रकारचा प्रतिसाद ऐकायला आवडेल.

प्रिय सीमा,

माझ्यावर एवढे प्रेम करतेस, त्याबद्दल खरेच मी तुझे मनापासून आभार मानतो. तू तुझ्या भावना माझ्याबरोबर वाटून घेतल्यास म्हणून मी तुझा ऋणी आहे. मी जेव्हा तुझ्या विनंत्यांचा अव्हेर करतो, तेव्हा तू खूप दुखावली जातेस, हे मला समजते. मी विरोध करतो, तेव्हा तू दुखावली जातेस हेसुद्धा मला समजते. मला समजते की, मी आपणहोऊन कधीच 'तुला मदत हवी का?' असे विचारायला पुढे येत नाही. खरोखर माझ्या सहकार्याला तू पात्र आहेस आणि खरे तर तुला सहकार्य देण्याची माझी मनापासून इच्छा आहे. तू मला खूप-खूप आवडतेस आणि माझी पत्नी म्हणून तू माझ्या आयुष्यात आलीस, या गोष्टीचा मला खूप आनंद होतो.

तुझ्यावर प्रेम करणारा,
श्रीकांत

पायरी तिसरी – तुमचे प्रेमपत्र व प्रतिसादपत्र यांची अदलाबदल

तुम्ही लिहिलेले प्रेमपत्र आणि प्रतिसादपत्र यांची अदलाबदल करणे, ते एकमेकांना वाचून दाखवणे महत्त्वाचे असते. त्या मागची कारणे पुढीलप्रमाणे :

१) यामुळे तुमच्या जोडीदाराला तुम्हाला सहकार्य करण्याची संधी मिळते.

२) तुमच्यामध्येसुद्धा आवश्यक असलेला समजूतदारपणा येतो.

३) तुमच्या जोडीदारालासुद्धा प्रेमळ आणि आदरयुक्त पद्धतीने तुमची प्रतिक्रिया समजते.

४) तुमच्या नातेसंबंधातील सुयोग्य बदलास चालना मिळते.

५) यामुळे दोघांमध्येही जिव्हाळा आणि ओढ निर्माण होते.

६) तुमच्यासाठी काय महत्त्वाचे आहे आणि तुम्हाला यशस्वीपणे सहकार्य कसे करायचे याचे शिक्षण तुमच्या जोडीदाराला मिळते.

७) जेव्हा विसंवाद होतो किंवा संवाद हरवतो, तेव्हा जोडप्यांमध्ये पुन्हा संवाद होण्यासाठी याचा उपयोग होतो.

८) नकारात्मक भावनासुद्धा सुरक्षितपणे कशा ऐकून घ्याव्यात हे समजते.

तुमच्या पत्रांची देवाणघेवाण करण्याचे पाच मार्ग पुढे दिले आहेत. पुढील उदाहरणात असे गृहीत धरले आहे की, पत्र ती लिहीत आहे, पण पुरुषांनासुद्धा हे उदाहरण तितक्याच प्रमाणात लागू आहे.

१) तिच्या उपस्थितीमध्ये तो तिचे प्रेमपत्र व प्रतिसादपत्र मोठ्याने वाचतो; मग तो तिचा हात आपल्या हाती घेतो आणि मग प्रेमभराने स्वत:च्या शैलीत तिला जवळ घेतो आणि तिला नेमके काय हवे आहे, ते जाणून घेऊन तिला हवीशी वाटणारी गोष्ट तिला ऐकवतो.

२) तो लक्षपूर्वक ऐकत असताना ती तिचे प्रेमपत्र व प्रतिसादपत्र मोठ्याने वाचते, मग तो तिचा हात प्रेमभराने हातात घेतो आणि तिच्या गरजांची जाणीव ठेवून तिला जे हवेसे वाटते ते तिला ऐकवतो.

३) आधी तो तिचे प्रतिसादपत्र तिला मोठ्याने वाचून दाखवतो, नंतर तो तिचे प्रेमपत्र मोठ्याने वाचतो. तिच्या दुखावलेल्या भावनांना प्रतिक्रिया कशा पद्धतीने दाखवायची, हे त्याला आधीच कळल्यामुळे पुरुषाला तिच्या नकारात्मक भावना ऐकणे सोपे वाटते. त्याच्याकडून नेमकी कोणती अपेक्षा आहे हे कळल्यामुळे तो घाबरून जात नाही. तिचे प्रेमपत्र वाचून झाल्यानंतर तो तिचे हात हातात घेतो आणि तिला ज्या पद्धतीने तो वाचायला, बोलायला हवा असतो, तसे तो वागतो आणि बोलतो.

४) आधी ती तिचे प्रतिसादपत्र त्याला वाचून दाखवते, मग ती तिचे प्रेमपत्र मोठ्याने वाचते. तो तिचे हात प्रेमाने त्याच्या हातात घेतो आणि त्याला नुकत्याच तिच्या भावनिक गरजा कळल्या असल्यामुळे त्या पूर्ण करण्याचा प्रयत्न करतो.

५) ती आता त्याला स्वत: लिहिलेली पत्रे देते आणि तो ती पत्रे चोवीस तासांच्या आत एकांतात वाचतो. पत्रे वाचून झाल्यावर तशी पत्रे लिहिल्याबद्दल तिचे आभार मानतो आणि हात हातात घेऊन तिला ज्या पद्धतीचा प्रतिसाद हवा आहे तसा प्रतिसाद देतो.

जर तुमच्या जोडीदाराला प्रेमळ प्रतिक्रिया देता येत नसेल तर...

भूतकाळातील कडू अनुभव विसरणे काही स्त्री-पुरुषांना शक्य होत नाही, त्यामुळे अशी प्रेमपत्रे ऐकणे त्यांच्यासाठी फार अवघड होते. अशा वेळी त्यांनी ती पत्रे वाचावीत अशी कोणीच अपेक्षा करू नये, परंतु जेव्हा तुमच्या जोडीदाराची ते प्रेमपत्र ऐकण्याची इच्छा असते, तेव्हाही ते ऐकल्यानंतर योग्य प्रतिक्रिया व्यक्त करणे त्यांना अवघड वाटते. आपण श्रीकांत आणि सीमाचेच उदाहरण पाहू.

श्रीकांतने त्याच्या जोडीदाराचे – सीमाचे पत्र वाचले, पण तरीही त्याच्या मनात कोणत्याही प्रेमभावना उचंबळून आल्या नाहीत, तर त्या मागचे कारण हेच की, त्या वेळेस तो प्रेमाने प्रतिसाद देऊ शकला नाही, तरीसुद्धा काही वेळाने त्याच्या भावना बदलू शकतात.

ही पत्रे वाचताना कदाचित त्याला खूप राग येऊ शकतो आणि त्याच्या भावना दुखावल्या जातात व तो बचावात्मक पवित्रासुद्धा घेऊ शकतो. अशा वेळी त्याने काही काळ एकटे राहून अंतर्मुख होऊन विचार करण्याची गरज असते की, जे काही त्याने ऐकले आहे ते कितपत बरोबर आहे!

कधीकधी असेही घडते की, जेव्हा एखादी व्यक्ती प्रेमपत्र ऐकत असते तेव्हा ती त्या पत्रातील फक्त राग एवढीच भावना ऐकते आणि मग प्रेमपत्रातील प्रेम ही शेवटची भावना ऐकण्यासाठीमध्ये बराच वेळ जावा लागतो. अशा वेळी त्या व्यक्तीने पुन्हा प्रेमपत्र वाचले – विशेषत: त्यातील पश्चात्ताप आणि प्रेम हे भाग पुन्हा पुन्हा वाचल्याने – फायदा होऊ शकतो. काही वेळेस मी जेव्हा माझ्या पत्नीचे – बोनीचे प्रेमपत्र वाचतो, तेव्हा मी 'प्रेम' या भावनेबद्दल आधी वाचतो आणि नंतर मग संपूर्ण पत्र वाचतो.

जर एखादा पुरुष प्रेमपत्र वाचून अस्वस्थ झाला, तर याला प्रतिसाद म्हणून त्याने स्वत:सुद्धा एक प्रेमपत्र लिहावे, त्यामुळे तिचे प्रेमपत्र वाचून ज्या नकारात्मक भावना निर्माण झाल्या असतील, त्यांना व्यक्त होण्याची संधी मिळेल. काही वेळेस खरेच मला कळत नाही की, नेमके असे काय घडते की, जोपर्यंत माझी पत्नी तिचे प्रेमपत्र मला वाचून दाखवत नाही, तोपर्यंत मला काहीतरी खुपत राहते आणि मग मलाही काहीतरी लिहायला सुचते. माझे पत्र लिहून झाले की, माझ्यासुद्धा भावना

प्रेमळ होतात आणि मग तिचे पत्र पुन्हा वाचताना मला तिच्या दुखावलेल्या भावनांमागचे प्रेम ऐकू येते.

जर पुरुष ताबडतोब प्रेमाला प्रतिसाद देऊ शकत नसेल, तर त्याला तिच्याकडून हे कळणे गरजेचे आहे की, ठीक आहे आणि त्याला याबद्दल कोणतीही शिक्षा होणार नाही. त्याच्या जोडीदाराला हे समजणे आवश्यक असते की, त्याला या सगळ्या गोष्टींचा विचार करण्यासाठी थोडा वेळ लागेल. कदाचित आपल्या जोडीदाराला सहकार्य देण्यासाठी तो असे काहीतरी म्हणेल, 'हे पत्र तू लिहिल्याबद्दल मी तुझा आभारी आहे. मला विचार करायला थोडा वेळ दे आणि नंतरच मग आपण त्याबद्दल बोलू.' मात्र हे लक्षात ठेवणे महत्त्वाचे आहे की, या वेळी त्याने पत्राविषयीच्या भावना व्यक्त करू नयेत. अशा प्रकारे पत्रांची देवाण-घेवाण करताना अत्यंत काळजी घ्यावी.

पत्रांच्या देवाणघेवाणीबाबतच्या वर दिलेल्या सूचना या फक्त पुरुषांसाठीच नव्हेत, तर त्या अशा स्त्रियांसाठीसुद्धा आहेत, ज्यांना त्याच्या प्रेमपत्रावर प्रेमळपणे प्रतिक्रिया दर्शवणे अवघड जाईल. सहसा मी असाच सल्ला देतो की, जोडप्यांनी लिहिलेली पत्रे त्यांनी एकत्रितपणे मोठ्याने वाचावीत. तुमच्या जोडीदाराचे पत्र मोठ्याने वाचले, तर ते फायदेशीर ठरते, कारण त्यामुळे जोडीदाराची खात्री पटते की, तुम्ही त्याचे किंवा तिचे म्हणणे ऐकून घेत आहात. दोन्ही प्रयोग करून पाहा व तुमच्यासाठी काय श्रेयस्कर आहे ते ठरवा.

प्रेमपत्रांच्या बाबतची सुरक्षितता

प्रेमपत्र एकमेकांना वाचून दाखवणे, हे काहीसे भीतिदायकसुद्धा असू शकते. जी व्यक्ती आपल्या प्रामाणिक भावना व्यक्त करते, तिच्यासाठी ते असुरक्षितसुद्धा असू शकते. जर त्या व्यक्तीच्या जोडीदाराने नाकारले, तर ते फार वेदनादायी असू शकते. प्रेमपत्र एकमेकांनी मिळून वाचण्यामागचा उद्देश हा की, त्या दोघांनी मानसिकरीत्या एकमेकांच्या अधिक जवळ यावे. जोपर्यंत ही प्रक्रिया सुरक्षितरीत्या केली जाईल, तोपर्यंत ती उपयुक्तच ठरेल. ज्याला ही प्रेमपत्रं लिहिली जातात, त्याला लिहिणाऱ्या भावनांविषयी आदर हवा. जर ती व्यक्ती प्रामाणिकपणे आदरयुक्त आधार देत नसेल, तर त्यांनी हे असे पत्र ऐकण्यास तयारसुद्धा होऊ नये.

प्रेमपत्रांची ही अशी देवाणघेवाण ही योग्य उद्देशानेच केली गेली पाहिजे. पत्रांच्या देवघेवीची उद्दिष्टे खालील प्रकारे व्यक्त करणे आवश्यक आहे.

प्रेमपत्र लिहिण्याचे आणि एकत्रितपणे वाचण्याचे उद्दिष्टात्मक विधान

मी हे पत्र माझ्या सकारात्मक भावनांचा मला शोध घेता यावा आणि ज्या प्रेमास तू पात्र आहेस, ते प्रेम तुझ्याजवळ व्यक्त करता यावे, या हेतूने लिहीत आहे. या प्रक्रियेचाच एक भाग म्हणून मी माझ्या नकारात्मक भावना ज्या माझे प्रेम रोखून धरत आहेत, त्या तुझ्याजवळ व्यक्त करणार आहे.

तुझे सामंजस्य मला माझे मन मोकळे करण्यासाठी उपयोगी ठरेल आणि त्यामुळे माझ्या नकारात्मक भावनांचा निचरा होईल. माझा तुझ्यावर विश्वास आहे की, तू माझी नक्कीच काळजी घेतोस आणि तू नक्की माझ्या भावनांना जास्तीतजास्त चांगला प्रतिसाद देशील. तू माझे हे पत्र लक्षपूर्वक ऐकण्याची आणि मला आधार देण्याची तयारी दाखवलीस, त्याबद्दल मी कृतज्ञ आहे.

याशिवाय मला अशी आशा आहे की, हे पत्र तुला नक्कीच माझ्या इच्छा, माझ्या गरजा आणि माझ्या अपेक्षा समजून घेण्यासाठी मदत करतील.

हे प्रेमपत्र ज्या व्यक्तीला लिहिले, त्या व्यक्तीने ते वाचताना किंवा ऐकताना पुढील उद्दिष्टात्मक विधान स्वत:शी करावे.

प्रेमपत्र ऐकताना उद्दिष्टात्मक विधान

मी तुला वचन देतो की, तू तुझ्या भावनांचे जे समर्थन केले आहेस, ते समजून घेण्याचा, आपल्यातील मतभेद स्वीकारण्याचा आणि तुझ्या गरजांचा आदर करण्याचा मी जास्तीतजास्त प्रयत्न करेन. जेवढा आदर मी माझ्या भावनांचा करतो, तितकाच आदर मी तुझ्या भावना आणि तू आपल्यातील संवाद सुधारण्याचा, प्रेम वाढवण्याचा जो प्रयत्न करत आहेस त्याचा करीन आणि याबद्दल कृतज्ञ राहीन. मी तुझ्या भावना काळजीपूर्वक ऐकेन आणि त्या नाकारण्याचा किंवा त्यांच्यात बदल करण्याचा प्रयत्न करणार नाही. मी तुला तू जशी आहेस तशी स्वीकारेन आणि तुला बदलण्याचा प्रयत्न करणार नाही. तुझ्या भावना लक्षपूर्वक ऐकण्याची माझी तयारी आहे, कारण मला तुझी काळजी आहे आणि मला विश्वास वाटतो की, आपण दोघे मिळून नक्कीच काहीतरी मार्ग काढू शकतो.

प्रेमपत्र तंत्राचा सराव करताना सुरुवातीला काही वेळेस, जर तुम्ही ही उद्दिष्टे प्रेमपत्राचे वाचन करण्यापूर्वी मोठ्याने वाचली, तर ते अधिक श्रेयस्कर होईल. या विधानांमुळे तुम्ही तुमच्या जोडीदाराचा आदर केला पाहिजे, हे तुमच्या लक्षात राहील आणि तुमची प्रतिक्रिया प्रेमाने ओथंबलेली आणि सुरक्षित असेल.

छोटी प्रेमपत्रं

जर तुम्ही अस्वस्थ असाल आणि तुमच्याकडे प्रेमपत्र लिहिण्यासाठी पुरेशी वीस मिनिटे नसतील, तर तुम्ही ही छोटी प्रेमपत्रं लिहून बघू शकता. ही पत्रे लिहिण्यासाठी केवळ ३ ते ५ मिनिटे पुरतात आणि ही पत्रे फार प्रभावी असतात. इथे काही उदाहरणे दिली आहेत.

प्रिय तुषार,

१. मी खूप रागावले, कारण तू उशिरा आलास.

२. तू मला विसरलास, म्हणून मी दु:खी आहे.

३. मला अशी भीती वाटते की, तुला माझी काळजीच नाही.

४. मला पश्चात्ताप होतो की, मी क्षमाशील नाही.

५. माझे तुझ्यावर प्रेम आहे आणि तू उशिरा आल्याबद्दल मी तुला माफ करते. मला कळते की, तुझे माझ्यावर प्रेम आहे. प्रयत्न केल्याबद्दल मी आभारी आहे.

प्रेमपूर्वक,
भक्ती

प्रिय आकाश,

१. तू दमलेला आहेस, म्हणून मी रागावले आहे. तू सतत टीव्ही पाहात बसतोस, याचा मला राग येतो.

२. मला वाईट वाटते की, तुला माझ्याशी बोलावेसेसुद्धा वाटत नाही.

३. मला भीती वाटते की, आपण एकमेकांपासून दुरावत चाललो आहोत. तू रागावशील याची मला भीती वाटते.

४. जेवणाच्या वेळी मी तुझा तिरस्कार केला, याबद्दल मला पश्चात्ताप होतो. आपल्या समस्यांसाठी मी तुला एकट्यालाच दोष दिला, याची मला खंत वाटते.

५. माझे तुझ्यावर खूप प्रेम आहे. तू नसलास की मला तुझी खूप आठवण येते. आज रात्री तू माझ्यासाठी एक तास काढशील का? किंवा माझ्या मनात काय चाललेय, ते समजून घेण्यासाठी थोडासा वेळ काढशील ना माझ्यासाठी? मला तुझ्याशी खूप खूप बोलायचे आहे.

प्रेमपूर्वक,
अवंती

प्रिय अवंती,

तू मला तुझ्या भावनांबद्दल लिहिलेस, त्याबद्दल मी तुझा आभारी आहे. मला समजते की, तुला मी किती हवा आहे! आज रात्री ८ ते ९मध्ये आपण आपल्या दोघांसाठी खास वेळ काढू.

तुझाच,
आकाश

प्रेमपत्रं कधी लिहावी...

जेव्हा-जेव्हा तुम्ही अस्वस्थ व्हाल, व्याकूळ व्हाल, तेव्हा-तेव्हा प्रेमपत्रं लिहा: त्यामुळे तुम्हाला खरेच खूप बरे वाटेल.

१) जोडीदाराला लिहिलेले प्रेमपत्र

२) मित्र, मुले किंवा इतर कौटुंबिक सदस्यास लिहिलेले प्रेमपत्र

३) उद्योगधंद्यातील भागीदार किंवा अशील, गिऱ्हाईक यांना लिहिलेली पत्रे – पत्राच्या शेवटी 'मी तुझ्यावर प्रेम करतो' ऐवजी 'मी कृतज्ञ आहे' किंवा 'मला तुझ्याबद्दल आदर वाटतो' असे लिहा. अशी पत्रे एकमेकांना वाचून दाखवायची नसतात.

४) स्वत:ला लिहिलेले प्रेमपत्र

५) परमेश्वराला किंवा सर्वजगन्नियंत्याला लिहिलेले प्रेमपत्र – तुमच्या अस्वस्थ भावना त्याच्याबरोबर वाटून घ्या आणि खुद्द परमेश्वराचीच मदत मागा.

६) भूमिका बदलून लिहिलेले प्रेमपत्र – जर एखाद्याला क्षमा करणे कठीण असेल, तर अशी कल्पना करा की, तुम्ही त्या व्यक्तीच्या जागी आहात आणि त्या व्यक्तीकडून तुम्हाला प्रेमपत्र तुम्हीच लिहा. तुम्हीसुद्धा चकित व्हाल आणि पटकन तुम्ही त्या व्यक्तीविषयी क्षमाशील बनाल.

७) राक्षसी प्रेमपत्र – तुम्ही खरोखर खूप संतापला असाल, दुसऱ्या व्यक्तीबद्दल तुमच्या भावना अतिशय तीव्र असतील, नीच असतील आणि टीका करणाऱ्या असतील, तर खुशाल लेखणी तलवारीसारखी चालवा. तुमच्या भावनांना मुक्त वाट करून द्या आणि पत्र पूर्ण झाल्यानंतर ते जाळूनसुद्धा टाका. कारण तुमची अशी अपेक्षा आहे का की ते तुमच्या जोडीदाराने वाचावे?

जोपर्यंत तुम्हा दोघांना तुमच्या नकारात्मक भावना हाताळू शकण्याची आशा आहे किंवा तुमची तशी इच्छा आहे, अशी खात्री पटल्याशिवाय एकमेकांची पत्रे वाचू नका. पत्र लिहिल्याने 'भावना मोकळ्या झाल्या' ही गोष्टसुद्धा उपयुक्त ठरते.

८) विस्थापन पत्र – जेव्हा वर्तमानकाळातील काही घटनांमुळे तुम्ही अस्वस्थ झाला आहात आणि ज्यांचा निचरा झाला नाही, अशा भावना मनात उफाळून येतात,

त्या वेळी असे विस्थापनपत्र लिहा. अशी कल्पना करा की, तुम्ही भूतकाळात खूप मागे गेला आहात. जेव्हा तुमचे आई-वडीलच तुमचे सर्वस्व होते. आता तुमच्या या छळणाऱ्या भावनांबद्दल आईला किंवा वडिलांना लिहा. तुमच्या भावना त्यांच्याबरोबर वाटून घ्या आणि त्यांचा आधार मिळवा.

प्रेमपत्रं लिहिण्याची आपल्याला गरज का भासते

या संपूर्ण पुस्तकामध्ये आपण याच्यावरच अधिक भर दिला आहे की, स्त्रियांना आपल्या भावना कुणाजवळ तरी व्यक्त करण्याची गरज भासते आणि आपल्यावर कोणी प्रेम करावे, आपल्याला समजून घ्यावे व आपला आदर करावा अशीही इच्छा असते. पुरुषांसाठीसुद्धा त्यांच्याबद्दल कृतज्ञता दाखवावी, त्यांचा स्वीकार करावा आणि त्यांच्यावर विश्वास टाकावा, या गोष्टी अत्यावश्यक असतात. नातेसंबंधांमध्ये सगळ्यात मोठी समस्या कधी उभी राहते, तर जेव्हा स्त्री तिच्या अस्वस्थ भावनांबद्दल बोलू लागते, तेव्हा पुरुषाला ती त्याची निर्भत्सना वाटते. नातेसंबंधांचे यश हे पूर्णपणे दोन गोष्टींवर अवलंबून असते. एक म्हणजे तिच्या भावना अत्यंत प्रेमाने, जिव्हाळ्याने व आदराने ऐकून घेण्याची पुरुषाची क्षमता आणि दुसरे म्हणजे स्त्रीचे तिच्या भावना प्रेमळपणे आणि आदराने आपल्या जोडीदाराबरोबर वाटून घेण्याचे कौशल्य.

आपल्या मनातील बदलत जाणाऱ्या भावनांविषयी आणि गरजांविषयी एकमेकांशी बोलून सुसंवाद साधणे, ही नातेसंबंधांची फार महत्त्वाची गरज असते. जोडप्यांमध्ये परिपूर्ण सुसंवाद साधला जाईल अशी अपेक्षा धरणे हा आदर्शवाद झाला, परंतु जोडप्यांमध्ये नेहमी घडणारा विसंवाद आणि आदर्श परिपूर्ण सुसंवाद यामधील मोठे अंतर थोड्याफार प्रयत्नांनी कमी करण्यास आणि आनंदी सहजीवन व्यतीत करण्यास नक्की संधी मिळू शकते.

वास्तववादी अपेक्षा

जोडप्यांमध्ये नेहमीच सुसंवाद होईल, अशी अपेक्षा करणे अव्यवहार्य आहे. काही भावना अशा असतात की, ज्या व्यक्त करताना ऐकणारा दुखावला जाणार नाही, हे केवळ अशक्य असते. ज्या जोडप्यांनी अतिशय प्रेमळ नाते दीर्घकाळ जपले आहे, अशा जोडप्यांमध्येसुद्धा काही वेळेस सुसंवाद अशक्य होतो. खरोखर समोरच्या माणसाच्या चष्म्यातून पाहणे खूप अवघड असते, खास करून तेव्हा की जेव्हा ती किंवा तो स्पष्टपणे त्यांना काय ऐकायला आवडेल ते सांगत नाहीत. जेव्हा तुमच्या स्वतःच्या भावना दुखावल्या आहेत, अशा वेळी समोरच्या माणसाच्या भावनांचा आदर करणे अवघड जाते.

अनेक जोडपी गैरसमजाने असे गृहीत धरतात की, त्यांना प्रेमाने सुसंवाद साधता येत नाही! याचा अर्थ असा की, त्यांचे एकमेकांवर तितकेसे प्रेम नाही. निश्चितच प्रेमाचा याच्याशी गहिरा संबंध असतो, पण संवादकौशल्य हा त्याहीपेक्षा अधिक महत्त्वाचा मुद्दा आहे आणि सुदैवाने संवादकौशल्य आपण प्रयत्नांनी शिकून घेऊ शकतो.

आपण संवाद साधणे कसे शिकतो

जर आपण अशा कुटुंबात वाढलो की, ज्या कुटुंबाचे सर्व सदस्य अत्यंत समंजसपणे व प्रेमळपणे संवाद साधू शकतात, तर संवादकौशल्य शिकण्याची गरज आपल्याला पडत नाही, ते आपल्या स्वभावातच असते, परंतु मागील पिढीचा असा समज होता की, आपल्या नकारात्मक भावना दाबून ठेवणे म्हणजे सुसंवाद होय. सहसा असे मानले पाहिजे की, नकारात्मक भावना म्हणजे जणू लज्जास्पद दुखणे आहे आणि ते कोणालाही समजू नये, आपल्या हृदयाच्या कप्प्यात बंदिस्त करून ठेवणे.

तर काही असंस्कृत कुटुंबांमध्ये प्रेमळ संवादांमध्ये किंवा वागण्याबोलण्यात इतरही काही अर्वाच्य गोष्टींचा अंतर्भाव असतो. उदा. शारीरिक शिक्षा करणे, ओरडणे, किंचाळणे, थप्पड मारणे, हिसकणे, शिवीगाळ करणे... वगैरे, वगैरे आणि या सगळ्याला 'मुलांना वळण लावणे', त्यांना चूक-बरोबर शिकवणे असे नाव दिले जाते.

जर आमच्या आई-वडिलांनी प्रेमळपणे सुसंवाद साधण्याचे कौशल्य शिकून घेतले असते, आपल्या नकारात्मक भावना दाबून ठेवल्या नसत्या आणि आमच्या बालवयात आम्ही तो आदर्श डोळ्यांसमोर ठेऊन नकारात्मक भावनांचा शोध घेताना त्याबद्दल लाज किंवा भीती न बाळगता त्या योग्य प्रकारे व्यक्त केल्या असत्या, तर आपल्यासाठी सुरक्षित वाटलेच असते ना? मग भले चुकलो असतो, धडपडलो असतो आणि चुकांमधून शिकलो असतो. आमच्या डोळ्यांसमोर असलेल्या आदर्शातून आपण सुसंवाद साधायला शिकलो असतो; खास करून आपल्या अप्रिय भावना व्यक्त करायला शिकलो असतो. जर असे आदर्श आपल्यासमोर १८ वर्षं निरीक्षणासाठी उपलब्ध असते, तर वयाच्या १८व्या वर्षापर्यंत हळूहळू आम्ही चुकांमधून शिकत आनच्या भावना आदराने व योग्य पद्धतीने व्यक्त करायला शिकलो असतो आणि असे जर घडले असते, तर आज आपल्याला प्रेमपत्र तंत्र शिकण्याची गरज पडली नसती.

जर आपला भूतकाळ वेगळा असता

जर आपला भूतकाळ जसा आहे तसा नसता, तर कल्पना करा आपण काय पाहिले असते? आपण पाहिले असते की, आपले वडील आपल्या आईच्या वैफल्यग्रस्त आणि निराश, अस्वस्थ भावना काळजीपूर्वक लक्ष देऊन ऐकत आहेत. आपण रोजच हे पाहिले असते की, आपले आई-वडील एकमेकांशी सुखदुःखाच्या गप्पा-गोष्टी करत आहेत आणि आपल्या आईला आपले वडील प्रेम, आस्था आणि सामंजस्य भरभरून देत आहेत. ते तिचे प्रेमळ पती बनले आहेत.

आपल्याला असेही दिसले असते की, आपल्या आईचा आपल्या वडिलांवर विश्वास आहे आणि ती तिच्या भावना मनमोकळेपणाने त्यांच्याबरोबर वाटून घेते आहे. आणि त्याच वेळेस ती त्यांना दोषसुद्धा देत नाहीये किंवा नाराजीसुद्धा व्यक्त करत नाही. अविश्वास, भावनिक लबाडी, टाळाटाळ, अमान्यता, कमीपणा, थंडपणा या मार्गांनी एखाद्याला न नाकारतासुद्धा एखादी व्यक्ती अस्वस्थ राहू शकते व आपली व्यथा व्यक्त करू शकते, याचा प्रत्यक्ष अनुभव आपल्याला मिळाला असता.

आपल्या वाढीच्या वयाच्या १८ वर्षांत आपला भावनिक पातळीवर विकास झाला असता व आपण त्यामध्ये प्रवीण झालो असतो. जसे, आपण चालायला शिकलो, उड्या मारायला शिकलो, वाचायला शिकलो, हिशेब करायला शिकलो, बँकांचे व्यवहार शिकलो, गणित शिकलो तसेच हे भावनिक विकसन!

पण आपल्यापैकी बऱ्याचजणांच्या बाबतीत असे घडले नाही; त्याऐवजी आपण अठरा वर्षांच्या एवढ्या प्रदीर्घ काळात अयशस्वी संवादकौशल्ये शिकलो, कारण आपल्या भावना कशा व्यक्त करायच्या याचे शिक्षण आपल्यास मिळाले नाही. आपल्या नकारात्मक भावना प्रेमळपणे कशा व्यक्त करायच्या हे आपोआप समजणे अशक्यप्राय गोष्ट आहे.

जेव्हा असे करण्याची वेळ येते, तेव्हा ते करणे किती कठीण असते, हे जाणण्यासाठी पुढील प्रश्नांची उत्तरे द्या.

१) जेव्हा तुम्ही लहानाचे मोठे होताना तुम्ही तुमच्या आई-वडिलांना भांडताना, वादविवाद करताना की भांडणे टाळताना पाहिले? आता असे सांगा की, रागावलेले, संतापलेले असताना तुम्ही कसे प्रेम व्यक्त करता?

२) लहानपणी तुमच्या हातून चूक घडली होती, तेव्हा तुमच्या आई-वडिलांनी तुम्हाला शिक्षा केली होती, तुमच्यावर आरडाओरड करून ते तुमच्याकडून सगळ्या गोष्टी करून घेत असत. आता असे सांगा की, तुमच्या मुलांना न रागवता, न चिडता तुम्ही तुमचे कसे ऐकायला लावाल?

३) तुम्ही लहान मूल असताना तुम्हाला सतत निराधार, दुर्लक्षित, निराश

वाटत आले होते. आता असे सांगा की, तुम्हाला अधिक सहकार्य हवे आहे हे तुम्ही कसे मागाल?

४) तुमच्या मनात नाकारले जाण्याची भीती आहे. आता सांगा, तुम्ही मनमोकळेपणाने तुमच्या भावना कशा व्यक्त कराल?

५) तुमच्या जोडीदाराबद्दल तुमच्या मनात तिरस्कार आहे. आता सांगा, तुम्ही जोडीदाराशी प्रेमळपणे कसे बोलाल?

६) लहान मूल असताना प्रत्येक अपराधासाठी तुम्हाला शिक्षा केली होती. आता सांगा, तुम्ही 'माझे चुकले' कसे म्हणाल?

७) जेव्हा तुम्हाला नाकारले जाण्याची आणि शिक्षा होण्याची भीती वाटली. तर सांगा, तुम्ही तुमच्या चुका कशा कबूल करणार?

८) तुम्ही लहान होता, तेव्हा वारंवार तुम्ही धुतकारले गेलात आणि त्याबद्दल वाईट वाटून घेतले तेव्हा 'रड्या' असा किताब मिळाला. आता सांगा, तुम्ही तुमच्या भावना मनमोकळेपणाने कशा व्यक्त कराल?

९) लहान मूल असताना जेव्हा तुम्ही अधिकाची मागणी करत असत, तेव्हा तुम्हाला चुकीचे ठरवले जाई. अशा वेळी तुम्हाला काही जास्त मागायचे असल्यास तुम्ही मागणी कशी कराल?

१०) तुमच्या लहानपणी तुमच्या आई-वडिलांनी तुमच्या भावना जाणून घेण्यात किंवा तुम्हाला कसला त्रास होतोय का, हे जाणून घेण्यात रस दाखवला नाही; त्यांच्याकडे तेवढा वेळही नव्हता, सहनशीलताही नव्हती आणि जाणीवही नव्हती. असे असताना तुमच्या भावना तुम्ही कशा जाणून घ्याल?

११) तुमच्या लहानपणी तुम्हाला हेच शिकवले गेले की, कोणाच्याही प्रेमास पात्र होण्यासाठी तुम्हाला परिपूर्ण असण्याची गरज आहे. आता सांगा की, तुम्ही तुमच्या जोडीदाराची अपूर्णता कशी स्वीकाराल?

१२) तुमच्या वेदनांकडे कधी कोणी लक्ष दिले नाही. आता तुमच्या जोडीदाराच्या वेदनामय भावनांकडे तुम्ही कसे लक्ष देणार आहात?

१३) जर तुम्हाला कोणी क्षमा केली नाही, तर तुम्ही इतरांना कसे क्षमा करणार आहात?

१४) तुम्ही जेव्हा लहान मूल होतात, तेव्हा तुम्हाला सतत सांगितले जायचे, 'रडू नकोस' किंवा 'तू मोठा कधी होणार?' किंवा 'फक्त तान्ही मुलेच रडतात.' अशा वेळी आपले दु:ख आणि वेदना कमी करण्यासाठी आणि मन हलके होण्यासाठी तुम्ही कसे रडणार आहात?

१५) तुमच्या लहानपणी तुमच्या आईच्या वेदनांसाठी तुम्हाला जबाबदार धरले गेले होते, तेव्हा तुम्हाला हे वास्तव माहिती नव्हते की, आईच्या वेदनांना

तुम्ही जबाबदार नव्हताच मुळी. अशा वेळी तुमच्या जोडीदाराची निराशा तुम्ही कशी ऐकून घ्याल?

१६) तुमच्या लहानपणी तुमची आई किंवा वडील त्यांचे नैराश्य, ताण-तणाव, राग तुमच्यावर काढत असत; तुमच्यावर आरडाओरडा करत आणि तुमच्याकडून खूप जास्त अपेक्षा करत. अशा वेळी तुमच्या जोडीदाराचे राग-संताप व्यक्त करणारे बोलणे तुम्ही कसे ऐकून घ्याल?

१७) यापूर्वी तुम्ही ज्यांच्यावर विश्वास टाकला, त्यांनी तुमच्या भाबडेपणाचा फायदा घेऊन तुम्हाला फसवले. अशा वेळी तुम्ही तुमच्या जोडीदाराशी मोकळेपणाने बोलून त्याच्यावर विश्वास टाकू शकाल का?

१८) तुम्ही १८ वर्षं तुमचे मन विकसित होत असताना कधी सुसंवाद ऐकला नाही, उलट सतत मनात अव्हेर, परित्याग, दुराव्याची भीती अनुभवली. असा पूर्व अनुभव असताना तुमच्या मनातल्या भावना प्रेमळपणे आदरयुक्त शब्दात व्यक्त करणे तुम्हाला जमेल का?

या सर्व १८ प्रश्नांचे उत्तर मात्र एकच आहे. प्रेमळ सुसंवाद करणे शिकता येते, फक्त त्यासाठी थोडा सराव करावा लागतो. आपण या पूर्वीची जी १८ वर्षं या गोष्टीकडे दुर्लक्ष करण्यात घालवली आहेत, ती आता भरून काढायची आहेत. आपले आई-वडील भले परिपूर्ण असोत वा नसोत, कोणीच परिपूर्ण नसते. तुम्हाला जर संवाद साधण्यात समस्या येत असतील, तर तो काही शाप नाही किंवा तुमच्या जोडीदाराचा दोषही नाही. खूप साधी गोष्ट आहे; योग्य प्रशिक्षणाचा अभाव आहे आणि सुरक्षिततरीत्या कधी संधी न मिळाल्यामुळे असे घडले आहे.

हे प्रश्न वाचताना तुमच्या मनाच्या पृष्ठभागावर नक्कीच काही भावना तरळून गेल्या असतील... ही तर सुवर्णसंधी आहे. स्वत:वर उपचार करण्याची ही संधी दवडू नका. ताबडतोब स्वत:साठी २० मिनिटे बाजूला काढून ठेवा आणि तुमच्या आई किंवा वडिलांना एक प्रेमपत्र लिहा. एक कागद आणि पेन घ्या आणि तुमच्या भावना व्यक्त करत पुढे जा. हं! पण प्रेमपत्राच्या नमुन्यातील मायने घालायला विसरू नका. प्रयत्न करून तर बघा! आणि जे परिणाम दिसतील, ते पाहून तुम्ही चकित व्हाल.

पूर्णसत्य सांगणे

प्रेमपत्रं उपयुक्त ठरतात, कारण ती तुम्हाला पूर्ण सत्य सांगण्यात मदत करतात. तुमच्या भावनांचा थोडासा भाग जाणून घेण्याने तुम्हाला हवे असलेले

उपचार होत नाहीत.

उदाहरणार्थ,

१) फक्त संतापाच्या भावना जाणवण्याचा काही उपयोग नाही, त्यामुळे उलट तुम्ही अधिकच संतापाल. जितके तुम्ही अधिक रागावलेले राहाल, तितके तुम्हाला अधिक अस्वस्थ वाटेल.
२) तासन्तास तुम्ही जर रडत बसलात, तर तुम्हाला खूप निष्फळ वाटेल. जर तुम्ही तुमचे दु:ख ओलांडून पुढे गेला नाहीत, तर आपला खूप वेळ फुकट गेला असे तुम्हाला वाटेल.
३) ज्या गोष्टींची भीती वाटते, त्यांचाच विचार करीत बसलात तर तुम्ही भयग्रस्त व्हाल.
४) फक्त पश्चात्ताप करीत राहिलात आणि ती पायरी ओलांडून पुढे गेला नाहीत, तर अपराधीपणा आणि शरम या भावनांनी तुम्ही घेरले जाल आणि त्यामुळे तुमच्या स्वत्वालासुद्धा धोका पोहोचण्याचा संभव निर्माण होईल.
५) सतत प्रेमळ आणि आनंदी राहण्याचा प्रयत्न केला, तर तुमच्या नकारात्मक भावना दाबल्या जातील आणि काही वर्षांनी तुमचे मन वेदनाहीन होईल आणि तुम्ही निष्ठुर व्हाल.

प्रेमपत्रं उपयुक्त ठरतात, कारण ती तुम्हाला तुमच्या भावनांबद्दल पूर्ण सत्य लिहिण्याच्या कामात मदत करतात. आपल्या अंतरंगातील वेदना बरी करण्यासाठी आपल्याला वेदनेच्या प्राथमिक स्वरूपातील चार प्रकारांची अनुभूती येणे आवश्यक आहे. ते चार प्रकार म्हणजे राग, दु:ख, भीती आणि पश्चात्ताप.

प्रेमपत्रं उपयुक्त कशी ठरतात

भावनिक वेदनेच्या राग, दु:ख, भीती, खेद या चार पायऱ्या ओलांडल्या की, आपली वेदनामुक्ती होते. फक्त एक किंवा दोन नकारात्मक भावनांबद्दल लिहून हेतू सफल होत नाही, त्याचे कारण असे की आपल्या अनेक नकारात्मक भावनिक प्रतिक्रिया या आपल्या खऱ्या भावना नसतातच; तर आपण आपल्याही नकळत आपल्या खऱ्या भावना लपवण्यासाठी उचललेला तो बचावात्मक पवित्रा असतो.

उदाहरणार्थ,

१) जे लोक शीघ्रकोपी असतात, ते त्यांचे दुखावलेपण, भावनिक जखमा दु:ख, भीती, पश्चात्ताप लपवण्याचा प्रयत्न रागावून करत असतात. जेव्हा भावनिक पातळीवर त्यांना जास्त असुरक्षित वाटते, तेव्हा ते हळवे होतात

– तेव्हा राग विसरून प्रेमळ बनतात.

२) जे लोक सहज, पटकन रडतात, त्यांना आपला राग व्यक्त करणे कठीण जाते, परंतु त्यांना जर राग व्यक्त करण्यास मदत मिळाली, तर त्यांना खूप बरे वाटू लागते आणि ते अधिक प्रेमळ बनतात.

३) ज्या लोकांना सतत कसली ना कसली भीती वाटत असते, त्यांनी ती रागाद्वारे व्यक्त केली, तर त्यांची भीती पळून जाईल.

४) ज्या लोकांना पश्चात्ताप होतो आणि अपराधी वाटते, त्यांना त्यांची ही भावना समजली पाहिजे व त्यांनी त्यांचे हे दुःख आणि राग व्यक्त केले पाहिजे, तरच ते आत्मगौरवास पात्र ठरतील.

५) काही लोक खरे तर खूप प्रेमळ असतात, पण त्यांचे त्यांनाही कळत नाही, की ते एवढे उदास किंवा बधिर का आहेत! त्यांनी हा प्रश्न स्वतःच्या मनालाच विचारायची गरज आहे की, जर मी रागावलो आहे आणि अस्वस्थ झालो आहे, तर ते नेमके कशावरून? आणि या प्रश्नाचे उत्तर स्वतःच लिहायचे आहे. असे केल्याने ते त्यांच्या उदास आणि बधिर भावनांच्या मागे लपलेल्या भावनांच्या सान्निध्यात येतील आणि प्रेमळ बनतील. अशा प्रकारे प्रेमपत्रं उपयुक्त ठरू शकतात.

भावनांच्या मागे भावना कशा लपलेल्या असतात

स्त्रिया आणि पुरुष आपल्या नकारात्मक भावना, आपली अंतरीची वेदना टाळण्यासाठी किंवा दाबून ठेवण्यासाठी कशा वापरतात याची काही उदाहरणे पुढे दिली आहे. हे लक्षात ठेवा की, ही प्रक्रिया आपोआप होणारी असते. हे असे सगळे घडते आहे, याची जाणीवसुद्धा आपल्याला नसते.

काही क्षणांसाठी पुढील प्रश्नांचा विचार करा.

* जेव्हा तुम्ही खूप रागावलेले असता, तेव्हा तुम्ही कधी हसू शकता का?
* तुमच्या मनात खोलवर कोठेतरी भीतीची भावना आहे, अशा वेळी तुम्ही कधी बाहेरून रागाचा आविर्भाव करू शकता का?
* मनातून दुखावलेले असताना बाहेर तुम्ही हास्य विनोद करू शकता का?
* तुम्हाला मनातून अपराधी वाटत असताना तुम्ही इतरांना दोष देण्याची घाई करता का?

खाली जो तक्ता दिला आहे, त्यामध्ये स्त्री आणि पुरुष आपल्या खऱ्या भावना कशा नाकबूल करतात, ते पाहा. कदाचित काही पुरुष त्यामधील पुरुषी वर्णनाला अपवाद असतील, तसेच काही स्त्रियासुद्धा स्त्रीविषयी वर्णनाला अपवाद असतील.

या तक्त्यावरून आपल्याला हेच दिसेल की, आपण आपल्या खऱ्या भावनांपासून किती दूर पळतो...!

आपल्या खऱ्या भावना आपण कशा लपवतो...

पुरुष आपल्या वेदना कशा लपवतात (सहसा ही प्रक्रिया अजाणतेपणाने घडते.)	**स्त्रिया आपल्या वेदना कशा लपवतात (सहसा ही प्रक्रिया अजाणतेणाने घडते.)**
१. पुरुष आपल्या दु:ख, खंत, व्यथा, अपराध आणि भीती या वेदनामयी भावना लपवण्यासाठी राग ही भावना दर्शवतात.	स्त्रिया आपल्या राग, अपराधीपणा, भीती, निराशा या भावना लपवण्यासाठी बाह्यत: चिंता, काळजी, कळकळ या भावना दर्शवतात.
२. पुरुष राग ही वेदनादायी भावना लपवण्यासाठी बेफिकिरी आणि निरुत्साह या भावना दर्शवतात.	स्त्रिया राग, चिडचिड, नैराश्य या भावना लपवण्यासाठी संभ्रम, मानसिक गोंधळ या भावनांचा वापर करतात.
३. आपण दुखावले गेलो आहोत, हे लपवण्यासाठी पुरुष असंतोष, नाराजी या भावना दर्शवतात.	स्त्रिया शरम, अपमान, राग, दु:ख, खंत या भावना लपवण्यासाठी आपल्याला खूप वाईट वाटतेय, असे दर्शवतात.
४. आपण घाबरलो आहोत किंवा द्विधा मन:स्थितीत आहोत हे लपवण्यासाठी पुरुष राग दर्शवतात किंवा आपण न्याय्य बाजूचे आहोत असे दाखवतात.	स्त्रिया राग, दुखावलेपण आणि व्यथा यामुळे होणाऱ्या वेदना टाळण्यासाठी भीती आणि अनिश्चितता इत्यादी भावनांचा वापर करतात.
५. राग आणि दु:ख या भावना टाळण्यासाठी पुरुष शरमिंदेपणाची भावना वापरतात.	स्त्रिया राग आणि भीती या भावना टाळण्यासाठी दु:ख करत बसतात.
६. पुरुष राग, भीती, निराशा, नाउमेद करणे आणि शरम या भावना	स्त्रिया राग, दु:ख, व्यथा आणि शोक इत्यादी भावना लपवण्यासाठी 'आशा'

टाळण्यासाठी शांती, सलोखा, थंडपणा या भावना वापरतात.	या भावनेचा आधार घेतात.
७. पुरुष अपुरेपणा झाकण्यासाठी आत्मविश्वास ही भावना वापरतात.	स्त्रिया व्यथा आणि निराशा टाळण्यासाठी आनंद, कृतज्ञता या भावना वापरतात.
८. पुरुष भीती ही भावना लपवण्यासाठी आक्रमकता धारण करतात.	स्त्रिया संताप आणि दुखावलेपण लपवण्यासाठी प्रेम आणि क्षमाशीलता या भावना वापरतात.

नकारात्मक भावनांवरील उपचार

जर तुमच्या स्वत:च्या नकारात्मक भावना कुणी आत्मीयतेने ऐकून घेतल्या नसतील आणि तुम्हाला आधार दिला नसेल, तर दुसऱ्याच्या नकारात्मक भावना समजून घेणे आणि स्वीकारणे अवघड असते. जितक्या आपण आपल्या लहानपणापासूनच्या दुखऱ्या भावना बऱ्या करून घेतल्या असतील, तितक्या आपल्या जोडीदाराच्या नकारात्मक भावना लक्षपूर्वक ऐकणे, त्यांच्याशी समरस होणे आपल्याला सोपे जाईल आणि तेही न दुखावता; शांतपणे, वैफल्यग्रस्त न होता किंवा अपमानास्पद न वाटता!

तुमच्या अंतर्मनातील वेदनेला तुम्ही जितका प्रतिरोध कराल, तितकाच अधिक विरोध तुम्ही इतरांच्या भावना समजून घेण्याला कराल. जेव्हा समोरची व्यक्ती तिच्या लहानपणाच्या अनुभवांबद्दल, आठवणींबद्दल सांगते, त्या वेळी ते बोलणे ऐकणे जर तुम्हाला असह्य झाले, अधीरपणाचे झाले, तर खुशाल असे समजा की, तुम्ही स्वत:लासुद्धा असेच कठोरपणे वागवत आहात.

आपल्याला स्वत:ला काही वेगळी शिस्त लावून घ्यायची असेल, तर आपणच आपले पालक होऊन आपल्या मनाचे संगोपन केले पाहिजे. आपल्याला ही माहिती पाहिजे की, आपल्या अंतर्मनात अशी एक भावनाशील व्यक्ती बसली आहे, जी बाहेरचे प्रगल्भ मन जरी ओरडून सांगत असेल की, 'अस्वस्थ होण्याचे कारण नाही,' तरी ती अस्वस्थ होतच असते. अशा वेळी आपण आपल्यात हा संवेदनशील भाग वेगळा केला पाहिजे आणि प्रेमळ पालक बनले पाहिजे. आपण स्वत:ला विचारले पाहिजे, 'काय झाले? तू दुखावला गेलास का? तुला वाईट वाटतेय, तू कशामुळे अस्वस्थ झाला आहेस? तू कोणावर रागावलास का? कशामुळे तू दु:खी झाला आहेस? तुला कशाची भीती वाटते का? तुला काय हवे आहे?'

जेव्हा आपण आपल्या भावनांकडे सहानुभूतीपूर्वक लक्ष देऊ, तेव्हा आपल्या

नकारात्मक भावना एखादी जादूची कांडी फिरवल्याप्रमाणे गायब होतील आणि आपण अत्यंत प्रेमळपणे, आदराने परिस्थितीला सामोरे जाऊ. आपल्या लहान मुलासारख्या ज्या निरागस, भाबड्या भावना आहेत, त्या समजून घेतल्या की, आपोआपच मनाची कवाडे उघडली जातील आणि आपल्या कृतीतून व वाणीतून प्रेम पाझरू लागेल.

लहानपणापासून आपल्या मनातील खऱ्या भावना आत्मीयतेने ऐकल्या गेल्या व त्यांना प्रेमळपणे समर्थन मिळाले, तर पुढे मोठेपणी आपण नकारात्मक भावनांमध्ये अडकून राहात नाही, पण आपल्यापैकी बहुतेकांचे लहानपण असेच गेले की, जेव्हा त्यांना असा आधार मिळाला नाही, म्हणून आता या नकारात्मक भावना आपल्या आपणच बऱ्या करायला पाहिजेत.

आपल्या भूतकाळाचा वर्तमानावर कसा परिणाम होतो

नक्कीच तुम्हाला कधी असा अनुभव आला असेल की, नकारात्मक भावनांनी तुमचे मन ग्रासून गेले आहे...! लहानपणापासून निचरा न झालेल्या भावना मनामध्ये साठून राहतात आणि मग प्रौढ वयात या भावना पुन्हा डोके वर काढतात आणि त्यामुळे ताणतणाव निर्माण होतात, ते पुढीलप्रमाणे –

१) जेव्हा एखादी वैफल्यग्रस्त घटना घडते, तेव्हा आपले मन त्या घटनेत अडकून राहते. आपल्याला खूप राग, संताप येतो. जरी आपले प्रौढ मन आपल्याला वारंवार सांगत असते की, 'तू आता शांत राहायला हवेस, स्वस्थ राहा, मनात प्रेमळ भाव असू दे.' पण आपण ऐकत नाही.

२) जेव्हा कशाने तरी आपण निराश होतो, काही केल्या आपली निराशा कमी होत नाही. जरी आपले प्रौढ मन आपल्याला सांगते की, 'अरे, असे तोंड पाडून का बसलास? चल ऊठ! कामाला लाग, अपयश हीच यशाची पहिली पायरी आहे, आशावादी राहा.' पण तरीही आपण दु:खी आणि दुखावलेलेच राहतो.

३) जेव्हा कशाने तरी आपण अस्वस्थ होतो, तेव्हा आपले प्रौढ मन आपल्याला सांगत असते की, 'तुला अधिक आत्मविश्वासाने वागायला पाहिजे. कृतज्ञता बाळग, श्रद्धा ठेव आणि सगळे चांगले होईल, याची खात्री बाळग.' तरीसुद्धा आपण घाबरलेले आणि चिंताग्रस्त असतो.

४) एखादी शरमिंदा करणारी गोष्ट आपल्या आयुष्यात घडते, आपण त्यातून बाहेर पडत नाही. आपले प्रौढ मन आपली समजूत घालते, 'घाबरू नकोस! आनंदाने राहा! हे काळे ढग निघून जातील...' तरी पण शरम आणि अपराधीपणाच्या भावना आपला पिच्छा सोडत नाहीत.

व्यसनांद्वारे भावना शमवणे

प्रौढावस्थेत सहसा आपण आपल्या नकारात्मक भावना टाळूनच त्यांच्यावर नियंत्रण ठेवण्याचा प्रयत्न करतो. आपल्या अपूर्ण राहिलेल्या इच्छा-आकांक्षा, त्यामुळे होणाऱ्या भावनिक जखमा शमवण्यासाठी काही लोक दारूसारख्या अमली पदार्थांच्या आहारी जातात. एक ग्लास दारूमुळे वेदना थोड्या वेळासाठी शमते, पण दारूचा अंमल उतरला की, ती पुन्हा ठसठसू लागते.

उपरोधाने असेच म्हणावे लागेल की, नकारात्मक भावनांना टाळण्याची आपली प्रत्येक कृती त्यांना आपले आयुष्य नियंत्रित करण्यासाठी ताकद देते. आपण जर आपल्या आतल्या आवाजाकडे काळजीपूर्वक लक्ष दिले, तर हळूहळू या नकारात्मक भावनांची आपल्यावरील पकड सैल होते.

उपरोधाने असेच म्हणावे लागेल की, नकारात्मक भावनांना टाळण्याची आपली प्रत्येक कृती त्यांना आपले आयुष्य नियंत्रित करण्याची ताकद देते.

जेव्हा तुम्ही खूप अस्वस्थ होता, अशा वेळी तुम्हाला ज्या प्रकारे संवाद साधण्याची इच्छा आहे, तसा संवाद साधला जात नाही. अशा वेळी भूतकाळातील निचरा न झालेल्या भावना उफाळून पृष्ठभागावर येतात. एखाद्या लहान मुलाला जर कधीच हट्ट करू दिला नाही, तर कधीतरी त्याच्या या दबलेल्या भावना अधिक भडक स्वरूपात बाहेर पडतात. तसे हे होते, परंतु जेव्हा तो असे करतो तेव्हा त्याला कोठडीतच बंदिस्त बनून राहावे लागते.

आपल्या लहानपणच्या निचरा न झालेल्या नकारात्मक भावनांमध्ये एवढी ताकद असते की, प्रौढपणी त्या आपल्याला प्रेमळ संवादापासून वंचित करतात. जोपर्यंत आपण भूतकाळातल्या या तर्कविसंगत भावनांकडे काळजीपूर्वक लक्ष देत नाही, त्यांचा निचरा करत नाही, तोपर्यंत त्या तुमचा प्रेमळ सुसंवाद होऊ देत नाहीत.

आपल्या अप्रिय भावना व्यक्त करण्याचे गुपित म्हणजे आपल्या नकारात्मक भावना लिहून काढायच्या... त्यामुळे आपल्याला आपल्या सकारात्मक भावनांचासुद्धा साक्षात्कार होईल. असे करण्यातच शहाणपण आहे. आपल्या जोडीदाराशी आपण जितक्या अधिक प्रेमाने संवाद साधू, तितके आपले सहजीवन सुखकर होईल. जेव्हा तुम्ही तुमच्या अप्रिय भावना प्रेमाने व विश्वासाने आपल्या जोडीदाराला ऐकवाल, तेव्हाच त्या बदल्यात तुम्हाला आधार देणे सोपे जाईल.

स्व-मदतीमागचे गुपित

प्रेमपत्र लिहिणे हे एक सर्वांत उत्तम स्व-मदत करण्याचे साधन आहे, पण त्यासाठी तुम्ही ताबडतोब स्वत:ला पत्र लिहिण्याची सवय लावून घेतली पाहिजे, नाहीतर हे तंत्र कसे वापरायचे हे तुम्ही विसरून जाल. मी तुम्हाला असे सुचवीन की, आठवड्यातून किमान एकदा तरी जेव्हा एखादी गोष्ट तुम्हाला छळत असते, तेव्हा बैठक मारून बसा आणि प्रेमपत्र लिहा.

प्रेमपत्र हे फक्त तुम्ही तुमच्या जोडीदाराबरोबरच्या नातेसंबंधात अस्वस्थ व्हाल तेव्हाच लिहिणे उपयुक्त असते असे नव्हे, तर जेव्हा केव्हा तुम्ही अस्वस्थ व्हाल, तेव्हा तुम्हाला असे पत्र लिहिणे उपयुक्त ठरेल. जेव्हा तुम्ही खूप संतापलेले असता, दु:खी असता, चिंतित असता, निराश झालेले असता, रागावलेले असता, एखाद्या नकारात्मक भावनेत फसून बसलेले असता किंवा फक्त तणावाखाली असता, त्या प्रत्येक वेळेस प्रेमपत्र लिहिणे उपयुक्त ठरते. जेव्हा कधी तुम्हाला मन:स्थिती सुधारावी असे वाटते, तेव्हा प्रेमपत्र लिहा. दर वेळीच त्यामुळे तुमचे मन प्रफुल्लित होईल असे नव्हे, पण निदान तुम्हाला ज्या दिशेने जायचे आहे, तिकडे नेण्यास नक्की मदत होईल.

'व्हॉट यू फील यू कॅन हिल' या माझ्या पहिल्या पुस्तकात आपल्या भावना शोधून काढायच्या आणि प्रेमपत्र लिहायचे याबद्दलचे संपूर्ण विवेचन मी केले आहे; त्याचबरोबरच 'हिलिंग द हार्ट' नावाच्या माझ्या ध्वनिमुद्रिका आहेत – त्यामध्ये मी काही स्वाध्याय दिले आहेत, तेसुद्धा प्रेमपत्र तंत्रांवरच आधारित आहेत – त्याच्या साहाय्याने तुम्ही काळजीवर मात करू शकता. संतापमुक्त होऊ शकता आणि अधिक क्षमाशील बनता. तुमच्या आतल्या बालकावर प्रेम करता आणि भूतकाळातील भावनिक जखमांवर उपचार करता...!

त्याचबरोबर आत्तापर्यंत अनेक लेखकांनी या विषयावर अनेक पुस्तके आणि अनेक स्वाध्यायमाला लिहिल्या आहेत. अशी पुस्तके वाचून नक्कीच तुम्ही तुमच्या अंतरंगातील भावनांच्या सान्निध्यात राहून त्यावर उपचार करू शकता, पण एक गोष्ट लक्षात ठेवा, जोपर्यंत तुम्ही तुमचा हा भावनिक कप्पा बोलून आणि इतरांना ऐकवून रिकामा करत नाही, तोवर त्यावर उपचार होणार नाहीत. पुस्तके तुम्हाला स्वत:वर अधिक प्रेम करण्यासाठी प्रेरित करतात, पण तुमच्या भावना लक्षपूर्वक ऐकणे, त्या लिहून काढणे किंवा तोंडी शब्दांनी त्यांना वाट करून देणे, यांच्याद्वारे तुम्ही ते प्रेम करत असता.

पुस्तके तुम्हाला स्वतःवर अधिक प्रेम करण्यासाठी प्रेरित करतात, पण तुमच्या भावना लक्षपूर्वक ऐकणे, त्या लिहून काढणे किंवा तोंडीच शब्दांनी व्यक्त करणे, यांच्याद्वारे तुम्ही हे करत असता.

जसजसा तुम्ही प्रेमपत्र तंत्राचा सराव करत जाल, तसतसे तुमचे तुम्हालाच कळत जाईल की, मनाच्या कोणत्या भागाला प्रेमाची सर्वांत जास्त गरज आहे! तुमच्या जाणिवांकडे काळजीपूर्वक लक्ष देऊन आणि तुमच्यातल्या भावनांचा शोध घेऊन तुम्ही स्वतःच स्वतःला विकसित करण्यास मदत करणार आहात.

जेव्हा तुमच्या 'स्व'ला भावनिक पातळीवर प्रेम आणि सामंजस्य मिळणार आहे, ज्याची अत्यंत गरज आहे, तेव्हा आपोआपच तुमची संवादशैली सुधारणार आहे. तुम्ही परिस्थितीला योग्य प्रतिसाद देण्यास समर्थ होणार आहात. जरी आपल्या मनातील कॉम्प्युटरचे प्रोग्रॅमिंग आपल्या भावना लपवणे आणि बचावात्मक पवित्रा घेणे आणि प्रेमळपणाचा अभाव असणे असे झालेले असले, तरी आपण स्वतःच स्वतःला नव्याने शिकवू शकतो. हे सगळे खूप आशादायी आहे.

स्वतःला नव्याने शिक्षित करण्यासाठी तुमच्या निचरा न झालेल्या भावनांकडे काळजीपूर्वक लक्ष देणे आणि त्या समजून घेणे गरजेचे आहे, कारण आत्तापर्यंत त्यांना कधीच उपचाराची संधी मिळाली नाही. तुमच्या मनाच्या या जखमी भागाची जाणीव होणे, त्यांच्याशी संवाद साधणे, त्यांना समजून घेणे आणि मग त्यांच्यावर उपचार करणे हे क्रमवार व्हावे लागते.

प्रेमपत्र तंत्राचा सराव करणे, हा आपल्या निचरा न झालेल्या भावनांना व्यक्त करण्याचा सुरक्षित मार्ग आहे, तसेच आपल्या नकारात्मक भावना आणि इच्छा-आकांक्षा नाकारल्या न जाता आणि टीकेस पात्र न होता, व्यक्त करण्याचाही हाच मार्ग आहे. स्वतःला समजावून घेऊन, भावनिक जखमा बऱ्या करण्याचा हा मार्ग शहाणपणाचा आणि परिणामकारक असतो. एखादे लहान मूल प्रेमळ आई-बाबांच्या हातात असावे, तसे काहीसे हे असते. आपल्या भावनांबद्दलच्या संपूर्ण सत्याची उकल करून आपण स्वतःला या भावना जाणवण्याची पूर्ण परवानगी देऊन टाकतो. आपल्या मनाचे हे बाल्य आदराने व प्रेमाने जपून आपण आपल्या भूतकाळातील भावनिक जखमा हळूहळू बऱ्या होण्याची संधी देतो.

काही लोक खूपच लवकर मोठे होतात, अकाली प्रौढ होतात. कारण ते त्यांच्या भावना नाकारतात किंवा दाबून ठेवतात. भावनिक वेदना या शारीरिक वेदनेच्या किंवा आजारपणाच्या स्वरूपात बाहेर पडतात आणि अकाली मृत्यूला कारणीभूत होतात; याशिवाय अनेक घातक, हानिकारक, अविचारी हव्यास, व्यसने ही सारी मनातील भावनिक जखमांचीच रूपे आहेत.

सर्वसामान्यपणे पुरुषाला त्याच्या अंतरंगातील भावनिक वेदना आणि त्रास कमी करण्यासाठी प्रेम मिळवण्याचा ध्यास असतो. आणि हे प्रेम यशातूनच मिळेल अशी त्याला खात्री असते, तर सर्वसाधारणपणे स्त्रिया या परिपूर्णतेच्या ध्यासाने पछाडलेल्या असतात आणि ही परिपूर्णता त्याच्या प्रेमास पात्र व्हावे म्हणूनच हवी असते. कारण त्याच्या प्रेमामुळेच तिच्या प्राथमिक वेदना कमी होणार असतात. भूतकाळातील निचरा न झालेल्या वेदनांची आलेली बधिरता कमी व्हावी म्हणून लोक जरा अति करताना दिसतात.

आपल्या वेदना कमी व्हाव्यात, म्हणून जगात मन रमविण्यासाठी तुम्हाला अनेक गोष्टी दिसतील. प्रेमपत्रं लिहिणे हेसुद्धा त्यांपैकीच एक आहे. प्रेमपत्र लिहिल्याने तुम्ही तुमच्या वेदनेच्या नजरेत नजर मिळवून बघू शकाल. त्या जाणवून घेऊ शकाल आणि नंतर त्यांच्यावर उपचारसुद्धा करू शकाल. प्रत्येक वेळी प्रेमपत्र लिहिताना तुम्ही आपल्या दुखावलेल्या 'स्व'ला प्रेमाने कुरवाळाल, समजून घ्याल आणि अधिक बरे वाटावे म्हणून लक्ष पुरवाल.

एकांताची शक्ती

काही वेळेस जेव्हा आपण एकांतात आपल्या भावना लिहून काढतो, तेव्हा आपण मनाच्या खोल विहिरीच्या थेट तळाशी जाऊ शकतो. जे कोणाच्या सान्निध्यात आपल्याला करता येत नाही. संपूर्ण एकांत मिळाला, तर खोलवर दडून बसलेल्या भावनांपर्यंत सुरक्षितपणे पोहोचता येते. जरी तुम्ही नातेसंबंधांमध्ये असाल आणि तुम्ही कोणत्याही विषयावर मुक्तपणे बोलू शकत असाल, तरी मी तुम्हाला असाच सल्ला देईन की, कधीकधी तुमच्या भावना एकांतात कागदावर उतरवत चला. एकांतात प्रेमपत्र लिहिणे हे अधिक निरोगी अशासाठी असते की, त्यामुळे तुम्ही दुसऱ्या कोणावरही अवलंबून न राहता स्वत:ला उच्च प्रतीचा पूर्ण वेळ देऊ शकता. मी तुम्हाला असेही सुचवीन की, तुमची सर्व प्रेमपत्र एकत्र एका फाइलमध्ये लावून ठेवा किंवा एखाद्या विशिष्ट वहीतच लिहा. तुम्हाला प्रेमपत्रं लिहिणे सोपे जावे, म्हणून मागच्या प्रकरणात जे काही प्रेमपत्राचे मसुदे दिले आहेत, त्यांपैकी एखादा कायमस्वरूपी नमुना म्हणून तुमच्या फाइलला लावून ठेवा. प्रेमपत्राचा हा नमुना तुम्हाला निरनिराळे परिच्छेद व मुद्दे यांची आठवण करून देईल आणि तुम्ही जेव्हा गोंधळाल, तेव्हा ते विशिष्ट मायने तुम्हाला उपयोगी पडतील.

जर तुमच्याकडे तुमच्या स्वत:चा संगणक असेल, तर मी तुम्हाला सुचवीन की ती टाईप करा व तुमच्या प्रेमपत्रांसाठी एक विशिष्ट फोल्डर तयार करा. जेव्हा केव्हा तुम्हाला प्रेमपत्रं लिहायची असतील, तेव्हा ती फाइल उघडा व टाईप करा

आणि लिहून झाले की, 'सेव्ह'चे बटण दाबा. तुम्हाला ते कोणाबरोबर शेअर करायचे असेल तर त्याची प्रिंटआउट काढा.

पत्र लिहिण्याबरोबरच मी तुम्हाला सुचवीन की एका खाजगी फाइलमध्येच ही पत्रे ठेवा. अधूनमधून ही पत्रे पुन्हा-पुन्हा वाचत चला; त्यासाठी तुम्हाला अस्वस्थ असण्याची गरज नाही; कारण तरच तुम्ही तुमच्या भावनांकडे अधिक वस्तुनिष्ठपणे पाहू शकाल. ही वस्तुनिष्ठता तुम्हाला नंतर कधीतरी तुमच्या अस्वस्थ भावना आदरणीय रीतीने व्यक्त करायला मदत करेल. तुम्ही प्रेमपत्र लिहूनसुद्धा तुम्ही अस्वस्थ असाल, तर पुन्हा-पुन्हा ही प्रेमपत्रं वाचून तुम्हाला अधिक बरे वाटेल.

प्रेमपत्र लिहिणाऱ्या लोकांना मदत करण्यासाठी आणि त्यांच्या शोधकार्यात मदत व्हावी व त्यांना त्यांच्या भावना एकांतात व्यक्त करता याव्यात, म्हणून मी स्वत: 'प्रायव्हेट सेशन' नावाचा एक कॉम्प्युटर प्रोग्राम बनवला – त्यामध्ये काही चित्रे, फोटो, प्रश्न, अनेक प्रेमपत्रांचे नमुने हे सगळे तपशीलवार घातले, ज्यामुळे तुम्ही तुमच्या भावनांच्या सान्निध्यात राहू शकाल. तुमच्या खास भावना व्यक्त करणारे वाक्यांशसुद्धा मी यामध्ये टाकले; त्याचप्रमाणे त्या पत्रांचे खाजगीपण जपून त्यांना संग्रही ठेवले व हवे तेव्हाच वाचनास उपलब्ध केल्याने तुमच्या भावना पूर्णपणे व्यक्त होण्यास मदत झाली.

तुमच्या भावनांचे व्यक्तीकरण करण्यासाठी जर तुम्ही तुमच्या संगणकाची मदत घेतली, तर तुम्हाला कागद-पेन घेऊन बसून प्रेमपत्र लिहिण्याची गरज नाही. विशेषत: पुरुषांना असे कागद-पेन घेऊन पत्र लिहिणे मान्य नसते; त्यांना संगणकासमोर मात्र एकट्याने बसणे आवडते – त्यांचीही सोय झाली.

जवळीकतेची ताकद

एकांतात पत्र लिहिणे हे खरोखर खूप उपचारात्मक आहे, पण आपल्या भावना कुणी ऐकून घेण्याची व समजून घेण्याची गरज भागवण्याची क्षमता त्यामध्ये नाही. जेव्हा तुम्ही प्रेमपत्र लिहिता, तेव्हा तुम्ही स्वत:वर प्रेम करत असता, पण जेव्हा तुम्ही हे प्रेमपत्र कोणाबरोबर तरी शेअर करता, तेव्हा तुम्ही प्रेम मिळवत असता. स्वत:वर प्रेम करण्याची आपली क्षमता वाढवण्यासाठी आपल्याला दुसऱ्या व्यक्तीकडून प्रेम मिळणेही तेवढेच गरजेचे असते. आपल्या प्रामाणिक भावना एकमेकांना सांगितल्यामुळे जवळीकतेची कवाडे उघडतात, ज्यामधून प्रेमाचा सहज प्रवेश होऊ शकतो.

स्वत:वर प्रेम करण्याची आपली क्षमता वाढवण्यासाठी आपल्याला दुसऱ्याचे प्रेमही मिळणे गरजेचे असते.

आपल्याला अधिक प्रेम मिळण्यासाठी आपण अशा लोकांना आपल्या आयुष्यात समाविष्ट करून घ्यायला हवे – ज्यांच्याबरोबर आपण मनमोकळेपणाने व सुरक्षितपणे भावना व्यक्त करू शकू. अशा प्रकारच्या काही निवडक व्यक्ती आपल्या आयुष्यात असणे खूप शक्तिदायी होईल की, ज्यांच्याबरोबर तुम्ही कोणतीही अवघड भावनासुद्धा वाटून घेऊ शकाल व त्यांच्यावर विश्वास टाकू शकाल की, जरी तुम्ही त्यांच्यावर टीका केली, त्यांना नकार दिला, त्यांचा धिक्कार केला, तरी त्यांचे तुमच्यावरील प्रेम अभंग राहील.

जेव्हा तुम्ही स्वत:बद्दलची सर्व माहिती काहीही न लपवता सांगाल की, तुम्ही कोण आहात, तुम्हाला काय वाटते, काय आवडते वगैरे, वगैरे... तर तुम्हालासुद्धा भरपूर प्रेम मिळेल. जेव्हा तुम्हाला असे प्रेम मिळेल, तेव्हा तुमच्या नकारात्मक भावना व्यक्त करणे तुम्हाला सोपे जाते. जसे, राग, संताप, भीती, काळजी, पश्चात्ताप वगैरे वगैरे. याचा अर्थ असा नव्हे की, तुम्हाला वाटणारी प्रत्येक खाजगी गोष्टसुद्धा तुम्ही सांगत सुटावी...! पण काही भावना व्यक्त करण्याची भीती जर तुम्हाला वाटत असेल, तर या भीतीच्या भावनेवर हळूहळू उपचार करून ती घालवणेसुद्धा गरजेचे आहे.

एखादा प्रेमळ समुपदेशक किंवा तुमचा जीवश्चकंठश्च मित्र हासुद्धा प्रेम मिळवण्याचा एक महत्त्वाचा दुवा होऊ शकतो आणि त्यांच्याबरोबर तुम्ही मनातल्या अगदी खोलवरच्या भावना जरी वाटून घेतल्या, तरी त्यांच्यावर उपचार होऊ शकतो. जर तुमच्या माहितीत एखादा समुपदेशक नसेल, तर तुम्ही लिहिलेली प्रेमपत्रं तुमच्या मित्राला वेळोवेळी वाचायला द्या. एकांतात पत्र लिहिण्याने तुम्हाला खूप बरे वाटेल, पण अधूनमधून ही पत्रे अशा व्यक्तीबरोबर शेअर करा की जे तुम्हाला समजून घेऊ शकतील आणि असे करणे गरजेचे आहे.

गटसामर्थ्य

एखाद्या गटाची किंवा समूहाची ताकद काय असते, हे तुम्हाला वर्णन करून समजणार नाही, तर ते अनुभवावेच लागते. एखादा प्रेमळ, सुहृदय आणि सहकार्य करणारा गट अविश्वसनीय कामे करू शकतो आगि आपल्या खोलवरच्या भावनांना सहज स्पर्श करू शकतो. तुमच्या भावना एखाद्या गटाबरोबर व्यक्त करायच्या याचा अर्थच हा की, तुमच्यावर प्रेम करण्यास अधिक लोक उपलब्ध आहेत. जेवढा समूह मोठा, तेवढ्या अधिक पटीने तुमची ताकद वाढणार आहे. तुम्ही त्या समूहात स्वत: काही बोलला नाहीत, पण इतर लोक जे मनमोकळेपणाने व प्रामाणिकपणे आपल्या भावनांबद्दल बोलतात, त्यांचे ऐकले तरी तुमची जागरूकता व ज्ञान वाढते.

जेव्हा मी अशा प्रकारच्या देशव्यापी कार्यशाळा घेतो, तेव्हा माझ्या ज्या भावना ऐकण्याची व समजून घेण्याची गरज मला वाटत होती, त्या पृष्ठभागावर येतात – असा मला पुन्हा-पुन्हा अनुभव येतो. जेव्हा कोणीतरी उठून उभे राहाते आणि आपल्या भावना आमच्या सगळ्यांबरोबर वाटून घेते, तेव्हा मलाही माझ्या स्वत:च्या आयुष्यातील काही प्रसंग आठवू लागतात. माझ्याविषयी व इतरांविषयी नवीन जाणिवांचा मला प्रत्यय येऊ लागतो. अशा प्रत्येक कार्यशाळेच्या शेवटी मला अधिकाधिक हलके आणि अधिक प्रेमळ वाटू लागते.

आता प्रत्येक ठिकाणी असे छोटे-छोटे आधारगट तयार झाले आहेत आणि ते दर आठवड्याला आपल्या भावनांना शब्दरूप देऊन आधार देतात व घेतात. ज्यांना लहानपणी कुटुंबात आपल्या भावना व्यक्त करणे सुरक्षित वाटले नव्हते, अशांना या आधारगटाचा फार उपयोग होतो. अशा प्रकारच्या गटांमध्ये आयोजित केलेले वेगवेगळे कार्यक्रम हे प्रेरणादायक तर असतातच, पण अशा समूहात बोलणे व इतरांचे ऐकणे हेसुद्धा फार उपयुक्त ठरते; त्यामुळे भावनिक जखमा बऱ्या होतात.

मी नियमितपणे अशा पुरुषांच्या छोट्या आधारगटाला भेट देतो आणि माझी पत्नी बोनी अशाच प्रकारच्या तिच्या बायकांच्या छोट्या आधारगटांत हजेरी लावते. बाहेरून मिळणारा हा आधार निश्चितच आमचे नातेसंबंध अधिक सुखकर करतो; त्यामुळे फक्त आम्हाला दोघांनाच एकमेकांना आधार द्यायचा आहे अशा भावनिक ओझ्याखाली आम्ही दबत नाही; शिवाय इतरांचे बोलणे ऐकले आणि त्यांच्या यशाच्या आणि अपयशाच्या गोष्टी ऐकल्या की, आपल्या स्वत:च्या समस्या कमी होतात.

ऐकण्यासाठी वेळ काढा

जर तुम्ही तुमच्या भावना व तुमचे विचार एकांतात लिहून काढत असाल किंवा संगणकावर फीड करून ठेवत असाल किंवा तुमच्या नातेसंबंधामध्ये काही उपचारांची अपेक्षा धरत असाल किंवा एखाद्या आधारगटात जात असाल, तर निश्चितच तुम्ही स्वत:साठी एक महत्त्वाचे पाऊल पुढे टाकत आहात. जेव्हा तुम्ही तुमच्या स्वत:च्या भावनांकडे लक्ष देण्यासाठी वेळ काढत असाल, त्या वेळी तुम्ही तुमच्यातल्या छोट्या निरागस बालकाला असे सांगत असता की, 'तुला तुझे स्वत:चे अस्तित्व आहे आणि तुझे म्हणणे ऐकून घेणे खूप महत्त्वाचे आहे आणि मी नक्कीच तुझे संपूर्ण म्हणणे ऐकून घेईन.'

जेव्हा तुम्ही तुमच्या स्वतःच्या भावनांकडे लक्ष देण्यासाठी वेळ काढत असाल, तेव्हा तुम्ही तुमच्यातल्या छोट्या निरागस बालकाला असे सांगत असता की, 'तुला तुझे स्वतःचे अस्तित्व आहे आणि तुझे म्हणणे ऐकून घेणे खूप महत्त्वाचे आहे आणि मी नक्कीच तुझे संपूर्ण म्हणणे ऐकून घेईन.'

मला अशी आशा आहे की, हे प्रेमपत्र तंत्र तुम्ही वापराल. कारण मी स्वतः माझ्या डोळ्यांनी हे पाहिलं आहे की, हजारो लोकांची यामुळे आयुष्ये बदलून गेली आहेत आणि मीसुद्धा त्या लोकांपैकी एक आहे. तुम्ही जितकी अधिक प्रेमपत्रं लिहाल तितके हे तंत्र वापरणे तुम्हाला सोपे जाईल आणि अधिक उपयुक्त होईल. याला थोडा सराव लागेल, पण ते तुमच्यासाठी वरदान ठरेल.

◆

प्रकरण १२

सहकार्य कसे मागितल्याने मिळते

जर तुम्हाला तुमच्या नातेसंबंधांमध्ये तुम्हाला हवे असलेले सहकार्य मिळत नसेल, तर त्या मागचे प्रमुख कारण हेच की, तुम्ही त्यासाठी पुरेशी विचारणा करत नाही किंवा तुम्ही अशा पद्धतीने विचारणा करता की, त्याचा काही उपयोग होत नाही. कोणत्याही नातेसंबंधांच्या यशासाठी प्रेम आणि आधार मागणे, हे गरजेचे असते. तुम्हाला काही हवे असेल, तर ते तुम्हाला मागावेच लागेल.

पुरुष आणि स्त्रिया दोघांनाही आधार मागणे थोडे अवघड वाटते, तरीसुद्धा पुरुषाच्या मानाने स्त्रियांना अशा प्रकारे आधार मागणे खूप निराशाजनक आणि वैफल्यग्रस्त वाटते; केवळ याच कारणासाठी मी हे प्रकरण खास करून स्त्रियांसाठी लिहितो आहे. अर्थात पुरुषांनी हे प्रकरण वाचल्यास ते आपल्या जोडीदाराला अधिक चांगल्या प्रकारे समजून घेतील, याची खात्री वाटते.

स्त्रिया आधार का मागत नाहीत?

स्त्रियांचा असा एक गोड गैरसमज असतो की, आधार आणि सहकार्य मागून मिळवायचे नसते; कारण स्त्रियांना इतरांच्या गरजा अंत:प्रेरणेने समजतात. हे ज्ञान त्यांना उपजतच असते आणि त्या इतरांच्या गरजेप्रमाणे सहज त्यांना हवे ते देतात, म्हणून त्या पुरुषांकडूनसुद्धा अशीच अपेक्षा धरतात. जेव्हा स्त्री पुरुषाच्या प्रेमात पडते, तेव्हा तिच्या नैसर्गिक अंत:प्रेरणेने ती त्याला प्रेम देऊ करते. अतिशय आनंदाने आणि उत्साहाने त्याला सहकार्य करण्याचे मार्ग ती स्वत:होऊन शोधून काढते. ती जितके अधिक प्रेम करते, तितकी ती अधिक प्रेमाचा वर्षाव करण्यास अधीर होते. शुक्रावर हे असेच असते! प्रत्येक जण आपोआपच स्वत:होऊन आधार देत असतो. मग आता सांगा, तिला पुरुषाकडून प्रेम आणि आधार मागण्यासाठी याचना करण्याची काय गरज आहे? खरे तर ती जेव्हा सहकार्य, प्रेम, आधार देते तेव्हा ते तिला परत मिळायलाच हवे का? खरे तर प्रेमाची मागणी न करणे, हाच

एकमेकांवर प्रेम असण्याचा एक संकेत आहे ना? शुक्रावर हे बोधवाक्यच आहे की, 'प्रेम कधीही मागावे लागू नये.'

शुक्रावर हे बोधवाक्यच आहे की, 'प्रेम कधीही मागावे लागू नये.'

तिच्या दृष्टीने मुद्दा असा असतो की, ती हे पक्के गृहीत धरून बसते की, जर तिच्या जोडीदाराचे तिच्यावर प्रेम असेल, तर तो नक्की तिला प्रेम आणि आधार देऊ करेल, तो तिला मागण्याची गरज नाही. काही वेळेस तर ती मुद्दाम याच हेतूने त्याचा आधार मागत नाही, कारण तिला त्याची परीक्षा घ्यायची असते की, खरेच त्याचे तिच्यावर प्रेम आहे की नाही! ही परीक्षा त्याने पास व्हावे म्हणून तिच्या गरजा समजून घेणे आणि तिला न मागता मदत देऊ करणे, हे तिच्यासाठी गरजेचे असते.

पुरुषांबरोबरच्या नातेसंबंधात ही पद्धत कुचकामाची ठरते. पुरुष हे मंगळावरून आलेले असतात आणि मंगळावर असा अलिखित नियम आहे की, जर तुम्हाला सहकार्य हवे असेल, तर तुम्ही ते मागावे लागते. न मागता मदत देऊ करणे, हा त्यांचा उपजत गुणधर्म नाही. पुरुषी स्वभावाचे हे घातक वळण मोठे संभ्रमित करणारे असते. कारण तुम्ही जर चुकीच्या पद्धतीने त्याला सहकार्य मागितले, तर तो पाठ फिरवतो आणि तुम्ही त्याला सहकार्य नाही मागितले, तर तुम्हाला ते मिळतच नाही किंवा मिळाले तरी अगदी अल्प प्रमाणात मिळते.

नातेसंबंधांच्या सुरुवातीच्या काळात जर स्त्रीला हवा असलेला आधार मिळाला नाहीतर ती असे गृहीत धरते की, त्याच्याकडे देण्यासारखे काहीच नाही म्हणून तो तिला देत नाही. ती तरीही प्रेमळपणे आणि सहिष्णुतेने प्रेमात 'देणे' चालूच ठेवते, अशा भावनेने की, कधीतरी त्याच्याकडून सहकार्य, मदत, प्रेम मिळेल...! पण तो मात्र असे गृहीत धरतो की, तो नक्कीच तिला पुरेसे देत असला पाहिजे. त्याशिवाय का तिच्या देण्यात खंड पडत नाहीये!

ती त्या बदल्यात कसली अपेक्षा करते आहे, अशी कल्पना त्याच्या मनाला स्पर्शूनसुद्धा जात नाही. त्याला वाटते की, नक्कीच तो देतो तेवढे पुरेसे आहे. तिला जर आणखी हवे असते, तर नक्कीच तिने तिचे देणे थांबवले असते, पण ती शुक्रवासिनी आहे, त्यामुळे तिला फक्त अधिक हवे असे नाहीतर तिला ते सहकार्य न मागता त्याने देऊ केले पाहिजे असे तिला वाटते, पण तिकडे तो मात्र वाट पाहात राहतो की, जर तिला त्याचे सहकार्य हवे आहे, तर ती आज ना उद्या मागेलच, जर ती सहकार्य मागत नाहीतर याचा अर्थ हाच की, तो पुरेसे देतो आहे.

शेवटी कधीतरी कदाचित ती त्याचे सहकार्य मागतेसुद्धा! पण आता या

वेळेपर्यंत तिने इतके काही जास्त दिलेले असते आणि तिचा संताप शिगेला पोहोचलेला असतो की, आता तिची विनंती ही केवळ विनंती न राहता मागणी बनते, एक हट्टी मागणी! काही स्त्रिया तर पुरुषावर फक्त एवढ्या कारणासाठी चिडतात की, त्यांना त्यांच्याकडे मदत मागावी लागली. जेव्हा त्या पुरुषाकडे मदत मागतात, तेव्हा तो मदत करण्यास होकार देतो आणि खरेच त्याप्रमाणे सहकार्य देतोसुद्धा! तरीसुद्धा ती अजून संतापलेलीच असते, कारण तिला सहकार्य मागावे लागले. तिच्या मनात येते, 'अशी जर मदत मागावी लागली तर त्याची किंमत शून्य आहे.'

पण पुरुष तिच्या संतापालाही भीक घालत नाहीत, ना तिच्या मागणीला चांगला प्रतिसाद देतात. जरी पुरुषाची स्त्रीला मदत करण्याची इच्छा असली, तरी त्याला असे जाणवले की, ती संतापली आहे किंवा आक्रस्ताळपणे मागणी करते आहे, तर तो देऊ केलेली मदतसुद्धा माघारी घेतो आणि सरळ 'नाही' म्हणतो. मागण्या म्हटले की, पुरुषाचे बिनसतेच! जेव्हा विनंतीचे रूपांतर मागणीत होते, तेव्हा त्याच्या सहकार्याच्या उरल्यासुरल्या अपेक्षासुद्धा विरून जातात. काही जणींच्या बाबतीत मात्र, जेव्हा त्याला असे जाणवते की, तिच्या मागण्या जरा अवाजवीच आहेत, तरी तो तिला अल्पसे देतो.

जर स्त्रीने पुरुषाकडे सहकार्य मागितले नाही, तर तो असे गृहीत धरतो की, तो तिला पुरेसे देत आहे.

ज्या स्त्रीला पुरुषांच्या स्वभावाच्या या कंगोऱ्याची जाणीव नसते, तिच्यासाठी हे नातेसंबंध फार जटिल (आणि कुटिलसुद्धा!) होऊन बसतात. ती समस्या न सुटणारी वाटली, तरीसुद्धा ती सोडवता येऊ शकते. पुरुष हे मंगळावरचे आहेत याची मनाशी पक्की खूणगाठ बांधून त्यांच्याकडे तुम्हाला हवे असलेले नवे सहकार्य मागण्याचे नवीन उपयुक्त मार्ग तुम्ही शिकू शकता.

मी माझ्या कार्यशाळेत हजारो महिलांना असे सहकार्य मागण्याची कला शिकवली आहे आणि त्यांना त्याचे ताबडतोब यशही मिळालेले आहे. या प्रकरणामध्ये आपण अशा तीन पायऱ्यांविषयी शिकणार आहोत, ज्यामुळे आपल्याला अपेक्षित सहकार्य मिळणार आहे. त्या तीन पायऱ्या अशा :

१. जे तुम्हाला सध्या मिळत आहे तेच योग्य प्रकारे मागण्याचा सराव करा.

२. तुम्हाला हे माहिती आहे की, तो नाही म्हणणार आहे, तरी त्याच्याकडे अधिक काही मागण्याचा सराव करा आणि त्याच्या नकाराचा स्वीकार करा.

३. मागताना ठामपणे मागण्याचा सराव करा.

पहिली पायरी – जे तुम्हाला सध्या मिळत आहे, तेच योग्य प्रकारे मागण्याचा सराव करा.

तुमच्या नातेसंबंधामध्ये अधिक मिळवण्यासाठी शिकण्याची पहिली पायरी हीच की, जे तुम्हाला आधीपासूनच मिळते आहे ते मागण्याचा सराव करा. तुमचा जोडीदार तुमच्यासाठी काय करत आला आहे, याची जाणीव असू द्या. खास करून अशा छोट्या-छोट्या गोष्टी की, तुमचे सामान वाहून नेणे, तुमच्या तुटलेल्या गोष्टी जोडून देणे, स्वच्छता करणे, तुमच्यासाठी फोन कॉल्स करणे आणि इतरही छोट्या-मोठ्या गोष्टी.

या पायरीवरील सर्वांत महत्त्वाचा भाग हा की, त्याला तुमच्यासाठी छोट्या-छोट्या गोष्टी करण्याबद्दल विनंती करणे आणि त्याला याबद्दल गृहीत न धरणे. जेव्हा तो या गोष्टी करेल, तेव्हा मनापासून कृतज्ञता व्यक्त करणे. तात्पुरत्या काळासाठी का होईना, तो न मागता सहकार्य करेल. या अपेक्षेला बासनात बांधून ठेवा.

पहिल्या पायरीवर त्याला जितके देण्याची सवय असेल, त्यापेक्षा अधिक त्याच्याकडे मागू नका. तो तुमच्यासाठी नेहमी जे करतो, तेवढ्यावरच लक्ष केंद्रित करा. तुम्ही त्याच्याकडे कोणतीही गोष्ट आग्रही भूमिकेतून मागत नाही आहात, हे ऐकण्याची त्याला सवय होऊ दे.

तुम्ही कितीही अलंकारिक शब्दांत तुमची मागणी केली, पण त्या मागणीला जराही अट्टाहासाचा वास त्याला आला तर त्याला असे ऐकू येते की, तो तुम्हाला पुरेसे देत नाही, त्यामुळे त्याला असे वाटते की, तुम्हाला त्याच्याबद्दल प्रेमच नाही किंवा तो जे काही करतो, त्याबद्दल तुम्हाला कृतज्ञता नाही; मग अशा वेळी त्याची वृत्ती अशी होईल की जोपर्यंत तुम्ही कृतज्ञता दाखवत नाही, तोपर्यंत तो फारसे काही करणार नाही.

तुम्ही किती अलंकारिक शब्दांत तुमची मागणी केली, पण त्या मागणीला जराही अट्टाहासाचा वास त्याला आला तर त्याला असे ऐकू येते की, तो तुम्हाला पुरेसे देत नाही. त्यामुळे त्याला असे वाटते की, तुम्हाला त्याच्याबद्दल प्रेमच नाही किंवा तो जे काही करतो, त्याबद्दल तुम्हाला कृतज्ञता नाही; मग अशा वेळी त्याची वृत्ती अशी होईल की, जोपर्यंत तुम्ही कृतज्ञता दाखवत नाही, तोपर्यंत तो फारसे काही करणार नाही.

कदाचित तुमच्यामुळे किंवा त्याच्या आईमुळे त्याच्या मनाची अशी धारणाच झालेली असते की, तुमची प्रत्येक विनंती तो धुडकावून लावेल. या पहिल्या

पायरीवर तुम्ही त्याची ही नकारात्मक प्रवृत्ती बदलून तुमच्या विनंतीला तो होकारार्थी प्रतिसाद देईल, यासाठी प्रयत्न करायचे आहेत. जेव्हा पुरुषाला हळूहळू समजत जाते की, त्याचे कौतुक होते आहे, त्याच्याबद्दल कृतज्ञता व्यक्त केली जात आहे आणि त्याला गृहीत धरले जात नाही आणि तुम्ही त्याच्यामुळे आनंदी होता... की मग त्याला तुमच्या विनंत्यांना सकारात्मक प्रतिसाद देण्याची इच्छा होईल, मग आपोआपच तो स्वत:होऊन तुम्हाला आधार देऊ करेल, पण इतक्या प्रगतीची तुम्ही सुरुवातीलाच अपेक्षा धरू नका.

मी जे म्हणतो की, तो जे काही आधीपासूनच देतो आहे, तेच तुमच्याकडे मागायचे. या मागचे आणखी एक कारण आहे – तुम्हाला ही खात्री हवी की, तुम्ही अशाच पद्धतीने विचारणार आहात की, तो हे ऐकून घेईल व योग्य प्रतिसाद देईल. माझ्या 'योग्य प्रकारे मागणी' या म्हणण्याचा अर्थ तोच आहे.

पुरुषांना प्रेरित करण्यासाठीच्या सूचना

मंगळनिवासींकडून मदत मिळवण्यासाठी कोणत्या पद्धतीने मागायचे, त्याची ५ गुपिते आहेत. त्यांचे पालन न केल्यास ते तुमचे मुळीच ऐकत नाहीत. त्या ५ गोष्टी म्हणजे :

१. अचूक वेळ

२. आग्रही मागणी नको

३. थोडक्यात सांगा.

४. सरळ, स्पष्टपणे सांगा.

५. योग्य शब्दांचा वापर करा.

आता आपण या पाचही गुपितांचा सविस्तर विचार करू.

१. योग्य आणि अचूक वेळ : तो ज्या वेळी एखादी गोष्ट करण्याचे नियोजन करत आहे, असे उघडपणे दिसत असताना त्याला तीच गोष्ट करायला सांगू नका. उदाहरणार्थ, तो कचऱ्याची बदली रिकामी करण्याच्या बेतात आहे. अशा वेळी त्याला 'जरा कचऱ्याची बादली रिकामी करतोस का?' असे कधीही म्हणू नका. तो असा समज करून घेईल की, तुम्ही त्याला हातात पट्टी घेऊन शिकवता आहात. ही वेळ खूप महत्त्वाची असते. आणखी एक गोष्ट अशी की, जर तो दुसरी एखादी गोष्ट करण्यात गुंतला असेल, तर ताबडतोब हातातले काम सोडून तुमच्या विनंतीला त्याने प्रतिसाद द्यावा, अशी अपेक्षा करू नका.

२. दुराग्रह, अट्टाहास, मुक्त दृष्टिकोन : लक्षात ठेवा, विनंती आणि मागणी

यामध्ये फरक आहे. जर तुमची वृत्ती संतापी असेल किंवा दुराग्रही असेल, तर तुम्ही शब्द जरी कितीही काळजीपूर्वक वापरले, तरी त्याला त्याने तुमच्यासाठी यापूर्वी जे काही केले आहे त्याच्या प्रति कृतघ्नता वाटेल आणि मग तो तुमची विनंती धुडकावून लावण्याची शक्यता आहे.

३. **थोडक्यात सांगा :** त्याने तुम्हाला का मदत केली पाहिजे, याची लांबलचक यादी करून त्याला ती वाचून दाखवणे टाळा. हे लक्षात घ्या की, त्याला हे सगळे पटवून देण्याची अजिबात गरज नाही. तुम्ही त्याला जितके जास्त पटवून द्यायला जाल तितका अधिक विरोध तो तुम्हाला करेल. तुमच्या विनंत्यांना मान्यता देणारी लांबलचक स्पष्टीकरणे ऐकून त्याला असे वाटेल की, तो तुम्हाला सहकार्य करेल यावर तुमचा विश्वास नाही...! मग त्याला वाटेल, आपले सहकार्य मिळवण्यासाठी काहीतरी खेळी खेळली जाते आहे.

पुरुषांना सहकार्यासाठी विनंती करताना हे लक्षात ठेवा की, त्याला पटवून देण्याची काही गरज नाही.

जसे, स्त्री जेव्हा अस्वस्थ असते, तेव्हा तिला त्याच्याकडून ती अस्वस्थ का राहू नये याची कारणे, स्पष्टीकरणे ऐकायची नसतात, तसेच त्याने तिची विनंती का ऐकावी, याची कारणे व स्पष्टीकरणे यांची यादी ऐकणे त्याला पसंत नसते.

स्त्रिया गैरसमजातून आपल्या गरजा कशा वैध आहेत, याची कारणमीमांसा देत राहतात. त्यांना असे वाटते की, त्यांच्या अशा स्पष्टीकरणामुळे त्यांच्या गरजा कशा वैध आहेत, वाजवी आहेत हे त्याला पटेल व तो त्या पूर्ण करण्यासाठी प्रेरित होईल, पण पुरुष काय ऐकतो की, 'म्हणूनच तू हे केले पाहिजे.' जेवढी यादी मोठी असेल, तितक तुम्हाला सहकार्य करण्यास तो विरोध करेल. जर त्याने तुम्हाला 'का?' असा प्रश्न विचारलाच, तर तुम्ही कारणे, स्पष्टीकरणे द्या, पण पुन्हा हे सांगावेसे वाटते की, जे सांगायचे ते थोडक्यात सांगा. त्याला शक्य असेल, तर तो नक्की करेल याच्यावर विश्वास ठेवण्याचा सराव करा. जितके शक्य असेल तितके कमी शब्दांत बोला.

४. **सरळ, स्पष्ट बोला :** बायकांना नेहमी असे वाटते की, त्या मदत मागताहेत, पण प्रत्यक्षात त्या मदत मागतच नसतात. जेव्हा स्त्रीला मदत हवी असते, तेव्हा ती त्याला समस्या सांगते, पण प्रत्यक्ष मदत मागत नाही. ती अशी अपेक्षा करते की, तो आपणहोऊन मदत करेल आणि त्याला सरळ, साध्या, सोप्या शब्दांत मदत मागण्याकडे दुर्लक्ष करते.

तिच्या अप्रत्यक्ष विनंतीत विनंती जरूर असते, पण स्पष्टपणे तसे काही म्हटलेले नसते. अशा अप्रत्यक्ष विनंतीमुळे पुरुषाला वाटते की, तो खूप गृहीत धरला जात आहे आणि त्याचे कौतुक होत नाहीये. काही प्रसंगी अशी अप्रत्यक्ष विधाने करणे ठीक आहे, पण जेव्हा पुन्हा पुन्हा असे घडते, तेव्हा पुरुष तिला आधार देण्यास प्रतिरोध करतो. तो विरोध का करत आहे, या मागचे कारणही त्याला नेमके समजलेले नसते. दिलेली विधाने ही सर्व अशा अप्रत्यक्ष विनंत्यांचीच उदाहरणे आहेत आणि पुरुष त्यांना प्रतिसाद कसा देतो, हे सांगितले आहे.

ती अप्रत्यक्ष विनंती करते तेव्हा तो काय ऐकतो

तिने काय बोलावे (थोडक्यात आणि स्पष्ट)	**तिने कसे बोलू नये (अप्रत्यक्ष)**	**ती अप्रत्यक्ष विनंती करते तेव्हा तो काय ऐकतो**
१. तू मुलांना उचलून घेशील का?	मुलांना उचलून घेण्याची गरज आहे आणि मी ते करू शकत नाही.	तू मुलांना उचलून घेऊ शकत असशील, तर तुला ते केले पाहिजे, नाहीतर मला खूप निराधार वाटेल आणि पुन्हा राग येईल. (हट्टी मागणी)
२. तू हे वाणसामान जरा आत घेशील का?	वाणसामान गाडीमध्ये आहे.	मी आता बाजारात एकटी फिरले. आता हे सामान आत आणणे तुझे काम आहे. (अपेक्षा)
३. तू एवढी कचऱ्याची बादली रिकामी करशील का?	कचऱ्याची बादली भरून वाहाते आहे. आता त्यात काहीच कचरा टाकता येणे शक्य नाही.	तू कचऱ्याची बादली अजून रिकामी केली नाहीस, इतकी भरेपर्यंत कशाला वाट पाहायची? (टीका)
४. तू परसदाराची स्वच्छता करशील का?	मागच्या अंगणात खूप पसारा झाला आहे.	तू परत मागचे अंगण झाडलेच नाहीस. तू यापेक्षा अधिक जबाबदारीने

		वागायला पाहिजे; मलाच तुला आठवण करून द्यावी लागते. (तिरस्कार)
५. तू टपाल जरा आत आणून ठेवशील का?	टपाल अजून कुणी आत आणलेच नाही.	तू टपाल आणायला असे कसे विसरलास? तू हे नीट लक्षात ठेवायला पाहिजेस. (नाराजी)
६. तू आज रात्री आम्हाला जेवायला बाहेर नेशील का?	मला आज रात्रीचे जेवण बनवायला वेळ नाही.	मी आता इतके सगळे केले आहे, निदान तू तेवढे तरी कर.
७. आपण या शनिवार-रविवार कोठे तरी सहलीला जाऊ या का?	आपण कित्येक आठवड्यात सहलीला गेलोच नाही.	तू माझ्याकडे खूप दुर्लक्ष करतोस. मला जे हवे आहे ते मला कधीच मिळत नाही. तू मला यापेक्षा अधिक वेळा सहलीला न्यायला हवेस. (संताप)
८. मला तुझ्याशी थोडेसे बोलायचे आहे. जरा वेळ काढशील का?	आपण एकमेकांशी बोलायला हवे.	आपला एकमेकांशी पुरेसा संवाद साधला जात नाही आणि ही सर्वस्वी तुझी चूक आहे, तू माझ्याशी यापेक्षा अधिक बोलायला हवेस. (दोषारोप)

५. **योग्य शब्दांचा वापर :** सर्वसाधारणपणे सहकार्य मागताना नेहमी केली जाणारी चूक म्हणजे 'शकतोस आणि शकशील'चा वापर 'करतोस आणि करशील' यांच्या जागेवर केला जातो. 'तू केराची बादली रिकामी करू शकतोस का?' या प्रश्नाचा उद्देश फक्त माहिती गोळा करणे किंवा क्षमता आजमावणे एवढाच होतो, पण 'तू केराची बादली रिकामी करशील का?' ही विनंती असते.

बायकांना जरी 'करशील आणि करतोस' हा अर्थ ध्वनित असला, तरी

प्रत्यक्ष बोलताना त्या 'शकशील आणि शकतोस' या शब्दांचा वापर करतात. मी या पूर्वीच सांगितले आहे की, अशा अप्रत्यक्ष विनंत्यांकडे पुरुष चक्क पाठ फिरवतो. चुकून कधीतरी अशा शब्दांचा वापर केला, तर त्याकडे तो दुर्लक्ष करेल, पण नेहमीच 'शकतोस' हा शब्द वापरला, तर पुरुषाला चीड येते. मी जेव्हा स्त्रियांना असे सुचवतो की, त्यांनी त्यांच्या पुरुषांकडे सहकार्य मागायला सुरुवात करावी, तेव्हा त्यांना कधीकधी भीती वाटते. कारण यापूर्वी त्यांनी जेव्हा मदत मागितली होती, तेव्हा त्यांना अशी उत्तरे मिळाली होती :

१. 'मला कटकट करू नकोस.'

२. 'सतत मला काहीतरी करायला सांगू नकोस.'

३. 'मी काय करायचे ते सांगणे आता थांबव.'

४. 'मी काय करायचे ते मला समजते.'

५. 'ते तू मला सांगण्याची अजिबात गरज नाही.'

ही विधाने केल्यावर स्त्रियांना काय वाटेल, असा प्रश्न त्यांना पडत नाही. त्यांच्या सांगण्याचा मथितार्थ केवळ हाच असतो की, 'तू ज्या पद्धतीने मला विचारते आहेस, ती पद्धत मला आवडत नाही.' जर स्त्रियांना विशिष्ट शब्दांचा पुरुषांच्या मनावर काय परिणाम होतो हे समजले नाहीतर त्यांना पुरुषांच्या क्रोधाला बळी पडावे लागते, त्यामुळे ती अधिकच भयभीत होते आणि मग मदत मागताना 'शकतोस-शकशील' वगैरे शब्द वापरू लागते. कारण तिला असे वाटते की, या शब्दांमुळे तिची मागणी अधिक नम्र होईल. हे समज शुक्रावर जरी योग्यच असले, तरी मंगळावर मात्र त्यांचा काहीच उपयोग होत नाही.

मंगळावर एखाद्या पुरुषाला असे विचारणे की, 'तू केराची बादली रिकामी करू शकतोस का?' हा घोर अपमान आहे. प्रश्न हा नाही की, तो केराची बादली रिकामी करू शकतो का? पण 'केराची बादली तू रिकामी करशील का?' हा खरा प्रश्न आहे. नक्कीच 'केराची बादली रिकामी करू शकतोस.' असा प्रश्न विचारल्यावर त्याला अपमान झाल्यासारखे वाटेल व तो 'नाही' हे उत्तर देईल, कारण तुम्ही त्याला त्रास दिला.

पुरुषाला कसे विचारलेले आवडते?

मी जेव्हा माझ्या कार्यशाळेत श (शकतोस) आणि क (करतोस) मधील फरक समजून सांगतो, तेव्हा स्त्रियांना असे वाटते की, मी उगाचच छोट्या-छोट्या गोष्टींचा बाऊ करतो आहे. स्त्रियांना त्याच्यात फारसा फरक दिसत नाही; उलटपक्षी 'शकतोस

का?' असे विचारणे त्यांना 'करतोस का?' पेक्षा अधिक नम्र वाटते. पण पुरुषांसाठी मात्र यामध्ये फार मोठा फरक आहे. हा फरक खरोखरच फार महत्त्वाचा आहे, म्हणून मी निरनिराळ्या १७ पुरुषांनी, जे माझ्या कार्यशाळेत हजर होते, त्यांनी व्यक्त केलेली त्यांची मते पुढे सांगत आहे.

१. जेव्हा मला माझ्या पत्नीकडून विचारले गेले की, 'तू मागील अंगण स्वच्छ करू शकतोस का?' मी खरोखर ते शब्दश: घेतले व म्हणालो, 'हो, मी करू शकलो असतो. नक्कीच ते शव्य होते.' पण मी असे म्हणत नाही, की, 'मी ते करीन.' आणि नक्कीच मला असे वाटते की, मी यामध्ये मागील अंगण साफ करायचे कोणतेच वचन तिला दिलेले नाही, उलट जेव्हा मला असे विचारले जाते की, 'तू मागील अंगण स्वच्छ करशील का?' तेव्हा मी नक्कीच मनोमन असा निश्चय करतो की, तिला सहकार्य करण्याची माझी इच्छा आहे. मी जर 'हो' म्हणालो, तर नक्कीच मागील अंगण मला साफ करायचे आहे हा विचार माझ्या मनात सतत घोळत राहील व मी ते काम करण्याची शक्यता शंभर पटीने वाढेल, कारण मी वचन दिले आहे.

२. जेव्हा ती म्हणते, 'मला तुझ्या मदतीची गरज आहे, तू मला मदत करू शकतोस का?' हे माझ्या कानाला काहीसे टीका केल्यासारखे वाटते, जसे, की मी आधी कधीतरी मदत करण्यात अपयशी झालो आहे. मला तिचा चांगला मित्र बनून तिला सहकार्य करण्याची इच्छा आहे, पण हे मला त्यासाठीचे आमंत्रण वाटत नाही, उलट 'मला तुझ्या मदतीची गरज आहे, प्लीज तू हे उचलायला मदत करशील का?' ही मला नम्र विनंती वाटते आणि मी प्रेमळ आहे हे सिद्ध करण्याची योग्य संधी वाटते, त्यामुळे मला लगेच 'हो' म्हणावेसे वाटते.

३. माझी बायको मला जेव्हा म्हणते, 'तू सोहमचा डायपर बदलू शकतो का?' मी मनातल्यामनात विचार करतो, त्यात काय अवघड आहे? मी डायपर बदलू शकतो, पण तरीही मी ते करण्याची तयारी दर्शवत नाही. कदाचित त्यासाठी मी काहीही सबबी सांगू शकेन, पण जर तिने मला असे विचारले असते की, 'तू सोहमचा डायपर बदलशील का?' यावर मी नक्कीच असे उत्तर दिले असते, 'हो! जरूर.' आणि ते केले असते, आता माझ्या मनात विचार आला असता की, मुलांना वाढवण्याच्या कामात माझा हा सहभाग मला नक्कीच आवडेल. मला मदत करण्याची इच्छा आहे!

४. जेव्हा मला असे विचारले जाते, 'प्लीज, मला मदत करशील का?' तेव्हा मला मदत करण्याची संधी मिळते आणि मग तिला परत-परत मदत करण्याचीसुद्धा इच्छा होते, पण जेव्हा मला असे ऐकू येते की, 'प्लीज, तू मला मदत करू शकतोस का?' तेव्हा मला माझे डोके भिंतीवर आपटून घेतल्यासारखे वाटते. जणू काय मला दुसरा पर्यायच नाही. जर माझी मदत करण्याची पात्रता असेल, तरच माझ्याकडून मदत मिळण्याची अपेक्षा करायची. यामध्ये माझ्या मदतीबाबत जराही कौतुक नाही, कृतज्ञता नाही.

५. 'शकतोस का?' म्हटले की मला रागच येतो. मला त्या वेळी असे वाटते, की मला 'हो' म्हणण्याशिवाय गत्यंतरच नाही. मी जर 'नाही' म्हटलं, तर ती माझ्यावर रागावेल. ही विनंती नव्हे तर हट्टी मागणीच असते.

६. मी शक्यतो स्वतःला कामात व्यग्र ठेवतो, निदान व्यग्र असल्याचं ढोंग तरी करतो, ज्यामुळे मी ज्या स्त्रीबरोबर काम करतो, ती मला, 'तू हे करू शकतोस का? ते करू शकतोस का?' असे विचारत नाही. हेच जर 'करशील का?' असे विचारले असते, तर मला मदत करायची किंवा नाही याबद्दल ठरवण्याचा मला हक्क असता आणि मला मदत करावीशी वाटली असती.

७. मागच्याच आठवड्यातील गोष्ट बघा! माझ्या पत्नीने मला विचारले, ''तुम्ही आज फुलझाडांची रोपे लावू शकता का?'' आणि जराही विलंब न लावता मी 'हो' म्हटलं, मग बाहेरून घरी आल्यावर तिने मला विचारले, ''तुम्ही ती फुलझाडांची रोपे बागेत लावली का?'' मी म्हणालो, ''नाही.'' मग ती म्हणाली, ''उद्या तुम्ही ती रोपे लावू शकता का?'' पुन्हा जराही आढेवेढे न घेता मी 'हो' म्हटले. जवळपास संपूर्ण आठवडाभर असाच संवाद झाला आणि फुलझाडांची रोपे अजूनही कोपऱ्यात मुकाटपणे बसून आहेत. मला असे वाटते की, जर तिने मला विचारले असते की, 'तुम्ही उद्या ती रोपे लावाल का?' तर मी त्याबद्दल विचार केला असता आणि जर मी 'हो' म्हणालो असतो तर मी ते करून दाखवले असते.

८. मी जेव्हा म्हणतो की, 'हो! मी ते करू शकतो.' तेव्हा मी स्वतःला कोणत्याच प्रकारे वचनबद्ध केलेले नसते. मी फक्त असे म्हणतो की, 'ते मी करू शकतो.' पण मी ते काम करण्याचे कोणतेच वचन दिलेले नसते. ती माझ्यावर रागावली, तरी माझ्या मते, तिला माझ्यावर रागावण्याचा कोणताही

हक्क नसतो. हं! मी जर असे म्हटले नसते की, मी ते करीन तर मी तिच्या रागावण्याच्या मागचे कारण योग्य आहे असे समजू शकलो असतो.

९. मी माझ्या ५ बहिणींबरोबर लहानाचा मोठा झालो आणि आता माझे लग्न झाले आहे आणि मला ३ मुली आहेत. माझी बायको जेव्हा मला म्हणते, की, 'तुम्ही रद्दीवाल्याला फोन करून बोलावून घेऊ शकता का?' त्यावर मी काहीच उत्तर देत नाही. परत ती विचारते, 'का?' आणि खरेच त्या 'का'चे उत्तर माझ्याकडे नसते, पण आता मला या मागचे कारण कळले आहे. तिच्या अशा प्रश्नामुळे ती माझ्यावर हुकूम चालवू बघते, असे मला वाटते. जर तिने मला, 'फोन करशील का?' असे विचारले असते, तर मी चांगला प्रतिसाद दिला असता.

१०. जेव्हा मी असा प्रश्न ऐकतो की, 'तू हे करू शकतोस का?' त्यावर मी तात्काळ उत्तर देतो की, 'हो' आणि मग नंतरची दहा मिनिटे मी विचार करत बसलो की, मी हे काम का करणार नाहीये? आणि मग सरळ त्या प्रश्नाकडे दुर्लक्ष करतो, पण जेव्हा मला असे ऐकू येते की, 'करशील का?' तेव्हा माझ्या मधला मी पृष्ठभागावर येतो आणि म्हणतो, 'होय, मी आपल्या सेवेसी हजर आहे.' आणि मग नंतर माझ्या मनात कितीही आक्षेप आले, तरीसुद्धा मी तिच्या विनंतीला मान देतो, कारण मी तिला माझा शब्द दिलेला असतो.

११. मी 'शकतोस का?' या प्रश्नालासुद्धा 'हो' असे उत्तर देतो, पण मनातल्यामनात चरफडत असतो. कारण मला वाटते की मी नकार दिला तर ती आक्रस्ताळेपणा करेल. अशा वेळी ती लबाडीने माझा होकार मिळवते, असे मला वाटते. जेव्हा ती मला म्हणते, 'तू हे करशील का?' तेव्हा मी मनमोकळेपणाने 'हो' किंवा 'नाही' म्हणू शकतो. माझ्यावर कोणतीच जोरजबरदस्ती नसते. मी तिची विनंती पूर्ण करतो, कारण मी तिला शब्द दिलेला असतो.

१२. जेव्हा एखादी स्त्री मला विचारते, 'तू हे करशील का?' मला मनातल्यामनात कोठेतरी खात्री वाटते की, नक्कीच मी हे केल्याबद्दल मला एक गुण तरी नक्की मिळणार आहे. मला कौतुकाची पावती मिळाल्यासारखी वाटते आणि मी आनंदाने सहकार्य देतो.

१३. जेव्हा मी असे ऐकतो की, 'करशील का?' तेव्हा मी ते काम करू शकतो. याच्यावर तिचा विश्वास आहे असे मला वाटते. पण जेव्हा मी ऐकतो, 'करू शकशील का?' किंवा 'करू शकतोस का?' तेव्हा मला प्रश्नाच्या मागे

लपलेला प्रश्न ऐकू येतो. जेव्हा ती मला विचारते की, 'मी कचऱ्याची बादली रिकामी करू शकतो का?' जे की उघडपणे दिसेल की, मी ते करू शकतो. या प्रश्नामागे अशी विनंती आहे की, ज्याबद्दल तिला खात्री वाटत नाही, म्हणूनच ती प्रत्यक्षपणे सरळ सरळ विनंती करत नाही.

१४. जेव्हा एखादी स्त्री मला विचारते की, 'करशील का?' किंवा ''करतोस का?' तेव्हा मला तिचे त्यातून अवलंबित्व जाणवते. तिच्या भावनांबद्दल आणि गरजांबद्दल मी संवेदनशील बनतो आणि मग निश्चितच तिला नकार देण्याची माझी इच्छा नसते, मात्र जेव्हा ती, 'करू शकतोस का?' असे विचारते, तेव्हा मी 'नाही' म्हणायची शक्यता अधिक असते कारण मला माहिती असते की, हा काही तिचा नकार नाहीये. हे केवळ एक अव्यक्तिवाचक विधान आहे, ज्यात मी माझी असमर्थता व्यक्त करतो, त्यामुळे तिच्या या 'करू शकतोस का?' प्रश्नाच्या उत्तरातला नकार व्यक्तिश: घेण्याचे काहीच कारण नाही.

१५. 'माझ्यासाठी करशील का?' हा प्रश्न व्यक्तिवाचक आहे आणि त्यामुळे मला सहकार्य द्यावेसे वाटते, पण 'करू शकशील का?' हा प्रश्न अव्यक्तिवाचक आहे, त्यामुळे मला जर तसे करणे सोयीस्कर असेल, तरच मी ते करीन, अन्यथा नाही.

१६. जेव्हा स्त्री म्हणते, 'तू मला मदत करू शकतोस का?' त्या वेळी मला तिचा संताप जाणवतो आणि मी तिला विरोध करतो, पण जेव्हा ती म्हणते, 'तू मला प्लीज मदत करशील का?' त्या वेळी मला तिचा संताप ऐकू येत नाही; जरी तो तेथे असला तरीसुद्धा! मी हसत हसत 'हो' म्हणतो.

१७. जेव्हा स्त्री म्हणते, 'तू हे माझ्यासाठी करू शकतोस का?' तेव्हा माझ्यातील प्रामाणिक माणूस जागा होतो आणि त्याचा आळशी भाग मनाच्या पृष्ठभागावर येऊन म्हणतो, 'हे न केलेलेच बरे.' पण मला जेव्हा असे ऐकू येते, 'प्लीज हे करशील?' तेव्हा मी अधिक सर्जनशील बनतो आणि तिला कोणकोणत्या मार्गांनी मदत करता येईल याचा विचार करतो.

आता एक रोमॅण्टिक दृश्य पाहा. 'करणे' आणि 'शकणे' यामधील फरक स्त्रियांनादेखील यामधून जाणवेल.

अशी कल्पना करा की, एक पुरुष स्त्रीला लग्नाची मागणी घालत आहे. त्याचे हृदय प्रेमाने भरून वाहात आहे. अगदी आकाशातल्या पूर्ण चंद्राप्रमाणेच पूर्ण

समाधानी आहे. तो तिच्यासमोर गुडघे टेकवून उभा आहे आणि त्याने तिचा हात हाती घेतला आहे. आता तो डोळ्यात डोळे घालून हळुवारपणे विचारतो, 'तू माझ्याशी लग्न करू शकशील का?'

झालं! सत्यानाश झाला! तात्काळ तेथील रोमान्स संपून गेला. 'श' या शब्दामुळे तो दुबळा आणि बावळट वाटू लागला. त्या क्षणी तरी त्याच्यात आत्मगौरवाचा अभाव आहे असा भेदरलेला, असुरक्षित एखाद्या सशाप्रमाणे तो भासला, मात्र त्याऐवजी तो असे म्हटला असता की, 'माझ्याशी लग्न करशील का?' तर मात्र एकाच वेळी त्याच्या शक्तीचे आणि अपूर्णत्वाचे दर्शन घडले असते, हीच लग्नाची मागणी घालण्याची योग्य पद्धत आहे.

त्याचप्रमाणे पुरुषालासुद्धा स्त्रीने आपली विनंती अशाच पद्धतीने व्यक्त करावी असे वाटते. 'क' शब्द वापरा. 'श'पासूनचे शब्द हे खूपच अविश्वासदर्शक, अप्रत्यक्ष, दुबळे आणि लबाडसुद्धा असतात.

जेव्हा ती विचारते, 'तू केराची बादली रिकामी करू शकतोस का?' त्या वेळी त्याला असा संदेश मिळतो की, 'जर तू ती रिकामी करू शकत असशील तर ती तू करायला हवीस, मी ते तुझ्यासाठी केले असते.' त्या दृष्टीने विचार करता त्याला असे वाटते की, तो हे करू शकतो हे उघडच आहे! मात्र ती त्याचे सहकार्य मागण्याची टाळाटाळ करते आणि एक तर त्याला गृहीत धरू पाहते किंवा लबाडीने त्याचे मन वळवू पाहते, त्यामुळे त्याला करणे शक्य असले, तरी ती त्याच्यावर अविश्वास दाखवते असे त्याला वाटते.

मला आठवते की, आमच्या कार्यशाळेत सहभागी झालेल्या एका महिलेने शुक्रवासिनीच्या भाषेत हा फरक कसा विशद केला पाहा. ती म्हणाली, ''सुरुवातीला प्रश्न विचारण्याच्या या दोन पद्धतींमधील फरक मला समजायचा नाही, पण मग मी ती वाक्ये उलटी करून पाहिली, तेव्हा मी हे करणार नाही ऐवजी तो जेव्हा मी हे करू शकणार नाही असे म्हणाला तेव्हा संदर्भ बदलले. जेव्हा तो म्हणतो, 'मी हे काम करू शकत नाही' तेव्हा तो नकार वैयक्तिक पातळीवर मला नसतो, पण जेव्हा तो म्हणतो, 'मी ते करणार नाही' तेव्हा तो नकार वैयक्तिक पातळीवर मला असतो. तो करू शकणार नाही असे म्हणतो, तेव्हा मला वाटते; ठीक आहे तो नाही करू शकत!

एखादी गोष्ट मागताना होणाऱ्या सर्वसामान्य चुका

एखादी गोष्ट मागताना लक्षात ठेवण्याची सगळ्यात अवघड गोष्ट म्हणजे 'क' शब्दाचा वापर शक्य असेल तेथे करावा... त्यासाठी खूप सरावाची गरज आहे.

पुरुषाकडून सहकार्य मागताना

१. सरळ-सरळ विचारा.

२. थोडक्यात विचारा.

३. 'करशील का', 'करतोस का?' हे वाक्यांश वापरा.

अप्रत्यक्ष विचारणे, लांबचलांब बोलून विचारणे किंवा 'शकतोस का', 'शकशील का?' असे शब्द वापरणे हे टाळा. आपण काही उदाहरणे पाहू.

असे बोला	असे बोलू नका
◆ तू कचऱ्याची बादली रिकामी करशील का?	कचऱ्याची बादली भरून वाहते आहे, तिचा दुर्गंध सुटलाय. आता मला त्यात आणखी कचरा भरणे शक्य नाही. ती आता रिकामी करण्याची गरज आहे. तू हे करू शकतोस का? (हे फार लांबलचक झाले, शिवाय 'शकतो' हा शब्दप्रयोग केला आहे.)
◆ हे टेबल हलवण्यासाठी तू मला मदत करशील का?	मला एकटीला हे टेबल हलवता येत नाही. मला दिवाणखान्याची सजावट जरा बदलायची आहे आणि तेही आज रात्रीच्या पार्टीपूर्वी! प्लीज तू हे करू शकतोस का? (हे खूप लांबलचक झाले शिवाय 'शकतोस' हा शब्दप्रयोग केला आहे.)
◆ तू जरा हे सामान माझ्यासाठी बाहेर नेऊन ठेवशील का?	मला हे सामान ओढत बाहेर नेता येणार नाही. (इथे अप्रत्यक्ष संदेश दिला गेला आहे.)
◆ तू गाडीतले वाणसामान जरा घरात घेऊन येशील?	माझ्याकडे वाणसामानाच्या ४ पिशव्या गाडीत ठेवलेल्या आहेत आणि रात्रीचे जेवण बनवायला मला त्यातील सामानाची गरज आहे. त्या पिशव्या आत आणू शकतोस का? (हे लांबलचक आहे, अप्रत्यक्ष पण आहे. शिवाय 'शकतोस' हा शब्दप्रयोग केला आहे.)

◆ घरी येताना जरा दुधाची पिशवी घेऊन येशील का?	तू दुकानातच चालला आहेस, अमेयसाठी दुधाची पिशवी हवी आहे. मी आता पुन्हा दुकानात जाऊ शकत नाही. मी खूप दमलेय. आजचा दिवस खूप खराब गेला, तू आणू शकतोस का? (हे खूप लांबलचक आहे, अप्रत्यक्ष आहे आणि 'शकतोस' हा शब्दप्रयोग केला आहे.)
◆ तू आभाला शाळेतून घरी आणशील का?	आभाला शाळेतून घरी आणायला हवे आणि आज मी तर काही जाऊ शकत नाही, तुला वेळ आहे का? तुला असे वाटते का की, तू आभाला शाळेतून घरी आणू शकतोस. (हे खूप लांबलचक, अप्रत्यक्ष आणि 'शकतोस' हा शब्दप्रयोग केला आहे.)
◆ तू आज जिमीला त्याच्या डॉक्टरकडे घेऊन जाशील का?	जिमीचा आज इंजेक्शन देण्याचा दिवस आहे. तुला त्याला त्याच्या डॉक्टरकडे घेऊन जायला आवडेल का? (हे खूप अप्रत्यक्ष आहे.)
◆ आज रात्री तू आम्हाला जेवायला बाहेर घेऊन जाशील का?	आज मी इतकी दमले आहे की, रात्रीचे जेवण बनवणे माझ्या जिवावर आले आहे. आपण कित्येक दिवसांत बाहेर जेवायला गेलो नाही. तुला बाहेर जायचेय का? (हे लांबलचक आहे आणि अप्रत्यक्ष आहे.)
◆ तू माझी एवढी झिप लावून देशील का?	मला तुझी मदत हवी आहे. माझी एवढी झिप लावून देऊ शकशील का? (हे अप्रत्यक्ष आहे आणि 'शकशील' हा शब्दप्रयोग केला आहे.)

◆ या आठवड्यात मला सिनेमाला घेऊन जाशील का?	या आठवड्यात तुला सिनेमाला जायचे आहे का? (हे खूप अप्रत्यक्ष आहे.)
◆ तू सौम्याला बूट घालायला मदत करतोस का?	सौम्याने अजून बूट पण घातले नाहीत, आपल्याला उशीर झाला आहे. सगळ्याच गोष्टी मला एकटीला करणे शक्य नाही. तू मदत करू शकतोस का? (हे खूप लांबलचक, अप्रत्यक्ष आणि 'शकतोस' हा शब्दप्रयोग केला आहे.)
◆ तू आत्ता किंवा रात्री कधीतरी जरा माझ्याजवळ बसून बोलशील का?	हे सगळे काय चाललेय, तेच मला समजत नाही. आपण त्याबद्दल काहीच बोललो नाही आणि मला हे कळणे गरजेचे आहे की, तुझे सध्या काय चालले आहे! (हे खूप लांबलचक आणि अप्रत्यक्ष आहे.)

आत्तापर्यंत बहुधा तुमच्या हे लक्षात आलेच असेल की, तुम्ही जे काही विचारत आहात असे तुम्हाला वाटते, पण मंगळनिवासी भलतेच ऐकत असतात, मंगळनिवासींकडे सहकार्याची मागणी करताना तुम्हाला छोटे-छोटे बदल हेतुपुरस्सर करावे लागतील. दुसऱ्या पायरीवर जाण्यापूर्वी तुम्हाला तीन महिने तरी आधी अशा बोलण्याचा सराव करावा लागेल, 'प्लीज माझ्यासाठी हे करशील का?' किंवा 'तुझी काही हरकत नसेल तर हे करशील का?'

तुम्ही त्याच्याकडे कधी आणि किती वेळा मदत मागत नाही, याची नोंद करून ठेवा; पहिल्या पायरीवरच हे करायचे आहे. तुम्ही जेव्हा मदत मागता तेव्हा ती कशा प्रकारे मागता याकडे लक्ष द्या. सहकार्याच्या बाबतीत तुम्हाला ही जी माहिती मिळाली आहे त्याच्या आधारे, तो तुम्हाला जी मदत करतो, त्याचीच मागणी करा. थोडक्यात आणि स्पष्ट बोला आणि नंतर त्याने केलेल्या सहकार्याबद्दल कृतज्ञता व्यक्त करा आणि त्याचे आभार माना.

सहकार्य मागताना स्त्रीच्या मनात येणारे सर्वसामान्य प्रश्न

पहिले पाऊल उचलणे हे अवघड असू शकते. अशा प्रकारची मदत मागताना

स्त्रीच्या मनात शंका असू शकतात; त्यामुळे आक्षेप, विरोध उमटू शकतात.

१. **प्रश्न :** स्त्रीला असे वाटू लागते की, सहकार्य मिळवण्यासाठी जर त्याला माझ्याकडे विचारणा करण्याची गरज वाटत नाही, तर मला त्याच्याकडे का मदत मागावी लागते?

उत्तर : लक्षात ठेवा की, पुरुष हे मंगळनिवासी आहेत. ते तुमच्यापेक्षा वेगळे आहेत. त्याचे हे वेगळेपण लक्षात घेऊन आणि त्याच्या वैशिष्ट्यांचा स्वीकार करून तुम्ही तुम्हाला हवे ते मिळवू शकता, पण त्याऐवजी तुम्ही त्याला बदलण्याचा प्रयत्न केलात, तर तो कडाडून विरोध करेल. आपल्याला हवे ते वागणे हा जरी शुक्रवासिनीचा स्वभाव नसला, तरीही स्वत: न बदलतासुद्धा त्या हे करू शकतात. जेव्हा त्याला प्रेम आणि प्रशंसा मिळेल, तेव्हा तो हळूहळू स्वेच्छेने, तुम्ही न मागतासुद्धा सहकार्य देऊ करेल, पण ती पुढची पायरी आहे.

२. **प्रश्न :** स्त्रीला असे वाटू शकते की, त्याने काही केल्याबद्दल मी त्याची इतकी प्रशंसा का करायची जेव्हा की, मी त्याच्यापेक्षा अधिक करत आले आहे?

उत्तर : जेव्हा पुरुषांच्या प्रति कृतज्ञता व्यक्त केली जात नाही, तेव्हा ते कमी देतात. जर तुम्हाला वाटत असेल की, त्यांनी अधिक द्यावे तर त्यांना अधिक कृतज्ञता दर्शवावी लागते. कृतज्ञतेमुळे पुरुषांना चालना मिळते. जर तुम्ही त्याच्यापेक्षा अधिक करत असाल, तर नक्कीच तुम्हाला कृतज्ञता दर्शवणे जड जाईल, म्हणून अतिशय सभ्य रीतीने हळूहळू त्याच्यासाठी कमी करायला लागा, म्हणजे त्यामुळे तरी तुम्ही कृतज्ञता दर्शवायला लागाल. अशा प्रकारचा स्वत:मध्ये बदल करून तुम्ही त्याला 'आपल्यावर तिचे प्रेम आहे' ही भावना मनात रुजवायला मदत कराल, शिवाय तुम्हाला हवे असलेले आणि तुम्ही ज्यास पात्र आहात, असे सहकार्य तुम्हाला मिळेल.

३. **प्रश्न :** स्त्रीला असे वाटते का की, जर मी त्याच्याकडे मदत मागितली, तर त्याला असे वाटेल की, तो माझ्यावर उपकारच करतोय?

उत्तर : त्याला असेच तर वाटायला हवे, प्रेमची देणगी हे उपकारच असतात. जेव्हा पुरुषाला तुमच्यावर उपकार करावेसे वाटतील, तेव्हा तो थेट अंत:करणापासून तुम्हाला देईल. लक्षात ठेवा, तो मंगळनिवासी आहे आणि तो तुमच्यासारखी गुणगणना करत नाही. त्याला जर असे वाटले की, तुमचा बोलण्याचा रोख असा आहे की, उपकाराची परतफेड किंवा कर्तव्य म्हणून त्याने एखादी गोष्ट करावी, तर त्याच्या हृदयाचे दार जणू बंद होते व तो कमी देतो.

४. **प्रश्न :** स्त्रीला असे वाटेल का की, जर त्याचे माझ्यावर प्रेम आहे, तर त्याने मला सहकार्य द्यायला हवे? त्यासाठी मी ते मागण्याची जरूर नाही?
उत्तर : लक्षात घ्या, पुरुष हे मंगळनिवासी आहेत. ते तुमच्यापेक्षा वेगळे आहेत. पुरुष त्यांच्याकडे मागणी करण्याची वाट पाहतात. त्या बाबतीत त्यांची विचारशक्ती कमीच असते; ते असा तुमच्यासारखा विचार करत नाहीत की, प्रेम आहे म्हणून आपणहोऊन सहकार्य द्यायला पाहिजे. जर ते शुक्रावरचे रहिवासी असते, तर त्यांनी आपणहोऊन सहकार्य देऊ केले असते, पण तो मंगळावरचा रहिवासी आहे. या फरकाचा स्वीकार करून तुम्ही त्याच्याकडून सहकार्य मिळवू शकता, अर्थात हे सगळे हळूहळूच होईल.

५. **प्रश्न :** स्त्रीला असे वाटते का की, जर मला त्याच्याकडे मदत मागावी लागली, तर त्याला वाटेल की मी त्याला तो मला जितके देतो तितके देत नाही. मला भीती वाटते की, कदाचित यामुळेच त्याला माझ्यासाठी अधिक काही करू नये असे वाटेल.
उत्तर : जेव्हा त्याने काही करण्याची अपेक्षा नाही, असे त्याला वाटते, तेव्हा पुरुष खूप उदार असतो; त्याचबरोबर जेव्हा स्त्री त्याला आवडेल अशा शब्दांत त्याच्याकडे मदत मागते, तेव्हा ती या सहकार्याला पात्रच आहे, असे त्याला वाटते. तिने त्याच्यासाठी फार काही केले नाही, असेही त्याला वाटत नाही, उलट तो असे गृहीत धरतो की, नक्कीच ती जास्त देत असली पाहिजे किंवा किमान तो जितके देतो, तितके तरी ती देतच असली पाहिजे आणि म्हणूनच त्या शिवाय का ती आपल्याकडे इतक्या सहज मदत मागेल?

६. **प्रश्न :** स्त्रीला असे वाटते की, मी जेव्हा त्याच्याकडे मदत मागते, तेव्हा थोडक्यात एखाद्या वाक्यात मला मदत मागायची भीती वाटते. कारण मला मदतीची किती गरज आहे हे मला समजावून सांगावेसे वाटते, पण म्हणून माझी मागणी आग्रही वाटेल का?
उत्तर : पुरुष जेव्हा त्याच्या जोडीदाराकडून विनंती ऐकतो, तेव्हा त्याला असा विश्वास असतो की, तिची मागणी योग्यच आहे. जर तिच्या मागण्यांमागची जंत्रीच वाजवली की त्याने तिच्या मागण्या का पूर्ण केल्या पाहिजेत, तर मात्र त्याला वाटते की, आता तो 'नाही' म्हणूच शकत नाही आणि मग अशा वेळी त्याला वाटते आपल्याशी लबाडीचा डाव खेळला जातो आहे आणि आपल्याला गृहीत धरले जाते आहे. त्याचे सहकार्य गृहीत न धरता ती मदत तुम्हाला

प्रेमाची भेट म्हणून देण्याची त्याला संधी द्या.

जर त्याला अधिक जाणून घेण्याची गरज वाटली, तर तो तुम्हाला त्याबाबत विचारून त्या मागची कारणे समजावून घेईल, मग तुम्ही खुशाल कारणे देत बसा, त्याने जरी प्रश्न विचारले, तरी तुम्ही उत्तरे देताना ती लांबलचक, कंटाळवाणी होणार नाहीत, याची काळजी घ्या. एखादे किंवा फार तर दोनच कारणे द्या. त्याला तरीही अजून माहिती हवी असेल तर तो तसे तुम्हाला सांगेल ना!

दुसरी पायरी – अधिकाची मागणी करण्याचा सराव करा (तो नाही म्हणणार आहे हे माहिती असूनसुद्धा!)

पुरुषाकडे अधिकाची मागणी करण्यापूर्वी त्याआधी त्याने जे काही केले आहे, त्याच्या प्रति कृतज्ञता त्याच्यापर्यंत पोहोचवली की नाही याची खात्री करून घ्या. तो आत्तापर्यंत जे देत आला आहे, तेवढ्याचीच मागणी करत राहिल्याने त्याला फक्त कृतज्ञताच मिळेल असे नाही, तर तुम्ही त्याचा स्वीकार केला आहे हेसुद्धा जाणवेल.

जेव्हा सतत त्याच्या कानावर असेच पडेल की, तुम्हाला त्याचे सहकार्य तेवढेच हवे आहे जेवढे तो देऊ करतो, यापेक्षा जास्त नाहीतर तुमच्या सहवासात त्याला खूप प्रेमळ वाटेल. त्याला असेही वाटेल की, तुमचे प्रेम मिळवण्यासाठी त्याला बदलण्याची गरज नाही आणि हाच तो क्षण की, तो स्वत:मध्ये बदल करण्याससुद्धा तयार होईल आणि तुम्हाला सहकार्य करण्यासाठी आपल्या क्षमता अधिक रुंदावेल आणि हीच संधी साधून तुम्ही त्याच्याकडे अधिक मागण्याची जोखीम स्वीकारू शकाल! पण त्याच वेळेस त्याला असा संदेश जाणेसुद्धा गरजेचे आहे की, तो आहे तसा तुम्हाला आवडतो.

या प्रक्रियेचा पुढील टप्पा हा की, त्याला याची जाणीव होऊ द्या की, तो नाही म्हटला, तरीसुद्धा तुमचे त्याच्यावरचे प्रेम तसूभरही कमी होणार नाही. जेव्हा त्याला हे जाणवेल की, तुम्ही अधिक मागितले तरी तो नाही म्हणू शकतो, तेव्हा त्याच्या मनावरचे ओझे दूर होईल आणि त्याला हो किंवा नाही म्हणायला मोकळे वाटेल. लक्षात ठेवा, पुरुषांना जर हो/नाही म्हणण्याचे स्वातंत्र्य असेल, तर त्यांना 'हो'च म्हणण्याची इच्छा आसते.

पुरुषांना जर 'नाही' म्हणण्याचे स्वातंत्र्य असेल तर त्याची 'हो'च म्हणण्याची इच्छा असते.

स्त्रियांनी या दोन्ही गोष्टी शिकून घेणे महत्त्वाचे असते. पहिली म्हणजे सहकार्य

कसे मागायचे आणि दुसरी म्हणजे नकाराचा स्वीकार कसा करायचा! बायकांना अशी अंत:प्रेरणा असते की, पुरुषाकडे सहकार्य मागण्यापूर्वीच त्याचे उत्तर काय असणार हे त्यांना माहीत असते. जेव्हा त्यांना त्यांचा सिक्स सेन्स सांगतो की, 'बाई गं!' आत्ता तुझी विनंती धुडकावून लावली जाणार आहे. त्या वेळी त्या त्याच्याकडे मागणी करण्याचा त्राससुद्धा घेणार नसतात. कारण त्यामध्ये त्यांचा अव्हेर होणार असतो, पण तिच्या डोक्यात आत्ता नेमके काय चालले आहे, याची त्याला अजिबात कल्पना नसते.

दुसऱ्या टप्प्यावर असे करण्याचा प्रयत्न करा की, तुम्हाला ज्या परिस्थितीत मदत मागावीशी वाटली, परंतु आपली मागणी धुडकावली जाईल या भीतीने तुम्ही मदत मागितलीच नाही अशा सर्व बाबतीत पुन्हा सहकार्य मागून बघा. जरी तुम्हाला असे वाटले की, तो नकार देईल, रागावेल, विरोध करेल तरी पुढे होऊन विचारून तर बघा!

उदाहरणार्थ, अशी कल्पना करा, नवरा पाय पसरून आरामात टीव्हीवरील न्यूज चॅनेलकडे लक्ष लावून बसला आहे. तेवढ्यात तुम्ही बाहेर येऊन म्हणालात, 'प्लीज जरा वाण्याकडे जाऊन रात्रीच्या जेवणासाठी दही आणता का? मी मस्तपैकी थालिपीठे केली आहेत.' जेव्हा ती असा प्रश्न विचारते, तेव्हा 'नाही' असे उत्तर येणार याची तिने मनोमन तयारी केलेली असते. त्याला मात्र खूप आश्चर्य वाटते, कारण यापूर्वी तिने अशा पद्धतीने त्याच्या कामात कधीच व्यत्यय आणला नव्हता. मग नक्कीच तो काहीतरी बहाणे करेल. जसे की, 'मला या बातम्या ऐकणे खूप गरजेचे आहे. बघतोय उद्या बहुधा सुट्टी जाहीर होणार आहे. तू नाही का जाऊ शकत?'

तिला आता नक्कीच असे वाटेल, 'हो मी नक्कीच जाऊ शकले असते, पण प्रत्येक गोष्ट काही मीच करायला पाहिजे का? मी काय तुझी नोकर आहे का? मला पण मदत हवीय ना?'

जेव्हा तुम्ही सहकार्याची मागणी कराल आणि तुम्हाला आधीच कल्पना असेल की, नकार येणार आहे, तर मग त्यासाठी सज्ज व्हा आणि 'ठीक आहे'सारखे उत्तर तयार करून ठेवा. तुम्हाला जर खरोखर मंगळवासीय प्रतिक्रिया द्यायची असेल, तर 'नो प्रॉब्लेम' असे म्हणा. ते कानांना मधुर संगीतासारखे वाटते, पण साधे 'ठीक आहे'सुद्धा पुरेल.

मदत मागणे आणि त्याने नकार दिला, तर आपले काही फारसे बिघडले नाही, अशी बतावणी करणे फार महत्त्वाचे असते. लक्षात ठेवा, नाही म्हणणे हे त्याच्यासाठी किती सुरक्षित असू शकते, याचा तुम्ही त्याला प्रत्यय देत आहात. मात्र जेव्हा त्याच्या नकाराने परिस्थिती फारशी बिघडणार नसते अशीच वेळ निवडा. तुम्ही क्वचितच अशी मागणी करता, पण ती पूर्ण झाल्यास त्याला कृतज्ञता बहाल

करता, अशी परिस्थिती निवडा. त्याने नकार दिला तरी तुम्हाला आरामदायी वाटेल याची खात्री करून घ्या.

मला जे सांगायचे आहे ते अधिक स्पष्ट करणारी उदाहरणे पाहा.

केव्हा मागाल	**कसे मागाल**
१. तो काहीतरी कामात गुंतलेला आहे आणि मुलांना त्याने शाळेतून घरी आणावे असे वाटते, सहसा तुम्ही त्याला हे काम कधी सांगत नाही, स्वत:च करता.	तुम्ही म्हणा, 'आज सौम्याचा शाळेतून फोन आला होता. तुम्ही तीन वाजता तिला शाळेतून घरी आणाल का?' तो जर 'नाही' म्हणाला, तर ते शांतपणे स्वीकारा व सहजपणे, 'ठीक आहे' म्हणा.
२. नेहमी संध्याकाळी तो घरी येतो, तेव्हा त्याची अशी अपेक्षा असते, की तुम्ही जेवण बनवलेले असेल; त्याने जेवण बनवावे असे तुम्हाला वाटते, पण अजूनपर्यंत तुम्ही त्याला तसे कधी सांगितले नाही. तुम्हाला खात्री आहे की त्याला स्वयंपाकघरातील कामे आवडत नाहीत.	अशा वेळी तुम्ही म्हणा, 'मला जरा बटाटे कापून द्यायला मदत करता का?' किंवा 'आज रात्री तुम्ही जेवण बनवाल का?' त्यावर तो जर 'नाही' म्हणाला तर शांतपणे त्याचा नकार पचवा आणि सहजपणे 'ठीक आहे' असे म्हणा.
३. सहसा रोज रात्री जेवण झाल्यावर तो टीव्ही पाहतो, तेव्हा तुम्ही बशा विसळत असता. तुम्हाला वाटते. त्यानेही कधीतरी बशा धुवाव्यात. किमान मदत तरी करावी, पण तुम्ही असे कधी सांगितले नाही. तुम्हाला अंदाज आहे की त्याला बशा धुणे आवडत नाही किंवा तुम्हाला ते काम करण्यात कमीपणा वाटत नाही.	तुम्ही म्हणा, 'आजच्या दिवस तुम्ही मला बशा विसळण्याला मदत कराल?' किंवा 'बशा जरा मला आत आणून देता?' किंवा एखाद्या चांगल्या रात्रीची वाट पाहा व त्या दिवशी म्हणा, 'आजच्या दिवस तुम्ही बशा धुवाल का?' जर तो 'नाही' म्हणाला, तर शांतपणे नकार पचवा व सहजपणे 'ठीक आहे.' असे म्हणा.
४. त्याला सिनेमा पाहायला जाण्याची इच्छा आहे आणि तुम्हाला नृत्याचा	तुम्ही म्हणा, 'तुम्ही आज मला नृत्याच्या कार्यक्रमाला न्याल का? मला

कार्यक्रम बघायला जायची इच्छा आहे. सहसा तुम्ही त्याच्या इच्छांना मान देता. त्याचा कल पाहून नृत्याच्या कार्यक्रमाला जाण्याची इच्छा बोलून दाखवण्याचाही त्रास घेत नाही.	तुमच्याबरोबर नृत्य करायला आवडेल.' तो जर 'नाही' म्हणाला तर त्याचा नकार शांतपणे पचवा आणि सहजपणे 'ठीक आहे' असे म्हणा.
५. तुम्ही दोघेही खूप दमला आहात आणि आता झोपण्याच्या तयारीत आहात. घरातील कचरा बाहेर नेऊन ठेवणे गरजेचे आहे. तुम्हाला कळतंय की, तो खूप दमला आहे म्हणून तुम्ही त्याला कचरा बाहेर काढण्याबद्दल विचारतच नाही.	तुम्ही म्हणा, 'जरा कचरा बाहेर ठेवाल का?' तो जर 'नाही' म्हणाला तर सहजपणे आणि शांतपणे 'ठीक आहे' असे म्हणा.
६. तो त्याच्या कामात खूप व्यग्र आहे आणि खूप महत्त्वाच्या प्रोजेक्टवर आहे. तुम्हाला त्याच्या कामात अडथळे आणायचे नाहीत, कारण तुम्हाला माहिती आहे की, तो त्याच्या कामाशी किती एकरूप होतो. हं! पण तरीही तुम्हाला त्याच्याशी बोलावेसे वाटते. सहसा तुम्ही त्याचा प्रतिरोध बघून त्याच्याशी काही बोलत नाही.	तुम्ही म्हणा, 'तुम्ही माझ्याबरोबर थोडा वेळ गप्पा माराल का?' तो जर 'नाही' म्हणाला तर सहजपणे आणि शांतपणे 'ठीक आहे' असे म्हणा.
७. तो कामात अत्यंत व्यग्र आहे, पण तुमची गाडी गॅरेजमध्ये आहे, ती आणायची गरज आहे. सहसा तुम्ही असाच विचार करता की, त्याच्यासाठी त्याच्या व्यग्र दिवसातून वेळ काढणे किती कठीण आहे! म्हणून तुम्ही त्याच्याकडे लिफ्ट मागत नाही.	तुम्ही म्हणा, 'आज मला गॅरेजपर्यंत लिफ्ट द्याल का? मला माझी गाडी आणायची आहे. ती दुरुस्त झाल्याचा गॅरेजमधून फोन आला होता.' जर तो 'नाही' म्हणाला तर शांतपणे हे स्वीकारा व सहजपणे 'ठीक आहे' असे म्हणा.

यांपैकी प्रत्येक उदाहरणात हेच सांगितले आहे की, त्याच्याकडून नकार

ऐकायची तयारी ठेवा आणि त्याचा स्वीकार करण्याचा व त्याच्यावर विश्वास टाकण्याचा सराव करा. त्याचे 'नाही' म्हणणे स्वीकारा आणि असा विश्वास ठेवा की, जर त्याला सहकार्य देणे शक्य असते, तर त्याने ते नक्की दिले असते. प्रत्येक वेळी जेव्हा तुम्ही पुरुषाकडे मदत मागाल आणि ती न दिल्याबद्दल तुम्ही त्याला चुकीचे ठरवले नाही, तर तो तुम्हाला नक्कीच ५ ते १०च्या दरम्यान गुण देईल. पुढील खेपेस जेव्हा तुम्ही त्याच्याकडे मदत मागाल, तेव्हा तो तुमच्या विनंतीला अधिक चांगला प्रतिसाद देईल. एका दृष्टीने असे म्हणता येईल की, प्रेमळ पद्धतीने त्याचे सहकार्य मागून तुम्ही त्याची देण्याची क्षमता अधिक वाढवत आहात.

मी हे खूप वर्षांपूर्वी एका माझ्याबरोबर नोकरी करणाऱ्या महिलेकडून शिकलो. आम्ही एका 'ना-नफा' प्रकल्पावर काम करत होतो आणि आम्हाला स्वयंसेवक पाहिजे होते. ती माझ्या एका मित्राला – अनिल्ला – फोन करणार होती. मी तिला सांगितले, 'काळजी करू नकोस, कारण मला आधीच माहिती होते की, या वेळेला तो आम्हाला मदत करू शकणार नाही.' ती म्हणाली, ''नाही! तरी ही मी बोलावणारच.'' मी तिला विचारले, ''का?'' त्यावर ती म्हणाली, ''जेव्हा मी त्याच्याकडे मदत मागण्यासाठी फोन करीन, तेव्हा तो 'नाही', 'म्हणेल' आणि त्या वेळी मी खूप संयमाने आणि समजूतदारपणे वागणार आहे, मग पुढील खेपेला मी जेव्हा पुढील प्रकल्पासाठी फोन करेन तेव्हा तो 'हो' म्हणण्याची जास्तीत जास्त तयारी दाखवेल. माझ्याविषयी त्याच्या मनात सकारात्मक भावना निर्माण झाली असेल.'' तिचे म्हणणे बरोबरच होते.

जेव्हा पुरुषाकडे तुम्ही सहकार्य मागता आणि तो जरी 'नाही' म्हटला, तरी तुम्ही त्याचा तिरस्कार करत नाही, तेव्हा तो ते लक्षात ठेवतो आणि मग पुढील वेळेस तो तुम्हाला द्यायची तयारी दाखवतो; या उलट जर तुम्ही तुमच्या इच्छा, आकांक्षांचा, गरजांचा मुकाटपणे त्याग केला, तर त्याला त्याची जाणीवसुद्धा होत नाही की, तिला त्याची किती गरज होती! तुम्ही त्याच्याकडे काही मागितलेच नाही, तर त्याला कसे कळणार?

जेव्हा तुम्ही पुरुषाकडे आधार मागता आणि तो 'नाही' म्हणाला तरी त्याचा तिरस्कार करत नाही, तेव्हा ते तो लक्षात ठेवतो आणि पुढील वेळेला तुम्हाला खूप जास्त देण्याची इच्छा दर्शवतो.

जर तुम्ही सभ्यपणे त्याच्याकडे अधिक अधिक मागायचे चालू ठेवले, तर कधी तरी विशेष प्रसंगी तुमच्या जोडीदाराच्या समाधानाच्या कक्षा रुंदावतील आणि तुम्हाला तो 'हो' म्हणेल आणि हीच वेळ अधिक काही मागून घेण्यासाठी योग्य

आहे. सुदृढ नाते उभारण्याचा हा एक चांगला मार्ग आहे.

निरोगी नाते

सुदृढ नाते केव्हा म्हणायचे, तर जेव्हा दोन्ही जोडीदारांना त्यांच्या गरजा, इच्छा, आकांक्षा याबाबत एकमेकांशी बोलण्याची, सहकार्य मागण्याची परवानगी असेल आणि दोघांनाही 'नाही' म्हणण्याची मुभा असेल तेव्हा!

उदाहरणार्थ, मला तो अनेक वर्षांपूर्वी घडलेला प्रसंग आजही आठवतो. त्या वेळी आम्ही छोट्याशा घरात राहात होतो. मी स्वयंपाकघरात उभा होतो. त्या वेळी माझ्याकडे माझा एक मित्र आलेला होता, तेवढ्यात आमची पाच वर्षांची मुलगी सोनाली माझ्याकडे आली व म्हणाली, ''बाबा, मला उचलून घ्या आणि गोल-गोल फिरवा.'' यावर मी म्हणालो, ''नको बाळा! मी खूप दमलोय.''

पण ती हट्टाला पेटली व पुन्हा अनुनय करू लागली, ''बाबा, बाबा, प्लीज, फक्त एकदाच.''

माझा मित्र म्हणाला, ''सोनाली, आत्ता तुझे बाबा दमले आहेत ना? आज दिवसभर त्यांना खूप काम होते. तू असा हट्ट करायला नको आहेस.'' त्यावर सोनाली म्हणाली, ''मी त्यांना फक्त तसे सांगत आहे ना?'' त्यावर मित्र म्हणाला, ''पण तुला माहिती आहे ना की, बाबाचे तुझ्यावर किती प्रेम आहे ते! तो तुला नाही म्हणूच शकत नाही.'' (खरं तर ते जर नाही म्हणू शकत नसतील, तर ती समस्या त्यांची आहे, सोनालीची नव्हे.)

त्याबरोबर माझी पत्नी आणि तिची मुलगी एकसुरात म्हणाल्या, ''त्यात काय, ते नाही म्हणू शकतात.''

मला माझ्या कुटुंबाबद्दल खूप आदर वाटला. अशी मतप्रणाली रुजवण्यासाठी खूप कष्ट घ्यावे लागले, पण हळूहळू आम्ही एकमेकांना सहकार्य देण्याचे व एकमेकांकडून नकार स्वीकारण्याचे शिकलो.

तिसरी पायरी - ठाम मागणीचा सराव

एकदा तुम्ही दुसऱ्या पायरीचा सराव केला आणि हसतमुखाने नकार स्वीकारायला शिकलात, तर आता तुम्ही तिसऱ्या पायरीसाठी सज्ज झालात, असे म्हणायला हरकत नाही. या पायरीवर तुम्हाला जे हवे आहे, ते सर्व शक्तिनिशी मागण्याचा प्रयत्न करा. तुम्ही त्याच्याकडे सहकार्य मागा; जर त्याने सबबी सांगायला सुरुवात केली आणि तुमची विनंती धुडकावून लावण्याचा प्रयत्न केला, तर दुसऱ्या पायरीवर जसे तुम्ही हसतमुखाने 'ठीक आहे' असे म्हणालात तसे आता करू नका, त्याऐवजी

सारे काही ठीक करण्याचा प्रयत्न करा आणि त्याच्या 'हो' म्हणण्याची वाट पाहा.

आपण आता एक उदाहरण बघू : तो आता गादीवर पहुडण्याच्या बेतांत आहे आणि नेमके त्याच वेळी तुम्ही त्याला म्हणालात, 'जरा दुकानात जाऊन दूध आणशील का?' त्यावर नक्कीच तो असे उत्तर देईल, 'छे, छे! मी आता खूप दमलोय, मला झोपायचे आहे.'

त्यावर ताबडतोब त्याला 'ठीक आहे' असे म्हणून पळ काढण्याची संधी देऊ नका. तेथेच उभे राहा आणि तुमच्या विनंतीचा त्याने अवमान केला, हे स्वीकारा; पण तुम्ही त्याच्या विरोधाला विरोध करू नका. हीच त्याच्याकडून होकार मिळवण्याची मोठी संधी आहे.

ठामपणे त्याच्याकडे मागण्याची कला संपादन करायची असेल, तर त्याला विनंती केल्यानंतर एकदम चूपचाप बसा. तुम्ही विनंती केल्यानंतर त्याच्याकडून गुरगुरणे, ओरडणे, सबबी सांगणे, कुरकुरणे, पुटपुटणे हाच प्रतिसाद अपेक्षित आहे; पण त्या वेळी जर त्याने जरा जास्तच कुरकुर केली की, समजा त्याने तुमची विनंती लक्षपूर्वक ऐकली आहे, पण तो कसलातरी विचार करतोय. तुमच्या कुरकुरीचा आणि तुम्हाला सहकार्य करण्याचा तसा अर्थाअर्थी काहीच संबंध नसतो. ते म्हणजे फक्त आपण कामात किती व्यग्र आहोत हे दर्शवणारी लक्षणे असतात.

पण स्त्रिया पुरुषांच्या कुरकुरीतून गैरअर्थ काढतात. ती गैरसमजाने असे गृहीत धरते की, तिची विनंती मान्य करणे त्याला अमान्य आहे, पण ते तसे नसते. त्याची कुरकुर हे तो तिच्या विनंतीचा विचार करण्याच्या प्रक्रियेत आहे याचे लक्षण आहे. जर त्याने तिच्या मागणीचा विचारच केला नसता, तर तो स्पष्ट 'नाही' म्हणून मोकळा झाला असता, कुरकुर कशाला केली असती? जेव्हा पुरुष कुरकुर करतो, तेव्हा ते एक चांगले लक्षण मानावे. कारण तो त्या वेळी तुमची मागणी आणि त्याच्या गरजा यांचा ताळमेळ बसवण्याच्या प्रयत्नात असतो.

जेव्हा पुरुष कुरकुरतो, तेव्हा ते एक चांगले लक्षण समजावे, कारण त्या वेळी तो तुमची विनंती आणि त्याच्या गरजा यांचा ताळमेळ बसवण्याच्या विचारात असतो.

तो ज्या कामात व्यग्र असतो, तेथील लक्ष काढून तुमच्या मागणीवर लक्ष केंद्रित करताना त्याला स्वतःच्या मनाशी एक संघर्ष करावा लागतो. गंजलेले दार उघडताना जसा आवाज होतो, तशी ही पुरुषाची कुरकुर असते. पुरुषसुद्धा अशा वेळी अनेक अप्रिय आवाज काढतो, पण त्याकडे दुर्लक्ष केल्यास ते लवकर थांबतात. अनेकदा असे दिसते की, पुरुष जेव्हा कुरकुर करतो, तेव्हा तो तुमची

विनंती मान्य करण्याच्या बेतात असतो, पण अनेक स्त्रिया या प्रतिसादाचा गैरसमज करून घेतात आणि म्हणून मदत मागण्याचेच टाळतात किंवा हा नकार वैयक्तिक पातळीवर घेतात आणि प्रत्युत्तर म्हणून त्याला नाकारतात किंवा त्याचा विरोध करतात.

आत्ताच आपण वर पाहिलेल्या उदाहरणात तो झोपायला जाण्याच्या तयारीत आहे आणि त्याला दुकानात जाऊन दूध आणायला सांगितले जाते, तेव्हा शक्यता आहे की, तो कुरकुर करेल. संतप्त नजरेने तो म्हणेल, 'मी दमलोय आणि मला आत्ता झोपायचे आहे.'

तुम्ही जर त्याच्या या प्रतिसादाचा गैरसमज करून घेतला आणि हा नकार समजलात, तर तुम्ही त्यावर असे म्हणाल, 'मी तुझ्यासाठी रात्रीचे जेवण बनवले, मी बशा विसळल्या, मी मुलांना जेवायला भरवून झोपायला पाठवले, त्यांचा बिछाना तयार केला, पण तेवढ्या वेळात तू मात्र कोचावर घट्ट स्टिकफास्ट लावल्यासारखा चिकटून बसलास! मी तुझ्याकडून काही फार अपेक्षा करत नाही, पण मला आता तुझी थोडी मदत हवी आहे. मी खूप दमले आहे, सगळं-सगळं मीच का करायचे?'

इथे भांडणाला सुरुवात होईल, पण याउलट जर तुम्ही हे समजून घेतले की, त्याची कुरकुर म्हणजे फक्त तोंडाची वाफ आहे आणि अनेकदा त्याचा होकार मिळण्याची प्राथमिक लक्षणे आहेत, तर तुमचा प्रतिसाद म्हणजे शांत बसणे हाच हवा! तुमचे गप्प राहणे, हे तुमच्या विश्वासाचे द्योतक आहे आणि त्यामुळे तुम्हाला होकार मिळणार आहे.

त्याच्या मनातील आंतरिक संघर्ष समजून घेतला, तर तो तुमच्या विनंतीला विरोध का करतो हे समजेल. जेव्हा-जेव्हा तुम्ही अधिकाची मागणी करता, तेव्हा त्याला त्याच्या कक्षा रुंदावाव्या लागतात, परंतु जर तो त्या योग्य स्थितीत नसेल, तर तो ते करू शकत नाही, म्हणूनच तुम्ही पहिली व दुसरी पायरी पार करून मगच या तिसऱ्या पायरीसाठी तयारी करायला हवी.

याशिवाय तुम्हाला माहीतच आहे की, सकाळी शरीर ताणणे हे जरा अवघडच असते. नंतर मग दिवसभरात तुम्ही सहजपणे शरीर अधिक ताणू शकता. जेव्हा पुरुष कुरकुर करतो, तेव्हा अशी कल्पना करा की, आत्ता त्याचे हे सकाळचे शरीर ताणणे आहे, मात्र एकदा का हे त्याचे शरीर ताणणे (वॉर्मिंग अप!) संपले की, त्याचे शरीर मोकळे होईल, हलके-फुलके होईल, पण त्यासाठी त्याला थोडी कुरकुर करणे आवश्यक आहे.

पुरुषाला 'होकार' देण्यासाठी कसे प्रवृत्त कराल...

या प्रक्रियेची जाणीव मला तेव्हा झाली, जेव्हा मी बिछान्यावर अंग टाकण्याच्या

बेतात असताना मला माझ्या बायकोने दुकानात जाऊन दूध आणण्यास सांगितले. मला अजूनही आठवते, त्या वेळी मी खूप जोरात कुरकुर केली होती, पण तिने माझ्याशी वाद घातला नाही, उलट ती माझे म्हणणे लक्षपूर्वक ऐकत होती, असे गृहीत धरून की शेवटी मी तिची मागणी पूर्ण करणारच आहे... तरीही मी बरीच आदळआपट केली आणि गाडीची किल्ली घेऊन पाय आपटत बाहेर पडलो व दुकानात गेलो.

मग असे काहीतरी घडले, जे सर्वच पुरुषांच्या बाबतीत घडते... त्याबद्दल बायकांना फारशी माहिती नसते. मी दुकानात पोहोचलो आणि मी माझ्या ध्येयाच्या अगदी जवळ म्हणजे दुधाच्या पिशव्या घेण्याच्या बेतात होतो आणि अचानक माझी कुरकुर, माझी नाराजी नाहीशी झाली. मला माझ्या बायकोबद्दल अचानक प्रेम वाटू लागले आणि तिला मदत देण्याच्या भावनेने माझे हृदय उचंबळून आले. मी एक चांगला, कुटुंबवत्सल गृहस्थ आहे अशी आत्मगौरवाची भावना माझ्या मनात दाटून आली आणि विश्वास ठेवा माझ्यावर, मला खूप छान वाटले.

जोपर्यंत मी दुकानात होतो तोपर्यंत मला दूध मिळाले म्हणून मी खूप खुशीत होतो. जेव्हा मी दुधाच्या पिशव्या हातात घेतल्या, तेव्हा मला ध्येयपूर्तीचा आनंद झाला. मी उजव्या हातात दुधाच्या पिशव्या घेतल्या आणि स्वत:भोवती अभिमानाने एक गिरकी घेऊन म्हटले, 'हे पाहा, मी माझ्या बायकोसाठी दूध घरी नेतो आहे. मी एक दिलदार, मोठ्या मनाचा माणूस आहे.'

जेव्हा मी दूध घेऊन घरी आलो, तेव्हा मला बघून तिलाही खूप आनंद झाला. तिने मला मिठी मारली व म्हणाली, "मी तुझी खरंच खूप आभारी आहे. मला कपडे बदलून बाहेर जावे नाही लागले."

जर तिने माझ्याकडे दुर्लक्ष केले असते, तर कदाचित मला तिचा खूप राग आला असता. पुढच्या वेळेस जेव्हा तिने मला दूध आणायला सांगितले असते, तेव्हा बहुधा मी यापेक्षाही अधिक जास्त कुरकुर केली असती, पण तिने माझ्याकडे दुर्लक्ष केले नाही, तिने माझ्यावर खूप प्रेम केले.

मी माझ्याच प्रतिसादांना न्याहाळले. मी मनातल्या मनात म्हटले, 'किती चांगली बायको मला मिळाली आहे! मी इतका विरोध दर्शवला आणि इतकी कुरकुर केली, तरीसुद्धा तिने माझे कौतुकच केले.'

पुढच्या वेळेस जेव्हा तिने मला दूध आणायला सांगितले, तेव्हा मी कमी कुरकुरलो. मी जेव्हा दूध घेऊन आलो, तेव्हा पुन्हा तिने माझी प्रशंसा केली. तिसऱ्या वेळेस जेव्हा तिने मला दूध आणायला सांगितले, तेव्हा आपोआप माझ्या मुखातून शब्द बाहेर पडले, 'हो! नक्कीच!'

त्यानंतर एक आठवडा गेला. माझ्या लक्षात आले की, परत दूध कमी आहे.

मी स्वत:होऊन तिला म्हणालो की, ''मी दूध आणू का?'' त्यावर ती म्हणाली की, 'ती दुकानात जाणारच होती.' आता आश्चर्याची गोष्ट ही की, मला कुठेतरी आतमध्ये खूप निराश वाटले. मला दूध आणायला जायचे होते. तिच्या प्रेमाने जणूकाही हा प्रोग्राम माझ्या मेंदूत फिट् केला होता. आजसुद्धा जेव्हा-जेव्हा ती मला स्टोअरमधून दूध आणायला सांगते, तेव्हा-तेव्हा माझ्या मनाचा काही अंश 'हो' म्हणून उत्साहाने पुढे सरसावतो.

मी व्यक्तिश: माझ्या अंतरंगातील हे बदल अनुभवले आहेत. माझ्या कुरकुरीचा तिने केलेला स्वीकार आणि दूध आणल्यानंतर माझ्या प्रति व्यक्त केलेली कृतज्ञता यामुळे माझा विरोध कोठल्याकोठे पळून गेला आणि यानंतर जेव्हा कधी ती माझ्याकडे एखाद्या गोष्टीची ठामपणे मागणी करते, तेव्हा तिच्या अपेक्षांची पूर्ती करणे मला सोपे जाते.

अर्थपूर्ण विराम

निश्चितपणे, ठामपणे सहकार्य मागण्याचा खात्रीचा उपाय कोणता, तर सहकार्याची मागणी केल्यानंतर थोडा वेळ शांत राहणे! तुमच्या जोडीदाराला त्याचा आंतरिक विरोध पार करू द्या. त्याच्या कुरकुरीबद्दल जराही नाराजी तुमच्याकडून व्यक्त होणार नाही, याची काळजी घ्या. जोपर्यंत तुम्ही शांत राहाल, तुम्हाला सहकार्य मिळण्याची शक्यता अनेक पटींनी वाढेल, पण तुम्ही शांततेचा भंग केलात तर तुमची शक्ती निष्प्रभ होईल.

स्त्रिया त्यांच्याही नकळतपणे असा शांतताभंग करतात आणि या प्रकारची विधाने करून आपली शक्ती कमी करतात.

उदाहरणार्थ,

- हं, राहू देत!
- मी तुझ्यासाठी इतके केले; तरी तू नाही म्हणतोस, माझा तर विश्वासच बसत नाही.
- मी तुझ्याकडे फार काही मागितले का?
- हे करायला तुला फार तर पंधरा मिनिटे लागतील.
- तू मला फार निराश केलेस, यामुळे माझ्या भावना दुखावल्या गेल्या.
- तुला असे म्हणायचे आहे का की तू हे करणार नाहीस?
- पण तू ते का करणार नाहीस?

तुम्हाला कल्पना आलीच असेल जेव्हा तो कुरकुर करतो, तेव्हा तिला आपल्या

विनंत्यांचा बचाव करण्याची तीव्र इच्छा होते आणि मग गैरसमजाने ती शांततेचा भंग करते. ती तिच्या जोडीदाराला पटवून देण्याचा प्रयत्न करते की, त्याने 'ते' कसे केले पाहिजे. तो कदाचित करेल किंवा करणारही नाही, पण पुढील खेपेस जेव्हा ती सहकार्याची मागणी करेल, तेव्हा तो मला नक्की विरोध करेल.

सहकार्य ठामपणे मिळावे, म्हणून जोडीदाराकडे मागणी करण्यासाठीची गुरुकिल्ली म्हणजे विचारणा केल्यानंतर थोडा वेळ शांत राहणे.

तुमच्या मागण्या पूर्ण करण्यासाठी त्याला संधी मिळावी, म्हणून त्याच्याकडे मागणी करा आणि बिलकूल शांत राहा, त्याला कुरकुर करू द्या, मात्र तुम्ही तोंडातून अवाक्षरही काढू नका, फक्त ऐका. शेवटी तो 'हो' म्हणेल. तो तुम्हाला विरोध करतो आहे, असा गैरसमज करून घेऊ नका. जोपर्यंत तुम्ही त्याच्याशी वाद घालत नाही किंवा कोणताही आग्रह धरत नाही, तोपर्यंत तो तुम्हाला विरोध करणारही नाही आणि करूही शकणार नाही. जरी तो कुरकुर करत निघून गेला तरी काही हरकत नाही, कारण ती गोष्ट करायची किंवा नाही हे ठरवण्याचा हक्क त्याला आहे, असे तुम्हाला दोघांनाही वाटत असेल, तर तो हा आंतरिक संघर्ष सहज पार करू शकेल.

तरीसुद्धा काही वेळेस असेही होईल की, तो 'हो' म्हणणार नाही किंवा कदाचित तो तुम्हाला काही प्रश्न विचारून वाद घालण्याचा प्रयत्न करेल. अशा वेळी सावध राहा. तुम्ही जेव्हा गप्प असाल, त्या वेळी तो तुम्हाला पुढीलप्रमाणे प्रश्न विचारेल –

- ◆ तू ते स्वत:च का नाही करून टाकत?
- ◆ माझ्याकडे खरेच आत्ता वेळ नाही, तू करशील का?
- ◆ मला खूप काम आहे, मला वेळ नाही. तुला काय काम आहे?

काही वेळेस ते प्रश्न इतक्या अलंकारिक भाषेत विचारले जातात की, तुम्हाला गप्प राहणे मुश्कील असते. जोपर्यंत तुम्हाला असे स्पष्टपणे दिसत नाही की, त्याला खरेच उत्तर हवे आहे तोपर्यंत तोंड उघडू नका. जर त्याला खरोखरच उत्तर हवे असेल, तर एखादे द्या, पण कमीतकमी शब्दांत आणि पुन्हा एकदा आपली मागणी करा. ठामपणे मागणी करणे याचा अर्थ असा की, आत्मविश्वासपूर्वक मागणी करणे आणि विश्वासाने अशा पद्धतीने मागणे की जर त्यांना शक्य असेल, तर तो नक्कीच सहकार्य करेल.

जर त्याने तुम्हाला प्रतिप्रश्न विचारून किंवा 'हो', 'नाही' म्हणाला, तर तुटक उत्तरे द्या आणि त्याच्यापर्यंत हा संदेश जाऊ द्या की, तुमचीही गरज त्याच्या

गरजेइतकीच मोठी आहे. नंतर पुन्हा विचारा.

पुढील काही उदाहरणे पाहा –

त्याचा आंतरिक संघर्ष चालू असताना तिच्या विनंतीला तो कसा प्रतिसाद देतो	ठामपणे मागणी करताना ती कशी प्रतिक्रिया देऊ शकते
१. 'मला वेळ नाही. हे काम तू करू शकत नाहीस का?'	'मीसुद्धा खूप गडबडीत आहे. प्लीज तूच करशील का?' नंतर पुन्हा थोडा वेळ शांत राहा.
२. 'छे, छे! मला नाही जमणार ते करायला.'	'खरेच! तू जर ते केलेस, तर मला खूप बरे वाटेल. प्लीज करशील ना माझ्यासाठी एवढे?' मग पुन्हा थोडा वेळ शांत राहा.
३. 'मी खूप कामात आहे, पण तू काय करते आहेस?'	'मलासुद्धा खूप काम आहे. प्लीज, करशील का मग तू एवढे?' पुन्हा थोडा वेळ शांत राहा.
४. 'नाही! मला नाही वाटत की, मला ते करायला जमेल म्हणून.'	'मलाही असेच वाटते की, मला ते करायला जमणार नाही. प्लीज, करशील का तू तेवढे?' नंतर पुन्हा थोडा वेळ शांत राहा.

इथे असे लक्षात घ्या की, ती त्याला तिची मागणी कशी योग्य आहे हे पटवून देण्याचा प्रयत्न करत नाही, तर ती तुमची व तिची परिस्थिती कशी सारखी आहे हे सांगण्याचा प्रयत्न करते आहे. जर तो दमलेला असेल, तर हे सिद्ध करायला जाऊ नका की, तुम्ही तर त्याच्याहीपेक्षा अधिक दमलेल्या आहात आणि म्हणून त्याने तुम्हाला मदत करायला पाहिजे किंवा तो जर म्हणत असेल की, मला खूप काम आहे, तर मला तुझ्यापेक्षाही जास्त काम आहे हे पटवण्याचा अट्टाहास करू नका. त्याने ते काम का करावे, याची कारणे त्याला सांगायच्या फंदात पडू नका. हे लक्षात ठेवा की, तुम्ही त्यांच्याकडे फक्त मदत मागताच, मात्र ती त्याने केलीच

पाहिजे असा तुमचा हट्ट नाही.

जर त्याचा विरोध चालूच असेल, तर दुसऱ्या पायरीवर जा आणि हसतमुखाने त्याचा नकार पचवा. तुम्ही किती निराश झाला आहात हे सांगण्याची ही योग्य वेळ नाही. खात्री बाळगा की, या वेळेस त्याचा नकार तुम्ही शांतपणे स्वीकारलात, तर तो तुम्ही किती प्रेमळ आहात हे लक्षात ठेवेल आणि पुढच्या वेळेस मात्र तुम्हाला मदत करण्यास उत्सुक असेल.

तुम्ही जसजसे या मार्गावर मदत मागण्याचे शिकत जाल, तसतसे तुम्ही मदत मिळण्यात यशस्वी होत जाल. तुम्ही तिसऱ्या पायरीपाशी अर्थपूर्ण विरामाच्या युक्तीचा सराव केला, तरीसुद्धा पहिल्या पायरी व दुसऱ्या पायरीचासुद्धा सराव करणे आवश्यक आहे. संपूर्ण आयुष्यभरच तुमच्यासाठी छोट्या-छोट्या गोष्टीसुद्धा योग्य पद्धतीने मागणे आणि हसतमुखाने त्याचा नकार स्वीकारणे महत्त्वाचेच असेल.

पुरुष इतके संवेदनशील का असतात...

तुम्ही कदाचित स्वतःला प्रश्न विचाराल की, पुरुष सहकार्य मागितल्यानंतर सहकार्य देण्याच्या बाबतीत इतके संवेदनशील का असतात? असे नव्हे की, पुरुष आळशी असतात! पण असे आहे की, त्यांचा स्वीकार केला जाण्याची त्याची गरज ही अतिशय तीव्र असते. अधिक सहकार्य देण्याची तुमची मागणी त्यांच्यापर्यंत असा संदेश नेऊन पोहोचवते की, तुम्ही त्यांचा स्वीकार करत नाही आहात, हे असेच आहे.

जसे, स्त्रिया आपल्या भावना ऐकून घ्याव्या व समजून घ्याव्या या बाबतीत फार हळव्या असतात, त्याचप्रमाणे पुरुषांचासुद्धा स्वीकाराच्या बाबतीत हा मनाचा हळवा कोपरा असतो. त्याच्यात सुधारणा करण्याचा तुमचा प्रयत्न आहे, याचा थोडासा जरी वास त्याला आला की, त्याचे बिघडते. अशा वेळी त्याला वाटते की, याचा अर्थ तो पुरेसा चांगला नाही.

मंगळावर असे ब्रीदवाक्य असते की, 'जोपर्यंत एखादी गोष्ट मोडलेली नाही तोपर्यंत ती दुरुस्त करायला जाऊ नका.' जेव्हा पुरुषाला हे जाणवते की स्त्रीला त्याच्याकडून आणखी हवे आहे आणि ती त्याला बदलण्याचा प्रयत्न करते, तेव्हा त्याच्या मेंदूकडे असा संदेश जातो की, तो मोडलेला आहे; साहजिकच म्हणजे तिचे त्याच्यावर प्रेम नाही, असे त्याला वाटते.

सहकार्य मागण्याची कला तुम्ही शिकून घेतल्यानंतर तुमचे नातेसंबंध हळूहळू संपन्न होणार आहेत. तुम्हाला हवे असलेले प्रेम आणि आधार जेव्हा मिळेल तेव्हा तुमचा जोडीदारसुद्धा साहजिकच आनंदी होणार आहे. ज्या लोकांवर त्यांचे प्रेम आहे त्यांना ते जेव्हा सुखावण्यात यशस्वी होतात, तेव्हा पुरुषाला परमोच्च आनंद होतो.

आपल्याला हवा असलेला आधार कसा मिळवायचा हे शिकून घेऊन तुम्ही पुरुषाला प्रेमळ वाटण्याला मदत करत नाही, तर तुम्ही ज्या प्रेमाला पात्र आहात आणि ज्याची तुम्हाला गरज आहे, ते मिळण्याची ही गुंतवणूक असणार आहे.

पुढील प्रकरणामध्ये प्रेमाची जादू सदाबहार राहण्यामागची गुपिते आपण अभ्यासणार आहोत.

♦

प्रकरण १३

प्रेमाची जादू चिरकाल टिकवण्यासाठी...

प्रेमळ नातेसंबंधांमधील एक विरोधाभास असा की, जेव्हा सारे काही सुरळीत चालू असते, दोघेही एकमेकांच्या प्रेमात आकंठ बुडालेले असतात, तेव्हा अचानकच आपल्याला जोडीदारापासून भावनिक पातळीवर खूप दूर गेल्यासारखे वाटते किंवा त्यांच्याशी अलिप्तपणे व्यवहार करतो, त्यांच्याबद्दल आपल्या मनात तिरस्कार दाटून येतो. तुम्हालाही ही खालील उदाहरणे परिचयाची असतील :

१. तुमच्या मनात तुमच्या जोडीदाराविषयी खूप प्रेम आहे आणि अचानक दुसऱ्या दिवशी सकाळी तुम्ही बिछान्यातून उठता आणि जोडीदाराबद्दल तुमच्या मनात संशय येतो, तिरस्कार दाटून येतो.
२. तुम्ही खूप प्रेमळ, शांत, स्वीकारशील अशी व्यक्ती आहात आणि त्याच्याच दुसऱ्या दिवशी तुम्ही खूप आग्रही आगि असमाधानी बनता.
३. तुमच्या जोडीदारावर तुमचे प्रेम नाही, हे तुम्ही कल्पनेतसुद्धा सहन करू शकत नाही, पण दुसऱ्याच दिवशी तुमचे तुमच्या जोडीदाराबरोबर भांडण होते आणि लगेच तुम्ही घटस्फोटाचा विचार करू लागता.
४. तुमचा जोडीदार तुमच्यासाठी एखादी प्रेमळ कृती करतो/करते, पण नेमके त्याच वेळी तुमच्या मनात भूतकाळातील एखादी कडवट आठवण जागृत होते की, तुम्ही त्या वेळी कसे दुर्लक्षिले गेलात आणि मग तुम्ही संतापता.
५. तुम्हाला तुमच्या जोडीदाराबद्दल आकर्षण वाटते, पण नेमके ती/तो तुमच्या सहवासात येतात तेव्हा तुम्ही उदास होता.
६. तुम्ही तुमच्या जोडीदाराच्या सहवासात आनंदी असता, पण नंतर अचानक तुम्हाला तुमच्या नातेसंबंधांमध्ये असुरक्षित वाटू लागते किंवा तुम्हाला हवे ते मिळवण्यास तुम्ही असमर्थ आहात, असे तुम्हाला वाटते.
७. तुम्हाला तुमच्या जोडीदाराच्या प्रेमाबद्दल आत्मविश्वास असतो, खात्री असते,

पण अचानक तुम्ही उदास बनता व जोडीदाराच्या प्रेमासाठी गरजू बनता.

८. तुम्ही उदार अंत:करणाने जोडीदारावर प्रेम करत असता, पण नंतर अचानक तुम्ही तुमचे प्रेम रोखून धरता. त्याच्यावर टीका करता, रागावता आणि त्याच्यातल्या चुकाच शोधता.

९. तुम्हाला त्या व्यक्तीबद्दल खूप आकर्षण वाटले आणि तुम्ही प्रेमात पडला, पण जेव्हा त्या व्यक्तीने तुमच्याबरोबर वचनबद्ध होण्याची तयारी दर्शवली त्याबरोबर तुमचे आकर्षण संपले आणि तुम्हाला इतरच व्यक्ती आकर्षक वाटू लागल्या.

१०. तुम्हाला तुमच्या जोडीदाराबरोबर संवाद करण्याची तीव्र इच्छा असते आणि जेव्हा तिला किंवा त्यालासुद्धा अशीच इच्छा झाली, पण जेव्हा तिला किंवा त्यालासुद्धा अशीच इच्छा होते, तेव्हा तुम्ही नकार देता.

११. तुम्हाला स्वत:बद्दल आणि स्वत:च्या आयुष्याबद्दल चांगले वाटत असते, तुम्ही समाधानी असता. अचानक तुम्हाला आपण नालायक, निराधार आणि अपूर्ण आहोत असे तुम्हाला वाटू लागते.

१२. तुमचा दिवस आज खूप छान गेलेला असतो. आता तुम्ही तुमच्या जोडीदाराची उत्कंठेने वाट पाहात असता पण जेव्हा तुम्ही त्याला/तिला पाहता आणि तुमचा जोडीदार असे काहीतरी बोलतो, ज्यामुळे तुम्ही निराश होता, उदास होता, कष्टी होता आणि भावनिक पातळीवर तुम्हाला खूप दुखावल्यासारखे वाटू लागते.

कदाचित तुम्ही तुमच्या जोडीदाराच्या वागण्यातले हे इंद्रधनुषी रंग पाहिले असतील, अनुभवले असतील. थोडे थांबा! आणि ही वरील बारा मुद्यांची यादी पुन्हा एकदा वाचा आणि विचार करा; तुमच्या जोडीदाराची ही तुम्हाला देऊ केलेले प्रेम परत घेण्याची क्षमता कशामुळे नष्ट झाली असेल? निश्चितच तुम्हाला अनेक वेळा या गोष्टीची प्रचिती आली असेल, पण त्यात विशेष काही नाही, असे घडू शकते की, आज झपाटल्यासारखे एकमेकांवर प्रेम करणाऱ्या दोन व्यक्ती उद्या एकमेकांचा तिरस्कार करू लागतात व भांडू लागतात.

मात्र अकस्मात होणारे हे बदल दोघांनाही संभ्रमात टाकणारे असतात, पण अशा घटना सामान्यपणे होतच राहतात. अशा घटना का घडतात, हे जर आपण समजून घेतले नाही, तर आपल्यावर वेड लागण्याची पाळी येईल किंवा गैरसमजाने आपली अशी समजूत होऊन बसेल की, आपले प्रेम आता नष्ट झाले आहे. सुदैवाने या मागे स्पष्टीकरण आहे.

प्रेमामुळे आपल्या अनिर्णित भावना मनाच्या पृष्ठभागावर येतात. एखाद्या

दिवशी आपल्याला वाटते की, आपल्या जोडीदाराचे आपल्यावर खूप प्रेम आहे आणि लगेच दुसऱ्याच दिवशी त्याच्या प्रेमावर विश्वास टाकण्याची आपल्याला भीती वाटू लागते. एकीकडे आपण आपल्या जोडीदारावर विश्वास टाकत असताना आणि त्याचा स्वीकार करत असताना जुन्या, दुष्ट, छळवादी आठवणी आपला पिच्छा पुरवत असतात.

जेव्हा आपल्याला स्वत:बद्दल अधिक प्रेम वाटत असते किंवा आपल्यावर कोणीतरी खूप प्रेम करते आहे, असे जाणवते, तेव्हाच नेमक्या गतकाळातील दाबून ठेवलेल्या भावना उफाळून वर येऊ पाहतात आणि तात्पुरती का होईना आपल्या प्रेमाची अनुभूती झाकोळून टाकतात. या दु:खी, अतृप्त भावना स्वत:वर उपचार करून घेण्यासाठी आणि मुक्त होण्यासाठी आलेल्या असतात, पण त्यांच्यामुळे आपण अचानक चिडखोर, टीकाखोर, रागीट, आग्रही, बचावात्मक पवित्रा घेणारे, उदासीन असे बनतो.

आपण ज्या भावना भूतकाळात व्यक्त करू शकलो नाही, त्या आता आपल्या मनाचा ताबा घेतात. कारण आता त्या जाणवून घेण्यास अधिक सुरक्षित वाटत असते, पण या दबून राहिलेल्या भावना आपल्या प्रेमावर चादर टाकतात आणि हळूहळू आपल्या नातेसंबंधांमध्ये या अनिर्णित भावनांचेच साम्राज्य पसरते.

आपल्यावर कोणीतरी प्रेम करते आहे, असे वाटेपर्यंत या अनिर्णित भावना वाट पाहात तेथेच थांबतात आणि मग बऱ्या होण्यासाठी वर येतात. आपण सगळेच जण अशा अनिर्णित भावनांचे ओझे वागवत फिरत असतो. पूर्वायुष्यातील या निद्रिस्त भावना आपल्या मनात दडून राहिलेल्या असतात, आपल्याला प्रेमळ वाटण्याची वाट पाहात बसतात. नंतर जेव्हा आपल्याला सुरक्षित वाटते, तेव्हा या दुखावलेल्या भावना पृष्ठभागावर येतात.

जर आपण या अनिर्णित भावनांचा सामना यशस्वीपणे करू शकलो, तर आपल्याला खूप बरे वाटते आणि आपण आपले आयुष्य अधिक रसिकतेने व प्रेमाने जगू शकतो. विधायक कामांसाठी आपली शक्ती वापरू शकतो, परंतु या दुसऱ्या भावना बऱ्या करण्याऐवजी जर आपण दुसऱ्याला दोष द्यायला सुरुवात केली, भांडणे करायला सुरुवात केली, जोडीदाराला दोषी धरले, तर आपल्या भूतकाळावर इलाज होण्याऐवजी आपण अस्वस्थ होतो आणि पुन्हा आपल्या दुखऱ्या भावना दडपून टाकतो.

दबून राहिलेल्या भावना पृष्ठभागावर कशा येतात!

समस्या ही आहे की, दबून राहिलेल्या भावना असे म्हणत, तर पृष्ठभागावर

येत नाहीत की, 'हाय, मी भूतकाळातील अनिर्णित भावना आहे.' जर तुमच्या लहानपणाच्या दुर्लक्षितपणाच्या आणि नाकारलेपणाच्या उपेक्षित भावना पृष्ठभागावर येऊ लागल्या की, तुम्हाला आत्ता वर्तमानकाळात असे वाटू लागते की, तुम्ही तुमच्या जोडीदाराकडून नाकारले गेले आहात, उपेक्षित आहात. भूतकाळाच्या या भावनांचा वर्तमानकाळावरसुद्धा इतका प्रभाव असतो की, सर्वसाधारणपणे ज्या क्षुल्लक गोष्टींचे याआधी वैषम्य वाटले असते, त्यानेसुद्धा आता सहज दुखावून जाता व वर्षानुवर्षे आपण आपल्या दुःखी भावना दाबून टाकत आलो आहोत आणि अशातच एक दिवस आपण प्रेमात पडतो, या प्रेमामुळे आपल्याला सुरक्षित वाटते आणि आपले मन रुंदावते; मग त्याला या दुसऱ्या भावनांची जाणीव होते. प्रेमच या वेदनादायी भावनांना पुन्हा जागृत करते.

आनंदाच्या क्षणीसुद्धा पती-पत्नी का भांडतात

आपल्या भूतकाळातील भावना फक्त आपण प्रेमात पडल्यावरच पृष्ठभागावर येतात असे नाही, तर इतरही वेळेस जेव्हा आपल्याला खूप बरे वाटत असते किंवा आनंदी वा प्रेमळ वाटत असते, तेव्हासुद्धा त्या पृष्ठभागावर येतात. अशा सकारात्मक परिस्थितीत जोडपी खरे तर आनंदी असायला हवीत, परंतु स्पष्टीकरण देता येत नाही, अशा पद्धतीने ते भांडतात.

उदाहरणार्थ, जेव्हा जोडपी नवीन घरात राहायला जातात, घराची पुनर्सजावट करतात किंवा लग्नकार्याला जाताना भेटवस्तू मिळाल्यावर, सुट्टीवर जाताना, गाडीत बसल्यावर, दिवाळी साजरी करताना, नवीन गाडी घेताना, चुकीच्या सवयी बदलताना, पैसे खर्च करण्याच्या मुद्यावरून किंवा प्रेमात असतानासुद्धा – अशा सर्वच प्रसंगी भांडतात.

अशा सर्वच महत्त्वाच्या आनंदाच्या प्रसंगी पती किंवा पत्नी या दोघांपैकी एकाची मनःस्थिती अचानक बदलते, काहीही कारण नसताना त्यांच्या प्रतिक्रिया, प्रतिसाद बदलणारा हा अस्वस्थपणा विशेष प्रसंगाच्या दरम्यान आधी किंवा नंतर असा कधीही येऊ शकतो. वर दिलेल्या विशेष प्रसंगांची यादी पुन्हा एकदा वाचा आणि तुम्ही किंवा तुमचा जोडीदार किंवा तुमचे पालक अशा प्रसंगांमध्ये कसे वागले, याबद्दल चिंतन करा. नक्कीच तुम्हाला नवीन अंतर्दृष्टी मिळेल.

९०/१०चा नियम

गतकाळातील अनिर्णित भावना मनाच्या पृष्ठभागावर अधूनमधून कशा येतात, हे समजून घेतले तर आपण आपल्या जोडीदाराकडून इतक्या सहजपणे का दुखावले

जातो, हे समजून घेणेसुद्धा सोपे जाते. जेव्हा आपण अस्वस्थ असतो तेव्हा आपल्या अस्वस्थतेमागची ९० टक्के कारणे ही आपल्या भूतकाळाशी संबंधित असतात आणि त्याचा संबंध आत्ताच्या घटनेशी नसतो. सामान्यपणे फक्त १० टक्के अस्वस्थपणाचा संबंध हा वर्तमानात घडलेल्या घटनेशी असतो.

आता आपण एक उदाहरण पाहू. जर आपल्या जोडीदाराने आपल्यावर एखादी क्षुल्लकशी टीका केली, तर आपल्या भावना थोड्याशा दुखावल्या जातील, पण जेव्हा आपण प्रौढ होऊ, आपले विचार परिपक्व होतील, तेव्हा कदाचित आपल्या जोडीदाराचा उद्देश आपल्यावर टीका करण्याचा नसेल किंवा तो दिवस त्याचा वाईट गेला असेल म्हणून त्याने आपल्यावर टीका केली हे आपण समजून घेऊ. हा समजूतदारपणा अंगी असला तर फार मोठ्या प्रमाणात आपल्याला मानसिक दुखापत होणार नाही. ती गोष्ट आपण वैयक्तिक पातळीवर घेणार नाही.

पण दुसऱ्या दिवशी मात्र, त्याने केलेली टीका आपल्याला वेदनादायी वाटेल. या दुसऱ्या दिवशी आपल्या गतकाळातील जखमी भावना पृष्ठभागावर येण्याच्या मार्गावर असतात, त्यामुळे आपण आपल्या जोडीदाराच्या टीकेसाठी असुरक्षित असतो. या टीकेने आपण दुखावलो जातो. कारण आपल्या लहानपणीसुद्धा आपण अशाच कडक टीकेला तोंड दिले होते. आपल्या जोडीदाराच्या टीकेने आपली आधीची जखम अधिकच भळभळायला लागली.

आपल्या लहानपणी मूल म्हणून आपण अजाण होतो आणि आपल्या आई-वडिलांची नकारात्मकता ही त्यांची समस्या आहे, हे समजून घेण्याची आपली कुवत नव्हती. लहानपणी प्रत्येक टीका, नकार आणि दोषारोपण आपण वैयक्तिक पातळीवर घेत असू.

जेव्हा लहानपणच्या या अनिर्णित भावना मनाच्या पृष्ठभागावर येतात, तेव्हा आपण सहजपणे आपल्या जोडीदाराची कोणतीही प्रतिक्रिया, टीका, नकार आणि दूषणे या स्वरूपाला स्वीकारतो. प्रौढ वयातील परिपक्व चर्चा घडणे शक्य नसते. प्रत्येक बाबतीत गैरसमज होतो. जेव्हा आपला जोडीदार टीका करतो, तेव्हा आपल्या प्रतिक्रियेचा १० टक्के भाग त्याच्या बोलण्याशी संबंधित असतो, तर ९० टक्के भाग हा भूतकाळातील घटनांशी निगडित असतो.

आता अशी कल्पना करा की, तुमच्या दंडावर कोणीतरी चिमटा काढला आहे किंवा तुम्हाला एखादी चापटी मारली आहे, पण त्यामुळे तुम्हाला खूप काही वेदना होत नाहीत. आता असे नजरेसमोर आणा की, तुम्हाला एखादी जखम झाली आहे; ती ओली आहे, त्यातून रक्त वाहते आहे आणि अशा वेळी तेथे कोणी एखादी काडी टोचली किंवा त्या जखमेला धक्का जरी लावला – तरी तुम्हाला केवढे दुःख होईल! त्याचप्रमाणे हे आहे. जर अनिर्णित भावना पृष्ठभागावर येत असतील, तर आधीच

आपण हळवे झालेले असतो आणि तशात कोणी आपल्यावर टीका केली, तर ती नक्कीच आपल्या जिव्हारी लागते.

प्रेमसंबंधांच्या सुरुवातीच्या काळात कदाचित आपण एवढे भावनाप्रधान असणार नाही. भूतकाळातल्या भावना वर येण्यासाठी वेळ द्यावा लागतो, पण जेव्हा त्या भावना पृष्ठभागावर येतात, तेव्हा आपली आपल्या जोडीदाराबरोबरची वर्तणूक बदलते. जर भूतकाळातील या अनिर्णित भावना पृष्ठभागावर आल्या नसत्या, तर बहुतेक जोडप्यांमध्ये ९० टक्के वेळा होणारी भांडणे झाली नसती.

एकमेकांना आपण साहाय्य कसे करू शकतो

जेव्हा पुरुषाचा भूतकाळ मनाच्या पृष्ठभागावर येतो, तेव्हा तो सहसा गुहेमध्ये पळ काढतो. अशा वेळी तो खूप जास्त हळवा होतो आणि त्याला त्या वेळी स्वीकाराची खूप जास्त गरज असते. स्त्रीचा भूतकाळ जेव्हा मनाच्या पृष्ठभागावर येतो, तेव्हा तिच्या आत्मगौरवाला धक्का पोहोचतो. ती तिच्या विहिरीत उतरते आणि अशा वेळी तिला हळुवार प्रेमाची गरज भासते.

ही अंतर्दृष्टी तुम्हाला तुमच्या भावना पृष्ठभागावर येतात, तेव्हा नियंत्रित करायला उपयोगी पडते. जर तुम्ही तुमच्या जोडीदारावर रागावले असाल, तर त्याच्याशी/तिच्याशी सामना करण्यापूर्वी तुम्ही तुमच्या भावना कागदावर लिहून काढा. प्रेमपत्र लिहिण्याची पद्धत तुम्ही अवलंबिली, तर तुमची नकारात्मकता आपोआपच गळून पडते आणि तुमच्या भूतकाळातल्या मनाच्या जखमा बऱ्या होतात. प्रेमपत्र तुम्हाला वर्तमानकाळावर लक्ष केंद्रित करायला मदत करतात, ज्यामुळे तुम्ही तुमच्या जोडीदारावर अधिक विश्वास टाकून त्याचा अधिक चांगल्या प्रकारे स्वीकार करून, सामंजस्याने वागून आणि अधिक क्षमाशील बनून प्रतिसाद देऊ शकाल.

९०/१०चे तत्त्व तेव्हाही उपयोगी पडते, जेव्हा तुमचा जोडीदार काहीतरी टोकाची भूमिका घेतो! तुमचा जोडीदार त्याच्या/तिच्या भूतकाळामुळे प्रभावित झाला आहे, हे जाणून घेऊन तुम्ही अधिक सामंजस्य दाखवू शकता आणि आधारसुद्धा देऊ शकता.

तुमच्या जोडीदाराला कधीही असे सांगू नका की, त्याचा भूतकाळ वर डोके काढतो आहे आणि म्हणून तो/ती अधिक भडक प्रतिक्रिया देतो/देते आहे, त्यामुळे तर ते आणखीनच दुखावले जातील. तुम्ही जर कोणाच्या जखमेवर मीठ चोळले, तर तो/ती किंचाळणारच ना! मग म्हणू नका की, तुम्ही खूप भडक प्रतिक्रिया देत म्हणून!

भूतकाळातील अतृप्त भावना कशा पृष्ठभागावर येतात, याची प्रक्रिया आता

आपल्याला कळल्यामुळे आपले जोडीदार अशी प्रतिक्रिया का देतात, त्याचेही आकलन आपल्याला होते. हा त्यांच्या उपचारपद्धतीचाच एक भाग असतो. त्यांना शांत होण्यासाठी थोडा वेळ द्या आणि पुन्हा स्वतःला वर्तमानात आणा. जर असे वाटले की, त्यांच्या भावना लक्षपूर्वक ऐकणे फारच कठीण आहे, तर त्यांना अस्वस्थ करणाऱ्या भावना प्रेमपत्राद्वारे लिहिण्यास प्रोत्साहन द्या.

उपचारात्मक पत्र

तुमच्या भूतकाळाचा तुमच्या वर्तमानावरील प्रतिक्रियांवर कोणता परिणाम होतो आहे, हे लक्षात घेतले, तर त्याची तुमच्या भावनांवर उपचार करण्यासाठी मदत होते. तुमच्या जोडीदाराने जर तुम्हाला कोणत्या ना कोणत्या प्रकारे दुखावले असेल, तर त्याला/तिला प्रेमपत्र लिहा आणि ते लिहिताना स्वतःला विचारा की, याचा भूतकाळातील घटनांशी कसा संबंध आहे! तुम्ही जसजसे लिहीत जाल, तसतसे तुमच्या मनाच्या पृष्ठभागावर तुमच्या भूतकाळातील आठवणी उफाळून येतील आणि मग तुमच्या असे लक्षात येईल की, खरे तर तुम्ही तुमच्या आईवर किंवा वडिलांवर रागावलेले आहात. अशा वेळी पत्र लिहिणे चालूच ठेवा. फक्त आता ते पत्र तुमच्या आई-वडिलांना संबोधा, नंतर त्या पत्राला ते प्रेमळ प्रतिसाद देत आहेत अशी कल्पना करा आणि तसे पत्र लिहा. ते पत्र तुमच्या जोडीदाराला वाचून दाखवा.

तुमच्या जोडीदाराला ते पत्र ऐकणे नक्कीच आवडेल. जेव्हा तुमचा जोडीदार तुमच्या भूतकाळातील मानसिक जखमांची ९० टक्के जबाबदारी घेतो/घेते तेव्हा त्याच्याइतके चांगले काय असू शकते? भूतकाळातील घटनांबद्दल हे सामंजस्य दाखवले नाही, तर आपण आपल्या जोडीदाराला दूषणे देत राहतो किंवा निदान त्यांना तरी ते दूषणे दिल्यासारखे वाटते.

जर तुमच्या जोडीदाराने तुमच्या भावनांबद्दल अधिक संवेदनशील असावे, असे तुम्हाला वाटत असेल, तर तुमच्या भूतकाळातील वेदनामय भावनांचा अनुभव त्यांनासुद्धा घेऊ द्या, मगच त्यांना तुमचे हळवेपण समजेल. प्रेमपत्र लिहिणे ही एक अतीव सुंदर संधी आहे.

तुम्हाला जे वाटते, त्या कारणांमुळे तुम्ही कधीच अस्वस्थ झालेले नसता.

जसजसे तुम्ही प्रेमपत्र लिहिण्याचा सराव करत जाल आणि तुमच्या भावनांचा शोध घेत जाल, तसतसे तुमच्या असे लक्षात येईल की, सहसा तुम्हाला ज्या

कारणांनी तुम्ही अस्वस्थ आहात असे वाटते, तसे नसते. तुम्ही वेगळ्याच कारणांनी अस्वस्थ असता. ही मनात खोलवर रुजलेली कारणे जाणून घेतली व पुन्हा अनुभवली की, ही नकारात्मकता नाहीशी होते. ज्याप्रमाणे आपण अचानक नकारात्मक भावनांनी घेरले जातो, त्याचप्रमाणे अचानक आपली त्यापासून सुटकासुद्धा होते. पुढे काही उदाहरणे दिली आहेत.

१. एके सकाळी सत्यजित बिछान्यातून उठला तेच मुळी सईवर खूप रागावलेला! तिने काहीही केले तरी ते त्याच्या मनास येत नव्हते, मग तो प्रेमपत्र लिहायला बसला. लिहिताना त्याच्या असे लक्षात आले की, त्याची आई त्याला सतत नियंत्रणात ठेवू पाहात असे. या गोष्टीमुळे तो आईवर रागावला होता. या भावना त्याच्या मनाच्या पृष्ठभागावर येऊ पाहात होत्या, म्हणून त्याने ते प्रेमपत्र आईला लिहायला सुरुवात केली. हे पत्र लिहिताना तो भूतकाळात गेला. जेव्हा तो लहान बालक होता आणि त्याची आई त्याला सतत हे कर, हे करू नको असे सांगत असे. जेव्हा त्याचे पत्र लिहून झाले, तेव्हा त्याचा सईवरचा राग कुठल्याकुठे पळाला.

२. सौम्या अनेक वर्षांपासून सलीलच्या प्रेमात होती आणि अचानक एके दिवशी तिला सलीलमधले सगळे दोषच दिसू लागले; मग ती प्रेमपत्र लिहायला बसली. तेव्हा तिच्या असे लक्षात आले, खरे तर आपण सलीलसाठी योग्य जोडीदार नाही आहोत याची तिला भीती वाटत होती आणि अशीही भीती वाटत होती की, कदाचित सलीलला आता ती पूर्वीसारखी आवडणार नाही. आपल्या अंतरीची भीती मनाच्या पृष्ठभागावर आणून त्यावर उपचार झाल्याने तिच्या मनात पुन्हा सलीलबद्दल प्रेम उचंबळून आले.

३. आदल्या दिवशीची संध्याकाळ केतन आणि कीर्तीने भरपूर मौजमस्तीत घालवली होती, पण दुसऱ्याच दिवशी त्यांच्यात खूप मोठे भांडण झाले, हे कशावरून, तर कीर्तीला त्याने काहीतरी करायला सांगितले होते ते करायला विसरली म्हणून... खरे तर केतन नेहमी समजुतीनेच घेत असे, पण त्या दिवशी त्याचे काहीतरी बिनसले होते. तडकाफडकी त्याने कीर्तीकडे घटस्फोटाचा मागणी केली, मग तो प्रेमपत्र लिहायला बसला, तेव्हा त्याच्या असे लक्षात आले की, खरे तर कीर्ती त्याला सोडून जाईल, यामुळे तो भयग्रस्त झाला होता. त्याला भूतकाळातले काही प्रसंग आठवले की जेव्हा त्याचे आई-वडील भांडत असत, तेव्हा त्याला किती निराधार वाटत असे! मग त्याने त्याच्या आई-वडिलांना पत्र लिहिले आणि लगेचच त्याला कीर्तीबद्दल अपार प्रेम दाटून आले.

४. श्रद्धाचा नवरा हर्षद हा आपले काम ठरावीक तारखेपर्यंत पूर्ण करण्याच्या गडबडीत होता. जेव्हा तो घरी आला तेव्हा श्रद्धा त्याच्यावर खूप रागावली. तिच्या मनाच्या गाभाऱ्यात तसे तिने हर्षदचा ताणतणाव समजून घेतला होता, तरीसुद्धा भावनिक पातळीवर तिचा संताप होत होता, मग तिने त्याला प्रेमपत्र लिहायला घेतले. ते लिहीत असताना तिच्या असे लक्षात आले की, खरे तर ती तिच्या वडिलांवर रागावली होती. कारण तिचे वडील असेच नेहमी कामात व्यग्र राहून सतत तिच्याशी वाईट वागणाऱ्या तिच्या आईकडे तिला सोडून जायचे, त्यामुळे लहानपणी तिला खूप अस्वस्थ, निराधार वाटत असे आणि त्या वेळी दाबून ठेवलेल्या या भावना पुन्हा उपचारासाठी तिच्या मनाच्या पृष्ठभागावर आल्या होत्या... म्हणून तिने ते पत्र तिच्या वडिलांना लिहायला घेतले आणि लगेचच तिचा हर्षदवरचा राग विरघळून गेला.

५. रुचाला रुचिर आवडत असे, ती त्याच्यावर अनुरक्त होती, पण केव्हापर्यंत? तर तो तिला म्हणाला की, त्याचे तिच्यावर प्रेम आहे आणि तो तिच्याशी वचनबद्ध आहे, तोपर्यंतच! लहरी रुचाचे दुसऱ्याच दिवशी मन बदलले. तिच्या मनात संशयाचे ढग जमा झाले आणि तिचे रुचिरवरचे प्रेम, त्याच्या सहवासाची ओढ सगळे गायब झाले, मग ती त्याला प्रेमपत्र लिहायला बसली, तेव्हा तिच्या लक्षात आले की, खरे तर ती तिच्या वडिलांवरच रागावलेली होती. कारण ते अत्यंत निष्क्रिय होते आणि तिच्या आईला दुखावत असत. तिने तिच्या वडिलांना ते पत्र लिहिले आणि स्वत:च्या नकारात्मक भावनांमधून मुक्तता करून घेतली. तात्काळ तिला रुचिरबद्दल प्रेम वाटू लागले.

अशा प्रकारे तुम्ही जर प्रेमपत्र लिहिण्याचा सराव करू लागता तेव्हा नेहमीच तुम्हाला जुन्या आठवणी व भावनांचा अनुभव येईल असे नव्हे, तर तुम्ही जितके मन अधिक मोकळे कराल व खोलवर भावनांच्या मुळाशी पोहोचाल, तेवढे तुम्हाला हे स्पष्ट होईल की, नेमके केव्हा आणि कशामुळे तुम्ही दुखावले गेला होतात, ज्याच्याशी तुमच्या आत्ताच्या अस्वस्थपणाचा संबंध आहे!

प्रतिसाद उशिरा मिळाल्यावर होणारी प्रतिक्रिया

ज्याप्रमाणे प्रेमामुळे आपल्या अतृप्त भावना मनाच्या पृष्ठभागावर येतात, त्याचप्रमाणे आपल्याला हवे ते मिळाल्यावरसुद्धा होते. मी जेव्हा हे प्रथम शिकलो, तो प्रसंग मला आजही आठवतो.

फार वर्षांपूर्वी मला माझ्या जोडीदाराबरोबर शृंगार करण्याची इच्छा झाली, पण ती त्या मन:स्थितीत नव्हती. मी मनोमन या गोष्टीचा स्वीकार केला. दुसऱ्या दिवशी मी याचविषयी सूचक बोललो, पण त्याही दिवशी तिचा मूड नव्हता. असे जवळपास रोजच घडत होते.

असे करत-करत दोन आठवडे होत आले. आता मी संतापलो होतो, पण त्या वेळी मला आपल्या भावना समोरच्यापर्यंत यशस्वीपणे कशा पोहोचवायच्या याची माहिती नव्हती. मी माझ्या भावनांविषयी आणि नैराश्याविषयी बोलण्याऐवजी सारे काही ठीक चालले आहे, असा बहाणा केला. खरे तर मला माझ्या नकारात्मक भावना जाणवत होत्या आणि मी प्रेमळपणाचा आव आणत होतो. दोन आठवड्यांमध्ये माझ्या आतमध्ये जणू वणवा पेटला होता.

तिला आनंदी करण्याचे मला माहिती असलेले सगळे प्रयत्न केले, पण त्याच वेळी ती मला नाकारते आहे, याचा राग माझ्या मनात भरून राहिला होता. दोन आठवडे उलटल्यावर एके दिवशी मी दुकानात गेलो व तिच्यासाठी एक सुंदर नाइट-गाउन विकत आणला. मी तो घरी घेऊन आलो आणि तिला दिला. तिने तो बॉक्स उघडला आणि तो पाहून तिला आश्चर्यमिश्रित आनंद झाला, मग मी तिला घालून पाहण्याविषयी विनवले; पण ती म्हणाली की, 'आज माझा मूड चांगला नाही.'

त्या क्षणी मी ठरवले, आता बस्स झाले! मी शृंगाराविषयी सर्वकाही विसरून गेलो. मी स्वत:ला कामात गाडून टाकले आणि शृंगाराची अपेक्षा सोडून दिली. मनातल्यामनात मी माझा संताप गिळून टाकला, त्यानंतर दोन आठवड्यांनी एके संध्याकाळी मी कामावरून घरी आलो – पाहतो तो काय? तिने अत्यंत स्वादिष्ट मला आवडणारे जेवण बनवले होते आणि मी दिलेला नाइट-गाउन घातला होता, जो मी तिला दोन आठवड्यांपूर्वी आणला होता. मंद दिवे घरभर जळत होते आणि त्याच्या पार्श्वभूमीवर हळुवार संगीत चालू होते.

आता यावर माझी प्रतिक्रिया काय असेल, याची तुम्ही कल्पना करू शकता. माझ्या मनात त्या वेळी हेच आले, 'मी भोगले, आता चार आठवडे तू सहन कर.' मी चार आठवड्यांपासून संतापाच्या ज्या भावना आतमध्ये दाबून ठेवल्या होत्या, त्या उफाळून वर आल्या. मला हे जाणवले की, मला जे तिच्याकडून हवे होते, ते जेव्हा तिने देऊ करण्याची इच्छा प्रदर्शित केली, तेव्हा मी माझ्या संतापाच्या भावनेतून मुक्त झालो.

जोडपी अचानक संतापग्रस्त का होतात

हाच प्रकार मी इतरही अनेक परिस्थितींमध्ये अनेक वेळा पाहिला आहे. माझ्या

समुपदेशनाच्या सेशनमध्येसुद्धा मी हे चित्र पाहिले आहे. नातेसंबंधांमध्ये जेव्हा एक जोडीदार दोघांच्याही भल्यासाठी स्वत:मध्ये बदल घडवू पाहतो तेव्हाच नेमका दुसरा जोडीदार अचानक अलिप्त होतो, स्वत:ला आक्रसून घेतो आणि उदास होतो.

ज्या क्षणी मिलिंदने मंजूला तिला जे हवे होते ते देण्याची इच्छा दाखवली, त्या क्षणी ती रागाने उसळून म्हणाली, 'काही नको! आता फार उशीर झाला' किंवा 'काय झाले दिले तर!'

वर्षानुवर्षं मी अशा जोडप्यांचे समुपदेशन करत आलो आहे की, ज्यांच्या लग्नांना वीस वर्षांपेक्षाही अधिक काळ लोटला आहे. त्यांची मुले आता मोठी होऊन घर सोडून निघून गेली आहेत. अशा वेळी त्यातील पत्नीला ताबडतोब घटस्फोट हवा असतो. तो पुरुष अचानक जागा होतो आणि त्याला जाणवते की, त्याने स्वत:ला बदलले पाहिजे. तो स्वत:मध्ये बदल घडवून आणतो आणि ती २० वर्षांपासून ज्या प्रेमाची वाट पाहात होती, ते प्रेम तिला देऊ करतो, पण आता तिची प्रतिक्रिया कमालीची थंड असते, मनातून संतापाचे धुमारे फुटत असतात.

यामधून तिला असे सुचवायचे असते की, मी वीस वर्षं खूप भोगले आहे, आता तू भोग! पण सुदैवाने पुढे तसे घडत नाही. ते जसजसे आपल्या भावनांचे आदान-प्रदान करतात आणि आत्तापर्यंत ती कशी दुर्लक्षिली गेली, हे तो ऐकून व समजून घेतो, तसतशी हळूहळू ती त्याच्यातील बदल स्वीकारू लागते. कदाचित दुसऱ्या दिवशी हाच प्रकार विरुद्ध बाजूनेही घडू शकतो, म्हणजे पत्नी स्वत:मध्ये बदल घडवून आणू पाहते पण तो विरोध करतो.

अपेक्षापूर्तीमुळे उद्‌भवणाऱ्या समस्या

प्रतिसाद उशिरा मिळाल्यामुळे सामाजिक पातळीवर निर्माण होणाऱ्या समस्येचे आणखी एक उदाहरण पाहा. समाजशास्त्रामध्ये याला 'अपेक्षापूर्तीमुळे उद्‌भवणाऱ्या समस्या' असे म्हणतात. ही घटना १९६० ते १९७०च्या दरम्यान जॉन्सनच्या कारकिर्दीत घडली. प्रथमच अल्पसंख्याकांना 'न भूतो न भविष्यती' असे हक्क मिळाले होते आणि त्याचा परिणाम असा झाला की, दंगली उसळल्या, हिंसाचार माजला, संतापाचा उद्रेक झाला. वांशिक वादाच्या दाबून ठेवलेल्या भावना उफाळून आल्या.

दाबून ठेवलेल्या भावना मनाच्या पृष्ठभागावर कशा येतात, याचे हे उत्तम उदाहरण आहे. जेव्हा अल्पसंख्याकांना अधिक आधार, सहकार्य मिळाल्यासारखे वाटले, त्या वेळी त्यांच्या दाबून ठेवलेल्या राग, संताप, चीड या भावना पृष्ठभागावर आल्या. इतिहासात असे अनेक दाखले आहेत की, एखाद्या छळवादी हुकूमशहापासून जेव्हा एखादा समाज मुक्त होतो, तेव्हा अशीच प्रतिक्रिया अनेक देशांमध्ये दिसून

आली आहे.

मानसिकदृष्ट्या निरोगी लोकांनासुद्धा समुपदेशनाची गरज का भासते?

दीर्घकाळ एकत्र राहणाऱ्या पती-पत्नींमध्ये सहवासामुळे प्रेम वाढीला लागते, परिणामत: मनात खोलवर गाडून टाकलेल्या दुखऱ्या भावना उपचारासाठी मनाच्या पृष्ठभागावर येतात. त्याच वेळी लज्जा, भीती या भावनाही पृष्ठभागावर येतात. अशा वेळी या दुखऱ्या भावनांबद्दल काय करायचे हे लोकांना समजत नाही आणि ते त्यामध्ये फसून बसतात.

त्यांच्यावर उपचार होण्यासाठी आपण त्या मनमोकळेपणे व्यक्त करायला पाहिजे, पण त्या भावना व्यक्त करण्याची आपल्याला एकतर भीती वाटते किंवा लाज वाटते. अशा वेळी आपण उदासीन होतो, काळजीत पडतो, वैतागतो, चिडतो किंवा अक्षरश: दमून जातो आणि यामागे वरवर पाहता तरी कोणतेच कारण दिसत नाही. खरे तर आपल्या अंतरंगातील ते एक असे दृश्य आहे जे आत कोंडले गेले होते.

साहजिकच अशा वेळी कदाचित तुम्हाला प्रेमापासून दूर पळावेसे वाटेल किंवा तुम्ही व्यसनाधीन व्हाल. ती वेळ अशी आहे की, तुम्हीच तुमच्या भावनांचे व्यवस्थापन करायला हवे. पळ काढणे बरोबर नाही. ज्या वेळी अशा खोलवर दडलेल्या भावना पृष्ठभागावर येतात, त्या वेळी तुम्ही समुपदेशकाची मदत घेणे हितावह होईल.

जेव्हा खोलवर दडलेल्या भावना पृष्ठभागावर येतात तेव्हा त्या आपण आपल्या जोडीदारावर थोपवण्याचा प्रयत्न करतो. जर अशा भावना या पूर्ण आपण आपल्या आई-वडिलांजवळ किंवा जवळच्या मित्र-मैत्रिणींजवळ व्यक्त केल्या नसतील किंवा तसे करण्यात आपल्याला पूर्वी सुरक्षित वाटले नसेल, तर आत्तासुद्धा जोडीदाराजवळ त्या व्यक्त करणे अवघड जाते; मग आता या टप्प्यावर तुमचा जोडीदार कितीही सहकार्य देणारा किंवा समजूतदार असला, तरीही तुम्ही तुमचे मन मोकळे करू शकत नाही. तुमच्या भावना रोखल्या जातात.

खरोखर हा एक विरोधाभास आहे. आता असे पाहा की, तुम्हाला तुमच्या जोडीदाराबरोबर सुरक्षित वाटते, म्हणून तर तुमच्या खोलवरच्या दडलेल्या भावना पृष्ठभागावर येऊ पाहतात, पण त्या जेव्हा पृष्ठभागावर येतात, तेव्हा त्या व्यक्त करणे तुम्हाला अवघड जाते. तुमच्यातील भीती तुम्हाला इतकी ग्रासून टाकते की, तुम्ही बधिर होऊन जाल आणि मग उपचारार्थ पृष्ठभागावर आलेल्या भावना तेथेच अडकून बसतात.

हा विरोधाभास आहे की, तुम्हाला तुमच्या जोडीदाराबरोबर सुरक्षित वाटते, म्हणून तुमच्या खोलवर दडलेल्या भीतीच्या भावना मनाच्या पृष्ठभागावर येतात, पण त्या वेळी भयापोटी तुम्ही त्या व्यक्त करू शकत नाही.

अशा वेळी समुपदेशकाची किंवा थेरपिस्टची खूप मदत होते. जेव्हा तुम्ही अशा व्यक्तीबरोबर असता, ज्याच्याकडून तुम्हाला अभय मिळते, अशा वेळीच तुम्ही तुमच्या मनाच्या पृष्ठभागावर येणाऱ्या भावनांवर प्रक्रिया करू शकता, पण तुम्ही जर फक्त तुमच्या जोडीदाराबरोबर असाल, तर मात्र तुम्ही बधिर होऊन जाता.

म्हणूनच ज्यांचे एकमेकांवर खूप प्रेम आहे, अशा पती-पत्नींनासुद्धा समुपदेशकाची गरज भासते. आधारगटांच्या सान्निध्यात राहूनसुद्धा एकमेकांशी सुसंवाद साधता येतो. ज्या लोकांना आपण फार जवळून ओळखत नाही, पण ज्यांना सहकार्य करण्याची इच्छा आहे, अशा लोकांच्या सान्निध्यात आपल्या दुखऱ्या भावना व्यक्त करण्याची संधी मिळते.

जेव्हा आपण आपल्या अतृप्त भावना आपल्या जोडीदारावर थोपवतो, तेव्हा तो किंवा ती आपल्याला मदत करण्यास असाहाय्य असतात. आपला जोडीदार आपल्यासाठी फक्त काय करू शकतो, तर आपल्याला सहकार्य देण्यासाठी प्रोत्साहन देत असतो. आपल्या भूतकाळाचा आपल्या नातेसंबंधांवर होणारा परिणाम समजून घेतल्यास प्रेमातील चढउतार स्वीकारण्यात मदत होते आणि प्रेमाचा झरा पुन्हा वाहू लागतो. प्रेमावर आणि प्रेमाच्या उपचारात्मक प्रक्रियेवर आपला विश्वास नसतो. प्रेमाची जादू सदाबहार ठेवण्यासाठी आपण थोडेसे लवचीक झाले पाहिजे आणि प्रेमाच्या बदलत्या ऋतूंनुसार आपणही बदलले पाहिजे.

प्रेमाचे ऋतू

नातेसंबंध हे एखाद्या बगीचासारखे असतात. जर ते रसरशीत, सदाहरित हवे असतील, तर त्यांना नियमितपणे पाणी घालावे लागते, त्यांची विशेष काळजी घ्यावी लागते, निरनिराळ्या ऋतूंचे तसेच अनपेक्षित हवामानाचे भान ठेवावे लागते. नवीन बीजारोपण करावे लागते, तण काढून टाकावे लागते, त्याचप्रमाणे प्रेमाची जादूसुद्धा कायम टिकवण्यासाठी आपण प्रेमाचे ऋतू आणि प्रेमाचे संगोपन करण्याच्या गरजा समजावून घेतल्या पाहिजेत.

प्रेमाचा वसंत

जवळपास सर्वच कवींनी प्रेमाचा संबंध वसंत ऋतूशी जोडला आणि त्याच्यावर

असंख्य कविता केल्या आहेत. प्रेमात पडण्याचा काळ हा वसंत ऋतूसारखा आल्हाददायक असतो. आपल्याला असे वाटते की, आपण आयुष्यभर आनंदात राहणार आहोत. जोडीदाराचे आपल्यावर प्रेम नाही ही कल्पनासुद्धा आपण करू शकत नाही. आयुष्यातला हा काळ निरागसतेचा असतो. प्रेम ही एक शाश्वत, चिरकाल टिकणारी गोष्ट आहे असेच आपल्याला वाटते. प्रेमाची जादूच अशी काही असते की, जेव्हा सारे कसे परिपूर्ण, विनासायास मिळाल्याचा आनंद होतो, आपला जोडीदार हा आपला जन्मोजन्मीचा सखा वाटतो, जणू आपल्यासाठीच त्याची निर्मिती झाली आहे. आपण आपल्या सौभाग्यावर खूश होऊन हसतो, नाचतो, गाणी गातो.

प्रेमातील उन्हाळा (ग्रीष्म)

तुम्हाला माहिती आहे की, उन्हाळा किती दाहक असतो ते; तसाच हा प्रेमातील उन्हाळा दाहक असतो. आता आपल्याला वास्तवाचे भान येते आणि आपला जोडीदार आपल्याला वाटला होता तसा काही परिपूर्ण वगैरे नाही, याची जाणीव होते आणि मग आपण पुन्हा आपल्या नातेसंबंधांवर विचार करायला लागतो. आपला जोडीदार हा फक्त परग्रहावरचा नसून तो शेवटी माणूसच आहे, जो चुका करतो आणि ज्याच्यात अनेक दोष असतात.

औदासीन्य आणि नैराश्य यांचा प्रादुर्भाव होतो, तेव्हा हे माजलेले तण खरे तर उपटून टाकण्याची गरज असते आणि रोपांना अधिक पाण्याची गरज असते. कारण डोक्यावर तापलेल्या सूर्याचे रणरणते ऊन भाजत असते. अशा परिस्थितीत प्रेम देणे आणि हवे असलेले प्रेम मिळवणे सोपे नसते. आपल्या असे लक्षात येते की, आपण फारसे आनंदी नाही आणि आपल्याला जोडीदाराबद्दल नेहमीच प्रेम वाटत नाही. प्रेमाचे असे चित्र तर आपण कधीच रंगवलेले नसते.

अनेक जोडप्यांचा या वळणावर भ्रमनिरास होतो. त्यांना त्यांच्या नातेसंबंधांबद्दल फेरविचारही करावासा वाटत नाही, ते पुन्हा तपासून पाहावेत असेही वाटत नाही. अवास्तववादी विचार करून ते अशी अपेक्षा धरतात की, प्रेमात फक्त वसंत ऋतूच कायमस्वरूपी असला पाहिजे, ते त्यांच्या जोडीदाराला दूषणे देतात आणि त्यांचा त्याग करतात. त्यांच्या असेही लक्षात येत नाही की, प्रेम नेहमीच इतके सोपे नसते; काही वेळेस त्यामध्येसुद्धा वाईट दिवस असतात. प्रेमाच्या या कडक उन्हाळ्यात आपण आपल्या जोडीदाराच्या गरजांची पूर्तता केली पाहिजे. त्याबद्दल विचारणा केली पाहिजे आणि आपल्याला हवे असलेले प्रेमही मिळवले पाहिजे. पण हे सगळे आपोआप होणार नाही.

प्रेमातील शरद ऋतू

उन्हाळ्यामध्ये आपली बाग प्राणपणाने जपली की, मग आपल्या कष्टाचे फळ देणारा येतो, तो शरद ऋतू. आता शरद ऋतूचे आगमन झालेले आहे. खरोखर हा सुवर्णकाळ आहे – संपन्न आणि अपार समाधान देणारा. आता आपल्याला परिपक्व प्रेमाची अनुभूती येते, ज्यामध्ये आपल्या जोडीदारातील अपूर्णतेचा आणि स्वत:मधील दोषांचासुद्धा स्वीकार आहे, सामंजस्य आहे. ही वेळ आहे, एकमेकांविषयीची कृतज्ञता व्यक्त करण्याची! संपूर्ण उन्हाळ्यात खूप कष्ट केल्यामुळे आता आपण आरामात आपल्या प्रेमाची फळे चाखू शकतो.

प्रेमातील हिवाळा (शिशिर ऋतू)

आता पुन्हा हवामान बदलते. शिशिर ऋतू – पानांची पानगळ – निष्पर्ण झाडे-वेली. संपूर्ण निसर्गाचीच जणू पीछेहाट झाली आहे. ही वेळ आहे विश्रांतीची, अंतर्मुख होऊन चिंतन करण्याची, प्रेमाच्या नवीकरणाची. ही वेळ अशी आहे की, जेव्हा पुन्हा आपल्या अतृप्त भावना डोके वर काढतात आणि काळ्या सावल्या आपल्या मन:पटलावर नाचू लागतात! जगू मनाच्या बंद पेटीचे झाकण उघडते आणि त्यातून दुखऱ्या भावना वर येतात. ही वेळ आहे एकांतात आत्मविकास साधण्याची. आता आपण आपल्या जोडीदारापेक्षा स्वत:कडे लक्ष पुरवायचे आहे. आपल्या दुखऱ्या जखमांवर आपल्याला उपचार करायचे आहेत, म्हणूनच या काळात पुरुष आपल्या गुहेत जाऊन आत्मकेंद्री होतात, तर स्त्रिया आपल्या विहिरीच्या तळाशी जाऊन बसतात.

असा हा अंधारमय गारठ्याचा शिशिर ऋतू – ज्यामध्ये आपण स्वत:वर प्रेम करतो व आपल्या दुखऱ्या भावनांवर उपचार करून घेतो, त्यानंतर पुन्हा वसंत ऋतूचे आगमन होणे अटळ असते. पुन्हा एकदा आपल्या मनाला पालवी फुटते. आपल्या मनातल्या आशा, प्रेम, आकांक्षा यांना पंख फुटतात, प्रेमाला बहर येतो. आपल्या अंतर्यामीच्या भावना सुखावल्यामुळे व आत्म्यालाही समाधान मिळाल्यामुळे आता आपल्या हृदयाचे दार जणू उघडले जाते आणि भरभरून प्रेमाचा आस्वाद घेते.

यशस्वी नातेसंबंध

आपले संवादकौशल्य वाढवण्यासाठी या मार्गदर्शक पुस्तकाचा अभ्यास केल्यानंतर आणि नातेसंबंधांबद्दल जे हवे ते मिळवल्यानंतर तुम्ही आता यशस्वी, जिव्हाळ्याच्या, प्रेमळ नातेसंबंधांसाठी सज्ज झालेले आहात. तुम्हाला खूप आशावादी वाटतेय आणि ते योग्यच आहे. तुम्ही प्रेमाचे सगळे ऋतू आनंदाने पार कराल.

मी अशी हजारो जोडपी माझ्या डोळ्यांनी पाहिली आहेत, ज्यांचे वैवाहिक जीवन अक्षरश: एका रात्रीतून बदलले आहे. माझ्या कार्यशाळेत ते शनिवारी दाखल होतात आणि रविवारी रात्रीच्या जेवणापर्यंत ते पुन्हा प्रेमात पडलेले असतात. तुम्हाला खोटे वाटेल, पण ही जोडपी भांडत-भांडत येतात आणि गळ्यात गळे घालून जातात. तुम्ही या संपूर्ण पुस्तकामधून जे अंतर्ज्ञान मिळवले त्याचा उपयोग करा आणि मनाशी अशी खूणगाठ बांधा की, पुरुष हे मंगळावरचे असतात आणि स्त्रिया या शुक्रावरच्या असतात. तुम्हालासुद्धा हाच अनुभव येईल.

पण मी तुम्हाला एक सावधानतेचा इशारा देतो की, प्रेम हे हंगामी असते. प्रेमात जेव्हा वसंत ऋतू फुलतो, तेव्हा हे फार सोपे असते, पण तेच उन्हाळ्याच्या तप्त वातावरणात प्रेमात फार मेहनत करावी लागते. शरद ऋतूमध्ये तुमचे अंत:करण विशाल होते आणि तुम्हाला खूप रितेपण येते. प्रेमातल्या ग्रीष्म ऋतूबद्दल तुम्हाला जी माहिती मिळाली आहे, त्यानुसार तुम्ही तुमच्या प्रेमसंबंधांसाठी विशेष दक्षता घेतली पाहिजे. शरद ऋतूमधील तुमचे परिपक्व प्रेम हिवाळ्यातील शिशिर ऋतूमध्ये तुमच्या हातून निसटून जाण्याची शक्यता नाकारता येत नाही.

जेव्हा शिशिर ऋतूमधील पानझड तुमच्या मनात निराशेचे सूर उमटवते, तेव्हा कदाचित तुम्ही स्वत:लाच दूषणे देता आणि स्वत:वर प्रेम कसे करायचे व स्वत:ची काळजी कशी घ्यायची हेसुद्धा विसरून जाता. तुम्हाला स्वत:बद्दल आणि जोडीदाराबद्दलही संशय वाटतो. तुम्ही काहीसे तुसडे बनता आणि तुम्हाला सगळे सोडून द्यावेसे वाटते. हा सगळा ऋतुचक्राचा महिमा आहे. पहाट उजाडण्यापूर्वी काळोख तर असणारच ना!

आपल्या नातेसंबंधांमध्ये यशस्वी होण्यासाठी आपल्याला प्रेमाचे हे निरनिराळे ऋतू समजून घेतले पाहिजेत व स्वीकारले पाहिजेत. काही वेळेस प्रेमाचा झरा सहजपणे व आपोआप वाहू लागतो; तर काही वेळेस त्यासाठी मुद्दाम प्रयत्न करावे लागतात; काही वेळेस आपले हृदय प्रेमाने संपृक्त होते, तर काही वेळेस तेथे प्रचंड पोकळी असते. आपण नेहमीच आपल्या जोडीदाराने भरभरून प्रेम द्यावे, अशी अपेक्षा करू शकत नाही किंवा त्याने प्रेमळपणे वागावे, अशी आठवणही करून देऊ शकत नाही. हीच समजूतदारपणाची देणगी आपण स्वत:ला भेट म्हणून देणे आवश्यक आहे. आपण जे काही शिकलो, ते सर्वच आपल्या लक्षात राहील आणि त्यानुसारच आपण वागू ही अपेक्षा करू नका.

ज्ञानार्जनाच्या या प्रक्रियेसाठी फक्त सूचना ऐकणे व अमलात आणणे एवढेच गरजेचे नसते, तर विसरणे आणि पुन्हा लक्षात ठेवणे, हेसुद्धा आवश्यक असते. या संपूर्ण पुस्तकातून तुम्ही अशा गोष्टी शिकला आहात, जे तुमचे पालक तुम्हाला शिकवू शकले नाहीत, कारण त्यांना त्याबद्दल काही माहितीच नव्हते, पण तुम्हाला आता

हे समजले आहे; कृपया वास्तववादी राहा. स्वत:ला चुका करण्याची परवानगी द्या. या पुस्तकातून मिळालेले नवीन ज्ञान काही काळासाठी तुम्ही विसरूनसुद्धा जाल.

शैक्षणिक सिद्धान्त असे सांगतो की, नवीन काहीतरी शिकण्यापूर्वी ते आपल्याला किमान २०० वेळा तरी ऐकायला पाहिजे. आपण स्वत:ला हे सगळे नवीन ज्ञान आठवेल अशी अपेक्षा करू शकत नाही; आपण शांतपणे प्रत्येक छोट्या पायरीचा विचार करून आपल्या आयुष्यात त्या कल्पनांचा अंतर्भाव कसा करता येईल, याचा विचार केला पाहिजे. या गोष्टीला निश्चितच वेळ लागेल.

आपल्याला केवळ हे २०० वेळा ऐकले पाहिजे, असे नव्हे तर भूतकाळात जे आपण शिकलो, तेसुद्धा आपल्याला पुसून टाकून मनाची पाटी कोरी केली पाहिजे. आपण आता अजाण बालके राहिलेलो नाही की, ज्यांना नातेसंबंध कसे यशस्वी करायचे याचा श्रीगणेशा शिकवाव लागेल. आपल्या पालकांनी, समाजाने, संस्कृतीने आपल्या ज्ञानात पुष्कळ भर घातली आहे; शिवाय आपले स्वत:चेही काही कडू अनुभव गाठीला आहेतच, त्यामुळे हे नवीन ज्ञान अंतर्भूत करणे, हे आपल्यापुढे एक आव्हान आहे; याची मुहूर्तमेढ तुम्ही रोवणार आहात. तुम्ही आता नवीन प्रदेशात संचार करणार आहात. कधीतरी तुम्हीसुद्धा हरवून जाल... हे अपेक्षित असू दे. तुमचा जोडीदारसुद्धा कधी वाट चुकेल, हेसुद्धा अपेक्षित असू दे. हे मार्गदर्शक पुस्तक एखाद्या नकाशाप्रमाणे तुमच्या जवळ बाळगा, जे तुम्हाला नवख्या प्रदेशात मदत करेल.

पुढील वेळेस जेव्हा कधी तुम्ही तुमच्या जोडीदारावर रागवाल, वैतागाल तेव्हा हे लक्षात ठेवा की, पुरुष हे मंगळनिवासी आहेत आणि स्त्रिया या शुक्रवासिनी आहेत. तुम्हाला या पुस्तकातील बाकी काही आठवले नाहीतरी चालेल, पण एवढे मात्र लक्षात ठेवा की, स्त्री व पुरुष वेगळे आहेत. त्याचा तुम्हाला प्रेमळ भावना जागृत ठेवण्यास उपयोग होईल. हळूहळू आपल्या मनातील निष्कर्ष, जोडीदारातले दोष शोधण्याची कृती हे सगळे विरून जाईल आणि आपल्याला जे हवे ते जोडीदाराकडे मागितल्यावर मिळाले की, आपोआपच प्रेमळ नातेसंबंध निर्माण होतील, ज्याची तुम्हाला गरज आहे आगि ज्यासाठी तुम्ही पात्र आहात!

तुमचा भविष्यकाळ उज्ज्वल आहे, तुमचे प्रेमजीवन असेच बहरू दे आणि तुमच्या मनात प्रेमाची ज्योत कायम तेवत राहू दे.

तुमच्या जीवनात वेगळे काही घडवून आणण्याची संधी तुम्ही मला दिल्याबद्दल मी आपला आभारी आहे.

◆

व्हाय मेन डोन्ट लिसन
ॲण्ड
विमेन कान्ट रीड मॅप्स

बार्बरा आणि ॲलन पीस । अनुवाद : **ॲड. शुभदा विद्वांस**

स्त्री व पुरुष यांच्यातील नातेसंबंध बिघडतात
ह्याचे कारण म्हणजे पुरुषांना हे समजत नाही
की बायका त्यांच्यासारख्या का नाहीत; आणि
बायकांना वाटते की आपण जसे करतो तसे
पुरुष का करत नाहीत.
ह्याचे कारण म्हणजे, स्त्री व पुरुष वेगळे आहेत.
ते समान पेशींपासून बनलेले आहेत,
एवढी एकच गोष्ट त्यांच्यात समान आहे.
पण हे दोघे वेगवेगळ्या जगात रमतात.
त्यांची मूल्ये वेगवेगळी असतात,
पण फारच थोडे पुरुष हे मान्य करतात.

एक सामायिक गोष्ट अशी की स्त्री व पुरुष
कुठल्याही धर्माचे, पंथाचे, वर्गाचे असले तरी
त्यांचे दृष्टिकोन व विश्वास सारखेच असतात.

www.ingramcontent.com/pod-product-compliance
Lightning Source LLC
Chambersburg PA
CBHW030405030726
47497CB00002B/492